சந்தியா
பதிப்பகம்

ம. தவசி இயற்பெயரும் அதுதான். 19.4.1976இல் இராமநாதபுரம் மாவட்டம், முதுகுளத்தூர் வட்டாரத்தில் இளஞ்செம்பூர் கிராமத்தில் பிறந்தார். உடன் பிறந்தவர்கள் நான்கு பேர். தாய் இருளாயி, தந்தை மயில்சாமி. மனைவி பெயர் அங்காளேஸ்வரி. மகள் சங்கமித்ரா வயது ஏழு. மகன் வினோத் வயது ஐந்து.

தமிழில் முதுகலைப் பட்டம் பெற்றார். கல்லூரிக் காலம் தொட்டே எழுதிக் கொண்டிருந்தார். தமிழின் நவீனயுகம் என்று கருதப்படுகிற இருபதாம் நூற்றாண்டின் துவக்கால படைப்புகள் முதல் தற்கால படைப்புகள் வரை பரவலான வாசிப்பு உண்டு. பாரதியிடமும் புதுமைப்பித்தனிடமும் ஆழ்ந்த ஈடுபாடு கொண்டிருந்தார். பட்டம் முடித்த கையோடு மதுரையிலும், புதுச்சேரியிலும் பல்வேறு பத்திரிகைகளில் பணியாற்றி வந்தார். இறுதியாக தினகரன் நாளிதழில் இணையாசிரியராகப் பணியாற்றினார்.

புனைவு இலக்கியத்தில் ஆழ்ந்த வேட்கை கொண்ட தவசி கல்லூரிக் காலம் தொட்டே எழுதி வந்தார்.. சிறுகதையைக் கருத்தூன்றி எழுதத் தொடங்கியது 1998லிருந்து. முதல் சிறுகதையான “சாரங்கி” 1998ஆம் ஆண்டு பவளக்கொடி என்ற சிறுபத்திரிகையில் வெளியானது.

முதல் சிறுகதைத் தொகுப்பு – பனை விருட்சி வெளியான ஆண்டு 2007. வெளியீடு அனன்யா, தொடர்ந்து ஊர்களில் அரவாணி, பெருந்தாழி, அச்சு வெல்ல மண், நகரத்தில் மிதக்கும் அழியாப் பித்தம் ஆகிய சிறுகதைத் தொகுப்புகளும் “சேவல்கட்டு” என்ற நாவலும் வெளியாயிற்று.

சேவல்கட்டு நாவல் சாகித்திய அகாடமியின் யுவபுரஷ்கார் விருதினை 2011இல் பெற்றது. அதைத் தொடர்ந்து மேலும் சில சிறுகதைகள் எழுதியுள்ளார். அவை இன்னும் தொகுப்பு வடிவம் பெறவில்லை.

கிராமத்து மண்ணும், மனிதர்களும், தாவரங்களும், பிற உயிரினங்களும், வெயிலும், காற்றும், மழையும் வறட்சியும் மீண்டும் மீண்டும் வெவ்வேறு விதமான அழகுடன் சூழலுக்கு உணர்வேற்றும் விதமாகச் சொல்லப்படுவது தவசியின் தனிப்பண்பு. அடித்தட்டு விளிம்பு நிலை மக்கள் பால் ஆழ்ந்த அனுதாபம் கொண்ட தவசியின் எழுத்து நகரவாழ்க்கையின் மீது விலகல் மனோபாவம் கொண்டது. 2012 துவக்கத்தில் வயிற்றில் புற்றுநோய் இருப்பது கண்டுபிடிக்கப்பட்டு

ஆங்கில மருத்துவம் கைவிட்ட பின்னரும் விடாமுயற்சியுடன் சித்த மருத்துவம் மேற்கொண்டு மேலும் ஓராண்டே உயிருடன் இருந்தார். நோயிலிருந்து முற்றாக மீளமுடியும் என்ற நம்பிக்கை கொண்டிருந்தாலும் மரணத்தைத் துணிச்சலுடனே எதிர்கொண்டார்.

இறுதியாக 2012 அக்டோபரில் எழுதத் துவங்கிய "அப்பாவின் தண்டனைகள்" என்ற புதினத்தை நோயின் வலியுடன் 264 பக்கங்களில் 2012 டிசம்பர் இரண்டாம் வாரத்தில் எழுதி முடித்தார். அவருடைய பெரும்பகுதி நூல்களை வெளியிட்ட சந்தியா பதிப்பகம் இந்த நூலையும் வெளியிடுகிறது.

கிராமத்து வாழ்வில் தந்தைக்கும் மகனுக்கும் இடையில் நிலவும் உறவு முரணை உக்கிரமான தருணங்களைத் துல்லியமாக இலக்கிய ஜோடனைகள் இல்லாமல் வெளிப்படுத்தும் இப்புதினம் பரவலான கவனத்தைப் பெறுவதற்கான நம்பிக்கை அளிப்பது.

குறுகிய காலத்தில் மிகவேகமாக எழுதிச் சென்ற தவசியின் எழுத்துக்கள் அவரைப் போலவே மாய இருப்பில் ஆழ்த்துபவை.

போப்பு

அப்பாவின் தண்டனைகள்

ம. தவசி

சந்தியா பதிப்பகம்
சென்னை - 83.

அப்பாவின் தண்டனைகள்
ம. தவசி

© அங்காளேஸ்வரி

முதற்பதிப்பு: 2014

அளவு : டெமி ● தாள் : 60 gsm ● பக்கம் :264
அச்சு அளவு : 11 புள்ளி ● விலை : ரூ. 190/-
அச்சாக்கம் : சென்னை மைக்ரோ பிரிண்ட் பி.லிமிட், சென்னை - 29.

சந்தியா பதிப்பகம்
புதிய எண் 77, 53வது தெரு, 9வது அவென்யூ,
அசோக் நகர், சென்னை - 600 083.
தொலைபேசி: 044 - 24896979

ISBN : 978-93-81343-77-7

Appavin Thandanaigal

M. Thavasi

© Angaleswari

Printed at Chennai Micro Print Pvt Ltd.,
Chennai - 29.

Published by
Sandhya Publications
New No. 77, 53rd Street, 9th Avenue, Ashok Nagar,
Chennai - 600 083. Tamilnadu.
Ph : 044 - 24896979

Price Rs. 190/-

sandhyapathippagam@gmail.com
sandhyapublications@yahoo.com

www.sandhyapublications.com

சமர்ப்பணம்

எமனின் கயிற்றில் இருந்து
எனை இழுக்க போராடும்
அன்பு மனைவி
அங்காளேஸ்வரிக்கு...

தவசி இன்றில்லை....

இதை எழுதிய தவசி காலமானார். சுமார் முப்பத்தைந்து வயதுடைய தவசி மார்ச் 9ஆம் நாள் பிற்பகலில் மதுரையில் காலமானார். முதலாம் நினைவு நாளுக்கு அவரது இந்த "அப்பாவின் தண்டனைகள்" நூலாகப் படைக்கப்படுகிறது.

ஒன்றரையாண்டு காலம் சிறுகுடல் புற்றுநோயால் அவதியுற்று வந்த தவசி அலேபதி மருத்துவம் மரணம் அவருக்கு வெகுபக்கத்தில் இருப்பதாகக் கூறி கைவிட, அவரும் சித்த மருத்துவத்தைத் தொடர்ந்தார். இப்பிர பஞ்சத்தையே பெருங்காதலுடன் சுவைக்கத் துடித்த ஒருவன் மரணத்தைக் கண்டு மிரள்பவன் அல்லவே. அதனால் அது வீசிய வஞ்சகப் புன்னகைக்குத் தன்னையே கொடுத்து விட்டான்.

தினகரன் நாளிதழில் வட்டாரப் பதிப்பில் துணையா சிரியராகப் பணியாற்றி வந்த தவசி, மூன்று சிறுகதைத் தொகுப்பு, இரண்டு நாவல் ஆகியவற்றை எழுதிச் சென்றார். அவற்றின் பக்கங்களில் விரவி நிற்கும் தவசியின் எழுத்து முறை நண்பர்கள் வட்டத்திற்கும் தேடிப்படிக்கும் வாசகர்களுக்கும் நெருக்கமான உணர்வைத் தருபவை. இராமநாதபுரம் மாவட்டம் முதுகுளத்தூர் பகுதியில் திணைக்குளம் என்ற கிராமத்தைச் சேர்ந்த தவசி எளிய விவசாயக் குடும்பத்தின் இரண்டாவது வாரிசு.

அப்பகுதியில் அடர்த்தியாக வசிக்கும் மறவர் குல மக்களின் இயல்பினையும், நிலம் சார்ந்த வாழ்க்கையையும் துல்லியமாகப் பதிவு செய்தவர். நிலத்தின் வெம்மையையும்,

குளுமையையும், மழைக்காலங்களில் வெள்ளை வெளேர் என்று நிற்கும் நீர்பரப்பையும், சின்னச்சின்ன கண்மாய் களையும், அதன் கரைகளில் அடர்ந்து நிற்கும் நீர்க்கருவேல மரங்களையும், உக்கிரமாக அடிக்கும் வெயிலையும், இரவுக் காலங்களில் பெருஞ் சமவெளியெங்கும் வெளிச்சம் பரப்பும் நிலவொளியையும், அடர்த்தியான ஆலமரத் தோப்பு களையும், அவை காட்டும் பயத்தையும், தோப்புகளுக்குள் உலவிப் பயங்காட்டும் தொன்மைக் கதைகளையும், மரப் பொந்துகளில் வாழும் பச்சைக் கிளிகளையும், கருநாகப் பாம்புகளையும், வாய்க்கால் வரப்பு நண்டுகளையும் தம் எழுத்து வெளியின் பரப்பாக மாற்றியவர்.

அந்நிலத்தின் அறிமுகம் பெறாதவர்களும் தவசியின் எழுத்துக்களை வாசிக்கும்போது அவற்றைத் தன்வயப் படுத்திக் கொள்ளும் விதமாக அலுப்பூட்டாமலும், நுணுக்க மாகவும் பதியச் செய்யும் திறனைக் கைவரப் பெற்றிருந்தார் தவசி.

குறிப்பாக "சேவல்கட்டு" புதினத்திற்காக நடுவனரசின் விருது வழங்கப்பட்டது. யுவபுரஸ்கார் விருது அவருக்கு அளிக்கப்பட்டதன் மூலமாகவே அப்படி ஒன்று இருப்ப தாகவும், அது கொஞ்சம் தகுதி வாய்ந்தது என்றும் என்னைப் போன்றவர்களுக்குத் தெரிய வந்தது.

மறக்குடிகளின் நிலத்தின் மீதான பிடிமானத்தையும், மாடு கன்றுகளை அவர்கள் தம் சகஉயிரியாகவே பேணுவதையும், சேவல்கட்டுக்காக மொத்த வாழ்வையும் பணயம் வைப்பதையும், சேவல்களின் குண நுணுக்கங்களையும், சில மறவர்களின் வறட்டுக் குலப் பிடிவாதத்தையும் பெண்களை அடிமையினும் கேவலமாக நடத்துவதையும் துல்லியமாகப் படம் பிடித்துக் காட்டியிருந்தார். சேவல்கட்டில் ஒருவன் மனைவியை அடித்தே கொன்று போடுவதையும், மேல் வாய்க்கு வறட்டு வீராப்பு பேசுபவன் உள்ளுக்குள் கசிவதையும் எதார்த்தம் சிதையாமல் நுணுக்கமாக எழுதிய தவசி தனது இறுதிப் படைப்பான "அப்பாவின் தண்டனைகள்" என்ற புதினத்தில் கண்டிப்பின் பெயரால் ஒரு தந்தை தன் மகன் மீது காட்டும் வெறுப்புணர்வையும், வெறித்தனமான வன்முறையையும் நம்பகத்தன்மை சிதையாமல் சித்தரித் துள்ளார்.

அவரது சிறுகதை எங்களது நற்றிணைக்கு வந்த வேகத்தில் வாசித்த எனக்கு மிகவும் நெருக்கமாகிவிட்டார் தவசி. நற்றிணை ஆசிரியர் தோழர் பாண்டியன் மூலமாக அறிமுகம் பெற்றேன்.

கையால் எழுதிய இந்நாவலின் கணினியச்சு வடிவத்தை என்னிடம் கொடுத்து வாசிக்கச் சொன்னார். கொடுத்த வேகத்தில் ஒரே மூச்சில் வாசித்து அவருக்கு உவப்பான பகுதிகளையே நானும் எடுத்து வைத்துப் பேசியதில் பெரும் மனநிறைவு கொண்டார். தன்னுடன் அமர்ந்திருந்த ஒரு தம்பியின் தொடையில் "தட்டி பாத்தியா நாம பேசிட்டிருந்த விசயத்தை அப்பிடியே பிடிச்சிட்டாரேய்யா" என்று வெள்ளைப் பற்கள் ஒளிவிட சிரித்தார்.

மரணம் தனக்குப் பக்கத்தில் இருப்பதாக உணர்ந்து என்னையே அவசரமாக முன்னுரை எழுதவும், மெய்ப்புத் திருத்தவும் பணித்தார். மார்ச் இறுதியில் சொந்த ஊரில் வெளியீட்டு விழா நடத்த வேண்டும் என்று தம்பிகள் விரும்புவதாகக் கூறினார். சந்தியா பதிப்பகத்தார் இரண்டு புத்தகக் கண்காட்சியை முடித்த கையோடு தவசியின் அவரசத்திற்கு ஈடுகொடுக்க முயன்ற நிலையில் தான் மரணம் அவரை முந்திக்கொண்டுவிட்டது.

"நடக்கட்டும்யா, எதுன்னாலும் நடக்கட்டும். இயற்கையின் உத்தரவிற்குக் கட்டுப்படுவதைவிட நாமென்ன செய்ய முடியும். எது நடந்தாலும் நல்லதுக்குத் தானே" என்ற குரல் நான் ஏதோ மரணப் படுக்கையில் வீழ்த்தப்பட்டவன் போலவும் அவர் எனக்கு ஆறுதல் கூறுவது போலவும் இருந்தது. ஒவ்வொரு முறை பேசி முடித்ததும் என் மரணத்திற்காக நீங்கள் யாரும் வருத்தப்படக்கூடாது என்று மிகவும் அழுத்திக் கூறுவது போல் இருந்தது.

"அப்பாவின் தண்டனைகள்" 264 பக்கப் புதினத்தை சுமார் ஒரு நாளைக்கு ஐந்து பக்கங்கள் வீதம் இரண்டே மாதத்தில் அவசர அவசரமாக நோயையும் தாக்காட்டிக் கொண்டு, வேலைக்கும் போய்க் கொண்டு எழுதி முடித்துள்ளார். நோயின் வலியுடன் கூடிய இந்த உழைப்பு பிரமிப்பாகத் தான் இருந்தது. அது பற்றிப் பேசும்போது "நான் எங்கய்யா எழுதினேன். அதுவா எழுதி வாங்கிருச்சில்லே. ஆள விட மாட்டேன்னுருச்சேய்யா" எனத் தானுமே மிரண்டு தான் போயிருந்தார் இந்நாவல் முழுமை பெற்றது கண்டு.

இந்தப் புதினத்தை எந்தப் பதிப்பகத்திடம் அளிப்பது என்று நாங்கள் இருவரும் இரண்டு சுற்று பேசி ஆக இறுதியாக சந்தியா பதிப்பகமே பொருத்தமானது என்ற முடிவிற்கு இருவரும் ஒரு சேர வந்தோம்.

அந்த வாரமே தினகரன் மதுரைப் பதிப்பிற்கு மாற்றலாகி விட்டதை போனில் சொல்லி அவசரமாக அழைத்தார் சென்று பார்த்தேன். நோய்ப்பட்ட நிலையில் சொந்த ஊருக்குப் பக்கத்தில் இருப்பது ஆறுதலாகத் தோன்றிய சந்தோசத்தை குழந்தைத் தனமாக வெளிப்படுத்தினார். தினகரன் துணை மேலாளர் தன் மீது அன்பும் மதிப்பும் கொண்டவரென்றும் கேட்ட மாத்திரத்திலேயே மாற்றல் உத்தரவு போட்டதற்காக தன்னுடைய நன்றியுணர்வை என்னோடு பகிர்ந்து கொண்டார். பாண்டியில் இருந்து குடிபெயரும் நாளில் உதவிக்கு நான் வேண்டுமா என்று கேட்டபோது “இருங்க... நீங்க ஏன் செரமம் எடுத்துக்கிறிய... நம்ம பயக இருக்காய்ங்கல்ல... பாத்துக்கிருவோம்.... என்ன? ஊர் பக்கம் போனா மதுரையில் ஒரு எட்டு வந்து பாத்துட்டுப் போங்க என்றார்.

மதுரைக்குச் சென்ற ஒரு வாரத்திற்குப் பின்னர் தொடர்ச்சியாக நான்கைந்து நாள் போன் அடித்து பதில் இல்லை. எனக்குள் சின்ன பதற்றம் தொற்றிக் கொண்டது. மீண்டும் அவரே அழைத்தார். ரத்தச் சிவப்பு அணுக்கள் வெகுவாகக் குறைந்ததால் மருத்துவமனை சென்று ஏற்றியதாகவும், அதனால் தான் பேச முடியவில்லை என்றும் சொன்னார்.

அடுத்த இரண்டு வாரத்தில் மதுரை மேலூர் சாலையில் அமைந்துள்ள தினகரன் அலுவலகத்தில் வேலை பொறுப்பேற்று வீடு பார்த்துக் குடியமர்ந்து பிழை திருத்தங்களையும் செய்து முடித்திருந்தார். திருத்தம் செய்த மென் வடிவத்தை “நீங்க ஒரு வாட்டி சரி பார்க்குறிங்களா?” என்று கேட்டார்.

குடும்ப நன்னிகழ்விற்காக ஊர் சென்று திரும்பிய நான் இணையாருடன் தவசியை மதுரையில் வீட்டிற்குச் சென்று பார்த்தேன். காப்பியைக் கொடுத்து சீக்கிரமாவே பிழை திருத்தம் போட்டுத் தரச் சொன்னார். கிளம்பும் நேரத்தில் ம்... கை கழுவுங்க என்றார். நானும் இணையாரும் உணவைத் தவிர்க்கும் விதமாக சமாளிக்க முயன்றோம். சுருக்கென்று அவருக்குக் கோபம் ஏறியது. அடுப்படிக்குள் கை கழுவும்

போது அவரது மனைவியார் சொன்னார் "சாப்புடுற நேரத்துல வீட்டுக்கு வந்தவக சாப்புடாமப் போனா இப்படித்தான் கோவிப்பாக" என்று அவர்து கிராமிய மணம் களையாமல். சாப்பிட்டு முடித்து கிளம்பும் போது அவரது உள்ளங்கை, விரல்கள் எல்லாம் கருத்திருந்ததைக் கவனித்துக் கேட்டேன். "ஆமா ரத்தம் குறைஞ்சிருச்சில்ல?" என்றார் தேர்ந்த பக்குவத்துடன்.

மீண்டும் உடல்தேறி அலுவலகத்திற்கு வழக்கமாகப் போய் வந்து கொண்டிருந்தார். பிழை திருத்தம் தொடர்பாக போனில் விசாரித்துக் கொண்டார். என்னிடம் கொடுத் திருந்த சாப்ட் காப்பியில் நேரடியாகத் திருத்தம் செய்ய முடியாத நிலை இருந்தது. "பரவாயில்லே நானே பாத்துக் கிறேன்" என்று பார்த்துக் கொண்டிருந்தார்.

இதற்கிடையில் உடல்நிலை அவரது வேகத்திற்கு ஒத்துழைக்காததால் சில வாரங்கள் விடுப்பு எடுத்துக் கொண்டு சொந்த கிராமத்திற்குச் சென்றிருந்தார். ஒருநாள் காலை இளம் வெயில் சூடேறும் நேரத்தில் அழைத்து "ம்... என்ன செய்யிரீய?.... சௌக்கியந்தானே" "நல்லாருக்கேன் தவசி எப்படி இருக்கீங்க? ம்".... இருக்கேன்... ம்... ஏதோ பரவால்லாம இருக்கேன்... ரெம்ப முடியாமத்தான் ஊருக்கு வந்தேன். இப்போ பெய்ஞ்ச மழையிலே கம்மாய்க் குள மெல்லாம் தெத்து தெத்துன்னு ஒரேத் தண்ணிக்காடா இருக்கு. அங்கங்க புல்லு மொள விட்டு மண்ணைத் தெறிச்சுக் கிட்டு மேல கிளம்புது. இந்தக் காட்சியக் காங்க சூரியனும் மேலெழும்பி வருது. மனசே நெறஞ்சு கிடக்கய்யா. அதான் உங்களக் கூப்டு பேசணுன்னு தோணிச்சு." "அப்பிடியா உங்க குரல்லயே உற்சாகம் தெரியுதே. சந்தோசம். அங்கேயே ஒரு பத்து நாளைக்கு இருக்க முடியுமா? இருந்தா நல்லதுன்னு தோணுது" "அதான் பாக்குறேன். சொந்தம் உறவெல்லாம் பார்த்துட்டுப் போகலான்னுதான் வந்தேன். இங்க இருக்குற சூழ்நிலை இன்னும் ஒரு அஞ்சாறு நாள் இருந்து கயித்துக் கட்டில் போட்டு ஆலமரத்துக்குக் கீழ படுத்து, இம்புட்டுக் கூழுத்தண்ணிக் குடிச்சு மனசையும் உடம்பையும் தேத்திக்கலாம்ன்னு தோணுது. நீங்க என்ன செய்யிறீய? பிள்ளய என்ன பண்றாங்க? ஆகட்டும். முடிஞ்சா மத்தியில பேசுவோம். இங்க சரியா டவர் கிடைக்கிறதில்ல. அதனால் மதுரைக்கு வந்திட்டுக் கூப்புடுறேன்."

தவசிக்கு தன் மண் மீதும், தன் வாழ்வுடன் தொடர்புடைய மக்கள் மீதும் நேசம் மிகுந்த ஈடுபாடு இருந்தது. ஆனால் அதில் சாதியபினமானம் ஏறி விடக்கூடாது என்ற சமூகப் பொறுப்புணர்வு கொண்ட படைப்பாளிக்குரிய எச்சரிக்கையும் சேர்ந்தே இருந்தது.

தவசியின் விருப்பத்திற்கு ஈடு கொடுத்து "அப்பாவின் தண்டனைகள்" பிரதியை நுல்வடிவமாக்கி இரண்டாம் நிலை பிழைதிருத்தத்திற்கு தவசிக்கு அனுப்பி இருந்தார் சந்தியா சௌந்திரராஜன். படித்து விட்டு பேராவல் பொங்க என்னை அழைத்து. "சந்தியாவுல இருந்து அனுப்பிட்டாக. படிச் சுட்டேன். நல்லா வந்திருக்கு. எனக்கேப் புதுசாப் படிக்கிற மாதிரி இருந்துச்சு. இனி அச்சாகி, புத்தகமாகி, முகம் தெரியாத ஒருத்தர் படிச்சு சொல்றது அப்புறம் இருக்கட்டும். மொதல்ல எனக்கே ரெம்பப் பிடிச்சுருக்கய்யா... ஆமா ரெம்பப் பிடிச்சிருக்கு. சந்தோசமா இருக்கு. நிலமும் இயற்கையும், வெயிலும் அப்பிடியே பாத்திரங்களா மாறியிருக்கே." என்று நிறைந்த உற்சாகத்தில் பேசினார்.

ஒரு மாலை நடையின் போது போனில் பேசிய விதம் எனக்கு தவசியின் உடல் நிலையின் பால் மிகுந்த நம்பிக்கையை உருவாக்கியது.

முழுமையாகத் தேறிவிடுவார் என்றும் நோயின் பொருட்டு ஆழ்மனதில் படிந்திருந்த அவநம்பிக்கையைத் துடைத்துவிட்டார் என்றும் கருதி ஒருவாரம் கழியவில்லை. தவசியை எனக்கு அறிமுகம் செய்வித்த தோழர் பி.என்.எஸ். பாண்டியன் மூலமாகவே தவசியின் மரணச் செய்தி வந்து சேர்ந்தது.

மருத்துவ அதிகாரத்தால் கைவிடப்பட்ட பின்னரும் ஓராண்டிற்கு மேலாக நோயுடன் போராடி மீளமுயன்ற தவசி வேலைக்கும் போய்க்கொண்டு தனித்துவமான புதினம் ஒன்றையும் எழுதி முடித்தார்.. இயற்கையின் கட்டளைக்குப் பணியத் தன்னை மனப்பூர்வமாகத் தயார்ப்படுத்தி இருந்தார். தன் நோயைக்குறித்த அனுதாபம் வழியும் குரலை ஒருபோதும் அவர் கேட்க விரும்பியதில்லை. "ஆகட்டும் பார்த்துக்கலாம். இயற்கை எதைச்செய்தாலும் நன்மை தானே" என்று சொல்லுமளவிற்குத் தவசி பெற்றிருந்த ஆரோக்கியமான மனப் பக்குவம் என்னைப்போல நிறைய உடல் ஆரோக்கியம்

பெற்றவர்களுக்கு இல்லை என்கிறபோது தவசி விட்டுச் செல்கிற வெற்றிடம் மிகப் பிரமாண்டாகத் தெரிகிறது. இனி மிச்சமிருக்கிற நாட்களிலேனும் நான் பெற்றுவிட முடியுமா? என்ற ஏக்கம் மேலிடுகிறது.

அஞ்சலி என்பது என்ன? மரணித்தவனின் இலக்கை நோக்கி நானும் கொஞ்ச தூரம் செல்ல முயற்சிப்பது தானே?

ஏழு வயதுப் பெண் நான்கு வயதுப் பையன் இவர்களைப் போலவே நாளை என்பது எத்தனை இருள் நிறைந்தது என்று கணக்கிடத் தெரியாத இளம் மனைவி ஆகிய தவசியின் குடும்பத்தாருக்கு ஒரு கை விளக்கேனும் காட்ட வேண்டியது நமது கடமையாகிறது. இல்லையா? தவசியின் முதலாம் நினைவு நாளில் இதனை நூலாக்கித் தரும் சந்தியா பதிப்பகத்தாருக்கு தவசியின் குடும்பத்தினர் சார்பாகவும், எழுத்துச் சாதிக்காரன் என்ற வகையிலும் நன்றி பாரட்டுகிறேன்.

அன்புடன்

போப்பு

◆

முன்னுரை

வறண்டு கிடக்கும் கொள்ளிட மணற்பரப்பில் அமர்ந்து, தஞ்சையின் வடக்குப் பகுதியில் வசிக்கும் விவசாயப் பெருங்குடிப் பெண்கள் சித்தாள்களாக உருமாறிப்போன பெருஞ்சோகத்தை சுமந்துகொண்டிருந்த தருணத்தில் தான் அந்த செய்தி எனக்கு வந்தது. 'தவசி இறந்துவிட்டார்..' நம்பமுடியாமல் திரும்பவும் கேட்டேன். தவசி இறந்தே தான் விட்டார்.

தவசி ஒரு உக்கிரமான படைப்பாளி. எழுத்தும் அவரும் ஒன்றுதான். தனக்குள்ளே ஒரு அமானுஷ்ய உலகை கட்டமைத்துக் கொண்டு அந்த வட்டத்துக்குள்ளாகவே வாழ்ந்து முடிந்துவிட்டார். அந்த உலகத்திற்குள் இருந்து தான் அவரது கதைகள் முளைத்தன. ஒரு காட்சி, தன்னை தானே எழுதிக் கொண்டு, தொன்மத்துக்குள் பயணித்து அந்த அங்கக அனுபவத்தையும் தன்னோடு இணைத்துக் கொண்டு வெளிவருவது தவசி எழுத்தின் தனித்துவம். அந்த அனுபவம் வாசிப்பாளனுக்கு பல கதவுகளை திறக்கும். அது தான் எழுத்தின் வெற்றியும் கூட. அப்படியான தீர்க்கமான எழுத்தோடு தமிழில் சில படைப்பாளிகள் தான் இயங்கிக் கொண்டிருக்கிறார்கள்.

ஒரு பத்திரிகையாளராக தவசியை நான் தினமணியில் பணியாற்றிய காலம் முதலாகவே அறிவேன். அத்தருணத்தில் தினமணி அலுவலகத்தில் இருந்து மாலை 6 மணிக்கு மேல் அழைப்பு வந்தால் அனல் பறக்கும். பதற்றத்துடனே அலைபேசியை எடுப்போம். தவசியின் குரல் மட்டும் அந்த

இயல்புக்கு எதிராக இருக்கும். அன்பும், கனிவும் ததும்பப் பேசுவார். அந்த தொனியிலேயே நம் மனதுக்குள் கூடிகட்டி குடியேறிவிடுவார். இறுதி வரைக்கும் அந்த அன்பும், கனிவும் தவசியிடம் இருந்து விலகவில்லை. கடும் கசப்புகளையும், வலிகளையும் எதிர்கொண்ட போதும் தவசியின் இயல்பில் மாற்றமில்லை.

மண் மணத்தோடு எழுத ஏகப்பட்ட படைப்பாளிகள் தமிழில் இருக்கிறார்கள். அந்த மண்ணுக்குரிய வார்த்தைப் பிரயோகங்களை கட்டுடுத்தி உருவாக்கப்படுவதே மண் மண எழுத்தாக கருதி சிலாகிக்கப்படுவதும் உண்டு. வாழ்வியல், பண்பாடு, தொன்மம், கற்பனை, கதை, பாடல், அறிவியல், பிழைப்பு என ஒவ்வொரு மண்ணுக்கும் ஏராளமான அகப்புற அடையாளங்கள் உண்டு. அவற்றை தேடிக் கண்டடைந்து எழுத்தின் போக்கோடு கோர்க்கும் படைப்பாளியே மண்ணின் படைப்பாளி. அதுமாதிரியான எழுத்து தவசியோடு பிறந் திருக்கிறது. ஆப்பநாட்டு வாழ்க்கையை உறுத்தாத வட்டாரச் சொற்களின் ஊடே வாசிப்பாளனை வாழ்ந்து பாக்கச்செய்கிற யுத்தி தவசிக்குக் கிடைத்த வரம். பனை விருட்சியிலும், ஊர்களில் அரவாணியிலும், பெருந்தாழியிலும், நகரத்தில் மிதக்கும் அழியாப் பித்தத்திலும் உலவும் மனிதர்களின் ஒவ்வொரு வாழ்க்கையும் நமக்கு நெருக்க மானவை. அல்லது, நாம் வாழ்ந்து கொண்டிருப்பவை.

எழுத்து வாசிப்பாளனுக்காகவா? எழுத்தாளனுக்காகவா? என்ற கேள்விக்கு தவசி எழுத்தாளனின் பக்கமே நிற்பார். எனக்காக எழுதுகிறேன், என்னுடையதை எழுதுகிறேன் என்பது அவரது வாதம். அதனால் தான் அவருடைய கதைகள் வாழ்கின்றன. ஒரு எழுத்தாளனுக்கு இருக்கிற சவால், எல்லாப் பாத்திரங்களும் அவனாகவே இருப்பது. தவசி அதை வலியச் செய்கிறார். அப்பாவின் தண்டனைகள் மட்டும் அதிலிருந்து சற்று வேறுபட்டிருக்கிறது. காரணம், இந்நாவல் உருக்கொண்ட தருணம் அப்படி.

தவசி தான் வாழ்ந்த கொஞ்ச காலத்தில் தமிழுக்கு நிறைய கொடுத்திருக்கிறார். மிகவும் முக்கியமானது, சேவல்கட்டு. சாகித்ய அகாடமி தகுந்த காரணங்களோடு அதைத் தேர்வு செய்து அங்கீகரித்துள்ளது. சி.சு.செல்லப்பாவின் வாடி வாசலுக்கு இணையாக அதை சிலர் சிலாகிக்கிறார்கள். நான், சேவல்கட்டை எதனோடும் ஒப்பிடத்தகாத தனிப் பட்ட

நாவல் என்பேன். ஒரு வட்டார விளையாட்டாக உருக் கொண்ட சேவல்கட்டு பல பகுதிகளில் ஒடுக்கப்பட்டு விட்டது. ஆனால் சென்னை போன்ற கலவையான பண் பாட்டுக்கலப்பு கொண்ட நகரங்களில் இன்னும் அது ஜீவிக்கிறது. வெள்ளிக்கிழமை நடக்கும் பல்லாவரம் சந்தைக்கும், ஞாயிற்றுக்கிழமை நடக்கும் பிராட்வே சந்தைக்கும் செல்பவர்கள், கழுத்தை ஞே.. என்று தூக்கிக் கொண்டு கட்டுக்குலையாமல் கம்பீரமாக நிற்கும் சேவற் கோழிகளைப் பார்க்கமுடியும். சேவலைப் பழக்கும் ஏகப் பட்ட குருமார்கள் சென்னையில் வசிக்கிறார்கள். நாட்டுப்பொட்டையோடு சண்டைக்கோழியை கலக்கவிட்டு வீரியமிகுந்த சேவல்களை உருவாக்கி விற்கும் கோழிக் கிடையாளர்களும் இங்கே உண்டு. ஜல்லிக்கட்டு அளவுக்கு சேவல்கட்டு ஆவணப்படுத்தப்படவில்லை. அதன் அளவுக்கு இது கவனம் பெறவும் இல்லை. மிகத்தீவிரமான களப் பணியை அடிப்படையாக வைத்து, அதன் மேல், சேவல்கட்டோடு தொடர்புடைய, அதனால் வாழ்க்கையை இழந்த, அதைக்கொண்டே வெற்றிபெற்று செழித்த மாந்தர் களின் கதையை வட்டார மொழியழகு பிசகாமல் நவீனத்துவம் கலந்து கட்டமைக்கப்பட்ட நாவல் என்று சேவல்கட்டை வகைப்படுத்தலாம்.

தவசியின் வருணிப்புகளே அந்த சூழலின் உக்கி ரத்துக்குள் நம்மை இழுத்துச் சென்றுவிடுகின்றன. அஃறிணை, உயர்திணை வேறுபாடெல்லாம் எழுத்தாளனுக்கு இல்லை. அவன் எதுவாக கருதுகிறானோ, அதுவாகவே எழுதுகிறான். சற்று பிசகினாலும் போக்கிலிருந்து நம்மை விலகச் செய்துவிடும் அபாயமும் அதில் இருக்கிறது. ஆனால் தவசியின் எழுத்து நம்மை வசப்படுத்துகிறது. சூரியனையும், மரங்களையும், ஏரி, குளங்களையும், செடி கொடிகளையும், இயற்கையையும் அவர் பார்த்துப் பிரமிக்கிற விதத்திலேயே அவரின் அமானுஷ்ய உலகம் விரிகிறது. ஒளியைக் கக்கிக் கொண்டு ஆலமரம் ஏறுகிற ஐந்து தலை நாகத்தையும், தலை முடியை ஊரெல்லாம் படரவிட்டு நாள் முழுவதும் குளக் கல்லில் அமர்ந்து மஞ்சள் தேய்த்துக் கொண்டேயிருக்கும் கன்னிப்பெண்ணையும் திகிலோடு தான் கடக்கமுடியும்.

எதையும் வெற்றுப் புனைவாகக் கருதி ஒதுக்கிவிட முடியாதபடிக்கு எழுத்தின் உட்கூறோடு அது கலந்திருக் கிறது. தவசியின் மொழிக்கட்டு அவருக்கு மட்டுமே வாய்ந்த

கலை. ஒரு எழுத்தாளன் மொழிக்கலைஞனாக இயங்குவது எழுத்துக்குக் கூடுதல் பலம்.

சேவல்கட்டோடு இந்த அப்பாவின் தண்டனையை ஒப்பிட்டுப்பேச ஒன்றுமில்லை. ஆனால் தவசியின் முன்னுரையை வாசித்துவிட்டு நாவலுக்குள் நுழைகிற எவரும் ஒரு மீளா அதிர்ச்சிக்கு உள்ளாகத்தான் வேண்டும். மரணத்தின் விளிம்பில் இருந்து எழுதப்பட்ட நாவல் இது. இதில், தவசி நோஞ்சானாக மட்டுமே தன்னை இருத்திக் கொண்டு நாவலை அதன் போக்கில் உலவ விட்டிருக்கிறார். பாத்திரங்கள் அவரவர்களாகவே காட்சிக்குள் வந்து பொருந்திக் கொள்கிறார்கள்.

எப்போதும் எதுவும் நடக்கலாம் என்ற உயிரச்சம் உறுத்திக்கொண்டிருக்கும் தருணத்தில், சுற்றிலும் மரணத்தை நோக்கி நகரும் நோயாளிகள் உடனிருக்க, உற்ற உறவுகளே கைவிட்டு நகர்ந்து கொண்ட சூழலில் ஒரு மனிதன் ஒன்றை எழுதமுடியுமா என்ற கேள்விக்கு மறுபடியும் தவசி தமக்குள் கட்டமைத்துக் கொண்ட அமானுஷ்யத்தைத் தான் பதிலாக முன்வைக்க வேண்டியிருக்கிறது.

சதுரகிரிக்கு தவசியோடு சென்றிருந்த பத்திரிகையாளர் திலீபன் பேசினார். 'என்னங்க இந்தாளு... திடீர்ன்னு ஒரு மலைமேல ஏறி நின்னு கலகலகலகலன்னு சிரிக்கிறார். ஒரு மரத்தைக் கட்டிப்புடிச்சுக்கிட்டு அழுகிறார். ஒரு நாய்க்கிட்ட நின்னு பேசிக்கிட்டிருக்கார். மலையேறி இறங்குறதுக்குள்ள என்னயவே பயமுறுத்திபுட்டாருங்க..'

அதுதான் தவசி. தன் கதைகளின் ஊடாக, ஏதோ ஒரு பெயர் கொண்ட ஒரு தண்டட்டி கிழவியின் வாயிலாக கிளைத்துக் கிளம்பும் தொன்மம் சார்ந்த கதையாடல்களை தன் இயல்பில் இருந்து தான் எடுக்கிறார் தவசி.

தவசியின் இயல்புக்கு பத்திரிகைப் பணி பொருந்த வில்லை. எழுத்து சார்ந்த தொழிலாக இருந்தால், கவனம் குலையாமல் தன் இருப்பை நிலைப்படுத்தமுடியும் என்று கருதியே அவர் அதை தேர்ந்தெடுத்திருக்க வேண்டும். ஆனால் அது அவரை விழுங்கியது. ஒரு பத்திரிகையாளனை இலக்கிய உலகம் எப்படி இலக்கியவாதியாக அங்கீகரிப்ப தில்லையோ, அதைப்போலவே ஒரு இலக்கிய வாதியை அவன் சுயரூபத்தோடு பத்திரிகை உலகம் அங்கீகரிக்காது.

அது ஒரு சிக்கலான ஊடாட்டம். பத்திரிகைக்கு வேறுமுகம் தேவை. அன்றன்றைக்கான தேடல்களும், கவனம் சிதறிப் போகாத தீவிரமும் பத்திரிகைக்கு பிரதானம். அதைக்கடந்து வெளிவர தவசி என்ற படைப் பாளி தவித்தான். தவசி எழுதத்தொடங்கிய காலத்தை கருதும்போது அவர் இன்னும் நிறைய தந்திருக்கவேண்டும். ஆனால் பணிச்சூழலின் பாலான ஒரு மனத்தொய்வு அவரை துவட்டி எடுத்தது.

வலி எப்போதும் அவருக்கு உடனிருந்தது. மனம் பழக பழக வலியை இயல்பாக்கிக்கொள்ளும். அப்படித்தான் தவசி ஏமாந்தார். மரத்துப்போன வலி மரணத்தை நோக்கி நகர்த்தும் என்று யாரும் கருதவில்லை. தவசி எழுத்தைத் தவிர வேறெதையும் சேர்த்து வைக்கப் பழகவில்லை. அம்மா, அப்பா, அக்கா, தங்கை, மனைவி, இரண்டு பெண் குழந்தைகள் என்ற அவரது பெரிய வட்டத்துக்கு அவர் சேகரித்த சிறிய இரை போதுமானதாக இல்லை. தவசியோ அவருடனிருந்தவர்களோ சரியான நேரத்தில் அவரின் பிரச்னையை உணரவில்லை.

பொதுவாக பத்திரிகையாளர்களுக்கு தங்கள் ஆரோக்கியம் மீது ஒரு பாராமுகம் இருக்கும். சரியான நேரத்தில் சாப்பிட வாய்க்காத சூழல். வயிற்றுவலி, தலைவலி எல்லாம் அவர்களுக்கு ஒரு பொதுநோய். வயிற்று வலியை தவசி இயல்பாக சகித்துக்கொண்டார். மெல்ல மெல்ல குடலில் வேர்விட்டு அவரின் உயிரைப்பற்றிக்கொண்டது புற்று. கைநிறைந்து செலவு செய்து சிகிச்சை எடுக்க முடியாத நிலை. செலவுக்கு அஞ்சியே அவர் இயற்கை மருத்துவத்தை நாடினார்.

இயற்கை மருத்துவம், சித்த மருத்துவம் போன்ற மாற்று மருத்துவங்கள் மீது மக்களின் நம்பிக்கை அற்றுப்போனதன் காரணமே, அதில் உண்மை பேசுபவர்கள் குறைந்து போனது தான். வெற்று நம்பிக்கைகள், வாக்குறுதிகளை மருந்தாகக் கொடுத்து உயிரைப்பிழிந்து விடுகிறார்கள். தவசிக்கு நேர்ந்ததும் அதுதான்.

அப்பாவின் தண்டனைகள் உருக்கொண்டது தவசியின் மரணப்படுக்கையில் தான். அந்த உணர்வை நகர்த்திவிட்டு இந்த நாவலின் ஒரு பக்கத்தைக் கூட வாசிக்க முடியவில்லை. நம்பிக்கை நழுவிக் கொண்டிருக்கும் நேரத்தில், பற்றிய கைகளை உதறிவிட்டு மெல்ல நகரும் உறவுகளின்

வக்கிரத்தை தன் அனுபவத்தின் மூலம் இந்த நாவலில் முன் வைக்கிறார் தவசி. இந்தச்சூழலில் வெளிவரும் எழுத்தில் வெறுமையும், விரக்தியுமே மண்டிக்கிடக்கும். ஆனால் இந்த நாவல் அதன் தன்மைக்குரிய அழகியல் குலையாமல் நகர்கிறது. கதையோட்டத்தில் துருத்தாத தவசிக்கேயான சொல்லாடல்களை இதிலும் தரிசிக்க முடிகிறது. மனதெங்கும் மரண பயம், உடலெங்கும் புற்று வலி, திடீர், திடீரென வந்து ஆட்கொள்ளும் மயக்கம், உறவுகளின் புறக்கணிப்பால் நேர்ந்த வெறுமை என எல்லாவகையிலும் கைவிடப்பட்ட ஒரு மனிதனிடம் இப்படியான ஒரு எழுத்து பிறந்திருப்பது இயற்கை விதி. தவசி இதை செய்வதற்காக காலம் காத்திருந்தது.

எல்லாவற்றையும் சகித்துக்கொண்ட தவசியால் தன் தந்தை கைவிட்டுப்போனதை மட்டும் சகித்துக்கொள்ள முடியவில்லை. எப்படி முடிந்தது அந்த மனிதரால்..? அந்த கசப்பின் ஊடாக தந்தைகளைப் பற்றிய மரபு சார்ந்த கற்பனைகளை கட்டுடைக்கிறார் தவசி. நோஞ்சானின் தந்தை மூலமாக எல்லாத் தந்தைகளுக்குள்ளுக்கும் இருக்கும் ஒரு பொய்முகத்தை வெளிப்படுத்துகிறார். பலர் இதில் முரண்படலாம். விவாதிக்கலாம். புனிதம் சிதறும்போது இயல்பாக வெளிப்படும் கூச்சல் அது. தந்தை என்கிற வார்த்தையை கழித்துவிட்டு எல்லா மனிதர்களுக்குள்ளும் ஒரு பொய்முகம் இருக்கிறது என்று கூறினால் எவரும் முரண்பட முடியாது. தவசியே சொல்வதுபோல பல பொய் முகங்கள் புனிதத்தில் மறைக்கப்பட்டு புறம்தள்ளப்படுகிறது. தந்தைகளின் செயல்பாடுகள் அனைத்தும் தராசுகளுக்கு உட்படுத்தப்படாமலே எடை காணப்படுகின்றன. நோஞ்சானாக தவசியை வரிந்துகொண்டு இந்த நாவலைக் கடப்பவர்களுக்கு தவசி எதிர்கொண்ட வலி, நிச்சயம் வலிக்கும்.

நோஞ்சானின் இயல்பான விளையாட்டுத்தனங்களில் இருந்து விரியும் ஒவ்வொரு அத்தியாயமும் அப்பாவின் கொடூர தண்டனைகளில் நிறைவுருகிறது. ஒரு கட்டத்தில் நோஞ்சான் மனதுக்குள்ளாக வெகுண்டெழுந்து பல்வேறு வகைகளில் தந்தையைக் கொல்கிறான். இங்கே மகன்களின்

உளவியலை முன் நிறுத்துகிறார் தவசி. எல்லா மகன்களுமே ஏதோவொரு தருணத்தில் தம் தந்தையை மனதுக்குள்ளாக கொல்லவே செய்கிறார்கள்.

அம்மாவின் முந்தானையில் காசெடுத்து முக்குலி வாங்கித் தின்னதற்காக, மாட்டை அண்டை வயல்களில் மேயவிட்டதற்காக, எலும்பனோடு சேர்ந்து சுரைப்பீடி இழுத்ததற்காக, பொலியில் நெல் குறைந்ததற்காக, பிருவை, செம்மறிக் கூட்டத்தில் இருந்து விலகி ஓடியதற்காக, ஏகாலி மகள் மாரியம்மாவைக் காதலித்ததற்காக.. இப்படி ஒவ்வொரு தவறுக்காகவும் நோஞ்சானின் முதுகில் விழும் அடி நம் மேலும் விழுகிறது. இடையிடையே வெயில், மழை, காடு, ஆடுமாடு, மனுஷமக்களின் வாழ்க்கை... ஆப்பநாட்டு கருவேலங்காட்டில் ஒரு வாழ்க்கையை வாழ்ந்து பார்த்த மாதிரி இருக்கிறது.

தவசி நிறைய சாதித்திருப்பார். அப்பழுக்கற்ற ஒரு மண்ணின் இலக்கியத்தை உருவாக்கக்கூடிய வல்லமை அவருக்கு இருந்தது. ஆனால் காலம் பல தருணங்களில் கொடூரமாகவே நடந்து கொள்கிறது.

தவசியின் நினைவுகள் அகலப்போவதில்லை. தவசி உருவாக்கி உலவவிட்டிருக்கும் சித்திரங்களும் மறையப் போவதில்லை. அப்பாவின் தண்டனைகள் எல்லா மனங் களையும் நிச்சயம் உலுக்கத்தான் செய்யும். தவசியை மிகச் சரியான தளத்துக்கு எடுத்துச் சென்று அவரது எழுத்துக்கு அங்கீகாரங்களையும் பெற்றுத்தந்த, தமிழ்ச் சூழலில் நேர்மைமிகு பதிப்பகங்களில் ஒன்றாக இருக்கிற சந்தியா பதிப்பகத்துக்கு என் வந்தனங்கள்.

வெ.நீலகண்டன்

சென்னை-53.

◆

வெறுமையின் இடைவெளியில் இயங்குகிறேன்

பிரபஞ்சமே ஆழ்ந்த வெறுமையில் மையம் கொண்டு இயங்குகிறது என நினைக்கிறேன். சுழிப்பு கொள்வது இரைச்சலோடு நின்று விடுகிறது. கண நேரத்திற்குப் பின், வடியும் மவுனம் வெறுமையில் ஒடுங்கி கொள்கிறது. நாம் அதை வேடிக்கை கொண்டால், பூவாய், வானமாய், பூனையாய், பறவையாய், காற்றாய் இன்னும் எல்லா உயிரினமாய் உருக் கொண்டு இயக்கத்தில் பங்கெடுத்து, மீண்டுமாக விடைபெற்று ஆழ் மவுனம் கொள்கிறது.

அதனால்தான் என்னவோ இதை 'பிரபஞ்ச சக்கரம்' என அழைத்தார்களோ தெரியாது. ஆனால் இதே இடத்தில் தான் ஒருவித குருட்டுத் தன்மையும் உருவாகிறது. அது கலையாய் விரிந்து ஆட்கொண்டு பிரபஞ்ச வெறுமையை கைகளால் தடவிப்பார்க்கிறது. தட்டுப்படும் பொருட்கள் தன் வடிவம் கொள்கிறது.

இப்படியான ஒரு புள்ளி உருக்கொண்டு, ஆட்கொள்ளும் போது, அது வெறுமையின் இடைவெளியில் நிறுத்துகிறது. சுற்றிலும் பிரபஞ்ச வெறுமை. தனியே மனித வாழ்வு சுழல்கிறது. இந்த இரண்டுக்குமான இடைவெளியில் நின்று கொண்டு இயங்கிக் கொண்டிருக்கிறேன். இதில் கடுமையான வலி; வெறுமை.

விநாடிக்கு விநாடி இயக்கம் கொள்ளும் இந்த இரண்டுக்குமான இடைவெளியை ஒரு நூலில் கோர்க்கும் போது நாவல் பிறந்து விடுகிறது. அது அனைத்துக்குமான முரணை தன்னுள்ளே சரி செய்து கொண்டே பயணிக்கிறது. மனித வாழ்வும், வெறுமையும் இணைந்து ஒரே பிரபஞ்சமா கிறது. அதுவே நீரோடையான இயக்கத்துக்கும், வாழ்வுக்கும் உதவி செய்கிறது என நினைக்கிறேன்.

மிகக் கடுமையான நோயால் மருத்துவமனையில் அனுமதிக்கப்பட்டிருந்த போது, இடைவெளியின் வெறுமை எனைச் சுற்றி சூழன்றது. யாருமற்று நோயாளியாய் படுக்கையில் படுத்துக் கிடந்த போது, உறவுகள் எட்டிப் பார்க்கவில்லை. இன்னும் ஏன் தந்தை கூட, மகனுக்கு ரத்தம் ஏற்றிக் கொண்டிருந்த சூழலில் யாரிடமும் சொல்லிக் கொள்ளாமல் ஓடிப் போய் விட்டார். விடிந்து பார்த்தால் அவரையும் காணோம். சாவை எதிர்நோக்கி எனைச் சுற்றிலும் படுத்திருக்கும் நோயாளிகளின் வலி இவையெல்லாம் சேர்த்து கடுமையான வெறுமையில் கொண்டு போய் நிறுத்தியது. மனித வாழ்வு, உறவுகள், உடல், வலி, நாட்கள், மருந்து மாத்திரைகள், மரணத்தின் வாசல் என எங்கும் ஒரு வித அந்தர வெறுமை. சுற்றி அடிக்கும் சூழலில் இருந்து தப்பித்து, யாவற்றையும் ஒன்றிணைக்க 'அப்பாவின் தண்டனைகள்' நாவல் பிறந்துவிட்டது.

நாவல் எழுதிக் கொண்டிருந்த போது வலியின் உச்சம் எனை ஆட்கொண்டிருந்தது. மருத்துவர்கள் 'இத்தனை நாள் தான் உயிரோடு இருப்பாய்' என நாள் குறித்தார்கள். வெறுமை கூடியது. நாவல் தன்னிச்சையாய் காட்டாற்று வெள்ளம் போல இயக்கம் கொண்டது. எந்த முன் முடிவும் இன்றி அணை உடைந்து வெளியேறும் நீராய் 'அப்பாவின் தண்டனைகள்' நாவல் தன்னை எழுதிக் கொண்டது.

பொதுவாகவே தமிழ்ச்சூழலில் அப்பாவை பற்றியான பிம்பம் மிக உயர்வாய்தான் கட்டமைக்கப்பட்டுள்ளது. திருமண சடங்குகள் தோன்றி, குடும்பத் தலைவன் ஆண் ஆகியபோது யாரும் உடைக்க முடியாத புனிதமாய் அப்பா மாறிப்போனார். 'தந்தை சொல் மிக்க மந்திரம் இல்லை' என்கிற கருத்தாக்கங்கள் மிக ஆழமாய் வேரூன்றி விட்டது.

இருக்கும் பொய் முகங்கள் புனிதத்தில் மறைக்கப்பட்டு, புறந் தள்ளப்படுகிறது. எத்தனை பெரிய குற்ற காரியங்களை அவர் செய்த போதும், தந்தை என்கிற குறியீட்டில் ஏற்றுக்கொள்ளப் படுகிறது. அப்பாவின் நினைவுகள், வழிகாட்டல்கள், 'நான் ஏன் என் தந்தையைப் போல இருக்கிறேன்', அப்பாவுக்காக.. தந்தை வாங்கிக்கொடுத்த பரிசுப் பொருட்கள் என அப்பாவைப் பற்றிய புனிதக் கட்டமைப்புகள் வண்டி வண்டியாய் தமிழ்ச் சூழலிலும், மற்ற நாடுகளிலும் எழுதப் பட்டு விட்டாகியது.

ஆனால் தந்தையைப் பற்றிய உண்மையான முகத்தை யாரும் சொல்லத் துணிய வில்லை. அப்படி கூறியிருந்தாலும் இலைமறைவு காயாய் அவரை காப்பாற்றும் பாங்கில்தான் சொல்லப்பட்டு இருக்கிறது என நினைக்கிறேன்.

இவற்றுக்கு மாறாக அப்பாவின் தண்டனைகள் நாவல் தந்தையின் சகல முகத்தையும், சூழலையும் பட்ட வர்த்தனமாய் தோலுரிக்கிறது. எதையும் மறைக்கவில்லை. அத்தோடு காலத்தின் தொடர் குரலையும், வெயில், மழை, காடு என சகலத்தையும் ஆதித் தொன்ம குறியீட்டில் எழுதிச் செல்கிறது.

ஒற்றை வடிவில் எழுத்து இயக்கம் கொள்ள முடியுமா என்ன..? நாம் இழந்த தானியங்கள், கதைகள், மாடுகள், ஆடுகள், வயல் வெளிகள், கிடைகள், மரங்கள், தொல் குடிகளின் ஓலங்கள், அவர்கள் விட்டுச் சென்ற சொல்கள் என யாவற்றையும் மிகக் கவனிப்போடு தன்னுள் கொண்டு பயணிக்கிறது.

நான் எழுதிய 'பனை விருட்சி, ஊர்களில் அரவாணி, பெருந்தாழி, அச்சுவெல்ல மண், நகரத்தில் மிதக்கும் அழியா பித்தம்' ஆகிய சிறுகதை தொகுதிகளுக்கும், சாகித்திய அகாடமி விருதைப் பெற்ற 'சேவல் கட்டு' நாவலுக்கும், தற்போது எழுதியுள்ள 'அப்பாவின் தண்டனைகள்' நாவலுக்கும் நிரம்ப வேறுபாடு உண்டு.

ஆம். முந்தைய எழுத்துகள் எல்லாம் வாழ்வின் தீவிரத்தை, அதன் முகத்தை எழுதியவை. அத்தோடு எழுதுபவன், காலம் தீர்மானிக்கப்படாத சூழல். அப்பாவின்

தண்டனைகள் நாவல் அப்படியல்ல. எழுதுபவனின் காலம் தீர்மானிக்கப்பட்டு விட்டது. இத்தனை நாள் தான் என எழுதியும் கொடுத்து விட்டார்கள். மரணத்தின் வாசலில் நின்று கொண்டு தன்னை எழுதிக் கொண்டுள்ளது அப்பாவின் தண்டனைகள். இருக்கும் காலத்தில் எது சாத்தியமோ அதை இவன் செய்து கொண்டிருப்பான். வாழ்வு, வெறுமையின் இடைவெளியை உள்ளவரை இணைந்துக் கொண்டிருப்பான்.

அன்புடன்
ம. தவசி
9171077759
eswarythavasi@gmail.com
மதுரை.

◆

1

எவ்வளவுதான் முயன்றாலும் முடியவில்லை. இரவின் வெளிச்சத்தில் நட்சத்திரங்களை எண்ணிக் கொண்டே நினைவு படுத்திப்பார்த்தான். ஊகூம்.. ஒன்று, இரண்டு.. என எதுவுமே இல்லையா..? இதென்ன வம்பா போச்சு. கிட்டத்தட்ட 37 ஆண்டு கால வாழ்க்கையில் அப்பாவைப் பற்றியான நல்ல அபிப்பிராயம் என எதுவும் இல்லை என்பது தூக்கி வாரித்தான் போட்டது. ஆம்; உண்மையில். ஒரு நிமிடம் துடிக்கும் நெஞ்சு கூட தன்னை மறந்து எனைப்பார்க்கிறது. இது எப்படி சாத்தியம். நட்சத்திரங்கள் பொங்கி பொங்கி சிரிப்பது போல் பட்டது. இல்லை.. இல்லை.. யாரோ மேல் பொங்கல் வைப்பார்கள் போல.. அது பொங்கி வழிகிறது வானமெங்கும். கண்களை சிமிட்டி சிமிட்டி முழிக்க அப்படியே தான் தெரிந்தது. பொங்கல் பானையை வைத்து யார் மேலே பொங்கல் வைப்பது..? வெப்பேரி கிழவி சொல்வது போல ஆந்து சோந்து வரும் சனத்துக்கு சளைக்காமல் ஆக்கிப் போடும் நிலாப் பாட்டியாகக் கூட இருக்கலாம். அது கம்பை ஊண்டி ஊண்டி சுற்றி வரும் போது வானமெங்கும் டொக்.. டொக்.. கென சப்தம் கேட்குமாம். அது கை நீட்டிக் கூற கூறக் அப்படி இருக்கும். சரி அது இருக்கட்டும்.

உண்மையில் ஏன் பதிவாகாமல் போனது..? தன்னுடைய தந்தை என்பதைக் கூட நான் பலமுறை மறந்திருந்ததும் தற்போது ஞாபகம் வருகிறது.

நாலாபுறமும் திரும்பி திரும்பி படுத்தான் நோஞ்சான். இவனைப் பார்த்து நட்சத்திரங்களும் புரண்டு படுத்தது. அத்தனையும் அவன்

பார்வைக்கு வந்து நிற்பது போல தெரிந்தது. எத்தனையாயிரம் கோடிகள்? முழுசும் மனித ஆத்மாக்கள் என்பான் என் நண்பன். கீழிலிருந்து உழன்ற பின் சவமாகி புறப்படும் சீவக்கலை வானமேறி வைகுண்டம் சுற்றி; கடைசியாக கண்சிமிட்டி நட்சத்திரம் ஆகிறதாம். நான் மறுத்தாலும் அவன் விடுவதில்லை. அப்படியானால் நீ கூறு இறந்த பின் நீ எங்கு போகிறாய்..?

நீண்ட யோசனைக்குப் பின் தாத்தா கூறி நினைவில் பதிந்ததை நான் கூறியதாக பீலா விட்டேன்.

'ஆம். எல்லாம் முதலில் தாழ்வானப் பகுதிக்கு செல்லும்.. அதுதான் ஈசானி மூலை. அங்கிருந்து நல்லது கெட்டது என தரம் பிரிக்கப்பட்டு நல்லவைகள் மேடான பகுதிக்கு வரும்.. எப்படியும் இதற்கு ஒரு ஆண்டு பிடிக்கும். அதன் பின் அந்த ஆத்மா வேறு ஒரு உடல் எடுத்து சீவிக்கும். அப்படியில்லை யென்றால் வெகு அபூர்வமாக மேல் பறந்து போகும் ஆமா.. மேல் உலகம் கீழ் உலகம் என எதுவும் இல்லை.. எல்லா உலகிலும் ஒரே உயிரினம்தான். சும்மா ஆய்வு செய்கிறோம் என ஆரம்பித்து பணத்தை கரியாக்கி ராக்கெட்டாக விட்டு கரைக்கிறார்கள். எல்லா லோகத்திலும் அத்தனை அம்சமும் உள்ளது. கொஞ்சம் கூடக் குறைய இருக்கலாம். ஆனால் இருப்பதெல்லாம் ஒன்றுதான். ஈரேழு உலகம் என்பது மனிதன் கடக்கும் நிலையை குறிப்பது..'

ரொம்ப நேரம் அள்ளி விட்டேன். அவனும் வாயைப் பிளந்து கேட்டான். எனக்கு அப்போது ஒரு பெருமூச்சு வந்தது. நல்ல வேளை நாம் அவனை விட அறிவாளியாக பேசிவிட்டோம் என்கிற மெப்பு.

எத்தனை யுகமாய் வந்து கொண்டிருக்கும் நட்சத்திரங்கள் இன்னும் ஏன் அதே ஒளியுடன் காட்சி அளிக்கிறது. கிமு ஆண்டு களில் வானம் பார்த்து கிடந்த எனைப் போன்ற ஒருவனுக்கும் இப்படித்தானே காட்சி அளித்திருக்கும். வெகுநேரம் பார்த்துக் கொண்டிருந்தான் நோஞ்சான். எத்தனை கதைகளில் வந்து கொண்டே இருக்கும் நட்சத்திரத்தின் வெளிச்சம் எல்லா இரவு களையும் பட்டவர்த்தனமாக்குகிறது. யாரின் துணையோடு யாருக்கான நிழலில் யாவும் நடந்து கொண்டிருக்கிறது. நினைவு வேறு எங்கோ ஓடியது அப்பாவை விட்டு.

ஆனாலும் இது சுத்தமோசம் தான். யாராவது அப்பாவைப் பற்றி நல்ல அபிப்பிராயம் இல்லாமல் இருப்பார்களா? எங்கெங்கோ கூட்டிச்சென்று மிட்டாய் வாங்கி கொடுத்திருக்கலாம்;

விளையாட்டுக் காண்பித்திருக்கலாம்; பாடம் சொல்லிக் கொடுத்திருக்கலாம்; உலகைப் புரிந்து கொள்ள கொஞ்சம் கொஞ்ச மாய் அனுபவ அறிவைக் கூட்டி இருக்கலாம்; வேடிக்கைக் கதைகள் பேசி காடுகளுக்கும், மலைகளுக்கும், மரங்கள், சிங்கம், புலி, கரடி, பறவை என யாவற்றையும் அடையாளப்படுத்த அழைத்து சென்று காட்டியிருக்கலாம்; அவன் பொல்லாதவன், இவள் நயவஞ்சகி, அந்தா அது பொறம்போக்கு, அவர்கள் தங்கமானவர்கள் என தரம் பிரித்து பழக்கி விட்டிருக்கலாம்; மொழியும் அதன் அர்த்தத்தையும் விளக்கிச் சொல்லியிருக்கலாம்; இருட்டின் சாலையில் நடந்து செல்கையில் ஆதரவாய் தோள் மீது கை போட்டு இடது பக்கமாக அணைத்துக் கொண்டே போயிருக்கலாம்; நீங்கள் வயல்வெளிகளில் நடக்கும் போது கடித்த தேளை கண்டுபிடித்து அடித்து உங்களை தோளில் தூக்கிப்போட்டு ஓட்டமும் நடையு மாக வைத்தியரிடம் வந்து சேர்ந்து பிழைக்க வைத்திருக்கலாம்; மாடு முட்டி விடும் கொம்புகளைக் காட்டி மிரட்டியிருக்கலாம்; ஆசையாய் சேவு, மிச்சரை வாங்கி வந்து இந்தா தின்னுடா என ஊட்டி விட்டிருக்கலாம்; புல் கட்டு தூக்கி வரும் கழுத்து சுழுக்கிக் கொள்ள ஓடி வந்து புல்லையும், உங்களையும் தூக்கிக் கொண்டு வீடு வந்திருக்கலாம்; கழுதைகளின் கதை சொல்லி கோயிலுக்கு போகும் போது கண்ணை முழித்து நின்ற கருப்பனும், இருளனும் பேசிக்கொள்ளும் பாஷையை குறிப்பால் உணர்த்தியிருக்கலாம்; அருள் வந்து ஆடும் கோடாங்கியின் காலில் விழ வைத்து திருநீறு வாங்கி குறி கேட்டிருக்கலாம்... இப்படி சொல்லிக் கொண்டே போகலாம் எல்லாருக்கும் அப்பாவை பற்றி நினைவுக்கு வர..

ஏன் எனக்கு மட்டும் வரமாட்டேன் என்கிறது..? எல்லாம் வரும்; சும்மா நடிக்கிறாய் தானே.. இப்படியெல்லாம் நோஞ்சான் மாறி மாறி கேட்டுக் கொண்டிருந்தாலும் நினைவுக்கு வந்தது – அதுவும் முதலில் துருத்திக் கொண்டு எட்டிப் பார்த்தது என்னவோ அந்த சம்பவம் தான். ஆம்.

எல்லாம் தலைகீழாய்; பூமி வானமாகவும்; வானம் பூமியாகவும்; எங்கும் சுற்றும் பிரபஞ்சமாய். பம்பரம் சுற்றுவது போல் இங்கும், அங்குமாக சுழற்ச்சி. வீட்டின் தாழ்வாரத்தில் தலைகீழாய் தொங்கிக் கொண்டிருந்தான் நோஞ்சான். ஆம். காலையிலேயே ஆரம்பித் திருந்தது வீட்டில் களோபரம். ஒன்றுமில்லை; தலைகீழாய் தொங்கும் போது குடல் குந்தாணியெல்லாம் நெஞ்சில் வந்து நின்றாலும் நடந்தவற்றை சொல்ல வேண்டும் இல்லையா..?

செங்கமங்கலான பொழுது. பல்லு கூட விலக்காமல் ஏன் மூஞ்சியைக் கூட கழுவாமல் குடுகுடுவென ஓடிப் போய் முக்குலி வாங்கித் தின்றால்; அதுவும் சுடச்சுட முனியக்கா முக்குலியை வாங்கி நாவில் வைத்தால் ஆவி சீவன் எல்லாம் சும்புடுங்காமல் அடங்கும். ருசி என்றால் அப்படியொரு ருசி. லேசாக பிய்த்தால் கூட கையோடு பொசுபொசுன்னு வரும். காலையில் நாலு வாங்கித் தின்றால் அன்றைய நாளின் பிறப்பு; வாழ்வு எல்லாம் டிங்கிரி யாட்டம்தான். நாளின் பயனும் பொழுதின் ராகமும் சுவையும் முனியக்கா முக்குலி மாதிரியே நினைவில் ஊறிக் கொண்டே இருக்கும்; புளியங்காயை நினைத்தால் நாவில் ஊறும் எச்சில் போல; முப்பத்தேழு வருஷம் கழித்தும் முனியக்கா முக்குலி நினைவில் அயிர மீனாய் ஆய்கிறது. என்ன செய்ய? அப்போது எப்படி இருந்திருக்கும்..?

ஆடைக்கும் கோடைக்கும் சதா அழைத்துக் கொண்டே இருக்கும் முனியக்கா முக்குலி. ஊருக்கு ஒதுக்குப்புறமாய் இருளாயி அம்மன் கோயிலை ஒட்டியுள்ளது முனியக்கா வீடு. அவ்வளவாக வீட்டில் சாமான்கள் இருக்காது. இரண்டொரு சாக்கு. சொலவு, வீட்டு முற்றத்திலே உரல், குந்தாணி, கத்திக் கம்பு, ஆடு, மாடு பிடித்து கட்டிப்போடும் தும்பு, சமையல் ஈயப் பாத்திரங்கள், குனிந்து நிற்கும் வீட்டின் தெற்கு மூலையில் ஒரு சின்ன கோழிக்கூடு. அதில் எப்போதும் நாலைந்து குஞ்சித்தா கோழிகள் சப்தம் எழுப்பிக் கொண்டே இருக்கும். அத்தனைக்கும் முனியக்கா கிழவிக்கு காடுகரையென கிடந்தாலும் காலையில் எழுந்து முக்குலி சுட்டு விற்பதில் தான் அதுக்கும் ஒருவித ஆனந்தம் இருந்தது. குளிவிடுச்சான் நெல்லு முக்குலிக்கு குமுக்குப் போட்டு வரும். அதுவும் ராத்திரி நேரத்தில் எங்காவது போய் வயல் வெளியில் கசக்கி கொண்டு வந்து குத்தி ஊற வைத்து அரைத்து சுட்டால் சும்மா சொல்லப் பிடாது; அடா.. அடா.. நாக்கு சொனைக்குக் கூட பத்து பிள்ளை பிறந்து விடும். அப்புட்டுச் சுவை.

சும்மா இருக்குமா மனசு. நேற்றைய பொழுதின் மாலை நேரம் முழுவதும் கர்ணக் காடுகளில் செம்புவத்தி பறவையாய் ஊந்து ஊந்து தெரிந்தது கால்கள். ஆம். அன்றுதான் அறுப்பு நடந்து மாலையில் கதிர் கட்டு தூக்கி இருந்தார்கள். நீண்ட தாள்களுக்கு ஊடாக பதுங்கிக் கிடக்கும் சிந்திய கதிர். கைப் பிடித்து லாவகமாய் அறுக்கும் போது அடங்காமல் திமிறி விழுந்திருக்கும். அறிப் போடும் போது மடங்கி விலகி இருக்கும். கட்டும் போதும், அறியை அள்ளிக்

கொண்டு வரும் போது எப்படியும் கதிர் தாளோடு சிந்தாமல் இருக்காது. காக்கா, குருவிக்கும் இது தெரியும். அதுதான் எங்களுக்கு முன்னாடி இருந்தே அதுகள் அங்கே காத்துக் கிடக்கும். இந்த கொக்கும் மட்டும் வரப்போரம் மேயும் மாடுகளுக்கு பின்னாடியே அலையும். மைனாவும், குருவியும், காட்டுப் புறாவும், பூனைக் குருவியும், கரிச்சானும் கீச்.. கீச்.. செனு காலை அகற்றிப் போட்டு நடந்து தெரியும். வயல் முழுக்க சிந்திக் கிடக்கும் நெல் மணிகள் அவைகளை ‘வா.. வா..’ யென அழைத்திருக்கக் கூடும்; நம்மை முக்குலி அழைப்பது மாதிரி.

நாலைந்து மாடுகளை மேய்த்துக் கொண்டே நோஞ்சான் கதிர் பொறக்கிக் கொண்டிருந்தான். அவனோடு நாலைந்து பேர். அறுத்த தாளில் ஈரம் ஒட்டியிருந்தது. ஒவ்வொறு வயலாக பிறக்கி வர கை நிறைய வந்தவுடன் அதை துண்டை விரித்து கசக்கி நெல்லை மட்டும் கட்டி வைத்துக் கொண்டான். வபலை அடைத்துக் கொண்டிருந்த கதிர்கள் அறுக்கப்பட்டதால் எல்லா புட்களும் தனியே பேந்த பேந்த விழித்தன. எங்கும் இனி தப்ப முடியாது. ஒன்று மாடுகளின் வாயில் போகக வேண்டும். இல்லாவிட்டால் அப்படியே மிதிபட்டு காய வேண்டும். கோடை காலத்தின் தொடக்க வெயிலே பொசுக்கி விடும்.

கதிர் அறுப்பு காலம் முடிந்தாலும் மிளகாய் பிஞ்சை இருக்கும். இல்லாவிட்டால் வெள்ளரி வயல்கள் புரண்டு படுத்து பெருமூச்சு விடும். அதுவும் கிடைக்கவில்லையா..? வேப்ப முத்து, புளியங்காய் என எதாவது முனியக்கா வீடுக்கு போய் சேர்ந்து கொண்டே இருக்கும். பெரும்பாலும் குளிவிடுச்சான் நெல்லுக்குதான் முனியக்கா நிறைய முக்குலி தரும். அப்படியே சட்டை மடி நிறைய வாங்கி யாருக்கும் தெரியாமல் தின்க மேலெல்லாம் பொசு பொசுவென காற்றிலாடும். ஆடை முழுவதும் இப்படியே கடந்து போகும். எதுவும் கிடைக்கவில்லையென்றால் இரவில் கிடக்கும் நெல் பொலிகளை லேசுவாசாக கை வைப்பதும் உண்டு. நோஞ்சான் இதை செய்யாவிட்டாலும் மற்றவர்கள் சும்மா விடுவதில்லை. பெரும்பாலும் பொட்டக் காடுதான் கை வைக்கத் தோது. கிணறு, வேப்ப மரங்கள் அங்கு சாஸ்தி உண்டு. ஓடி ஒளிந்து கொள்ளலாம். மரத்திலேயே பொழுது சாய ஏறி உட்கார்ந்து கொண்டால் யாருமில்லாத நேரமாக பார்த்து பொசுக்கென அள்ளிக்கொண்டு ஓடி வந்துவிடலாம். பிடிபட்டால் சட்னிதான். எல்லாவற்றையும் தாங்கும் சக்தி முனியக்கா முக்குலிக்கு உண்டு.

கோடையில் எத்தனை நாள் தான் வேப்பம் பழத்தை பிதிக்கி பிதிக்கு கொடுப்பது. ஆனாலும் கிழவி வேப்ப முத்துவுக்கு முக்குலி தர யோசிக்கும்.

'அதை வைத்து நான் என்ன செய்வது..? அவுச்சா தின்க முடியும்..? போயி நெல்லு கொண்டா..? இல்லைனா காசு கொண்டா..' என பத்தி விடும்.

முகம் தானாக தொங்கி வதங்கி விடும். அடுப்பில் வேகும் முக்குலி இவனைப் பார்த்து சிரிப்பது போல் இருக்கும். என்ன செய்யமுடியும்..? ரொம்ப நேரம் நின்று பார்த்தாலும் முதல் இரண்டொரு நாள் ஒரு ஓசி முக்குலி தருவாள். அத்தோடு சரி. அடுத்துப்போனால் செல்லமாய் விரட்டுவாள்.

'போயி ஓ ஆத்தாட்டே காசு வாங்கிட்டு வா.. பிள்ளைகளே கொடுவா கூட கழுவாம வெறும் கையா அனுப்பி இருக்காளுக.. வீட்டுல இருக்கிறதே கொடுத்து விடுறதுதானே..' தானாக வைது கொண்டிருப்பாள்.

அவள் சொல்வது எல்லாக் குழந்தைக்கும் பிடிக்கும். ஏனோ விடிந்ததும் முக்குலி மேல் ஏறி ஊர் ஊராய் சுற்ற வில்லையென்றால் யாருக்கும் கண் அசராது. என்ன செய்ய..?

கோடை ரொம்ப மோசம். அதிலும் கொக்கரவலிச் செடியின் காயை பறிக்கப்போனால் இரண்டொரு முக்குலி கிடைக்கும். நாள் பூராம் பறித்தாலும் எடை நிக்காது. சும்மா பொய்காளியா ஏமாத்திரும். கோடை உழவு அடித்துப் போட்டால் அதுவும் போச்சு.

நமநமங்கும் வாயை வைத்துக் கொண்டு என்ன செய்ய..? நோஞ்சான் முந்தைய நாளில் இருந்தே ஏக்கமாய் இருட்டை பார்த்துக் கொண்டிருந்தான். ஆம். கோடை முக்குலி முந்தின நாள் இரவில் இருந்தே எதை எதையோ யோசிக்க வைத்தது. மரசலில் ஏறி நெல் எடுத்துப் போனால் என்ன..? மரசல் நிறைய கிடப்பது இத்தினி அள்ளினால் தெரியவா போகிறது..?

வீட்டில் அனைவரும் தூங்கும் போது கதவில் ஏற முடியாது. அப்படியே ஏறினாலும் பூனை காட்டிக் கொடுத்து விடும். பழங் கதவு. கிறீச்சிடாமல் இருக்காது. லேசாக தள்ளினாலும் போச்சு.

அலுக்கம் பட்டவுடன் எழுந்து விடுவார் அப்பா. அவருக்கு காலையில் 3 மணியில் இருந்து தூங்க வராது. விளக்கைப் பொருத்தி வைத்து வெத்திலையை போட்டுக் கொண்டிருப்பார். மாடுக்கு

கூலம் போடுவது, திருகிய ஆட்டுக் கன்னிகளை சரி செய்வது, பசு மாட்டின் கன்றுகளை இறுக்கிக் கட்டி முற்றத்தில் கட்டில் போட்டு கிளம்ப தயாராக இருப்பது என அத்தனை வேலை களையும் செய்து கொண்டிருப்பார். யாரும் தப்ப முடியாது. பசுமாட்டு சாணி அள்ள வந்தால் கூட 'யாருத்தா.. இன்னியாரம்.. எருவுக்கு வேணும்த்தா.. கொஞ்சமா அள்ளு..' என குரல் கொடுப்பார்.

வீட்டிற்கு எதிரே ரோட்டை கடந்து குப்பை கொட்டும் இடம் உண்டு. அங்குதான் எல்லா சாணமும் சேர்ந்து மலைபோல் குவிந்து காய்ந்து கிடக்கும். அத்தோடு ஆட்டுப் புலுக்கை, மிஞ்சிய வைக்கோல், ஆடு, மாடு மோத்திரம், மீந்த புல் என எல்லாம் சேர குப்பை நிமிச்சர வளர்ந்து கொண்டிருக்கும். கோடையின் நல்ல வெயில் காலத்தில் யாவற்றையும் மாட்டு வண்டியில் கொண்டு போய் ஒவ்வொரு வயலாக கொட்டி விட்டு வரவேண்டும்.

நோஞ்சானை தோதுக்கு வைத்துக் கொண்டு அண்ணனும், அக்காவும்தான் எல்லாத்தையும் பார்ப்பார்கள். கூடை தூக்குவது, குப்பையை அள்ளிப் போடுவது, சுமந்து வண்டியில் போடுவது என சகலமும்.

நோஞ்சான் குப்பை, தட்டியைத் தொட்டுக்கொண்டு நிறைந்தவுடன் வண்டியில் ஏறி உட்கார்ந்து கொள்வான். புழுதிச் சாலையில் வண்டி உருண்டு போகும். பின்னாடியே வரும் புழுதியை காலால் எத்திக் கொண்டே வருவான். அது தப்பி சக்கரத்தில் போய் சேர்ந்து சுற்றும். நரநரவென உருளும் சாலையில் நீண்ட தூரத்து ரயில் புகை மாதிரி பறந்து போகும் புழுதி. கை காட்டி அழைப்பான்.. 'ஏப்பா... இங்க வா.. இந்தப் பக்கம்..' அவனுக்கு கௌிப்புக் காட்டி காற்றின் பாதையில் சொயிங்.. கென பறந்து போகும். இவன் வெகு நேரம் பார்ப்பான். திடீரென வண்டியை விட்டு குதித்து ஓடிப் போய் புழுதியைக் கையில் பிடித்து சிரிப்பான். ' நொப்பளோலி வயலைப் பக்கம் வா.. உனை வைத்துக் கொள்கிறேன்..' அது கையை விட்டு நழுவி, போக்குக் காட்டி சிரித்துவிட்டு சிட்டாகி விடும். திரும்பவும் வண்டியில் ஏற சக்கரத்தில் இருந்து வந்து கொண்டே இருக்கும் புழுதி. சில நேரம் காலைச் சுற்றி பின்னும். லேசாக கால் கூச சடக்..கென உள்ளிழுத்துக் கொள்வான்.

தலைக்கு மேல் பறந்து போகும் காகம் லேசாக கத்தி விட்டு திரும்பி விடும். இந்த கரிச்சான் தான் போகும் வழியெங்கும் தந்தி மரக்கம்பிகளில் உட்காந்து கொண்டு கீச்.. கீச்.. யென சத்தம்

கூட்டும். பகல் ஆக்காட்டி அதுதான். நண்டு சிண்டு போனாலும் காட்டிக் கொடுத்துவிடும். கொம்புகளை ஆட்டி மாடுகள், பொட்டக்காடு, மேட்டுக்காடு, வக்கீல் காடு, குஞ்சா ஊரணிக் காடு, வடக்குக் காடு என அலைந்து கொண்டே இருக்கிறது. ஆளற்ற காட்டில் இன்றும் வண்டித் தடம் மல்லாந்து வானம் பார்த்து கிடக்கும். புழுதிப் புகை நெளி நெளியாய் காடு பூராம் நடந்து தெரிகிறது.

வயலுக்கு வண்டி வந்தவுடன் முன்னாடி போய் மாட்டைப் பிடித்துக் கொள்வான் நோஞ்சான். அண்ணன் மாட்டை அவிழ்த்து விட்டு மண்வெட்டியை எடுத்துக் கொண்டு சரியும் குப்பைகளை பத்து பதினைந்து அடிக்கு ஒரு குமுட்டு என தட்டிக் கொண்டிருக்கும். எப்படியும் மூன்று குவியலில் வண்டி குப்பை தீர்ந்து போயிருக்கும். அப்பத்தான் நாலாபுறமும் விசிறி விட தோது. இல்லாவிட்டால் வயல் முழுவதும் குப்பையை பரப்ப முடியாது.

வண்டி காலியானதும் நோஞ்சான் மாட்டைப் பத்தி பூட்டி, வந்த பாதையில் வண்டியோட்டி வருவான். என்னமோ சாதித்து விட்ட மெப்பு கண்ணில் இருக்கும். பழக்கப்பட்ட பாதையில் மாடு அதுவாக போய்க்கொண்டிருக்கும். இருந்தாலும் கயிறை இழுத்து, லேசாக லூசு விட்டு, வயிற்றில் காலை விட்டு மாட்டை உசுப்பி எதாவது செய்து கொண்டே வருவான். லொங்கு ஓட்ட மாக மாடு ஓட அவனுக்கு சிரிப்பு தாங்காது. தான் உலகின் மிகப் பெரிய அதிநவீன வண்டியை ஓட்டிக் கொண்டிருப்பதாக நினைப்பு. திடீரென எழுந்து நின்று கொண்டு கழுத்தில் கிடக்கும் துண்டை எடுத்து சுற்றிலும் வீசுவான். பறந்தும் போகும் புழுதி விழுந்து விழுந்து சிரிக்கும்.

மீண்டும் வீடு வர, 'தண்ணி குடித்து வருகிறேன்..' என ஓடி விடுவான் நோஞ்சான்.

இப்போது சேரும் குப்பைகள் அடிக்க ஆளற்று மட்கிப் போகக் கூடும். அதன் மேல் படரும் சுரைக் கொடி சுற்றி பின்னுகிறது வீட்டை.

முழுதாக யோசித்தாலும் ஒன்றும் அகப்படவில்லை நோஞ்சானுக்கு. காட்டுக்கு போய் விட்டு வந்த அம்மா குளிக்க கிளம்பினாள். இருட்டாக இருந்ததால் நோஞ்சானும் கூடவே போனான். கால் தடுக்கி விடும் இருட்டானாலும் வெளிச்சம் இருந்தது. குளித்து முடித்து சேலையை அலசி திரும்பும் போது காய வைத்துக்கொண்டே வந்தாள். காற்று பெலமாக அடித்து

இடது புறம் சேலையை தள்ளியது. கையில் கைப் பத்தியோடு வந்து கொண்டிருந்த நோஞ்சான் முகத்தில் சேலையின் முந்தாணை அடித்தது. ஒருதரம் கட் என கேட்டது. என்னவாக இருக்கும்? திரும்ப வரும்போது கையில் பிடித்துக் கொண்டான். ஆ. காசு முடிச்சு.

நோஞ்சான் ஏனோ சாலையெங்கும் குதியாளம் போட்டு வந்தான். இருட்டை மிதித்து ஆடுவது போல் உணர்ந்தான். இருட்டு மேடையின் மீது தானாக கிளம்பும் ராகம்.

'தேடி வந்தேனே புள்ளி மானே.. நான் தேடி அலைந்தேனே புள்ளி மானே..'

வீடு வரை பாடியே வந்தவனே 'போயி சாப்பிட்டு படுடா கோட்டிக்காரப் பயலே..' என அதட்டினாள் அம்மா.

படியில் துள்ளி ஏறினான். வீட்டில் மீன் குழம்பு. வெஞ்சன வேசாடுக்கு என்றும் வீட்டில் குறைவிருக்காது. தோட்டக் காய்களும், கண்மாயில் பெருகிக் கிடக்கும் தண்ணியும் எதையாவது வாரி வாரி கொடுக்கும். சப்புக் கொட்டி சாப்பிட்டே பழகி வந்தான் நோஞ்சான். வீட்டுத் திண்ணையில் மீன்வலையும், பத்துக்கட்டையும் எப்போதும் தயாரவே இருக்கும்; நீரலையின் ராகம் கேட்டு. வாலை ஆட்டி ஆட்டி வரும் மீன்கள் கண்களில் நீந்தும்.

பொழுது விடிந்தால் போதும் மைம்மலில் கண்மாய் நீரில் நிற்கும் அண்ணன். வீட்டுக்கு நேராக ரோடு, கரையை தாண்டினால் கண்மாய் தண்ணீரில்தான் முழிக்க வேண்டும். இடது கையில் மஞ்சப் பை தொங்கும். நடு கண்மாயிலிருந்து வலையை தூக்கிப் பார்க்க கெண்டை, கெளுத்தி, வாழை, உருளை, விலாங்கு என எல்லாம் மாட்டியிருக்கும். சில நாள் சகட்டு மேனிக்கு வாச்சுதள்ளி விடும். சில நாட்கள் அங்கொன்றும் இங்கொன்றுமாக மீன்கள் துள்ளிக்கொண்டிருக்கும். இரவு முழுவதும் வாலை அடித்து அடித்து பார்த்து விட்டு ஓய்ந்து போன மீன்கள் கொறச்சாலம் போட்டு செத்தது போல் கிடக்கும். வலையில் இருந்து எடுக்க லவக்.. கென கையிலிருந்து நழுவி துள்ளிக் கொண்டு நீரில் பாய்ந்து விடும். சில மீன்கள் உண்மையில் கழுத்தில் வலை மாட்டி செத்துப் போயிருக்கும். மெதுவாக எடுத்து வர மஞ்சப் பை கணத்து இழுக்கும். மீனை எடுப்பதில் அண்ணன் கைதேர்ந்தவர், கையில் சிக்கினால் அப்புறம் குழம்புதான். நொப்பனோலி தப்ப முடியாது.

மீனோடு பெரிய பெரிய பூச்சிகள், தண்ணீர் மஞ்சச் சாறைப் பாம்பு, மிதந்து வந்த குச்சியும் குருமானும் மாட்டி இருக்கும். அது காற்றடித்த திசையில் வலைகளை சுருட்டிக் கொண்டு மீனை விழ விடாமல் செய்திருக்கும். இதற்காக கரையோரத்தில் வலையை போடாமல் கண்மாய் நடு மையத்தில் தெற்கு வடக்காக போடுவார் அண்ணன். காத்து பெரும்பாலும் அத்த வாக்கில்தான் அடிக்கும். சமயங்களில் வீம்புக்கு மாற்றி அடித்தால் சோலி முடிந்தது. அன்று எந்த மீனும் சிக்காது என்பதோடு வலையும் சுருண்டு மேல் பத்தையோடு கயிறாக இருக்கும். ஆனால் இது என்றாவது அத்திப் பூத்தார் போலத்தான் நடக்கும். அதிகமாய் நோஞ்சான் ஊரில் தெற்கு வடக்காத்தான் காத்தடிக்கும்.

அலையில் தாவித் தாவி மிதந்து கொண்டிருக்கும் சிவப்பு நிறப் பத்தைகளை எவ்வளவு நேரமானாலும் பார்த்துக் கொண்டே இருப்பான் நோஞ்சான். ஆளற்ற கண்மாய் வசியாய் மிதக்கும் பத்தைகள் சலப்.. சலப் என்ற சப்தத்தை குடித்தவாறு தண்ணீரை ஊடுருவி பார்க்கும். உள்ளே ஏப்பளம் காட்டி விளையாடும் மீன் களைக் கண்டவுடன் அலையில் வேகமாக அசையும்.

'வாடி மகளே வா.. இன்னைக்கு மாட்டுனே..' என சில பத்தைகள் மெதுவாக சீத்தியடிக்கும். அதுவும் கரையோரப் பத்தைகள் தான் இப்படி குசியாளம் காட்டும். நடு மையத்தில் கிடப்பவை ஆழ் மவுனத்தில் லேசாக கண் அசைந்தபடி நீந்தி வரும் மீன்களை மனசுக்குள் எச்சரிக்கும். 'ஏய்.. மரியாதையாய் அங்கிட்டுப் போய் விளையாடு.. வம்பா வந்து மாட்டிக் கொள்ளாதே.. சிக்கினே குழம்பு தான்..' பத்தையின் கண் அசைவைப் பார்த்து எத்தனையோ மீன்கள் பிழைத்திருக்கிறது. இப்போதும் மிதந்து மிதந்து வரிசையை நேர் செய்யும் பத்தைகள் சலப்.. சலப்.. என கண்ணில் ஒத்தி நிற்கிறது நோச்சானுக்கு. இதற்காக அண்ணனோடு விடிகாலையில் எழுந்து போவதுண்டு. காலைக்காத்து லேசாகத் தான் அடிக்கும். அதில் லாவகமாய் அங்கொரு கால் இங்கொரு கால் வைத்து ஆடும் பத்தையின் ஆட்டத்தை கரையில் உட்கார்ந்து கொண்டு ரசிக்கத் தூண்டும்.

திடீரென 'அடே... உள்ளே வாடா.. இந்த மீனைப் பிடி..' என அண்ணன் அழைக்கும். வேண்டா வெறுப்பாய் கணமான நீரில் கால் வைக்க, குளிரும். இடுப்புமுட்டு தண்ணியில் நடுங்கிக் கொண்டே நின்றாலும் மீனைப் பார்த்தவுடன் எல்லாம் கரைந்து விடும். அத்தோடு நெடுகிலும் பத்தைகளை தொட்டுக் கொண்டே

வருவான். சில மீன்களை நான் எடுக்கிறேன் என வலையில் கை வைத்தால் அண்ணனுக்கு பெல்லாக் கோவம் வரும். உண்மையில் நோஞ்சானுக்கு வலையில் இருந்து மீனை எடுக்கத் தெரியாது. ஒன்றிரண்டு நாட்கள் எடுக்கப் போய் பாதி மீன் கண்மாய்க் குள்ளேயே மீண்டும் போனது. அன்றிலிருந்து வலையை தொட விடாது. மீன் எடுப்பதையை சில நேரம் கண்ணிமைக்காமல் பார்த்துக் கொண்டிருப்பான் நோஞ்சான்.

கண்மாய் அலையடிப்பு முடிந்தால் வாய்க்காலில் பத்துக் கட்டை போட்டு மீன் பிடித்து வரும். எப்படிப் போனாலும் காலத்தின் கையில் மீன் மணக்காமல் இருக்காது. நோஞ்சானுக்கு மீன் குழம்பென்றால் கொள்ளப் ப்ரியம். இல்லையென்றால் கொத வலையில் சோறு இத்தினி இறங்காது. அதிலும் அயிரை, கெளுத்தி மீன் என்றால் சொல்லவே வேண்டாம்; ஒரு சட்டிச் சோறு மாயமாய் மறைந்திருக்கும். குளிவிடுச்சான் சோத்துக்கும், அயிரை, கெளுத்தி மீனுக்கும் அப்படியொரு ஜோடிப் பொருத்தம். சும்மா சொடுக்குப் போட்டு கூப்பிடும் பாருங்கள். ‘ஏலோ நோஞ்சான்.. நோஞ்சான்..’ என வாசம் மூக்கிலிருந்து மனம் பூராம் நிறைந் திருக்கும். நாக்கில் ஊறும் எச்சிலை மீனைத் தவிர எதுவும் போக்க முடியாது நோஞ்சானுக்கு..

பொறுக்க பொறுக்க சோத்தை அடித்து விட்டு படுக்கப் போனான் நோஞ்சான். இருள் மெல்ல கவிய அன்றைய இரவின் நட்சத்திரங்கள் முற்றத்தில் நாயோடு நடந்தலைந்தன. லேசான வெளிச்சம். எப்போதும் போல அம்மாவின் ஓரம் படுத்துக் கொண்டான் நோஞ்சான். வெளியில் நாய் மூச்சு விடும் சப்தம். திடீரென கேது கேதுயென ஒரு சவுண்ட். காதுகளில் வந்து குடையும் மொய் இருட்டு அம்மாவின் சேலையை எடுத்து மூடச் சொல்லும். கழுத்தைக் கட்டிக் கொண்டு தூங்கினாலும் காலை வந்து சொரண்டும் செருமும், யாராக இருக்கும். அவன் விழித்துப் பார்க்கவில்லை.

‘ஏப்பு.. வா.. முக்குலி தாரேன்.. வாப்பு.. சுடச்சுட அப்பத்தா சுட்டு வச்சிருக்கேன்..’ கிழவியின் குரல்.

அம்மாவின் கழுத்தை கட்டிக் கொண்டு ‘அம்மா.. யாரோ கிழவி கூப்பிடுது..’

‘சும்மா படுப்பா.. அது ஒன்றுமில்லை.. இருட்டு கொறச்சாலம் போடும்..’ என்றாள்.

நோஞ்சானுக்கு உடலில் லேசாக நடுக்கம். அம்மாவின் பின் பக்கம் தோளோடு தோளாக ஒட்டிக் கொண்டான். எல்லாம் கொஞ்ச நேரம் தான். நாலைந்து முறை கொட்டாவி விட்டு தூங்கிப் போனான். இடையில் அம்மா சேலையில் எப்போது மோண்டான் என நோஞ்சானுக்குத் தெரியாது.

காலையில் எழுந்ததும் 'எப்பப் பார்த்தாலும் இந்தப் பய மோண்டு மோண்டு வச்சிருதுத்தே.. முழுப் பய மோத்திரம் வந்தா எழுப்பாது.. ஒரு நாளைக்கு ஒரு சேல மாத்த வேண்டியிருக்கு.. தண்ணியே குடித்து விட்டு கொஞ்சமாவா மோளுது.. குருணி இருக்கும். தெப்பு தெப்பு என நனைந்து விடுகிறது..' அவள் எப்போதும் போல வைந்து கொண்டிருந்தாள்..

நோஞ்சான் நன்றாக தூங்கிக் கொண்டிருந்தான். அவன் டவுசர், வயிறு எல்லாம் ஈரம். நோஞ்சானுக்கு விரித்திருந்த சேலையை உருவினாள். பொழுது விடிந்ததும் அவளுக்கான வேலைகள் ரெடியாய் இருந்தது.

ஏழுமணி வாக்கில் எழுந்தவுடன் நோஞ்சானுக்கு நேற்றிரவு காற்றிலாடி வந்த முந்தாணையும், முனியக்கா முக்குலியும் ஞாபகம் வந்தது. லேசாக கொடுவாய் ஓடியிருந்தது அவன் கவனிக்கவில்லை. தன்னைத் தவிர வீட்டில் யாரும் இல்லை. எல்லாரும் காட்டுக்கு போய்விட்டார்கள். நல்லதாகப் போயிற்று என நினைத்த நோஞ்சான், வீட்டு முற்றத்தில் விறகில் காய்ந்த சேலையில் முந்தாணையை தேடினான். முண்டு விறகுக்கு கீழ் சேலையை இழுத்துக்கொண்டு தொங்கிக் கொண்டிருந்தது. அப்போதும் சுற்றிப் பார்த்தான். யாரும் இல்லை. தெருவே வீ.. யென கிடந்தது. முந்தாணையை எடுத்து வேகவேகமாக அவிழ்த்தான். முடியவில்லை. பல்லைக் கடித்து இழுத்தான். நெடும்நேரம் கழித்து முந்தாணை மூச்சுவாங்கி அவிழ்ந்தது. இறுக்கக் கட்டியதில் காத்துப்போகாமல் அடசலாக இருந்திருக்க வேண்டும். உம்.. அப்பாடா.. என சுருங்கிப் போய் கிழவி போல முந்தாணை பராக் பார்த்தது.

பிரித்துப் பார்த்தால் இரண்டு காருவாயும், ஒரு இருபது பைசாவும் இருந்தது. ஆ. எழுபது காசு. மடி நிறைந்துவிடும். அவசரமாய் காசை பாக்கெட்டில் போட்டுக்கொண்டு சீத்தியடித்த வாறு ஓடினான். முனியக்கா வீட்டில் அதிக கூட்டமில்லை. ஒன்றிரண்டு சிறுவர்கள் இருந்தனர். ஆளுக்கு இரண்டொரு முக்குலியை வைத்துக் கொண்டு கொஞ்சம் கொஞ்சமாய் தின்று கொண்டிருந்தனர். ஒரு முனையில் கடித்தால் பின் அதே பக்கம்

கடிக்கக்கூடாது. மெல்ல மெல்ல சுற்றிலும் கடித்து வர தித்திப்பாய் இருக்கும் முக்குலி. உள்ளே போட்டிருக்கும் உளுந்து இடையிடையே மஞ்சள் கோடுபோல கிடக்கும்.

எல்லாரையும் ஒரு பார்வை பார்த்தான் நோஞ்சான். பாக்க வைத்து தின்கும் ஊளை, சோப்பில் மறைத்து 'என்னிடம் இல்லடா..' என கூறிவிட்டு கரை புளியில் ஏறித் தின்கும் வெள்ளை உலுவை, ஒரு முனியில் பிய்த்து கொடுத்துவிட்டு 'நாளைக்கு கண்டிப்பா தந்துரணும் ஆமா..' என சொல்லும் மூக்குறிஞ்சி, முக்குலி வாங்கியவுடன் யாரிடமும் பேசாமல் போய்க் கொண்டிருக்கும் செவலே.. என எல்லாரும் நோஞ்சானைக் கண்டவுடன் அங்கிருந்து நைசாக நழுவினர்.

அவன் எதுவும் சொல்லாமல் ஒரு காருவையை முனியக்கா விடம் கொடுத்து ஐந்து முக்குலி வாங்கினான். அப்படியே சோப்பையும் பார்த்துக் கொண்டான். அது சத்தம் கேட்டுவிடாமல் இருக்க, இடது பக்க சோப்பில் ஒரு காருவாயும், வலது பக்க சோப்பில் ஒரு காருவாயும், மேல் சோப்பில் இருபது காசையும் போட்டிருந்தான். லேசாக சோப்புகளை பிதுக்கிப் பார்த்தான். ரவுண்டாய் தட்டுப்பட்டது. மனம் தானாக கும்மறச்சான் போட்டது. கையில் ஐந்து முக்குலி. நாலாதிசையும் சுற்றிப் பார்க்க எல்லாம் கை நீட்டியது. என்றைக்கும் இல்லாமல் வேக வேகமாக தின்றான். நாக்கு சொனப்போட்டது. குடலும், மனமும் இனித்து பெரும் இறகாய் விரிந்தது. வானத்தில் ஏறி கோயில், குளம் என சுற்றி வந்தது.

நோஞ்சான் லவக்.. லவக் கென தின்பதை பார்த்த மூக்குறிஞ்சி.. 'அடே எனக்கு கொஞ்சம் தாடா.. முந்தானா நான் தந்தேன்லே..'

'எப்ப தந்தே..' நோஞ்சான்.

'இருடி என்னைக்காவது கேப்பயில.. அப்ப உனக்கு குசு வைத்தான் தருவேன்..' கருவினான் மூக்குறிஞ்சி.

'சரி.. சரி கோவிச்சிக்காதே.. இந்தா..' என முக்குலியின் முனியை பிய்த்து கொடுத்தான். அது புலுக்கை தெண்டி இருந்தது.

'அன்னக்கி இதைவிட பெருசா கொடுத்தேன்.. ஆமா.. நீ என்ன இம்புட்டோண்டு தாரே..'

'போடா.. இத விட சிறுசாத்தான் கொடுத்தே...' முக்குலியை பறிப்பது போல் பார்த்து விட்டு அங்கிருந்து போய்விட்டான் மூக்குறிஞ்சி.

எல்லாம் அரைமணி நேரத்துக்குள் காருவா முக்குலி காலியாகி இருந்தது. அங்கேயே உட்கார்ந்து இருந்தான் நோஞ்சான். கொஞ்ச நேரம் கழித்து இன்னொரு காருவாயை எடுத்து முனியக்காவிடம் நீட்டினான்.

இரண்டாவது காசு கொடுக்கும் போது முனியக்கா அவனை ஒரு மாதிரியாக பார்த்தாள். முக்குலியை கொடுத்தவாறு 'ஏதுடா.. எட்டணா..' என்றாள்.

'அது.. அது.. நேத்து எங்கய்யா வந்தாரு.. அவரு கொடுத்தாரு.. இன்னுங் கூட இருபது காசு வச்சிருக்கேனே..' என அதையும் எடுத்துக்காண்பித்தான்.

முனியக்கா ஒன்றும் சொல்லவில்லை. ஐந்து முக்குலியை மீண்டும் வாங்கி ஒன்றைத் தின்றான் வயிறு புடைத்துக் கொண்டு வலிப்பது போலத் தெரிந்தது. இன்னும் ஒன்றை தின்றுவிட்டு மூன்றை வைத்திருந்து அப்புறமாக தின்கலாம் என நினைத்து ஒன்றை எடுத்து லேசுவாசாக பிய்த்தான். தூரமாய் இளம் சிவப்பு சேலையில் அம்மா வருவதாகப் பட்டது. நோஞ்சான் வேகமாக முனியக்கா வீட்டில் போய் பதுங்கினான். கூரை குடிசையின் ஜன்னல் வழியே எட்டிப் பார்த்தான். அம்மாவேதான். உடம்பு முழுக்க வியர்த்து வந்திருந்தாள். தலை, கழுத்தெல்லாம் புல் இருந்தது. மாடுக்கு புல் அறுக்க போய்விட்டு வந்திருக்க வேண்டும். எப்படியும் ஒரு ஆள் மட்டத்துக்கு புல் கட்டு கொண்டு வருவது அவள் வழக்கம்.

நோஞ்சானுக்கு ஒன்னுக்கு வந்துவிடும் அளவுக்கு முத்து முத்தாய் உடம்பெல்லாம் வேர்த்துக் கொட்டியது.

'ஏத்தா.. எங்க சின்னப் பய வந்தானா..' முனியக்கா கிழவியிடம் கேட்டாள்.

'கால காலத்துல அவனே ஏன் இப்படி மூச்சிரைக்க தேடி வாரே..'

'என்னத்தா.. முந்தாணையிலே வச்சிருந்த காசை எடுத்து வந்திருக்கான்..'

'நான் கூட ஏதுடா காசுன்னு கேட்டேன்.. அவுக அய்யா கொடுத்ததாவுல சொன்னான்.. கேட்காமேயா கொண்டாந்தான்.. பய வில்லே வீட்டுக்குள்ளேதான் இருக்கு போய் பிடிச்சுட்டு போ.. ஆத்தா அடிச்சு கிடுச்சு பிடாதே.. ஏதோ சின்னப் பய தெரியாமே

செஞ்சுருப்பான்..' முனியக்கா, இருளாயி சீர்வாறு தெரிந்தே கூறினாள்.

அதுவரையிலும் ஒரு கையை பின்புறமாக வைத்திருந்ததை அப்போதுதான் முனியக்கா பார்த்தாள். அதற்குள் வீட்டுக்குள் போய் நோஞ்சான் முடியைப் பிடித்து இழுத்து வந்தாள். பின்புறக் கையை எடுத்த போது அதில் புளியாக்கை இருந்தது. அதால் விச்சென முதுகில் ஒன்று வைத்தாள். நோஞ்சான் 'இல்லம்மா.. இல்லம்மா.. தொரியாமாம...' என சவாப்பு சொல்லி வந்தவன் முதுகில் விழுந்த அடியால் நிலைகுலைந்தான். ஒரே காந்தல். வலி பொறுக்க மாட்டாமல் 'அம்மா..' என அலறினான். இனியும் இருந்தால் புளியாக்கையால் அம்மா உரித்துவிடும். வேறு வழி யில்லை என 'படக்..' கென கையை தட்டி விட்டு கிழக்கால் ஓடினான்.

'அடே நில்லு.. மரியாதையா.. வா.. நீயா வந்தா அடிக்க மாட்டேன்.. நானா பிடிச்சா கொன்னேருவேன்..' அவன் காதில் வாங்கவில்லை. பெரிய ஊருக்கு போகிற பாதையில் வண்ணாம் புளியை நோக்கி ஓடினான். கொஞ்ச தூரம் துரத்தி வந்தவள் மூச்சு வாங்கி ஊரோர சுடுகாடு வரவும் நின்று விட்டாள்.

'எப்படியும் தின்க வீட்டுக்குத்தானே வருவே.. அப்ப வச்சுக்கிறேன்..' என புளியாக்கையோடு திரும்பி போவதை கண்மாய் கரை வண்ணாப்புளியில் இருந்து பார்த்துக் கொண்டிருந்தான். முதுகு திகுதிகுவென எரிந்தது. உடலை அங்கிட்டும் இங்கிட்டுமாக நெளித்துக் கொடுத்தான். லேசாக புளிய மரத்தில் சாய்ந்து ஒட்டுக் கொடுத்துப் பார்த்தான். நல்ல நுனியாக்கை. சிவ்வென விழுந் திருந்தது. இரண்டு புஜத்துக்கும் இடையில் நீண்ட தடுப்பு. கரம் பையை எடுத்து முதுகில் அள்ளிப் போட்டான். ஊகூம். வலி இத்தினி குறையவில்லை. ஓடிய கண்ணீரும் நிற்கவில்லை. வெகுநேரம் அங்கேயே உட்கார்ந்திருந்தான். புளியில் முதுகை அண்டக் கொடுத்த வாறு கண்மாயை பார்த்துக் கொண்டிருந்தான். யாருமில்லை.

புளியில் இருந்து பழுத்த இலைகள் உதிர்ந்தன. கண்மாய் நீரிலிருந்து யார் யாரோ எழுந்து வந்து கொண்டிருந்தனர். அது ஒரு காலத்தில் வண்ணாந் துறையாக இருந்தது. அதுதான் அந்த புளிக்கு வண்ணாம் புளியென்றே பெயர் வந்தது. ஆடைக்கு கோடைக்கும் கண்மாயில் அப்போதெல்லாம் நீர் கிடக்கும். சதா அங்கு 'சூ.. சூ..' வென்ற சப்தம். திடுதிப்பென மரத்திலிருந்து ஏதோ

ஒரு பறவை பறந்து போனது. படக்கென எழுந்து மேல் பார்த்தான். கண்மாய் நீரிலிருந்து பெரிய பெரிய பாம்புகள் நீந்தி கரையேறியது.

கரை முழுக்க மிளகாய் செடி பாவி இருந்த பாத்திகள் இருந்தன. அவரவர்களுக்கான எல்லை முடிந்தவுடன் வேலியைப் போட்டு அடைத்து வைத்திருந்தனர். சுரைக்காய், பீர்க்கை, பெரும்பூசணி, வெண்டை, தக்காளி, ஒன்றிரண்டு கத்தரி செடிகள், சர்க்கரைப் பூசணி என சகட்டு மேனிக்கு ஒவ்வொருத்தர் பாத்தி யிலும் செடி வளர்ந்து மிளகாய் கன்று வளர்த்த இடத்தையும், அதை சுற்றியுள்ள வேலிகளையும் மறைத்துக் கிடந்தது. எல்லாம் பார்க்க பச்சை பசேல் என்ற புதர். அதில் எந்த பாம்பு இருக்கும் என நோஞ்சானுக்குத் தெரியும்.

கீழ் கிளையில்லாத வண்ணாம்புளியில், துறையாக இருந்த காலத்தில் சுற்றிலும் அனேக கிளைகள். தாவடி கொப்புகளில் எப்போதும் 'ஹே…' வென கூச்சல் இருக்கும். அப்போது முனிகளும் சேர்ந்தாடும். தாவடி கொப்பில் விளையாடிக் கொண்டிருந்த பூச்சியின் மகளை முனி கூட்டிப் போனதாக சொல்வார்கள். பக்கத்தி லேயே சுடுகாடு இருப்பதால் அங்கு புதைக்கும் ஆட்களும், எரியூட்டப்படும் ஆட்களும் வண்ணாம்புளியில் வந்து அமர்ந்து கொள்ள தோது. கொப்பு கொப்புக்கு புளியங்காய் காய்த்துக் தொங்கும் போதே அது மேற்கித்தியான்.. அது ராமன்.. இந்த கொப்பு வெள்ளாயி.. என ஆளுக்கு ஒரு பேய் பேரே இருந்தது.

நோஞ்சான் அதற்கு மேல் அங்கு இருக்க மனமற்று.. மெல்ல கண்மாய் நீவாங்கரையிலேயே தண்ணியோரமாக நடந்து வந்தான். காலை வெயில் நீரில் ஊர ஆரம்பித்திருந்தது. மஞ்சள் மஞ்சளாக பூக்கும் வெயில். நடு கண்மாய் குமுட்டு குமுட்டாய் பொங்கிக் கொண்டிருந்தது. இன்னும் முதுகு காந்தல் நிற்கவில்லை. அடிபட்ட புண்ணில் உப்பை போட்டது மாதிரி இருந்தது. கரை நெடுகிலும் புளிய மரங்கள். தூரமாய் ஒன்றிரண்டு பேர் 'வெளியே' போய்விட்டு 'கால்' கழுவிக் கொண்டிருந்தனர்.

வீட்டுக்கு நேராக வந்தவன் புளியந்தூரில் கண்மாயை பார்த்த வாறு அமர்ந்து கொண்டான். அது அவர்களுடைய மிளகாய் பாத்திதான். சுரைக்காயும், பீர்க்கையும் அதிகமாக கிடந்தது. காலை யில் பூக்களும் உற்சாகமாக தலையாட்டின. வெயிலின் ஊறல் சாரைப் பாம்பின் வடிவில் இருந்தது. பல நூற்றாண்டு பாம்பு. செமத்தியான பெருசு. அப்படியே பூமியை தனது அகல வயிற்றால்

மூடிக் கொண்டே வந்தது. புளியமரங்களின் நிழல் வெகுதூரம் நீண்டிருந்தது. லேசாக வீட்டை எட்டிப் பார்ப்பதும், பின் தூரில் பதுங்குவதுமாக இருந்தான் நோஞ்சான்.

அம்மா இன்னியாரம் வயல் காட்டுக்குப் போயிருப்பாள். அவளுக்கு நிற்கக் கூட நேரம் கிடைக்காது. களையெடுப்பது, தண்ணி பாய்ச்சல், ஆட்களை கூப்பிடுவது, வரப்பு வெட்டுவது, புல் கட்டு கொண்டு வந்து மாட்டுக்கு போடுவது, வீட்டுக்கு வந்து சமைப்பது, ஆடு, மாடுகளை கவனிப்பது என நிமிச்சர வேலை. கஞ்சித் தண்ணியை தூக்கிக் கொண்டு வீட்டோரத்து வயலுக்கு போயிருப்பாள். வீட்டில் ஆள் அரவம் இல்லை. இருபக்க கதவும் பூட்டிக் கிடந்தது. முற்றத்தின் மேற்கே வரிசையாக கட்டிக் கிடந்த மாடுகளுக்கு கூலம் அள்ளிப் போட்டிருக்க வேண்டும், வாலை ஆட்டி தின்று கொண்டிருந்தது. காளை மாடு மட்டும் ரொம்ப சொங்கி கால் நீட்டி படுத்துக் கிடந்தது. வெள்ளை, செவலைப் பசுவுக்கு பசி போல நாக்கை சொலட்டி ஆவலாதியாய் மென்றது. இன்று புல் மீதமில்லை போலும். புது புல்லுக் கட்டு வந்தவுடன் நேற்று வந்தது கொட்டடிக்கு வந்துவிடும். அந்த நேரங்களில் காளை மாடு கொம்பை கொம்பை ஆட்டிக் கொண்டு தின்கும்.

நைசாக வீட்டுக்குள் போய் படுத்துக் கொள்வோமா..? என நினைத்தான் நோஞ்சான். 'வேண்டாம் திடுதிப்பென அக்கா, அண்ணன் வந்தால் வம்பு. கொஞ்சநேரம் இப்படியே இருப்போம்..' என நினைத்து கண்மாயை வேடிக்கைப் பார்த்தான். கரையில் வெளியே துருத்திக் கொண்டு தெரியும் தூரில் அமர்ந்து கொண்டு காலை நீட்டினான். டவுசர் பாக்கெட்டில் ஏதோ தட்டுப்பட்டது. கைவிட்டு பார்க்க ஆ.. முக்குலி. அமுங்கிப் போய் மூன்று இருந்தது. இரண்டாவது காருவாயிக்கு வாங்கியதில் இரண்டுதான் தின்றான். மீதியை டவுசரில் வைத்தது நோஞ்சானுக்கு மறந்தே போயிற்று.

மூன்றையும் கையில் எடுத்து மோந்து பார்த்தான். கமகமவென வாசனை. எல்லாம் ஒரு நொடிதான். முதுகு காந்தல் மறைந்து போனது. மனம் மீண்டும் சீத்தியடிக்க ஆரம்பித்தது. தன்னை அம்மா அடித்ததோ, ஒளிந்து கொண்டிருப்பதோ அவனுக்கு ஞாபகத்தில் இல்லை. எல்லாவற்றையும் தாங்கும் மறக்கடித்து தாலாட்டும் முக்குலிக்கு உண்டு போலும். நாக்கை சொலட்டி சலப்.. சலப் யென கரையில் வந்து மோதும் நீரைப் பார்த்தவாறு முக்குலியை சாப்பிட ஆரம்பித்தான். அட...அட... இதற்காகவே எதையும் செய்ய லாம் போல.. என நினைத்துக் கொண்டான். குடல் இனித்துக் கிடந்தது.

அரை மணி நேரத்துக்கும் மேல் போயிருந்தது. லேசாக வயிறு வலித்தது. குடுகுடுவென ஓடிப்போய் நீவாங்கரை காட்டுக் கருவேலிக்குப் பின் அமர்ந்து 'வெளியே' போனான். காட்டுக்கரு வேலியை விலக்கிக் கொண்டு வந்து பார்த்தது வெயில். இப்போது அது பெரும் பறவையாய் மாறியிருந்தது. எங்கும் பார்த்திராத ராட்சத பறவை. இறகில் உக்கிரம் கூடியே வந்தது. தண்ணீரை தெளித்துக் கொண்டிருக்கும் கண்மாய் நீரை தரைக்கு விடாமல் லாவகமாய் பிடித்து தின்றது. நீர் உறிஞ்சும் பறவை போலும்..

'கால்' கழுவிவிட்டு கரைக்கு வர வீடு பேரமைதியில் மூழ்கியிருந்தது. சுற்றிலும் வெயிலின் இறகு. மொத்தமாய் வீட்டை அமுக்கிக் கொண்டு இருந்தது வெயில். 'வெளியே' போனவுடன் பசியெடுத்தது. நோஞ்சான் எப்போதுமே பசி பொறுக்க மாட்டான். யாரு எக்கேடு கெட்டாலும் அவனுக்கு நெல்லுச் சோறு வேணும். கூலோ, கஞ்சியோ தொட்டுப் பார்ப்பதில்லை. அதிலும் தட்டில் லேசுவாசாக கூல் ஆடையோ, வடை வடையாகவோ இருந்தால் சொல்லவேண்டாம். குமட்டிக் கொண்டு வரும் நோஞ்சானுக்கு.

'யாருக்கும் தெரியாமல் சாப்பிட்டு வந்து விடுவோம்.' என நினைத்து கரையில் இருந்து பக்கத்து பாத்தி வழியாக இறங்கினான். 'அம்மா காலைக் கஞ்சி கொண்டு போனாள் அப்புறம் மாடு அவிழ்த்து விட பத்து மணி வாக்கில்தான் வருவாள். நாம் அதற்குள் சாப்பிட்டு ஒன்பது மணிக்கே மாட்டை அவிழ்த்துக் கொண்டு போய் விடுவோம்.. சாயாந்திரம் எல்லாம் மறந்து போய்விடும்' என தானாக கணக்குப் போட்டு வீட்டுக்குப் போனான்.

வீட்டின் கிழக்கு கோடியில் ஆட்டு வியாபாரத்துக்கு போய் விட்டு வந்த அப்பாவின் சைக்கிள் நிற்பதை நோஞ்சான் கவனிக்க வில்லை. காலையில் மூன்று, நாலு மணிக்கு கிளம்பும் அவர் ஆப்பநாட்டு கிராமங்கள் முழுவதும் அலைந்து திரிந்து ஆடு வாங்குவார். எந்த கிராமத்தில் யாரிடம் ஆடு கிடைக்கும் என்பது அவருக்குத் தெரியும். முந்தின நாள் முதுகுளத்தூரில் 'ஆடு கிடக்கு வந்து பாருங்க..' என ஆட்டுக்காரர்கள் கூப்பிட்டு இருப்பார்கள். கூப்பிட்டவர்கள், கிடை கிடக்கும் ஆடுகள், வீட்டுக் கொட்டடியில் அடைந்து கிடக்கும் ஆடுகள் என எதுவும் அவர் கண்ணுக்கு தப்பாது. எல்லாக் காடும் சுற்றி விட்டு வீடு வந்து சேர ஒன்பது பத்து மணி யாகும். தினசரி அவர் வரத்து அப்படித்தான். என்றைக்குமே இல்லாமல் அன்று மட்டும் சீக்கிரமாகவே அவர் வீடு வந்தது நோஞ்சானின் கெட்ட நேரம்தான் போலும்.

வீட்டுப் படியில் பொத்துனாப்புல ஏறினான். இரண்டு வீடுகளைக் கொண்டது. கிழக்கு, மேற்கு. வடக்கு வாத்த வாசல். ஆம்பளைகள் இரண்டு பேர் என்பதால் வீடு கட்டும் போதே அப்பா சுதாரிப்பாய் இருவருக்கும் தனித்தனியே வீடு கட்டியிருந்தார். ஊடே ஒரு பெரும் சுவர். இரண்டும் ஒரே அளவு. 'நம்ம காலத்தி லேயே.. அண்ணன், தம்பிகள் அடித்துக் கொண்டு சாகிறோம்.. அவேங்கே காலத்துல எப்படி இருக்குமோ..' என, கேட்கும் ஆட்க ளிடம் கூறுவார். இரண்டும் ஒரே மாதிரி இருக்கும்.

நோஞ்சான் கிழக்கு வீட்டு கதவை தள்ளிப் பார்த்தான். பூட்டி யிருந்தது. சாவி எங்கிருக்கும் என தெரியும். கிழக்கு மூலையில் மாட்டு ஊறலுக்கு மேல் இறவாரத்தில் இருக்கும். கிழக்கு சுவரின் முனியில் எப்போதும் அம்மா சாவியை வைத்து விட்டுப் போவது அவனுக்குத் தெரியும். கீழ் ஈய வாலியைப் போட்டு தடவிப் பார்த்தான். ஊகூம். வேற எங்கிருக்கும்..? என மேற்குப்புற வீட்டு கதவை தள்ளினான். அது தானாக திறந்து கொண்டது. அதற்காக காத்திருந்த வெயிலின் வெளிச்சம் ஓடிப் போய் அறையில் படுத்துக் கொண்டது.

'பூட்டாமல் போய்விட்டதா அம்மா' என.. உள்ளே கால் வைத்த நோஞ்சான் ஆ.. வென பேயறைந்தது போல் நின்றான். ஆம். அவன் அப்பா வியாபாரத்துக்கு போய்விட்டு வந்து வெள்ளனவே கட்டிலில் தூங்கிக் கொண்டிருந்தார். ஒரு நிமிடம் கால், கைகள் வெலவெலத்தது. எல்லாம் சிறிது நேரம் தான். தூங்கிவிட்டார் என நிம்மதி பெருமூச்சுவிட்டு நடுவீட்டுக் கதவை திறக்கும் போது அப்பா படக்கென எழுந்து மேற்கு வீட்டு கதவை மூடினார். ஒரே கும்மிருட்டு.

நோஞ்சான் என்ன ஏதுவென பார்ப்பதற்குள் அப்பா,

'ஏண்டா திருட்டுப் பயலே.. செய்யுறதையும் செய்து விட்டு.. களவாணிப் பய மாதிரியா வீட்டுக்குள்ளே வாரே..' என காளை மாடு கட்ட வைத்திருக்கும் நூல் கயிற்றை நாலாக மடித்து வச்சென முதுகில் வைத்தார். அவ்வளவுதான். அவனுக்கு உசிர் போய் வந்தது. ஏற்கனவே இருந்த புளியாக்கை காந்தலோடு நூல் கயிறும் சேர 'அம்மா..' என நடுவீட்டில் உட்கார்ந்து கொண்டு.. ஒரே அலறல்.

'வேண்டாம்பா.. இனிமே செய்ய மாட்டேப்பா..' தெரியாமே செஞ்சுட்டேன்ப்பா..' தலையிலும், முதுகிலும் கை வைத்து மறைத்துக் கொண்டு அழுது கொண்டே கெஞ்சினான். அவர் அதற்கு மேல்

அடிக்கவில்லை. அவர் பெலத்துக்கு இன்னொரு அடி கயிற்றால் அடித்திருந்தால் அப்போதே நோஞ்சானுக்கு இருளடித்து உயிர் போயிருக்கும். நோஞ்சான் காதையும், கையையும் பிடித்து கதவைத் திறந்தார். மீண்டும் வெளிச்சம். வெயில் முறைத்துக் கொண்டு நின்றது.

சத்தமில்லாமல் இரு கால்களையும் நூல் கயிற்றால் கட்டினார். அப்படியே தூக்கி மேற்குப்புற இறவாரத்தில் கட்டி விட்டு வீட்டுக்குள் போய் படுத்துக் கொண்டார். நோஞ்சான் கெஞ்சிக் கூத்தாடியதையோ.. ஓ.. ஓ.. வென உமட்டிக் கொண்டு அழுவதையோ.. அவர் கண்டு கொள்ளவில்லை. எல்லாம் அரை மணி நேரம் தான். நோஞ்சான் மயங்கி இருந்தான். இதைப் பார்த்து முற்றத்தில் நின்ற வெயில் வானத்துக்கும் பூமிக்குமாக குதித்துக் கொண்டிருந்தது.

❖

2

மாடு கண்மாயில் நீந்திக் கொண்டிருந்தது. மூஞ்சியும், கொம்பும் தவிர வேற ஒன்றும் தெரியவில்லை. முன்னாடி போவது செவலைப் பசுதான். காடுகரையில் கிடப்பதை நாசியால் மோப்பம் பிடித்து மாடுகளை கூட்டிப் போகும். கையில் தூக்குவாளியும், மூங்கில் கம்பின் நுனியில் அரிசி முடிச்சுமாக கட்டாப்புளி கரையில் நின்று கொண்டிருந்தான் நோஞ்சான். ஆடையின் கடைசி என்பதால் நீவாங்கரை தாவில் மட்டும் ஒரு ஆள் எசவுக்கு தண்ணீர் கிடந்தது.

கருத்த காளைக் கன்று தண்ணீரை கண்டால் வெறிக்கும். முதலில் அங்கிட்டும் இங்கிட்டும் தப்பிக்கப் பார்க்கும். மற்ற மாடுகள் சலசலவென கண்மாய் நீரில் இறங்க வேற வழியில்லாமல் முன்னத்தி கால் இரண்டையும் தூக்கி தண்ணியில் வைத்து கொஞ்சதூரம் நாலுகால் பாய்ச்சலில் ஓடியது. நாலைந்து தாவலுக்கு மேல் பப்பு வேகாது. ஆழம் கூட கூட தலையை மேல் தூக்கி செயிங்கென நீந்திச் செல்லும். சிறிது நேரம் எல்லாரும் சிரித்துக் கொண்டே வேடிக்கை பார்த்தனர். அனைவரின் மாடுகளும் தண்ணியை நீந்தி கண்மாய் தேரிக்குப் போனது. கரையோர கண்மாயைத் தவிர தண்ணி வற்றிவிட்டது.

மிளகாய், பருத்தி, சின்னவெங்காயம், எள்ளு, கத்திரி தோட்டங் களைத் தவிர விவசாயம் அறுப்புக்கு வந்து விட்டது. தண்ணீ தேவைப்படாது. கிடக்கும் கொஞ்ச நஞ்ச நீரை வரப்பை வெட்டி வயல்களில் கதிரைச் சாய்த்து வகுந்து வெளியேற்றினர். சேறும் சகதியும் கிடந்தால் அறுக்க முடியாது. கதிர் முற்றிச் சாய்ந்தாலும் தூரில் பச்சை அடித்துக் கொண்டே இருக்கும். அத்தோட ஒய்யும்

குமுக்குப் போட்டு வளர பங்கப்பட்டு பார்த்த நெல் வீடு வந்துசேராது.

காடுகளே சாய்ந்து கிடப்பது போல் இருக்கும். வரப்போரம் படுத்து, போனவர், வந்தவர் கதைகளை கதிர்கள் கேட்டுக் கொண்டிருக்கும். வரும் போகும் குருவிகளையும், சிறகிகளையும் கண்சிமிட்டி தலையசைத்து பார்க்க, தன்னைத் தான் வயல் அழைக் கிறது என அனைத்து சிறகிகளும் படை படையாய் வந்தமரும். அப்புறம் சின்னா பின்னம்தான். வரிசையில் அமர்ந்து போகும் 'அறுக்க மட்டாத பயலுக்கு ஒன்பத்தி ரெண்டு பன்னருவாளாம்..' என்பது மாதிரி ஒவ்வொரு கதிருக்கும் ஒரு நெல்லை கொறிக்க மற்றவைகள் அதன் கால் பட்டு பொலபொலவென தரையில் கொட்டும். ஈரம் இல்லாவிட்டால் குருவி, மைனாவுக்காகவாவது பயன்படும். இல்லே.. அடுத்த நாத்துதான். அறுப்பு முடிந்தாலும் பச்சைபசேல் என ஒய்யோடு சேர்ந்து சகட்டு மேனிக்கு வளர்ந்து நிற்கும். ஆடு, மாட்டுக்குத் தோது.

வயலில் சிறகிகளை விட்டால் நெல் வீடு வராது என்பது யாவருக்கும் தெரியும். இதற்காக துணிப் பொம்மைகளை செய்து கம்பில் சொருகி வைத்திருப்பர். வயலில் தலை செய்து மண் சட்டியில் வண்டி மசகை நன்றாக தடவி, சுண்ணாம்பால் நாலைந்து புள்ளிகள் வைப்பர். தூரமாய் பறந்து வரும் யாருக்கும் உச்சந் தலையில் கண்ணுள்ள மனுசன் வயலுக்கு நடுவே நிற்பதாகத் தோத்தும். சிறகிகள் கீழ் இறங்காது. சொயிங்கென பாத்தி கட்டி வரும் சிறகிகள் தாளப்பறந்து மனுச மக்கள் இல்லாத வயலாய் தேடி அலையும்.

பெரும்பாலும் கதிர் முற்றிய வயல்களில், கம்பில் சறுகைப் பேப்பரை நன்றாக சுற்றிக் கட்டி பறக்க விட்டிருப்பர். ஊதா, சிவப்பு கலரில் வயலுக்கான கொடியாய் காற்றில் படபடவென அடித்துக்கொண்டிருக்கும். சத்தம் கேட்டு பறவைகள் கால் வைக்காது. அந்தப் பக்கமாக பறக்கும் குருவிகள் கூட, விர்ர்..ரென பதறி மேல் பறந்து விடும்.

நோஞ்சான் குஞ்சாவூரணி காடுகளில் சிறகிகளை விரட்டியிருக்கிறான். பொழுது சாய அண்ணனோடு போவான். கையில் உடுக்கு, கொட்டு இருக்கும். அண்ணன் செய்தது. மண் சட்டியில் சறுகைப் பேப்பரை வைத்து மூடி, இழுத்துக் கட்டி சுற்றிலும் களிமண்ணை தடவி காயவைத்தால் கொட்டு ரெடி. அதில் கம்பு கொண்டு பதனமாக அடித்தால் டமார்.. டமார் யென

சத்தம் கேட்கும். அண்ணன் முன்னாடி ஓ.. ஓ.. ஊ.. ஊ.. யென சத்தம் கொடுத்துக் கொண்டே போக பின்னாடி நோஞ்சானும் கிண்டலும் கேலியுமாக சிரித்துக்கொண்டே கத்துவான்.. ஹே.. ஹே.... யென.

நெல், கம்பு, சோளம், குருதாலி என எல்லா தானியத்தைக் காக்கவும் ஆளாளுக்கு சத்தம் கொடுத்துக் கொண்டிருப்பர். குஞ்சாவூரணி காடு முழுக்க இருட்டில் கேட்கும் விதவிதமான சப்தம் வினோதமாக இருக்கும். ஆளாளுக்கொரு சப்தம். சிலர் சத்தமாய் நாடகப் பாட்டைப் பாடுவர். காடே அமளிதுமளியாக இருட்டு கெளித்து ஓடும். காட்டில் போட்ட தானியத்தை வீடு வந்து சேர்க்கும் முன் விவசாயி நெஞ்செலும்பெல்லாம் முறித்து தாவு அந்து விடும்.

கடைசியாகத் தேரிக்குப் போன கருத்தக்காளை வரை பார்த்துக் கொண்டிருந்த நோஞ்சான், புழு, எலியன், எலும்பன், பெத்தெம்மா என எல்லாரும் கரையிலேயே நடந்தார்கள். அவர்களுக்கு தண்ணி எசவாது. கால் வைத்தாலும் தூக்குவாளி, டவுசர், சட்டை எல்லாம் நனைந்து நாசமாகிவிடும். நீச்சல் தெரிந்தால் பரவாயில்லை. மாடு மேய்க்கப் போனவர்களில் நோஞ்சான், எலி, எலும்பனுக்கு மட்டும் நீச்சல் தெரியும். மற்றவர்களுக்குத் தெரியாது. இருந்தும் நோஞ்சானுக்கு தண்ணீரில் இறங்கப் பயம்.

தண்ணிப் பாம்பு வந்து காலைச் சுற்றி விட்டால். தலையை நீரில் நனைக்காமல் படமெடுத்தே நீந்தி வரும் நல்ல பாம்புகள் சும்மா விடாது. தண்ணீரில் யார் இறங்கினாலும் துரத்தி துரத்தி வரும். எப்போதும் நினைவில் வரும் அரவங்கள்.

கரைவழியே போய், பறையான் மடை வழியில் கண்மாய்க்குள் போவார்கள். அங்கு முழங்கால் அளவுக்குத்தான் தண்ணீர் கிடக்கும். டவுசரை லேசாக தூக்கிக் கொண்டாலே போதும். இவர்கள் போவதற்கும், மாடு அப்படியே நெத்து பிறக்கிக் கொண்டே பறையான்மடையோரம் வருவதற்கும் சரியர்க இருக்கும்.

தண்ணி கிடந்த கண்மாயாதலால் எல்லா புல்லும் அழுகி இருக்கும். காய்ந்த காட்டுக்கருவத் தூர்களில் அருகம் புல் மட்டும் தளைத்திருக்கும். சுற்றிப் படர்ந்த முட்களைத் தாண்டி மாடுகள் போய் புல்லை மேய முடியாது. நெடு கண்மாய் நீவாங்கரையில் கிடக்கும் தண்ணியோரம்தான் சகலப்புல்லும் குமுக்குப் போட்டு பச்சைபசேல் என தலையாட்டும். மாடுகள் பெரும்பாலும் எந்த

பக்கமாவது ஒதுங்கத்தச்சான் செய்யும். மேற்கால் கண்மாய் கரை. கிழக்கால் பாரஸ்ட். ஊடே பொட்டல். தேரியில் ஆங்காங்கே காட்டுக்கருவேலி. எம்பூட்டு தண்ணி நின்றாலும் காட்டுக்கருவேலி மட்டும் சாவனா என்கிறது. அனைத்தையும் தாக்குப் பிடித்து தண்ணி வற்றியவுடன் முடை அடைத்து தளுக்கிறது. பற்றிப் படர்ந்து பரட்டையாக இருக்கும் அதனுள் முயல்களும், நரிகளும் தங்கியிருக்கும். முட்டையிட்டு இருக்கும் கதவாலிக்கு தோது.

மாடுகள் பாரஸ்ட் பக்கம் ஒதுங்கும் அல்லது நீவாங்கரையோரம் வரும். பாரஸ்ட் பகுதி முழுவதும் தாவு. கண்மாயில் கடைசிச் சொட்டு தண்ணீர் இருக்கும் வரை பாரஸ்ட் முழுக்க காயாது. பொறுபொறுன்னு கரம்பை மண் வேற. ஈரத்தை வாங்கி வைத்துக் கொண்டு ஒட்டகம் மாதிரி தேவைக்கு தகுந்த மாதிரி பயன்படுத்தும். மேல் தோல் காய்ந்தது போல் படும், கால் வைத்தால் பொதுக்.. கென உள் வாங்கும். கரம்பை சேர் காலுக்கு செருப்பாக மாறி விடும். ரப்பர் செருப்பு போட்டு நடந்தால் அதன் கீழ் இரண்டு இஞ்சிக்கு அடிப் போட்டுக் கொடுக்கும்.

கோரை, பசலைக் கீரைகள், நெட்டி, மத்தாங்காய் புல், செருப் பட்டி செடி, அருகு என சகட்டு மேனிக்கு செழிம்பாய் வளர்ந்து நிற்கும். நாட்டுக் கருவேலி மரங்களும் ஆங்காங்கே நெட்டுவாக்கில் வளர்ந்திருக்கும். அதன் நிழலில் அம்பூட்டு புல்லும் ஒய்யாரத்தில் விசில் அடிக்கும். கால் குழம்பு சேறில் மாட்டினாலும் புடுங்கிக் கொண்டு பரட் பரட் என மாடு மேய்வதைப் பார்த்துக் கொண்டே இருக்கலாம்.

மாடுகள் அன்று நீவாங்கரைப் பக்கம் திரும்பவில்லை. ஆழ்மவுனமாய் கண்மாய். இடையிடையே கிர்ரென்ற சப்தம். ஐந்து பேரும் முன்னும் பின்னுமாக தண்ணியில் இறங்கிப் போயினர். பெத்தம்மா கடைசியாகப் போனாள். எல்லாருக்கும் ஒரே வயசு தான். நடுகண்மாயிக்குப் போய்விட்டால் ஒரே குமுக்குத்தான். பெத்தம்மா மட்டும் எருவு, விறகுப் பிறக்க, காளான் ஆய என எதையாவது சொல்லி விட்டு கண்மாயின் மவுனத்தில் கரைந்து விடுவாள். அவள் கவனம் மாடுகள் பக்கமே இருக்கும். மாடுகள் எங்கிட்டு போகுதோ அவைகள் கூப்பிடும் தூரத்திலேயே இதை யெல்லாம் செய்து கொண்டிருப்பாள். மற்ற நால்வருக்கும் கபடி, கள்ளம்போலீசு, குச்சி எறிதல், கிச்சுகிச்சு தாம்பிலம்.. எதுவும் இல்லாவிட்டால் மரவெட்டி கண்மாயில் போய் தண்ணியில் குதியாளம் போடுவது என எத்தனையோ விளையாட்டும், செம்மை யானப் பணியும் உண்டு.

மாடுகள் எங்கு மேய்கிறது என தேடிப் போனார்கள். அது தண்ணியை விட்டு தேரிக்கு வந்ததும் அப்படியே கிழக்கால் திரும்பி பாரஸ்ட் ஓரம் மேய்ந்து கொண்டிருந்தது.

நோஞ்சான் தான் அந்த யோசனையை சொன்னான். ஆம். 'இன்னைக்கு எல்லாரும் பாரஸ்டில் போய் பிசின் எடுக்கலாம்' என்றான்.

'அடே உள்ளே ஒரே சேறு.. உடை முள்ளு குத்துச்சு நாலு நாளைக்கு எந்திரிக்க முடியாது.. ஈரத்துக்கும் அதுக்கும் புடை வைத்து, சீல் வைக்கும். கால் வீங்கி அம்புட்டுத்தான்' எலும்பன்.

'அரைக் கிலோ பிசின் எடுத்தா குஞ்சாவூரணி காட்டுல மொச்சப்பயிறு வாங்கித் தின்கலாம்..' எலியன்.

என்றுமில்லாமல் பெத்தெம்மாவும் இதற்கு இசைவு தெரிவித்தாள்.

'நோஞ்சான் சொல்வதுதான் சரி.. மாடு பாரஸ்ட் ஓரம்தானே மேயுது.. அப்படியே மேய்ந்து மரவெட்டி கண்மாய்க்குத்தான் தண்ணி குடிக்க வரும். நாமும் இந்த பக்கம் நுழைந்து அந்தப் பக்கம் வெளியேறி விடலாம்.. மாடு மேய்த்தது மாதிரி ஆச்சு.. பிசின் எடுத்தது மாதிரியும் ஆச்சு.. நான் மொத்தமா சேர்த்து எங்கம்மாட்டே கொடுத்து வச்சிருக்கேன்.. வரும் முளக்கொட்டுக்கு எங்கம்மா பிசினை வித்து பாவாடை, சட்டை வாங்கித் தரும்..' ரொம்பவும் அக்கறையாகப் பேசினாள்.

பேசிக்கொண்டே மாடு மேயும் போக்கைப் பார்த்தார்கள். அது பெத்தெம்மா சொன்னமாதிரி மரவெட்டி கண்மாய் பக்கமாகத் திரும்பித்தான் மேய்ந்து வந்தது. எல்லாரும் பாரஸ்டின் மேற்கு மூலையோரம் நுழைந்தார்கள்.

கண்மாய்க்குள் பாரஸ்ட் கன்றுகளை வரிசையாக நட்டு வளர்த் திருந்தனர். பாரஸ்ட் காடே வீ.. யெனக் கிடந்தது. உள்ளே நுழைந் ததும் முயல் ஒன்று வெறிக்க ஓடியது. திடுதிம்மென எழும்பிய சத்தத்தால் எல்லாருக்கும் கிலி பிடித்திருந்தது. ஒருத்தரை ஒருத்தர் பார்த்துக் கொண்டனர்.

'அடே ஏதாவது நரி கிரி வந்தா.. உடனே சத்தம் கொடுங்க.. எல்லாரும் சேர்ந்திரலாம்.. இல்லே கை வைத்து விடும். நரியைப் பார்த்தா யாரும் குணிய வேண்டாம்.. நிமிந்தவாக்கில் வந்து விடுங்கள்..' புழு கத்தினான்.

எல்லார் முகத்திலும் வியர்வை. மனம் பக்..பக்..கென அடித் தாலும் நடு பாரஸ்ட்டுக்குப் போகவில்லை. ஓரமாகத்தான் நிற்கிறார்கள். எதுனாலும் ஒரே ஓட்டத்தில் கண்மாய்த் தேரிக்கு வந்துவிடலாம். கலக்கக் கலக்க கருவேலி இருந்தாலும் கம்மென தலையாட்டாமல் இருந்து மிரட்டியது. ஒவ்வொன்றும் நீரைக் குடித்து பெருத்திருந்தது. புஸ்.. புஸ்.. யென நாலாபுறமும் கிளை களை விட்டு மஞ்சள் பூக்களைச் சிதறி விட்டுக் கொண்டிருந்தது.

எங்கிருந்தோ ஆடு கத்தியது. பாரஸ்ட் முழுக்க ஆடுகள் தெரியும். நாட்டுக் கருவேலி காய், கிளை, பூ என எதை சாப்பிட் டாலும் ஆட்டுக்கு பெலம். சும்மா கொலுகொலு வென வளரும். அதிலும் கருவேலி காய் அடித்துப் போட்டால் சொல்லவே வேண்டாம். நாலு காய் தின்றாலும் ஆட்டின் விராய் ஒரு இன்ச் சாவது கூடும். பெரிய ஊர் பரட்டை எப்போது பார்த்தாலும் ஆட்டோடு பாரஸ்டுக்குள்ளேயே தெரிவார். அவரோடு கோவிந்தன், வேலம்மாள், சண்முகம் என ஆளுக்கொரு பக்கமாக ஆட்டுக்கு நாட்டுக் கருவேலி காய், கொப்புகளை ஆய்ந்து போட்டுக் கொண்டி ருப்பார்கள். யாராவது எதையாவது தேடி பாரஸ்டுக்குள் போனால் திடீர் திடீரென மவுனத்தை உடைத்துக் கொண்டு சட்.. சட்.. யென சப்தம் கேட்கும். ஆடுகள் முணங்கிக் கொண்டோ, கத்திக் கொண்டோ தின்கும் மொடு மொடு குரலும் தெளிவாய் கேட்கும்.

பயந்தாங்கோலிகள் போனால் அப்புட்டுத்தான், படக்கென கருவேலி மரங்களின் தனிமை அடித்துப் போட்டுவிடும். எல்லா மரங்களும் நரிகளை பதுக்கி வைத்துக் கொண்டு ஏப்பளம் காட்டும். அறுத்துப் போடப்பட்ட கருவேலி கொப்புகள் உயிர்ப் பெற்று நரியாய் எதிரில் நிற்கும். லேசாக இருபுறமும் ஆடிக் கொண்டு வா.. வென கூப்பிடும். உற்றுப் பார்த்தால் காது விடைத்து நிற்பது போல் தோத்தும். ஒவ்வொரு வரிசைக்கும் இடையில் கிடக்கும் கொப்புகளின் உருவங்கள் சொல்லி மாளாது. வேஷம் கட்டி சில நேரம் சிங்.. சிங்கென ஆடும். காற்றில் பறக்கும் துணியாகி, கட்ட கட்ட உச்சிநேரத்தில் பேயாகும். நீர் மாதிரி சலப்.. சலப்.. பென நெத்துகளை ஒன்றோடு ஒன்று அடிக்க விட்டு பூச்சாண்டி காட்டும். அத்தனை நரிகள் எப்படி பாரஸ்டுக்குள் வந்தது என நினைக்கு முன் ஊ.. ஊ.. வென ஊளைக் கூப்பிட்டு, கண்ணு முழியை நோண்டி இருக்கும். நரிகளுக்கு மனுச கண்ணு, மூளையென்றால் உசிர்.

முதலில் ஒன்றுதான் அங்கிட்டும் இங்கிட்டுமாக நின்று ஏப்புக் காட்டும், முன் காலை தூக்கி குத்த வைத்துக் கொள்ளும். ஆள்,

எப்படி, ஏப்பையா.. சுதாரிப்பானவனா.. என நோட்டம் இடும். எல்லாம் கொஞ்ச நேரம் தான். பரட்.. பரட்.. யென மண்ணை கிளறும். கிளறும் போதே ஊளையிடும். அவ்வளவுதான், எங்கிருந்து தான் அம்பூட்டு நரிகள் வரும் எனத் தெரியாது.. எல்லாம் ஜே.. ஜே.. வென வந்து நின்று ஆளைச் சுற்றும். ஒன்று மட்டும் மண்ணை வாரி இறைக்கும். கண்ணில் மண் விழுந்து கசக்குவதுதான் தாமதம். ஒரே பாய்ச்சல். பின் பிடதியை ஓங்கி அடித்து கீழ் சாய்த்து கொதவலையைக் கடித்து ரத்தம் குடிக்கும். அப்புறம் ஆளாளுக்கு.. நீ.. நான் என போட்டிப் போட்டு பிய்த்துத் தின்கும்.

பிசின் எடுக்கும் போதே நோஞ்சான் நினைவில் ஓடிக் கொண்டிருக்கும் நரியின் பாய்ச்சல் உடம்பை சில்லிட வைத்தது. அவ்வளவாக வெயில் இல்லை. ஊமை வெயில். மதமதவென்றி ருக்கும். மேகங்கள் அடிக்கடி வந்து அந்த வெயிலையும் விரட்டியது. இருந்தும் தானாக வியர்த்துக் கொட்டி ஆடும் உடலை ஒன்றும் செய்ய முடியவில்லை நோஞ்சான்.

நாட்டுக் கருவேலி மரம் மண்ணுக்கும் மனுசனுக்கும் தீங்கு விளைவிக்காது. உழவு கலப்பைகளை நல்ல வைரம் பாய்ந்த நாட்டுக் கருவேலி மரத்தில் இருந்துதான் அடிப்பார்கள். அதிக நாட்கள் உழைக்கும். மேலி, மேக்கால், வண்டிப் பாரம் என எல்லாத் துக்கும் தோது. ஆடுகளுக்கும் தெம்பான உணவு. என்ன முட்கள் உதிர்ந்து காலை பதம் பார்க்கும்.

ஊந்து ஊந்து நோஞ்சான் பிசின் எடுத்தான். தூரிலிருந்து பொத்துப் பொத்து வடியும் பிசின் மஞ்சக் கலரில், கருப்பாய், இரண்டுமான வண்ணத்தில் பளபளவென மின்னிக் கொண்டி ருக்கும். மர உள்ளுக்குள் ஊறும் ஊத்துதான் பிசின் போலும். ஊத்துப் பொங்கி கால்வாயில் ஓடும் போது, பத்தாமல் முடை அடித்துக் கொண்டு நாலாபுறமும் சிறு கசிவாய் வெளியேறுகிறது. லேசாக தின்று பார்த்தால் இனிக்கும். முட்டை முட்டையாக புடைத்துக் கொண்டும், அந்தந்து விழுந்து கொண்டும் ஆங்காங்கே இருப்பதைத் தேடி தேடி நோஞ்சானும் மற்றவர்களும் எடுத்துக் கொண்டிருந்தனர். கீழ் தாவடி கொப்பு, மரத்தூரின் பட்டை, அதிகமாய் இரண்டு கிளை பிரியும் கவட்டைக்குள் தான் ஊற்று அதிகமாய் இருக்கும். மேல் போகப் போக பெரிசு பெரிசாக இருக்கும் பிசின் கைக்கு எட்டவில்லை.

சும்மா வெறுங்கையில் முழம் போட வேண்டும் என்றால் எப்படி? பிசின் எடுக்க கத்திக்கம்பு, தொரட்டியாவது இருக்கணும். ஒரு கம்பாவது இருந்தால் தான் தட்டியோ, குத்தியோ விட முடியும். பிசின் வைக்க ஓலைக் கொட்டான்தான் தேவலை. பிசுபிசுப்பை கொட்டான் படரவிடாது. ஒன்றோடு ஒன்று ஒட்ட விடாமல் போட்டது போட்டபடியே கிடக்கும். சாக்கின் சுருக்குப் பை, தூக்குவாளிகள் அவ்வளவாக உதவாது. தொத்தநாயுக்குத் தொன நாயாகத்தான் இருக்கும். அதுவும் காலையிலேயே மஞ்சள் வெயில் பாரஸ்டுக்குள் புகுந்து கும்மறச்சான் போடும்போது வந்தால் நொப்பனோலி பிசின் பல்லு இழித்துக் கொண்டிருப்பது தெரிந்து விடும். தப்ப முடியாது. நேரம் கூட கூட மரத்தின் பட்டையில் போய் பதுங்கிக் கொள்ளும். நம்ம தோரை, கவுளி மாதிரி மரமாக மாறி பட்டைகளை போர்த்திக் கொள்ளும். கண்ணில் விளக் கெண்ணையை விட்டுப் பார்த்தாலும் தோத்தாது. கீழ் வடிந் திருக்கும் பிசினை வைத்து, அதற்கு நேராக கணக்குப் போட்டால் உச்சாணிக் கொப்பில் இருந்து கொண்டு கை காட்டும். அதற்குத் தொரட்டிதான் கொத்தோடு ஆய்ந்து வர லாயக்கு.

நோஞ்சானும், எலும்பனும் பக்கத்துப் பக்கத்தில் இருந்து பிசின் எடுத்தார்கள். அவ்வளவாக கிடைக்கவில்லை. துண்டின் ஒரு முனையில் முடிச்சுப் போட்டு முன்னாடி தொங்க விட்டிருந்தனர். எங்கிட்டும் திரும்பாமல் பெத்தெம்மா மட்டும் தீவிரமாய் பிசின் எடுத்தாள். எலியனுக்கு ஒன்றும் அகப்படவில்லை போலும். நாலா புறமும் மரத்தையே சுற்றி வந்தான். புழு மரத்தூரையே கை வைத்துத் தடவினான்.

பெத்தெம்மா திடீரென பாரஸ்டை விட்டு வெளியே போய் மாடுகளைப் பார்த்து வந்தாள். அது முக்கால் வாசி பாரஸ்டை தாண்டி மரவெட்டி கண்மாய் நோக்கி நகர்ந்து மேய்ந்து கொண்டி ருந்தது. அப்படியே போனால் நேராக மரவெட்டி கண்மாய்க்குள் இருக்கிற கதிர்களை உலக்கி நாசம் செய்து விடும். நாம போவது நல்லது என நினைத்த பெத்தெம்மா,

'எல்லாரும் வாங்க.. மரவெட்டி கண்மாய்க்குப் போவோம்.. இன்னும் கொஞ்ச நேரத்தில் மாடுகள் அங்கு போயிரும்.. நாம கரையிலே போய் நிற்காட்ட நாசம்தான்..'

பிசின் எடுக்க வேண்டும் என கூறிய நோஞ்சான் உள்ளிட்ட யாருக்கும் அதைத் தொடர விருப்பம் இல்லை. பெரிதாக ஒன்றும் கிடைக்கவும் இல்லை. உத்து உத்துப் பார்த்து கண் பொட்டை

போல் ஆனது தான் மிச்சம். செருப்புப் போட்டிருந்ததால் முள்ளில் இருந்து கால் தப்பியது. இருந்தும் ஆங்காங்கே இருந்த சேர்கள் செருப்புக்கு பெரிசா அடிப்போட்டிருந்தது. எல்லாரும் வேகமாக கண்மாய்த் தேரிக்கு வந்தனர். கொஞ்சநேரம் யாரும் பேசவில்லை. இடையில் ஓடிப் பதுங்கிய கதவாலிதான் அதற்கு காரணம். ஆம். திடுதிப்பென காட்டுக்கருவேலி தூரிலிருந்து டபடப வென அடித்துக் கொண்டு ஓட்டமாய் ஓடிய கதவாலியை அனைவரும் பார்த்துக் கொண்டிருந்தனர். காண்டாமிருகம் கூட பிடிக்க முடியாது.. ஏன் தீக்கோழி. கொஞ்சதூரம் ஓடி மேல் பறந்தது.

கணநேரத்தில் உயிர்த்தெழும் தனிமை. தன் சிறகை விரித்து மீள் உறக்கமாய் படிந்திருந்து மேல் எழும் விந்தை. கதவாலி வடிவில் தான் கண்மாய் தனிமைகள் அலைவுறுகிறது போலும். காற்றின் குரல் மெல்ல அசைக்கும் காட்டுக் கருவேலியில் இலைகள் உதிர பொட்டுப் பொட்டாய் படியும் அந்தரம். பொட்டல் மண் முழுவதும் மேகக் கலரில் கண்ணுக்குத் தெரியாத வெம்பாவாய் விழுந்து கொண்டிருக்கிறது ஆழ் மவுனத்தில். கண்மாய்க்குள் கால் வைக்கும் யாரும் தப்ப முடியாது.

நென்மேனி இப்படித்தான் ஒருமுறை சாயாந்திர நேரத்தில் குஞ்சாவூரணிக் காட்டுக்கு சிறகி விரட்ட போயிருக்கிறார். ஊரில் இருந்து கண்மாய்ப் பாதையில் போனால் சுத்து குறைவு. ரோட்டிலேயே போனால் அதிக தொலைவு என்பதால் வண்ணாம் புளிக்கு நேராக இடுப்பு முட்டு நீரில் இறங்கி கண்மாய்க்குள் போயிருக்கிறார்.

எங்கும் கம்மென இருந்திருக்கிறது. தேரியைக் கடந்து நடக்க நடக்க சரக்.. சரக்.. கென யாரோ கூட வருவது போல் தோத்தி யிருக்கு. திரும்பிப் பார்க்க ஆளில்லை. நீண்ட பொட்டல் மண் கெளித்துக் கொண்டு வாய் மூடி சிரித்துள்ளது. காட்டுப் பனை மரங்களுக்கு ஊடாகப் போய் சூரியன் மறைந்து கொண்டான். அவன் எதையோ பார்த்திருக்க வேண்டும். அதுவும் கண்மாய்க்குள் கால் வைக்க பதறியது அவன் மறைவதில் தெரிந்தது. நென்மேனி நடையை எட்டிப் போட்டுள்ளார். மீண்டும் அதே சப்தம். நின்று சுற்றும் முற்றும் பார்த்தார். அந்நேரம் பார்த்து பின்னாடி ஒரு முயல் பாய்ந்து ஓடியது. யாரும் விரட்டவில்லை. ஆளில்லாக் காட்டில் முயல் அவ்வளவு வேகமாக ஓடாது. தரையை, புல்லை மோப்பம் பிடித்தவாறு லேசாக இரண்டு மூன்று குதி குதிக்கும், அப்புட்டுத்தான். ஆனால் இந்த முயல் நாலு கால் பாய்ச்சலில்

ஏதோ நாலைந்து நாய்கள் விரட்டி வருவது போல் ஓடியது. காட்டுக்கருவேலி முட்கள் சடசடத்து ஓடியும் சப்தம். யாரும் இல்லை.

நென்மேனி அதன் பின் திரும்பிப் பார்க்காமல் நடந்தார். தன் செருப்பைக் கழற்றி கையில் வைத்துக் கொண்டார்.

ஆட்கள் மாதிரி சின்னச் சின்ன செருமல். முதலில் செம்மறி ஆடுகளின் தும்மல் போலக் கேட்டது. போகப் போக தாட்டியமான ஆள் தொண்டையை சரி செய்து கொண்டிருந்தார். பின்னாடி கேட்டது, பக்கவாட்டிலும் முன்னாடியும் கேட்டுள்ளது. எங்கிருந்தோ அவசரமாய் பறந்து வந்த ஆக்காட்டி அவர் தலைக்கு மேல் வட்டமிட்டு கத்தியது. இன்னும் பொழுது இருட்டவில்லை. மேகம் இருட்டிக் கொண்டி இருந்ததால் மைம்மல் போல தென் பட்டது. சிருமல் சப்தம் கேட்டு, தைரியத்தை வரவழைத்துக் கொண்டு,

யாரது..? என்றார் நென்மேனி.

இடது பக்க காட்டுக் கருவேலியில் இருந்து ஒரு புறா படக்கென பறந்தது. ஒருதரம் உடல் ஆடி துணுக்குற்றது நென்மேனிக்கு. கால்கள் நடையை கூட்டினாலும் முன்னாடி கேட்கும் சப்தத்தால் பின்னக்கட்டியது. கண்மாயில் பாதிக்குப் போயிருப்பார். தூரமாய் ஒரு நரி காட்டுப் பாதையை கடந்து போனது. நாயா..? நரியா.. என நினைக்கு முன் மறைந்து விட்டது. குலசாமியை நினைத்துக் கொண்டு நடையை துரிதப்படுத்த, வலது பக்கத்தில் இருந்து குபீரென ஒரு கருப்பு நாய் வந்து பாதையில் நின்றது.

உடம்பு ரோமங்கள் குத்திட்டன. நெற்றியில் முத்து முத்தாய் வியர்வை. ஈரக்கொல ஆடி தானாக துடித்தது. பொழுதானால் கண்மாயில் யார் யாரோ உலவுகிறார்கள் என ஊரில் சொல்லக் கேட்டிருக்கிறார் நென்மேனி. இன்று தான் அதை நேரில் பார்க் கிறார். உடம்பு வீங்கி வருவதாகவும், நெஞ்சு அளவுக்கு அதிகமாக மேல் ஏறி இறங்குவதாகவும் நினைத்தார். கருப்பு நாய் கண்மாய் பாதையிலேயே ஓடியது. ஆக்காட்டியோடு, கரிச்சானும் சேர வட்ட மிட்டு பொத்.. பொத்.. யென விழும் கிலி பிடிக்கும் பயம். நாடி நரம்புகளை நடுக்கம் கொள்ளச் செய்தது.

பெருவிரலை ஊன்றி நடந்தார். எல்லாம் கணநேரம் தான். பாதை முழுக்க வானத்தில் இருந்து பேப்பர் மாதிரி ஏதோ ஒன்று விழுந்தது. அது கண்மாய் முழுவதும் மெல்ல மெல்ல ஒரு இலையின் வடிவில் வந்து தரையை மூடிக் கொண்டிருந்து. ஆ.

நென்மேனி அதற்கு மேல் நடக்கவில்லை. அவர் தலையிலும் விழுந்த ஒன்றிரண்டை பார்த்து மனம் நின்றது. தனிமையின் தோகை அடித்து நென்மேனி மயக்கமானார்.

வெள்ளையும், மஞ்சளுமான தோகை வானத்தில் இருந்து விழுவது நிற்கவில்லை. நடு கண்மாயில் வீழ்ந்து கிடந்த நென் மேனியை ஊர் ஆட்கள் தூக்க வரும் போது பாதை முழுக்க உறைபனி மாதிரி படர்ந்திருந்தது மவுனம். அதன் தோகை வடிவம் கரைந்து பொட்டல் மண் மீது செதுக்கி விடப்பட்ட அருகம் புல் மாதிரிக்கிடந்தது.

நல்லவேளை நென்மேனிக்கு மூச்சு மட்டும் சீராக இருந்தது. வீட்டுக்குக் கொண்டு போய் முகத்தில் தண்ணீர் அடிக்க, கண் விழித்தார் நென்மேனி. நாலாபுறமும் பேந்த பேந்த விழித்து, சிரித்தார். யாருக்கும் எதுவும் புரியவில்லை. திடீரென எழுந்து வானம் பார்த்தார். கருக்கூடிய மேகத்தை தாண்டி நாலைந்து நட்சத் திரங்கள் மின்னிக் கொண்டிருந்தன. மேல் கை நீட்டி எதையோ பிடித்தார். பின் அவராகப் புலம்ப ஆரம்பித்தார்..

"ஆகா.. எவ்வளவு ஆனந்தம்.. இந்தா புடி.. நல்லாப் பாரு.. ஆகாயத் தனிமை எப்போதும் பூமியில் இறங்கிக் கொண்டி ருக்கிறது.. எங்கும் நீக்கமற நிறைந்து ஆழ் தியானத்தில் கொண்டு போய்விடுகிறது.. கண்மாய் முழுக்க தனிமையின் தோகை... வாங்க.. வாங்க.. எல்லாரும் போவோம்.. அதில் மூழ்கி னால் அழகான பிக்கல் பிடுங்கள்.. நோய் நொடி இல்லாத முத்தெடுக் கலாம்.. வாருங்கள் போவோம்.. கதவாலியும், முயலும், நரியும் அந்த தனிமையை உணர்ந்துள்ளது. மனிதன் மட்டுந்தான் எப்போதும் போல மடையனாகவே இருக்கிறான்.. வாங்க.. வாங்க.. சிறகடித்து பறப்போம். கீழ் இருந்து மேல் நோக்கியும், ஆகாயத்தில் இருந்து கீழ் நோக்கியும்...'

கை மேல் தூக்கி கண்மாய் பார்த்து ஓட ஆரம்பித்தவரை பிடித்து சங்கிலியால் கட்டிப் போட்டார்கள். இன்றும் அவரின் புலம்பல் ஊரில் கேட்டுக் கொண்டுதான் இருக்கிறது.

நென்மேனியை தனிமையின் பேய் அடித்து விட்டதாக ஊரில் பேசிக்கொண்டார்கள். அது பறவையின் வடிவில் அலைவதாகவும், பொழுது சாய்ந்தால் கண்மாய்க்குள் யாரும் போக வேண்டாம் என்றும் எச்சரித்தார்கள்.

நென்மேனிக். கதையை பெத்தெம்மாதான், தன் அம்மா சொன்னதாக கூறினாள். கதவாலி பறந்து போவதையே பார்த்துக்

கொண்டிருந்த நோஞ்சானையும், மற்றவர்களையும் கதை சொல்லியே கூட்டிப் போனாள் மரவெட்டி கண்மாய்க்கு.

பாரஸ்ட் வரைதான் மாடுகளுக்கு புல் இருக்கும். அது முடிந்தால் தாமறிக்காது. நேராக மரவெட்டி கண்மாய் நீவாங்கரை தான். இடையில் கிடக்கும் ஊகை மாடுகள் மேய்வதில்லை. அதன் தோகை நாக்கில் ஒட்டினால் பிசுபிசுவென இருக்கும். கையால் அதன் தண்டை நசுக்கினால் கெட்டவாடை வரும். காட்டில் எந்தப் புல் நமக்கு நல்லது என மாடுகள் தெளிவாய் தெரிந்து வைத்திருக்கிறது. அதிலும் நோஞ்சானின் செவலைப் பசு எந்த மாட்டையும் அங்கு குணியவிடாது. ஒரே இழுப்புத்தான். நீவாங்கரை வந்ததும் தான் தலை சாயும்.

நல்ல வேலை, மாடுகள் வருவதற்குள் எல்லாரும் கண்மாய் கரைக்கு வந்துவிட்டனர். கொஞ்சநஞ்சம் அடித்த ஊமை வெயிலும் மறைந்து, மேகம் அங்கிட்டும் இங்கிட்டுமாக அலைபாய்ந்து கொண்டிருந்தது. கிழக்கால் உள்ள தோப்புப் பக்கம் நின்றது கருமேகம். அங்குதான் மாரியம்மன் கோயில், பழைய ஜமீன்தார் பங்களா– இப்போ பார்த்தா வெறும் மரங்களும் ஆங்காங்கே உடைந்த வீடுகளும், ஓடுகளுமாக கிடக்கும்– தோப்பூரணி, அதன் கரையைச் சுற்றிலும் புளி, வேம்பு, ஆலமரங்களும் நிறைந்திருக்கும்.

அந்தப் பகுதியே ஒரு காலத்தில் ஜெகஜோதியாய் ஜே.. ஜே.. என இருந்துள்ளது. இராமநாதபுரத்து ராஜா வந்தால் இந்த தோப்பில்தான் தங்குவாராம்.

அது ஒரு பூஞ்சோலை. எம்பூட்டு.. மரங்கள். வாழை, மா, கொய்யா, நெல்லி, ஆப்பிள், விதவிதமான பூக்கள், ஆல, மருத, இத்தி மரங்கள். சுற்றிலும் கோட்டை. அதாவது தோப்பு ஊரணியும், மாரியம்மன் கோயிலும் வடக்கே உள்ளது. அப்படியே மேற்கே இளஞ்செம்பூர் கண்மாய், கிழக்கே முனியசாமி கோயிலும், பள்ளிக் கூடமும் இருக்கும். கிழக்கே கண்மாய் தொடர்ச்சி பக்கத்து ஊரான பூக்குளம் வரை போகும். மூன்று பக்கமும் கண்மாய் நீரால் சூழப் பட்டு, இரண்டு காவல் தெய்வமும், தோப்புக்குள்ளேயே இராமநாதபுரம் சேதுபதி வந்தால் கும்பிட ராஜராஜேஸ்வரி கோயிலும் இருக்கும். கண்மாய் இருக்கும் பக்கம் முழுவதும் சுற்றுக் கோட்டையும் முனியசாமி கோயில் பக்கம் வாசலும் இருக்கும். இளஞ்செம்பூருக்கு செல்லும் பாதையும் அங்கிட்டுத்தான் இருந்தது.

எப்போதெல்லாம் இராமநாதபுரத்து ராணிக்கு மனசு சரியில்லையோ உடனே கிளம்பி இளஞ்செம்பூர் தோப்புக்கு வந்து

விதவிதமான பூக்களையும், பறவைகளின் சப்தத்தையும், கண்மாயில் சலப்.. சலப் என அடிக்கும் நீரின் ராகத்தையும் கேட்டுத்தான் சகஜ நிலைக்குத் திரும்புவார்களாம். ராணி குளிப்பதற்கென்றே தனிக்குளம் தோப்புக்குள் இருந்தது என்றால் பார்த்துக் கொள்ளுங்களேன்.

ஊருக்குள் பெரிய கல்லுப் பங்களாவும் உண்டு. மூன்று மாடியில் மேல் இருக்கும் மதிலை சுற்றிலும் மான்களும் நாலுபுறமும் சிங்கமும் படுத்துக்கிடக்கும். உள்ளில் எத்தனை அறைகள் இருந்தது என்று இதுவரையிலும் ஊர்க்காரர்களுக்கு தெரியாது. அதுமாதிரி கிணறும். அந்த கல்லு பங்களாவே புதிர்தான். அது பற்றி வித விதமான கதைகள் இன்னும் ஊரில் உலவுகிறது.

மரவெட்டி கண்மாயில் நின்று தோப்பையே வெறிக்கப் பார்த்தான் நோஞ்சான். பாரஸ்ட்டுகளையும் தாண்டி அங்கிருக்கும் ஆலமரங்கள் எங்கிருந்து பார்த்தாலும் நன்றாகத் தெரியும். கிழக்கே தோப்பென்றால் மேற்கே குஞ்சாவூரணிக் காடு. அங்கு பனை மரங்கள் சாஸ்தி. மானாங்கரை கண்மாயில் இருந்து வரும் ஓடை குஞ்சாவூரணி காடுகளுக்கு நீர் பாய்ச்சும். பெருப்பெருத்த ஓடையின் இருபுறக் கரையிலும் கைத்தெண்டி அளவு இடைவெளியில் வெறும் பனை மரங்கள். எல்லாப் பனையும் உண்டு. கோடையில் காய்க்கும் நொங்குகளுக்காய் எத்தனையோ முறை நோஞ்சான் கூட்டம் பனைக்காட்டுக்கு படையெடுத் துள்ளது. நொங்கு கிடைக்கிறதோ இல்லையோ கீழ் கிடக்கும் பெரும் பெரும் கோந்தைகளைச் சீவி வண்டி செய்து டபடபவென ஓட்டி வருவர். வண்டி சத்தம் கேட்டு வெறித்து ஓடும் காட்டு மைனா.

தெற்கால் இளஞ்செம்பூர் கிராமம். நோஞ்சான் இருப்பது காலனியில். பெரிய ஊரில் தான் நோஞ்சான் தாத்தா தவசியாண்டி இருந்துள்ளார். ஆயிரத்து தெள்ளாயிரத்து ஐம்பத்து ஏழு கலவரத்தில் வீடு, வாசல் எல்லாம் எரிந்து போயிற்று. அதன் பின் அரசாங்கம் ஊருக்கு மேற்கே அரை மைல் தொலைவில் கலவரத்தில் வீடு இழந்தோருக்கு குடிசைகளைப் போட்டுக் கொடுத்தது. காலனிக்கும் பெரிய ஊருக்கும் இடையே சுடுகாடும், பெரியஊரணியும், மடையும் உண்டு. மடையும், ஊரணியும் மேட்டில் இருக்கும். காலனியில் இருந்து பார்த்தால் பெரிய ஊர் மேட்டில் மறைந்திருக்கும்.

57 கலவரத்துக்கு கொஞ்ச நாள் முன்னாடிதான் நோஞ்சான் தாத்தா சிறையில் இருந்து வெளியாகி இருந்தார். அவருக்கு ஆயுள் தண்டனை போடப்பட்டிருந்தது. சிறையில் அவர் நடந்து கொண்ட முறையை வைத்து நன்னடத்தை அடிப்படையில் முன்னக் கூட்டியே விடுதலை செய்திருந்தார்கள். அதுவும் ஒரு கலவர வழக்கு தான்.

இளஞ்செம்பூருக்கும் தெற்கால் இருக்கிற வீரம்பல்லுக்கும் எப்போது பார்த்தாலும் புகைச்சல் தான். 47 முன் அப்படி இல்லை. எல்லாம் ஒன்னா மன்னா புழங்கி இருக்கிறார்கள். இளஞ்செம்பூர் வயக்காடும், வீரம்பல் வயல்காடும் பின்னிப் பிணைந்து கிடக்கும். பெரும்பாலும் இளஞ்செம்பூருக்கு அதிகமாய் வேலைக்கு வந்து செல்பவர்கள் வீரம்பல் ஆட்களாய்தான் இருந்திருக்கிறார்கள். அதிலும் இளஞ்செம்பூர் ஜமீன்தார் ரெத்தினத்துக்கு ஊரின் தெற்கே கிடக்கிற அனைத்து வயக்காடும் சொந்தமாக இருந்துள்ளது. நைந்த கண்மாய் உள்பட அனைத்தும் ஜமீன்தார் சொத்துத்தான்.

எல்லாம் என்ன? கஞ்சிக்கு இல்லையென்று வருபவர்களுக்கு தானிய மூட்டைகளை கொடுத்து விட்டு வெற்றுப் பேப்பரில் கை நாட்டு வாங்கி வைத்துக் கொள்வது. வானம் பார்த்த பூமி. மழை பெய்தால் காடு செழிக்கும். களையெடுக்க, வாய்க்கால் வெட்ட என ஆடை முழுவதும் வேலை இருக்கும். வானம் வெம்பாடாய் போனால் சனம் வயிறு காயும். வேறு வழியில்லாமல் ஜமீன்தார் வீட்டு வாசப்படியை மிதிக்க வேண்டி வரும். அவர்களும் இதுதான் சாக்கு என கையெழுத்தா வாங்கிக் கொண்டு அப்பப்ப பசியை போக்குவார்கள். நாளடைவில் கொடுத்த தானியத்துக்கு ‘உன் வயல் எனக்கு சொந்தம்’ என பத்திரப் பதிவு செய்து கொள்வார்கள். யார் கேட்க முடியும்.

இராமநாதபுரத்து சேதுபதி வரி வசூல் செய்யும் பொறுப்பை ஜமீன்தாரிடம்தான் ஒப்படைத்திருந்தார். இப்போது ஜமீன்தாரைப் பகைத்துக் கொண்டால் அடுத்த கஷ்டத்துக்கு உதவ மாட்டார். பாவம், இளஞ்செம்பூர் சனமும், ஒன்றிரண்டு வீரம்பல் சனமும் நிலத்தை பறிகொடுத்து விட்டு நிரந்தர கூலிகளாய் மாறிப் போனார்கள். கண்மாயில் ஒரு மடையே ஜமீன்தாருக்கென்று இருந்தது. அது கண்மாயில் கிடக்கும் அலி அறட்டாவலையைக் கூட அரித்துக் கொண்டு ஓடும்.

நோஞ்சான் தாத்தாவும் ஒருமுறை ஜமீன்தாரிடம் தானியம் வாங்கி இருக்கிறார். அதைக் கொடுக்க தாமதம் ஆனதால் பண்டா ரக்காட்டு வயலில் ஏர் பூட்டி ஜமீன்தார் ஆட்கள் உழுக ஆரம்பித்தனர். விசயம் கேள்விப்பட்டு போன நோஞ்சான் தாத்தா

வுக்கு கோவமான கோவம், பலியாய் வந்து கம்பெடுத்து அத்தனை பேரையும் அடித்துத் துரத்த பஞ்சாயத்து ஜமீன்தாரிடம் போய் நின்றது.

'நீ வாங்கின.. இரண்டு மூட்டை தானியத்துக்கு பண்டாரப் பிஞ்சை எனக்கு சொந்தம்' என ஜமீன்தார கூற,

'ஓ.. இரண்டு மூட்டை தானியத்தை வட்டியோட மூன்று மூட்டை தானியமா வாங்கிக்க.. ஒரு மாசத்துல.. இனிமே வயல்லே எவனாவது கால் வச்சா அடுத்த நிமிசம் தாயோலி யாருக்கும் கால் இருக்காது..' என எச்சரித்து விட்டு வர இளம்செம்பூர் சனம் வாயடைத்து நின்றது.

ஆம், அதுவரையிலும் ஊரில் ஜமீன்தாரை எதிர்த்து யாரும் பேசியது கிடையாது. முதன் முதலில் நோஞ்சான் தாத்தா பேசியதும் இல்லாமல் அடுத்த ஒரு மாதத்தில் எந்த ஊருக்கோ போய் தானியங் களை மூட்டை மூட்டையாக வாங்கி வந்து ஜமீன்தார் வீட்டு வாசல் படியில் போட்டு விட்டு,

'இனிமே உங்க பஞ்சிக்கு நானும் வர வேணாம்.. நீங்களும் வரக்கூடாது..' என கூறிக் கொண்டே வண்டி மாட்டை ஓட்டிக் கொண்டு போய்விட்டார். ஆனால் ஜமீன்தார் பண்டாரப்பிஞ்சை தனக்குத்தான் சொந்தம் என இராமநாதபுரம் நீதிமன்றத்தில் பிராது கொடுத்தார். அந்த வழக்கு நாலைந்து வருஷமாய் நடந்து கடைசி யில் நோஞ்சான் தாத்தாவுக்கு தீர்ப்பு சாதகமாய் மாறி வந்தது.

வடக்கே மரவெட்டி கண்மாயும், நீண்ட வயல் வெளிகளும், மரவெட்டி கிராமமும் வரும். மானாங்கரை கண்மாய் கரையில் தான் மரவெட்டி ஊர் இருக்கிறது. அதுவரையும் நெல் வயல்தான். அந்த பகுதியே ஒரு காலத்தில் பயங்கர காடாக இருந்ததாகவும், அங்கு வந்து ஒருவர் மரம் வெட்டி பிழைத்ததாகவும், அவர் சந்ததிகள் பெருகி ஊரானதாக கூறுவார்கள். அதனால் அது மர வெட்டி ஊர் என அழைத்து மரவெட்டி என மாறியிருக்கிறது.

நோஞ்சானும், மற்றவர்களும் நிற்கும் கரைக்கு நேராக மானாங்கரை கண்மாய் கரையில் ஒரு ராட்சதப் புளியமரமும் தவளப்பிள்ளை கோயிலும் உண்டு. அங்கு யாரும் போக மாட்டார்கள். சிறுவர்கள், கர்ப்பிணிப் பெண்கள், இன்னும் ஏன் கட்ட கட்ட உச்சிநேரத்திலேயோ, பொழுதடைந்தாலோ அந்தப் பக்கமே யாரும் தலை வைத்துப் படுக்கமாட்டார்கள்.

சதா அங்கு முணங்கல் கேட்டுக் கொண்டே இருக்குமாம். ஒத்த சத்தையில் யாராவது போனால் அங்குள்ள தவளப் பிள்ளை கழுத்தில் ஏறி உட்கார்ந்து கொண்டு

'எனை தூக்கி வைத்துக் கொண்டு ஒரு ரவுண்டு வா.. அப்பத் தான்.. உனை விடுவேன்..' என கூறுமாம். அதான் நல்லவிதமா பேசுதே.. என நினைத்து ஒரு சுத்து சுத்தி வந்தால் அதையே திரும்பத் திரும்ப கூறி நாள் முழுவதும் சுற்ற வைக்குமாம். பொழுது விடியும் வரை இந்த கூத்து நடக்குமாம். இடையிடையே கேட்கும் பாடலில் காளை மாட்டின் கமறலும், பெண்ணின் மூச்சும் கேட்குமாம்.

அந்தப் புளி முழுவதும் ஒரு பெண்ணின் கூந்தல் காய்ந்து கொண்டிருக்குமாம். கேட்கவே பயந்து கிடக்கும். சதா அந்த பெண் பொழுதடைந்தால் மானாக்கரை கண்மாய் நீரில் குளித்து விட்டு தன் கூந்தலை புளி மேல் விரித்து காயப் போடுவாளாம். அதை அப்படியே பூமியில் விரித்தால் கருங்கும்மென இருட்டாகி விடும். சிலநேரம் மானாங்கரை கண்மாய் முழுக்க விரித்து விடும்போது, அந்த ஊரில் அம்மாவாசை இருட்டு விழும். கைப்பத்தி கொண்டு வெளியே போனவர்களின் கால்களில் பெண்ணின் ரோமம் தானாக சுற்றும். அதனால் ஊரே பொழுதடைந்தால் சும்புடுங்காமல் அடங்கிவிடும்.

ஒவ்வொரு நாளும் மாடு மேய்க்கும் போதும் எல்லாக் கதைகளையும் பெத்தெம்மா புட்டு புட்டு வைப்பாள். இதுவும் பெத்தெம்மா சொல்லியதுதான். அவள் அம்மாவுக்கு பூர்வீகம் மரவெட்டிதான். அங்கு அகம்முடையோர்கள் சாஸ்தி. அங்கிருந்து இளஞ்செம்பூர் காலனிக்கு பக்கத்தில் இருக்கிற நல்லியங் கூட்டத்துக்கு வாக்கப்பட்டு வந்தபோது எல்லாக் கதைகளையும் முந்தாணையில் முடிந்து கொண்டு வந்திருக்கிறாள். களையெடுக்கும் போது, மிளகாய்ப் பழம் பறிக்கும் போது, பருத்தி கொட்டை ஆயும் போது ஒவ்வொன்றாக கூற கூற பெத்தெம்மா அன்றையக் கதையை மாடு மேய்க்கும் போது கூறுவாள். கதையென்றால் நோஞ்சான் வாய் பிளந்து கேட்டுக் கொண்டே இருப்பான். பெத்தெம்மா கூறிய இன்னும் எத்தனையோ கதைகள் இரவானால் நோஞ்சான் முன் வந்து சிங்.. சிங்கென ஆடும். கண்களை இறுக்க மூடிக் கொண்டு அம்மாவின் கழுத்தைக் கட்டிக் கொண்டு உறங்கி விடுவான். விடியவிடிய வீட்டு முகட்டு மேல் நின்று பறவையின் குரலில் கதைகள் கத்திக் கொண்டே இருக்கும்.

கருமேகங்கள் இருட்டிக் கொண்டு வருவதற்கும், மாடுகள் மரவெட்டி நீவாங்கரையில் கால் வைப்பதற்கும் சரியாக இருந்தது. பொழுது மதியத்தை தாண்டி இருக்கும். கொண்டு வந்த கஞ்சி யெல்லாம் கண்மாய் கரையில் உட்கார்ந்தே குடித்து விட்டார்கள். இனி இருப்பது அரிசி மட்டும்தான். அதுவும் பிசின் எடுத்து வெளியேறும் போது, குண்டு குழியில் முத்து முத்தாகக் கிடந்த தண்ணீரில் துண்டு முடிச்சோடு நனைத்து வந்தார்கள். அது மெல்ல மெல்ல நமந்து ஊறியிருக்கும்.

மாடுகளை மரவெட்டி நீவாங்கரையில் இருந்து மடக்கி விட்ட, பின் தான் அரிசியை தின்பார்கள். பொழுது சாயும் வரை மாடுகள் மேய்ந்தால் பசியெடுக்கும். சில நாட்கள் மாடுகள் வெள்ளனவே கரையேறி விடும். அதுக்கு வயிறு நிறைந்தால் யார் சொல்லியும் கேட்காது. மடக்கி மடக்கி விட்டாலும், ஊகூம். சாயாந்திர நேரங் களில் மேற்குப்புற கண்மாய் நீவாங்கரையில் இருக்கும் பறையான் மடை பக்கத்தில்தான் மேயும். காலனியை ஒட்டித்தான் அந்த மடை. பகலெல்லாம் கெண்டையாட்டம் போட்டு விட்டு பொழுது சாய சாய மாடுகள் நன்றாகக் கவிழ்ந்து நிற்கும். காலையில் இந்த பக்கம் வந்தால், மாலையில் அந்த பக்கம் என மாறி மாறித்தான் மாடுகள் வரும். அதுக்கும் ஒரு கணக்கு இருக்கும் போல.

கருமேகங்கள் கூட கூட நோஞ்சானுக்கு இனம் புரியாத மகிழ்ச்சி மனதில் ஊறிக் கொண்டே இருந்தது. அது ஏனென்று தெரியவில்லை. அதுவரையிலுமாக கரையில் விளையாண்ட கிச்சுகிச்சு தாம்பலத்தில் இருந்து நோஞ்சான் விலகி இருந்தான். பொடி நடையாக குஞ்சாவூரணி காட்டுப் பக்கம் நகர்ந்தான். பெத்தெம்மாதான் சத்தம் போட்டு கூப்பிட்டாள்.

‘அடே நோஞ்சான்.. மாட்டை விட்டுட்டு எங்க போறே.. மழை வரப் போகுது.. வாங்க மாட்டை திருப்பி விட்டு வீட்டுப் பக்கம் போகலாம்..’

சட்டை செய்யவில்லை நோஞ்சான். உடலில் பொசு பொசுவென ரோமங்கள் வளர்வது போல் பட்டது. கை, கால்களை ஆட்டிப் பார்த்தான். லேசாக இருந்தது. கருமேகங்கள் தான், தன்னை தூசி கணத்தில் மாற்றுவதாக எண்ணினான். அடிக்கொரு தரம் வானத்தைப் பார்ப்பான். அதிலும் பனைகளுக்கு ஊடாக நின்று நொங்கு, பதனி முட்டிகளை தேடும் மேகங்கள், பனை ஓலையில் செய்யும் சேட்டைகள் அவனை வா.. வா.. யென அழைக்கும். தலையாட்டி எம்பி எம்பி குதிக்கும் ஓலைகள் மேகத் தோடு போய் சேர்ந்து விடும் போலிருக்கு. விட்டுவிட்டுக்

கேட்கும் மயிலின் சப்தம். ஒற்றைப் பனையோரம் நின்று ஒரு மயில் தோகை விரித்து ஆடிக்கொண்டிருந்தது. பனைகளுக்குள்ளும் நிறைய மயில்கள் ஆடிக் கொண்டிருக்கும். அதைப் பார்க்கவே கொள்ள அழகு. ஆண்டவன் எத்தனை வண்ணத்தில் அழகாக படைத் துள்ளான். அத்தோடு குயிலும் சேர காடு வேற்றுருக் கொண்டு விசில் அடித்தது. எங்கும் கும்மறச்சான்.

நோஞ்சான் நடக்கிறானா.. என தெரியவில்லை. குஞ்சாவூரணி காடு முனைக் கரையில் நிற்கும் போது சிலுசிலுவென காத்து. உடல் அந்தரத்தில் ரோமங்களாய் பறந்தது. லேசாக்கி சுருட்டி காடெல்லாம் தூக்கிப் போவதில் மழைக்காத்துக்கு செம குதியாளம். நம்மோடு சேர்ந்து கொள்ள ஒரு ஆள் என வாரி எடுத்துக் கொள்கிறது. முனையில் இருந்து இறங்கி நடந்தால் பனைக் காடு வந்து விடும். அங்கு போய் விட்டால் காற்றின் பாடலைத் தவிர வேற எதுவும் கேட்காது. அத்தோடு மழையின் மூச்சு பெலமாய் கேட்கும். கீழ் இறங்கி நடக்குமுன் சடசடத்து முரட்டுத்தனமாய் வந்தது மழை. தூங்கிக் கொண்டிருக்கும் பூமியை தட்டி எழுப்பத் தான் அப்படி ஆவேசம் கொண்டு அடித்ததா..? இல்லை தரை மீதுள்ள கோவமா என தெரியவில்லை. சும்மா புல், பூச்சி,. ஆடு, மாடு.. மனுச, மக்கள் என அனைவரின் முதுகுத்தோலும் உரிந்து விடும் அளவுக்கு சட்டு... சட்டுன்னு அடித்தது.

மாடு நின்ற பக்கம் திரும்பிப் பார்த்தான் நோஞ்சான். அங்கு மாடும் இல்லே.. தன்னோடு வந்தவர்களும் இல்லை. வடக்கே இருந்து தெற்கு நோக்கி மழை கம்பு கொண்டு வெலுத்ததால், மாடுகள் தெற்குப் புறமாய் ஓட்டமும் நடையுமாக விருவிருவென போய்க்கொண்டிருந்தது. அவர்கள் எங்காவது காட்டுக்கருவத் தூரில் பதுங்கியிருக்கலாம். இடி மின்னல் வந்தால் தான் போச்சு. காற்று கூட நின்றிருந்தது. எந்த சப்தமும் இல்லை. பெலம் கொண்ட மட்டும் தரையை பெயர்த்துக் கொண்டிருந்தது மழை.

நோஞ்சானை பனை ஓடை வரை மழை நடக்க விடவில்லை. கீழ் இறங்கி நடந்தவன் மீண்டும் கண்மாய் கரைக்கே வந்தான். அவனது உடல் தெப்பு தெப்பென நனைந்திருந்தது. ஆரம்பித்த கொஞ்ச நாளிகைக்குள் கரை சேறாகியது. எங்கும் பெருக்கெடுத்து ஓடும் நீர்; கையில் கொண்டதை எடுத்துக் கொண்டு யாருக்கோ அஞ்சி ஓடுவது போல் இருந்தது. திடீரென மேல் பார்த்தான். மழையின் கோவம் தணிந்திருக்க வேண்டும். வத்து வத்துயென அடிக்காமல் வலிக்காமல் ஊத்து ஊத்தென ஊத்திக் கொண்டி ருந்தது. வானம் முழுக்க எம்பூட்டு தண்ணீரைத் தான் மேகங்கள்

வைத்திருந்தனவே. எந்த பொருளை தூக்கிப் போட்டாலும் கீழ் நோக்கித்தான் வரும். இது மட்டும் வானத்திலேயே தம்கட்டி இருந்து கொள்கிறது பாருங்கள்.

நோஞ்சானுக்கு என்ன ஆகிறது என தெரியவில்லை. மனம் கால்களை அங்கிட்டும் இங்கிட்டுமாக ஆட்டியது. ரேடியோவில் எங்கிருந்தோ கேட்கும் சினிமா பாட்டு. 'வீட்டுக்கு வீடு வாசல் படி வேணும்.. ஆஹ.. ஆஹ.. தெருக்கூத்துக்கும் பாட்டுக்கும் தாளங் கதி வேணும்.. ஆஹ.. ஆஹ..' மெல்ல ஆட ஆரம்பித்திருந்தான் நோஞ்சான். கரம்பைகள் கால் முழுக்க பத்திக் கொண்டு சேர்ந்து குதித்தது. அந்த இடமே தொளியாய் மாறிவிட்டிருந்தது. நேரம் கூட கூட சுழன்று சுழன்று ஆடினான். மழை வலுத்துக் கொண்டு தான் இருந்தது. அவனை யார் ஆட வைக்கிறார்கள்? மழையா.. பாட்டா..? தெரியாது. ஏதோ தான் ஆடப் பிறந்தவன் மட்டும்தான் என்பதுபோல் ஆடினான்.

தாங்கிர தத்தோ.. தரிகிடத் தத்தோ.. தரிகிட தரிகிட தாம்... தாங்கிறதோ.. தரிகிடதோ.. தாங்கிர தரிகிட... தாங்கிர தரிகிட... த்தோம்..' கால்கள் முன்பின்னுமாக அடவுகளை போட்டுக் கொண்டிருந்தது. உற்றுப் பார்த்தால் ஏதோ ஒயில் அடவு போல் அவனுக்கு திடீரென ஆட்டப் பேய் பிடித்து விட்டதா, தெரிய வில்லை. அவன் நிறுத்தவில்லை. மழையில் யாரோ தாளம் தப்பாமல் பாடிக் கொண்டிருந்தனர். 'தாங்கிரத.. தரிகிடத.. தாங்கிர தத்த.. தரிகிங்கிடத் தத்த தாம்...' பல நூற்றாண்டுகளாய் பாடிக் கொண்டிருக்கும் குரல். நோஞ்சான் காதுகளில் நேரம் கூட கூட பெலமாய் ஒலித்தது. உட்கார்ந்தும், அங்கிட்டு இங்கிட்டு ஓடியும் ஆடினான். சில நேரம் மழைநீரில் வலுக்கியும் விழுந்தான்.

நோஞ்சானுக்கு இது முதல் தடவை அல்ல. எங்காவது மொத்தமாய் பறவைகள் கத்தினாலோ.. ஓங்கி ஓங்கி காற்று அடித்து பெலமாக சத்தம் போட்டாலோ.. பெருக்கெடுத்து ஓடும் மடை நீரில் பொங்கி வரும் குரலை கேட்டாலோ.. தானாக கால் அடவு கட்டும். அங்கு எவ்வளவு நேரம் ஆடிக் கொண்டிருப்பான் எனத் தெரியாது. ஒரு முறை ஊருக்குள் வந்த திரியாட்டி கோமாளியோடு ஊர் முழுக்க ஆடியதை சனம் மூக்கில் விரல் வைத்து பார்த்தது. அப்படியொரு ஆட்டம்.

ஆட்டக்காரர்கள் யார் வந்தாலும் அவன் கால்கள் நிற்பதில்லை; சரி. மழைக்கும், பறவைகளின் சப்தத்துக்கும் அவனை ஆட வைப்பது யார்..? யார் அவனை உந்தி தள்ளுகிறார்கள். லேசாக சத்தம் வந்தவுடன் உடல் மொய் மொய் யென வயல்வெளி ஓய்யாய்

மாறும். ஆங்காங்கே ரோமங்கள் முளைப்பது போல் தோன்றும். கொஞ்ச நேரத்தில் மண்டைக்குள் அந்த தாளம் கேட்டு விடும். தாங்கிரத தருகிடதா.. தாங்கிரத தருகிடதா.. தாம்.. அவன் கால்கள் எதற்கோ காத்திருப்பது போல சலங்கை கட்டி ஆட்டத்தை சொலித்து விடும்.

பேத்தனமாக யாருமற்ற காட்டில் தன்னந்தனியாக ஆடிக் கொண்டே இருக்கிறான் நோஞ்சான். மழையும் அவனுக்காக நிற்பதாக தெரியவில்லை. அதன் உள்சரடு நோஞ்சான் உடலுக்குள் புகுந்து விட்டதாகவே பட்டது. பயிர்களும், புல்களும், மரங்களும், பனைகளும் எப்படி ஆடுமோ அது போல் இருந்தது அவன் ஆட்டம். இது எப்படி சாத்தியம்..?

மழை வெறித்துத் தூரலாக மாறும் வரை அவன் ஆட்டம் இருந்தது. மாயா ஆட்டம். வானத்தில் இருந்து மழையோடு இறங்கி அதோடு கலந்திருக்க வேண்டும். அவன் நிறுத்தும் போது மரங்கள் தலையாட்டுவதும் நின்றிருந்தது. இதென்ன.. அமானுஷ்யம். இயற்கையின் ஏதோ ஒன்று அவனைப் போட்டு ஆட்டுகிறதா..? ஒன்றும் புரியவில்லை. யார் பார்த்தாலும் அவனுக்கு பைத்தியம் பிடித்து விட்டதாகத் தான் நினைப்பார்கள்.

தூரல் மெல்ல நிற்க கரையில் உட்கார்ந்திருந்தான். எப்படியும் மழை இரண்டு மணி நேரத்திற்கும் மேல் பெய்திருக்கும். அது வரையிலும் ஆடிக் கொண்டிருந்தவனுக்கு களைப்போ.. இளைப்போ.. இருக்க வேண்டுமே.. ஊகூம். அப்போதுதான் மாடு மேய்க்க வந்தவன் போல கண்மாய், வாய்க்காலில் அடித்துப் பிடித்து ஓடும் மழைநீரை வேடிக்கை கொண்டான். பனை ஓலை களைப் பார்க்க சவண்டு போய் கிடந்தது.

கதிர் அறுத்திருந்தவர்கள் தப்பித்தார்கள். மரவெட்டி கண்மாய்க்குள் அதிக அறுப்பு நடக்கவில்லை. வயல்காடு முழுக்க பெரும் தாவு. அடித்த மழையில் நீவாங்கரையில் கிடந்த தண்ணீர் வயல்வரை ஏறியிருந்தது. இனி கட்டிலைப் போட்டுத்தான் வயலில் கதிர் அறுக்க முடியும். ஒன்னுக்கு பத்து வேலையை மழை கொடுத்து விட்டுப் போய்விட்டது. என்ன செய்ய முடியும்..?

பொழுது இருட்டிக் கொண்டு இருந்தது. இரவு விழுந்த காடு போல் தெரிந்தது. மீண்டும் மழை வந்தாலும் வரும். அப்படியே போவோம் என நினைத்து வீடு நோக்கி நடக்கலானான் நோஞ்சான். இன்னியாரம் மாடுகள் வீடு போயிருக்கும். செவலைப் பசு லேசுவாசான மழைக்கே தலை குணியாது. இந்தப் போடுக்கு

தாங்குமா..? ரொம்ப போடுசாய் விரைந்திருக்கும். பெத்தெம்மா, புழு, எலியன் என யாவரும் வீடு போயிருக்கக் கூடும். கண்மாய்க் குள்ளிருந்து மயில்கள் கத்தின. ஆங்காங்கே தந்தி மரக் கம்பிகளில் ஏகப்பட்ட குருவிகள். இறகை ஆட்டி ஆட்டி காய வைத்துக் கொண்டிருந்தது. கரிச்சான் பறந்து பறந்து ஈரத்தை உணத்தியது.

கண்மாய்க்குள் போனால் வெறும் சேறும் முள்ளும்தான் கிடக்கும். நோஞ்சான் குஞ்சாவூரணி வயக் காடு வழியாகப் போய் அப்படியே பாலத்தில் ஏறி ரோட்டில் போய்விடலாம் என நடந்தான். பொட்டல் காடு பச்சரிசியை தோலுரித்தது போல நோஞ்சானைப் பார்த்து சிரித்தது. வரம்பு முழுவதும் சொத..சொத வென இருந்தது. புல்லில் கால் வைக்க உடல் சில்லிட்டது. நனைந்த உடல் லேசாக நடுக்கம் கொடுக்க ஆரம்பித்திருந்தது.

வழியெங்கும் அறுத்தும் அறுக்காமலும் கிடக்கும் கதிர்கள். பாதிக்காட்டில் சூவை நோய் மாதிரி விழுந்து கதிர் எரிந்திருந்தது. அது பூராம் சாவிதான். மாட்டுக்குத்தான் உதவும். பூக்காமல் இருக்கும் பெண்கள் போல குருகி இருக்கும் சாவிகளை மாடு களுக்கு ரொம்பப் பிடிக்கும். அப்படியொரு சுவை அதில் உண்டு. போடப் போட தின்று கொண்டே இருக்கும். சில ஆடுகளும் சாவியைத் தின்கும். அதன் முனியை மட்டும் கரும்பிக் கரும்பி சொலட்டும். பால் பிடித்த கதிர் அப்படியே முற்றாமல் எரிந்து போவதால் பச்சைப் பால் வாடை சுவையாய் இருக்கும் போலும்..

கால்களை வேகவேகமாக எட்டு வைத்தான் நோஞ்சான். உண்மையில் இரவு வந்து விட்டது என்றே தோன்றியது. ஆம். பாதையில் இருட்டு மெல்ல மெல்ல இறங்கியது. சுற்றும் முற்றும் பொழுதைப் பார்க்க எல்லாம் மங்கின. நடக்க நடக்க வீடு நெருங்கிக் கொண்டிருந்தது. பறையான் மடை வரவும் ஏதோ சப்தம் கேட்டது. சனம் கோ.. கோ.. வென குரல் கொடுப்பது போல் பட்டது.

நல்லியங்கூட்டத்தில் யாரோ சண்டை போட வேண்டும் என நினைத்துப் போனான். அங்கு எல்லாம் தலைகீழ். ரோட்டோரம் உட்கார்ந்து பெத்தெம்மா அழுது கொண்டிருந்தாள். இவனுக்கு கை, கால்கள் உதறல் எடுத்தது. நோஞ்சானைக் கண்டதும் பெத்தெம்மா அம்மா,

‘ஏம்ப்பு மருமகனே.. மாடு வந்து நாலு நா ஆச்சு.. நீங்க எங்க போயிட்டு வாரீக.. இந்த முண்டே எங்க போயிருந்தா.. மாட்டை

விட்டுட்டு.. ஊர்ச்சனத்து வாயிலே இருந்தா விலங்குமா..' அவன் ஒன்றும் பேசவில்லை.

இன்னைக்கு நமக்கும் அபிஷேகம்தான்.. என ஓட்டமும் நடையுமாக போனான்.

எதற்கும் தள்ளி நின்று பார்ப்போம் என அவன் வீட்டை பார்த்த போது, அங்கு ஒரு கூட்டமே அம்மா, அப்பாவோடு சண்டை போட்டுக் கொண்டிருந்தது. எல்லாம் சொந்த சொர்த்துகள் தான். வில்வநாதன் சித்தப்பா பொண்டாட்டி, நல்லியங்கூட்டம் கோபு, மாரந்தை முருகேசன்.. என ஆளாளுக்கு வரிந்து கட்டிக் கொண்டு வாயால் ஈய்த்து வைத்தார்கள்.

'மாடு மேய்க்க வக்கு இல்லைன்னா.. சக்கிலியனிடம் கொடுத்தா சாப்பிட்டுப் போரான்.. அதற்காக ஊரான் வெள்ளாமையவா அழிப்பாக..'

'என்னத்தா.. ஒத்தப் பொட்டு மிளகாய் செடியில்லாமல் சொடக்.. சொடக்.. கென ஒடித்துப் போட்டிருக்கு.. இன்ன அந்த மிளகாய் கொள்ளையை என்ன செய்வது..? ஒன்னுக்கும் உதவாது..'

'பூராம் வெடிக்கிற பருவத்துல.. இப்படி மாட்டை விட்டு ஓலக்குனா ஒத்த பருத்தி எடுக்க முடியுமா..? சொல்லுங்க..'

நோஞ்சானுக்கு புரிந்து விட்டது. மரவெட்டி நீவாங்கரையில் இருந்து வீடு வந்த மாடுகள் நேராக பறையான் மடையோரம் கரையேறி உள்ளது. அங்க மடக்க ஆளில்லாததால் ரோட்டோரம் இருந்த வில்வநாதன் சித்தப்பா மிளகாய், கோபுடைய பருத்தி, முருகேசனுடைய எள்ளு வயல்களில் கோப்புக் கொடுத்துள்ளது. மழையில் யாரும் பார்த்திருக்க மாட்டார்கள். அதுவாட்டுக்கு நிமிச்சர மேய்ந்தும் ஓலக்கியும் போட்டிருக்கிறது. எல்லாச் செடி களும் சொடக்... சொடக் கென முறிந்திருக்கும். அதுவும் மழையில் உறங்கிப் போகும் மிளகாய் செடிகளை தொட்டாலே சவண்டு படுத்துவிடும். மாடு மிதித்தால்..? நாலைந்து பேர் மாடுகள் மொத்தமாய் இறங்கினால்.. பாத்தி பாத்தியாய் யாவும் குலோஸ்தான்.

எப்படியும் தெண்டம் வாங்காமல் போக மாட்டார்கள் என தெரிந்தது. வெகுநேரம் கேட்டது சண்டை. ரோட்டோரமே நின்று கொண்டிருந்த நோஞ்சானுக்கு இன்னக்கி வெல்லுவையாய் நம்மை உரித்து விடுவார்கள் என நினைத்து பக்கத்து வேப்பங்குளத்து

உப்பு வண்டி மாமா வீட்டில் நுழைந்தான். அப்போதுதான் தூக்கு வாளி, கம்பு நினைவுக்கு வந்தது. 'அய்யய்யோ.. அது மரவெட்டி கண்மாய் கரையிலேயே கிடக்கே.. இது வேறயா..?'

'ஏம்ப்பா.. மாட்டை விட்டுட்டு எங்கப்பா போனே.. பூராப் பயித்தையும் ஒலக்கி நாசம் செய்து விட்டது. இப்ப வீட்டுக்குப் போனே.. ஒங்கப்பேன் கொலையாய் கொன்னுருவான்.. பேசாம வீட்டிலேயே சாப்பிட்டு படுங்க.. காலையிலே நான் பேசிக்கிறேன்..' என ஆதரவாக பேசினார் வேப்பங்குளத்து மாமா.

அவர் பாவம், ஒன்டிக்கட்டை. அவராக சமைத்து சாப்பிட்டுக் கொண்டு ஒத்த மாட்டு வண்டியில் உப்பு விற்று பிழைப்பு ஓட்டிக் கொண்டிருந்தார். அத்தைக்கு கொஞ்சம் புத்தி சுவாதீனம் இல்லாததால் பவுர்ணமி, அமாவாசைக்கு எங்காவது ஓடி விடுவார். காட்டின் எந்த காட்டுக் கருவேலி ஊத்திலயாவது கூட்டிப் பிறக்கிக் கொண்டிருப்பார். இரவில் தானாக கேட்கும் பரட்.. பரட் சப்தம். மாமாதான் தேடிப் போய் வாமா.. வாமா.. என கைத்தாங்கலாக வீட்டுக்கு அழைத்து வருவார். வந்தாலும் நாலைந்து நாள் தான். அப்புறம் எந்த கரையிலாவது போய் உட்கார்ந்து கொள்வார்கள்.

கூட்டிட்டு வந்து முகத்தையாவது பார்த்துக் கொண்டிருந்த வேப்பங்குளத்து மாமாவுக்கு அமாவாசைக்கு முந்தின நாள் போன அத்தை மீண்டும் வீடு திரும்பாதது தலையில் பேரிடி இறங்கியது. எங்கு தேடியும் கண்டு பிடிக்க முடியவில்லை. நாலு இடத்தில் குறி கேட்டாலும் அது தெற்கே போய் மறைஞ்சிருச்சுப்பா.. என்றே சொன்னார்கள். அதிலிருந்து மாமா உடைந்து போய்விட்டார். சதா பொடியை சரட்.. சரட் யென உறிஞ்சி, பித்துக்காலை ஒரு பக்கமாக இழுத்துக் கொண்டு ஊர் ஊருக்கு உப்பு விற்கிறார்.

புளிக்குழம்பு வைத்திருந்தார், மொச்சை பயறைப் போட்டு. மசாலை சரியாக சேராவிட்டாலும் பசியால் நோஞ்சானுக்கு நன்றாகத்தான் இருந்தது. நாலைந்து கவளம் தான் வாய்க்குள் போயிருக்கும். மாமா வீட்டு வாசலில் யாரோ வருவது தெரிந்தது. யாரென பார்ப்பதற்குள் மாமா எழுந்து,

'அடே.. வேண்டாம்.. பத்தாப் பய.. அடிச்சா செத்துருவான்.. சொல்றதே கேளு..' என தடுத்தார்.

ஊகூம். பின் மயிரை கொத்தாக பிடித்து இழுத்துக் கொண்டு போனார் அப்பா. கத்தியவர்கள் இன்னும் வீட்டு வாசலில் தான் நின்றார்கள். பனை மட்டை நாறை வைத்து சப்பு.. சப்பென அடித்து கொண்டே இழுத்துப் போனார். புழுவாய் துடித்தான்

நோஞ்சான். அவன் அலறுவதைப் பார்த்து சண்டை போட வந்த வர்கள் வாயடைத்து நின்றனர். வெல்லுரி. உடம்பு முழுக்க சாட்டை சாட்டையாய் தடுப்பு. வில்வநாதன் சித்தப்பா மனைவி மனம் மாறி,

‘சரி.. சரி விடுங்க.. மாடு மேய்ந்ததுக்காக பச்சப்பயலே அடித்தே கொன்னுராதீங்க..’ என கூறி விட்டு அங்கிருந்து போய்விட்டாள்.

ஆட்டுக் கன்னியை எடுத்து வந்து தந்தி மரத்தில் கட்டி வைத்து ஆத்திரம் தீர மட்டும் அடித்தார். ஒரு கட்டத்தில் அம்மா வந்து தடுத்தாள்.

‘வேணாங்க.. செத்துப் போயிருவான்.. படுவா.. எம்பூட்டு அடி வாங்கினாலும் உலுத்திருது.. என்ன செய்ய.. கொல்லவா முடியும்..?’

கத்திக்கத்தி நோஞ்சானுக்கு தொண்டை கட்டியிருந்தது. இனி சத்தம் கேட்காது. தலையை கீழ் தொங்கப் போட்டு திகுதிகுவென எரியும் உடலை தேற்ற முடியாமல் தேம்பி தேம்பி அழுது கொண்டிருந்தான்.

‘தாயோலி மாடு மேய்ச்சுட்டு வாடான்னா.. ஊரே மேஞ்சுட்டு வாரான்.. மாடு வந்து எவ்வளவு நேரம் ஆச்சு.. இவன் தாயோலி எப்ப வாரான் பாரு.. எங்கயோ போயி படுத்துக் கிடந்துட்டு வருது.. இத்தினியாவது தினுக்குக்கிறது வேணாம். ஊர்பய வீட்டுக்கு வந்து கேட்காத கேள்வியெல்லாம் கேட்டு விட்டு போகிறான்.. தாயோலி அப்படியே செத்துப் போயிரு... எனக்கு பிள்ளை இல்லேன்னு நினைச்சுட்டுப் போறேன்.. இரவு முழுக்க யாராவது அவனை தந்தி மரத்திருந்து அவிழ்த்தா உரிச்சுப்புடுவேன். காதை அறுத்து சுட்டு தின்று விடுவேன் ஆமா..’

யாரும் எதுவும் பேசவில்லை. நோஞ்சான் பக்கம் வரவே இல்லை. வீட்டு முற்றத்தில் மரச்சேரைப் போட்டு நோஞ்சானை பார்த்தவாறு வெத்திலை போட்டுக் கொண்டிருந்தார் அப்பா. சாப்பிட்ட கையில் இன்னும் ஒன்றிரண்டு பருக்கைகள் ஒட்டி யிருந்தது. தேம்பி.. தேம்பி தந்தி மரத்தில் நின்றவாறு தூங்கிப் போனான் நோஞ்சான்.

3

சாயாந்திரப் பொழுது விழுந்து கொண்டிருந்தது. காடு கரைக்கு போனவர்கள் வீடு திரும்பிக் கொண்டிருந்தனர். ஆடு, மாடுகள் நாள் பூராம் மேய்ந்த புட்களை அசைபோட்டு கொட்டடியில் படுத்துக்கிடந்தன. வீட்டு முற்றத்தில் வைக்கோல் படப்பையொட்டி வரிசையாக தும்பில் மாட்டப்பட்டிருக்கும் ஆடுகளுக்கு சிறிது நேரத்தில் அம்மா கருவக்காய் வைப்பாள். மேயாத கழுதைகள் விடிய விடிய பசியால் கத்தி உயிரெடுக்கும். மூக்குப் பிடிக்க மேய்ந்தது கூட சீக்கிரம் சீக்கிரமாக அசைபோடும், கருவக் காய்க்கு வயிற்றில் இடம் வைக்க. மாடுகளுக்கு கூலம் போட நேரம் ஆகும். படப்பை சுற்றிலும் அடித்திருந்த முள் படலில் வெயில் பட்டு மஞ்சள் பல்லைக் காட்டியது. ஒன்றிரண்டு பூச்சிகள் வெயிலில் பல்டி அடித்து விளையாண்டு கொண்டிருந்தது. வீட்டு வாசலில் உட்கார்ந்து நோஞ்சான் வேடிக்கை பார்த்தான்.

ரோட்டில் ஆட்கள் போய்க் கொண்டிருந்தனர். கிழக்கால் இருக்கிற பூக்குளம், வண்ணாம்பிச்சை, சாலை, காத்தாகுளம், கீழச் சிறுபோது, மேலச்சிறுபோது, இதம்பாடல், சிக்கல் உள்ளிட்ட ஊர்களுக்கும், மேற்கால் முனியங்கோயில், கடலாடி, சாயல்குடி, முதுகுளத்தூர் செல்வற்கும் நடு மையம் இளஞ்செம்பூர். ரோட்டோரத்து வீடு என்பதால் அனைத்து ஊர் ஆட்களையும் பார்த்துக் கொண்டிருந்தான். ஊர் ஆட்கள் என்றால் எதாவது பேசிவிட்டுப் போவார்கள். வேத்து ஆட்கள் சும்மா பார்ப்பதோடு சரி; உம்மனா மூஞ்சியாகப் படும். வாகனங்களில் போவோர் விருட்டென போய் மறைவர். கரைப்புளியில் விட்டு விட்டு கத்தும் பறவை யாரையோ அழைப்பது போல் இருந்தது. எல்லோருடைய வீடுகளிலும்

ஆட்கள் பேசிக் கொண்டிருந்தனர். வீட்டில் அப்பாவைத் தவிர யாவரும் இருந்தனர். அண்ணன் ஆட்டுக்கு வேப்பங்கொல ஒடிக்கக் கூப்பிட்டது.

'வாடா.. வீட்டோரத்து வயல்லே ஒடிச்சிட்டு வந்திரலாம்..'

'நான் வரலே..' என்றான்.

'ஏம்ப்பூ.. என்ன அயிமாசு பார்க்கிறே.. ஒடித்துப் போடும் கொலயை வந்து பிறக்க ஒனக்கு மேல் வலிக்கு..'

நோஞ்சான் காதில் வாங்கவில்லை. ஏதோ யோசனையில் இருப்பது போல முகத்தை இறுக்கமாக்கி பாவலா காட்டினான். நின்று பார்த்து விட்டு முறைத்துக் கொண்டு போய் விட்டது. கொஞ்ச தூரம் போய்விட்டு 'மாட்டுக்கு படப்பில் இருந்து புடுங்கி கூலமாவது போடு..' என கூறியது. லேசாக திரும்பி அம்மாவைப் பார்த்தான். அது ஏதோ அடுப்படியில் வேலையாக இருந்தது. ஆட்டுக் குட்டி ஒன்று கத்தியது. இரண்டு கிடாய் குட்டிகள் அதற்குள் கன்னியை திருகிக் கொண்டு நின்றது.

பெட்டி நிறைய பீர்க்கங்காயோடு நல்லம்மாள் பாட்டி வந்து கொண்டிருந்தாள். சிறு பெட்டி என்றாலும் பீர்க்கை துருத்திக் கொண்டு தெரிந்தது. நல்லம்மாளுக்கு கூன் விழுந்த தேகம். நரைத்த முடி நாலாபுறமும் தொங்கியது. வளத்தி இல்லே. பம்பை மாதிரி காய்ந்து கிடக்கும் கதிர் தாள்களாய் பிய்ந்து நைந்து காற்றில் பறந்தது. அவளது கொள்ளை பண்டாரம் பிச்சையோரம் உள்ளது.

'என்ன பாட்டி பீர்க்கங்காயா..' என்றான் நோஞ்சான் தெரிந்து கொண்டே...

'யாரு..' என்றாள். கண் வேறு அவிஞ்சு வந்தது. தூரமாய் அசையும் யாவும் சிறு புள்ளியாய் அங்கிங்கும் இழுத்த சாக்பீஸ் கோடுகளாய் தோத்தும். நெற்றியில் கை வைத்து சுருக்கிப் பார்த் தாலும் வெள்ளைக் கோடு அசையும். நாலடி தூரம் என்றால் பார்வை காட்டிக் கொடுக்கும். முற்றத்தில் போனவள் வாசல் படியோரம் கிட்ட வந்து கேட்கு முன்,

'நான் தான்த்தா நோஞ்சான்..' என்றான்.

'ஆமாப்பா.. வேணுமா..?' என்றாள்.

'இல்லத்தா சும்மா கேட்டேன்.. அப்புறமா வாரேன்.. கதை கேட்க..'

'நான் என்ன கதையே சொல்லப் போறேன்... வா.. வா.. வந்த கதையே சொல்லவா.. நான் வாழ்ந்த கதையே சொல்லவா.. எதை சொல்ல..?' என சலித்துக் கொண்டே போனாள்.

ஊரில் கதை சொல்லும் நாலைந்து பாட்டிகளை நோஞ்சானுக்கு ரொம்பப் பிடிக்கும். மாடு மேய்த்து வந்தவுடன் வீட்டில் பச்சரிசி, அவியல் அரிசி, சக்கரை வள்ளிக் கிழங்கு, கேப்பை ரொட்டி என இருப்பதை எடுத்து தின்று விட்டு ஓட்டமும் நடையுமாக நல்லம்மாள் கிழவி, நளாயினி, வீரமாளி, இருளாயி, செல்லம்மா கிழவிகள் என யார் இருந்தாலும் 'பாட்டி.. பாட்டி..' என போய் ஒட்டிக் கொள்வான். காட்டுக்குப் போய்விட்டு ஐந்து மணிக்கு மேல் தான் வீடு திரும்புவார்கள். ஒவ்வொருத்தரும் ஒரு வகை.

நளாயினி பாட்டி பேய், முனிக் கதைகளையும், கனவின் நிமித்தத்தையும் பலிதமாய் சொல்வாள். ஊங்கட்டிக் கொண்டே கதை முடியும் போது கனவின் முகம் தெரிந்திருக்கும்.

'அடே.. பெரிய ஊரணியில் அமர்ந்து என்னேரமும் ஒருத்தி படித்துறையில் மஞ்சள் அறைத்து அறைத்துப் பூசிக் கொண்டிருந்தாடா.. இரவு பகலென பாராமல் பூசினாலும், அதிகமாய் மொய் இருட்டில் ஆரம்பித்து மை இருட்டு வரை விடமாட்டாள். அந்தப் பக்கம் நடுக்கூர் சாமத்தில் யாராவது போனால் சரக்.. சரக்.. சலப்.. சலப்.. என சப்தம் கேட்கும். என்னடா இவ இப்படியே செய்யுறா என நினைத்து நான் ஒரு நாள் பொழுது சாய படித் துறைக்குப் போயி,

'ஏத்தா.. நீ யாரு.. ஏ இப்படி பொழுதன்னைக்கும் உட்கார்ந்து மஞ்ச பூசிக் கொண்டிருக்கிறே..' என கேட்டேன். அவ்வளவு தான்.. எல்லா மஞ்சளையும் ஊர்ருக்குள் திருப்பி விட்டு எதுவும் பேசாமல் தண்ணீரில் போய் மொங்கிக் கொண்டாள். அவள் திருப்பி விட்ட மஞ்சள் பெரிய ஊரை நோக்கி குடுவையில போகும் புகை மாதிரி போனது. மஞ்சளை சுற்றிலும் ஒருவித மினுமினுப்பு. அதன் நிழலில் நெட்டுவாக்கில் தரையை ஒட்டி நீண்ட கூந்தல் மட்டும் போய்க் கொண்டிருந்தது. அது மஞ்சளின் வாகில் நெளிந்து வளைந்து போக முதலில் ஊரில் யாரும் பார்க்கவில்லை. நம்ம பெரியசாமி மகன் கந்தன் தான் முருகன் கோயிலுக்கு முன் மந்தையில் நின்று கத்தியுள்ளான்.

'ஆத்தாடி அங்க பாருங்க கண்மாய் கரையே என்னமோ வருது.. கீழா கருப்பா.. மேல மஞ்சளா..' பெரிய ஊரணிக்கு நேராக

வந்தால் ஊருக்குள் இருக்குற முருகன் கோயில் மறிக்கும். அதான் நொப்பனோலி பம்மி பம்மி கரை வழியே வந்து முளக்கொட்டு திருணை வழியா ஊர் தெருக்களில் அலைந்தது. பக்கத்தில் போக ஊர் சனத்துக்கு பயம். மஞ்சளை சுற்றிலும் இருந்த தகதகப்பு வீதி களை வெளிச்சமாக்கிப் போனது. முதலில் வடக்கோர முற்றங்கள் வழியாக அலுங்காமல் அந்தரத்தில் ஊரும் மஞ்சள் பாம்பு மாதிரி நகர்ந்தது. எங்கும் திரும்பவில்லை. அப்படியே போய் தவசு வீட்டை ஒரு சுற்று சுற்றி உள்ளே நுழையாமல், தெற்கு வலவில் கால் வைத்தது. யாரும் வீட்டை திறக்கவில்லை. பெரிய கல்லுவீட்டு முற்றத்தில் வந்து கொஞ்ச நேரம் நின்று அண்ணாந்து பார்த்தது. ஊரில் ஹே.. ஹே.. யென சப்தம். என்னமோ நடக்கப் போவதை உணர்ந்தனர்.

இது எங்கிருந்து வருகிறது.. யார் ஏவி விட்டது என எதுவும் தெரியவில்லை. இருளாயி அம்மன் கோடாங்கி உடுக்கை எடுத்திருந்தார். சனம் அவர் வீட்டு வாசலில் போய் குவிந்தது.

‘அய்யா எப்படியாவது அதை ஊருக்கு வெளியே விரட்டுங்க.. அது எதுக்கோ வந்த பேயி.. ஊரை அழிக்காமே விடாது.. சீக்கிரமா செய்யுங்க.. ஒவ்வொரு தெருவா வேவு பார்க்கு..’ என கதறினர்.

கல்லுவீட்டை பார்த்து கிளம்பிய மஞ்சள் பாம்பு, தெற்கு வலவின் கடைசி வீட்டு முகட்டு மேல் நின்று லேசாக சப்தம் எழுப்புவது போல் இருந்தது. உற்றுக் கவனித்தால் அது ஒரு பெண்ணின் அழுகை போல் இருக்கும். கீழ் பறந்து வந்த கூந்தல் பாதையெங்கும் விரிக்கப்பட்ட சேலையாய் கிடந்தது. மஞ்சளின் கால்கள் அதில்தான் நடக்கிறது போலும். அங்கிங்கும் கலங்கி மீண்டும் உருக்கொண்டு மேற்கே பார்த்து திரும்ப, பரவிக் கிடந்த கூந்தல் நாலடிக்கு தரையில் இருந்து மேல் எழும்பி போனது. கூந்தலில் யார்யாரோ இருப்பதாகப் பட்டது. எங்கும் கூட்டமான கூட்டம் போல் அரவம். மஞ்சள் மேற்கே கார்த்திகா வீட்டுக்கு போனபோது முற்றத்தில் கிடந்த நாய் எக்கி எக்கி குலைத்தது. எல்லாம் கொஞ்ச நேரம் தான் அதன் கண்களில் மஞ்சள் பூத்து, வாலை ஆட்டி வீட்டுக் கோடியில் போய் மஞ்சமஞ்சேர் என படுத்துக்கொண்டது.

இது மட்டுமல்ல எந்தெந்த வீட்டில் நின்றதோ அங்குள்ள முற்றம், கோடிகளை சுற்றிலும் மஞ்சள் வண்ணம் அடர்த்தியாய் பெயிண்ட்டை தரையில் கொட்டியது போல படிந்திருந்தது. மேல் ஒன்றிரண்டு முடி. அதுவும் இழுக்க இழுக்க வந்து கொண்டே

இருக்கும் கூந்தல். ஒரு முடியைக் கொண்டே வீட்டை சுற்றிலும் கட்டி விடலாம் போலிருக்கு. என்ன காரணம் ஒன்றும் விளங்க வில்லை.

அதற்குள் கோடாங்கி டும் டும்டா.. டும்.. டும்டா.. என உடுக்கை குறியை ஆரம்பித்திருந்தார்.

'உட்கார்ந்து பார்த்தண்டா தம்பி.. அது ஒன்னுமில்லே தம்பி.. சும்மா இருந்த சங்கை யாரோ ஊதி விட்டிருக்காங்கடா தம்பி.. அதனாலே ஊருக்கு ஒன்னும் நட்டமில்லேடா.. ஆனா.. ஆனா.. நாலைந்து பேருக்கு.. குறியாயிருச்சுடா தம்பி.. இனி அது நடந்து தான்டா சொல்லும்.. விதியை விலக்க கூடாதுடா தம்பி..' என வைத்தார். அவர் உடல் ஆடி அடங்கியது. முத்துமுத்தான வியர்வை துடைத்துக் கொண்டே.. சனத்துக்கு விபூதி கொடுத்தார். யார் யார் வீட்டில் அந்த மஞ்சள் நின்று படிந்ததே அந்த வீட்டு ஆட்களுக்கு மட்டும் விபூதி கொடுக்கமாட்டேன் என்றார் கோடாங்கி..

'ஒன்னும் புரியலேயே கோடாங்கி..' சனம் விக்கித்து கேட்டது.

'அதற்கு மேல இருளாயியும், மாடனும் சொல்லக் கூடாதுங் குறாங்க.. நான் என்ன செய்ய.. மீறிச் சொன்னா.. குடிநாசம் வந்துரும்..' என்றார்.

ஊர் விடவில்லை. 'இப்படி வகைதொகை இல்லாமல் நுனியை புடுச்சா எப்படி..?'

'நான் உயிரோடு இருக்கணுமா.. வேண்டாமா..' கோடாங்கி வார்த்தையில் அனல்.

பரிதவித்த சனம் வாயடைத்தது. அதற்குள் அந்த பக்கமாக நளாயினி கிழவி வந்து கொண்டிருந்தாள்.

'என்னடா பூராப் பயலும்.. கோடாங்கிட்டே மல்லுக் கட்டுறீங்க..' என்றாள் சாவகாசமாய்.

கார்த்திகா வீட்டைக் கடந்து மஞ்சள் பாம்பு அந்தரத்திலேயே ஊர்ந்து போனது. இதுவரையிலுமாக இறந்த ஒட்டுமொத்த ஆவிகள் எல்லாம் சேர்ந்து ஊருக்கு மேலே ஊர்வலம் போவது போல பட்டது. எங்கும் ஒருவித மஞ்சநெத்தி வாசனை தெற்கு வலவை தாண்டியவுடன் வந்தது. மஞ்சள் பாம்பு வேற யார் வீட்டுக்கும் போகவில்லை. நேராக மீண்டும் பெரிய ஊரணி பக்கம் போனது. காட்டுவாக்கில் போய், வண்ணான் ஊரணியை கடந்து

பெரியதின் நடுவில் மையமிட்டது. சப்பட்டையாக அதுவரை ஊர்ந்து போன மஞ்சள் புகை திடீரென நெட்டுவாக்கில் வானத்துக்கும் பூமிக்குமாக நின்றது. சூறாவளிக் காற்று சுற்றுவது போல சிலநொடி சுற்றி விட்டு பொதுபொதுன்னு ஊரணிச் சுழியில் உள்ளே போனது. நெடு கூந்தல் மட்டும் அன்றைய இரவு முழுவதும் ஊரணியை மூடிக் கிடந்தது.

ஊரணிக்குள் போய் மஞ்சள் புகை அமைதியானதை உணர்ந்த நளாயினி கிழவி,

'இப்ப என்ன சனத்துக்கு.. அது எதுக்கு வந்தது என தெரியவேண்டும்.. அவ்வளவு தானே..?'

'ஆமா..' ஊர் முழுக்க ஓரே குரல்.

'நாளை பொழுது சாய்வதற்குள் மஞ்சப் புகை சுற்றிய வீட்டில் இழவு விழுகுமுடா..' என கூறிவிட்டு விருவிருவென காலனியை நோக்கி நடந்து விட்டாள். அவள் போகும் போதும் பெரிய ஊரணியில் மஞ்சனத்தி வாசனை தூக்கியடித்தது. சரட்.. சரட்.. சலப் .. சலப்..' என, இப்போது எதுவும் கேட்கவில்லை நளாயினி. படித்துறையைப் பார்த்து லேசாக சிரித்து விட்டு வீடு நோக்கிப் போனாள் நளாயினி. மறுநாள் காலையில் நான்கு பேர் வீட்டிலும் ஒப்பாரி கேட்டுக் கொண்டிருந்தது. ஓரே நாளில் நான்கு பிணம்.

கதையை முடிக்கும் போது நோஞ்சானை சுற்றிலும் மஞ்சள் பாம்பு ஊர்வதாக உணர்ந்தான்.

'இது என்னைக்குத்தா.. நடந்தது..' நோஞ்சான் மெண்டு விழுங்கி கேட்டான்.

'அது எதுக்கு உனக்கு.. கதையை கேட்டுட்டு போயிறணும்.. தூக்கி சுமக்கக் கூடாது.. என்ன..?' என நளாயினி கிழவி எச்சரித்து அனுப்பினாள்.

நளாயினி எப்போதுமே அப்படித்தான். அரூபங்களோடு தானாக பேசுவது, கனவுகளின் பொருள் சொல்வது என ஊரில் தனித்த பாட்டியாக இருந்தாள் நளாயினி.

ஒரு நாள் காலையில் எழுந்தவள் காலனி வீட்டின் கிழக்கே நடந்தாள். அவளின் கால் பெருவிரலைப் பார்த்தே போன நளாயினி, கடைசி கூலக்கிடாய் வீட்டில் நின்று அடே.. கூலே.. கூலே.. என சத்தம் கொடுத்தாள்.

காலையில் நளாயினி வந்து நின்றதும் பதறிப் போன கூலக் கிடாய், என்ன ஏதென கேட்க, பண்ணந்தைக்கு வாக்கப்பட்டுப் போன ஓ மக.. பொட்டப் புள்ளே பெக்கப் போறாடா.. சீக்கிரமா போய் பாரு..' என கூறி விட்டு திரும்பி விட்டாள். வரும் போது சாதாரணமாக வந்தாள். எப்படித்தா அம்பூட்டு கரைக்கெட்டா சொன்னே.. என நோஞ்சான் ஒருநாள் கேட்க,

அது ஒன்னுமில்லப்பா.. என நோஞ்சானை வாஞ்சையாக அணைத்துக் கொண்டு கூறினாள்.

'மத்தியான வெயில் சுடு தண்ணியை ஊர் முழுக்க ஊற்றிக் கொண்டிருந்தது. ஊத்திய இடத்தில் இருந்து சுர்சுர்ரென ஆவி கிளம்பியது. தெருவில் ஈக்குஞ்சிக்கூட இல்லே. நான் வீட்டுக்குள்ள உட்கார்ந்து பருத்தி ஆஞ்சு கொண்டிருந்தேன். வானத்திலிருந்து யாரே வெயிலை அருவியாக கொட்டினர். கால் வைத்தால் பொசுக்கி விடும். எனக்கே லேசா படபடப்பா இருந்தது. அந்த கட்டகட்ட உச்சிவெயில்லே ஒருத்தி செருப்பு போடாம மாம்பழம் விற்றுக் கொண்டு வந்தாள். சத்தம் பெலமாய் கேட்டது.

'மாம்பழம் வாங்கலயோ.. மாம்பழம்.. மாம்பழம் வாங்கலயோ மாம்பழம்..' கனீர் குரல். வீட்டு முற்றத்தில் நின்று அழைத்தாள்..

'ஏத்தா ஒரு மாம்பழம் வாங்கிப் பாருத்தா.. தேனா இனிச்சு கிடக்கும். அப்புறம் நீ விடமாட்டே.. நாக்குல ஒட்டிக்கிட்டே வரும்த்தா..' வெயிலில் நின்று கெஞ்சியதைப் பார்க்க பாவமா இருந்தது.. சரி உள்ளே வந்து கூடைய இறக்கு.. என கூறினேன்.

அதுக்காகவே காத்திருந்தவள் போல வேகமாக படியேறி வந்தாள். குந்தாணி மாதிரி தேகம். காதில் தண்டட்டி மாட்டி இருந்தாள். இங்கிட்டுத்தான் மேகாட்டே பக்கம் ஊரு.. என்றாள்.. பேரு சின்னாத்தா எனவும் கூறினாள். கேட்க கேட்க இனிக்கும் குரல், பிசிர் இல்லாமல் வந்தது. வெத்திலை போடுவாள் போலிருக்கு.. உதடெல்லாம் ரத்தச்சிவப்பு.

'ஏத்தா வேகாத வெயில்லே இப்படி அலையிறேயே.. செத்த நிழலில் குத்தவச்சுட்டு பொழுது சாய யாவாரம் பார்த்தால் என்ன..? என்றேன்.

'நம்ம உடம்பு வெயில்லேயே கிடந்து வெந்துருச்சுத்தா.. அதுனாலே ஒன்னும் செய்யாது..' என்றாள்.

மாம்பழக் கூடையை இறக்கி வைத்தவுடன் அவள் சொன்ன மாதிரி கமகமவென வீடு முழுக்க மணத்து கிடந்தது. மாம்பழத்தை

அப்படியும் இப்படியும் திருப்பிப் பார்த்துக் கொண்டிருக்க அப்படியே கடித்து தின்க ஆவலாதி ஊறியது.

'என்னத்தா ஊறுதா.. இந்தா வச்சுக்கோ.. நா வாரேன்..' என மாம்பழக் கூடையை நடுவீட்டில் வைத்து விட்டு ஏதும் சொல்லாமல் விருவிருன்னு போய்விட்டாள். முழித்துப் பார்த்தாள் கனவு. அப்பத்தான் யார் வீட்டு குமரியோ பொம்பளப் பிள்ளை பெக்கப் போறா.. என நினைத்து கால் வழியே போனா.. நம்ம கூலக்கிடா வீட்டுல போய் நிற்கிறது..' என முடித்தாள். அன்று 11 மணி வாக்கில் கூலக்கிடா மகள் செவ்வந்தி அழகான பெண் குழந்தையை பெற்றெடுத்தாள்.

நளாயினி கிழவி நடந்ததை, நடக்கப் போவதை சொன்னாலும் நோஞ்சான் அதை கதையாகவேதான் கேட்டான்.

நளாயினி இப்படி என்றால் நல்லம்மாள் கிழவி வேறு மாதிரி.. ஆம்.

அவள் கூறும் கதைகளில் பறவைகளும், விலங்குகளும் நிறைந்திருக்கும்.

ஒரு ஊரிலே.. ஒரு பெரிய்ய ஊரணி இருந்துச்சு.. அதன் நடுக்கே முரட்டு புளியமரம். அதில காக்கா, குருவி, மைனா, மரங் கொத்தி, கிளி, காடை, புறா என எண்ணிக்கையில்லா பறவைகள் ஒன்னாமன்னா வாழ்ந்துச்சு. மரமும் நாலு ஆளு சேர்ந்து பிடித்தாலும் கைக்கு அடங்காது. பப்பரப்பா என கிளை பரப்பி அரைக் குறுக்கத்துக்கு வானத்தை மறைத்து நிற்கும். அதிக உசரம் என்பதால் பாம்புகீம்பு அவ்வளவு சீக்கிரம் ஏறமுடியாது. தண்ணீரில் நின்று நின்று மரப்பட்டைகள் நமந்து சொரசொரப்பு ஒடுங்கி வழுவழுவென பாசிபடர்ந்திருந்தது. தண்ணீர் பூச்சி ஏறினால் கூட உடனே வலுக்கும். கரையில் இருந்து பார்க்க கண்ணுல ஒத்திக்கிற அழகா இருக்கும். அந்த ஊரணிக்கே மரம் தான் பெருமை. இந்தப் புளிக்கு மனுசமக்கள் யாரும் போக முடியாது. ஊரணி நாலைந்து ஆள் மட்டம். வெட்டெடுத்த ஊரணி எசவு அதிகம். நீச்சல் தெரிந்த ஆட்கள் போனாலும் திரும்பி வருவது கஷ்டம்தான். அலிச்சேறு உள்ளிழுத்துக் கொள்ளும். பெரும் பாலும் யாரும் போவதில்லை.

இப்படி இருக்கும் போது, ஊரில் திடீர் திடீரென சிறுவர்கள் காணாமல் போயினர். யாருக்கும் எதுவும் விளங்கவில்லை. விளையாடப் போனவர்கள் ஊரணியில் குளிக்கப் போனவர்கள் என மாயமாயினர். நாலைந்து சிறுவர்களுக்கு மேல் மாயமாக

ஊர் அல்லோலப்பட்டுக் கொண்டிருந்தது. கோடாங்கி குறி, மையோட்டம் என எது வைத்துப் பார்த்தாலும் மட்டுப்படவில்லை. அவரவர் பிள்ளைகளை வெளியே விடாமல் பூட்டி வைக்க ஆரம்பித்தனர். அசந்து மறந்து ஊருக்கு வேத்து ஆட்கள் வந்தால் பிள்ளை பிடிக்க வந்துவிட்டான் எனக் கூறி கட்டி வைத்து அடித்தனர். அந்த ஊர்க்காரர்கள் வந்து மீட்டால்தான் உண்டு. சனத்துக்கு யாரைப் பார்த்தாலும் பயம். நாளாக நாளாக வீட்டு முற்றத்தில் கூட சிறுவர்களை பார்க்க முடியவில்லை. ஒருவகை தெகையும் தெரியாததால் ஊர் பேந்த பேந்த விழியில் விக்கித்து நின்றது.

பொழுது சாய ஒருநாள் வீட்டுக்கு வராத காளை மாட்டைத் தேடி மங்கம்மா பெரியஊரணிப் பக்கம் போனாள். நடுவில் தான் ஒரு மரம், ஊரணியைச் சுற்றிலும் வேப்பு, புளி என ஏகப்பட்ட மரம் உண்டு. அங்குதான் வீட்டுக்கு வர மனமில்லாத மாடுகள், ஆடுகள் படுத்திருக்கும். ஊரணி தெற்குப்புற கரையில் அப்படியொரு சுகவாசி இருக்கும் போலும். மங்கம்மா காளையும் அங்கு தான் அசைபோட்டு படுத்துக் கிடந்தது. போனவள் தற்செயலாய் ஊரணி மத்தி புளியைப் பார்த்துள்ளாள். ஒரு ராட்சத பறவை தனது காலில் எதையோ தூக்கிக் கொண்டு வந்தமர்வது தெரிந்தது. கோழி, குஞ்சியாய் இருக்கும் என நினைத்து உத்துப் பார்க்க ஆ.. யென நெஞ்சடைத்தது.

பொழுது இருட்டிக் கொண்டு வந்ததால் கரையை சுற்றி வந்து பார்த்தாலும் அதற்குமேல் ஒன்றும் தெரியவில்லை. இருட்டு உருவமாய் மாறி மரத்தின் உள் கிளையில் போய் அமர்ந்து கொண்டது. ஓட்டமும் நடையுமாக காளையை பத்திக் கொண்டு வீடு வந்தவள்,

நெஞ்சில் அடித்து கத்தினாள்.. 'ஏத்தே இங்க வாங்க.. அண்ணே இங்க வாங்க..' என ஊரைக் கூட்டினாள்.

சத்தம் கேட்டு கணநேரத்தில் சனம் வேலுச்சாமி வீட்டு முற்றத்தில் கூடியது.

'ஆத்தா ஏங்கொலயே.. அதை எப்படிச் சொல்லுவேன்.. என்னாலே நம்பவே முடியல.. ஆனா ஆண்டவன் தன்னானே நிஜம்..' என புதிர் போட்டாள்.

'நீ என்னத்தா பார்த்தே சொல்லு.. ஏ இப்படி பதறுறே.. என்ன நடந்துச்சு...' பால்ச்சாமி பொறுமையாய் கேட்டார்.

'அய்யா இத்தனை நாளா நாம பிள்ளைகள் காணாமல் போச்சுல.. அவர்களை வேறு யாரும் கடத்திட்டு போகலே.. ஆமா.. அது அது.. ஒரு பெரிய பறவைதான் அப்பூட்டு பேரையும் தூக்கிட்டு போயிருக்கு.. பெரியஊரணி புளியமரத்துல வச்சு சாப்பிட்டிருக்கு..' என திக்கித்திணறி கூறிவிட்டாள்.

'ஏத்தா கனவு கினவு ஏதாச்சும் கண்டீயா.. பறவையாவது பிள்ளைகளை தூக்குறதாவது.. எதாவது கோழிகிழியே கொண்டு போயிருக்கும். ஓங்கண்ணுக்கு இருட்டுல பிள்ளையா தோத்தி யிருக்கு..' பெருமாள் சாவகாசமாய் சொல்லிக் கொண்டிருந்தார். சனமும் அதுதான் சரியென ஆமோதித்தது.

'ஏ புருஷமேல சத்தியமா நான் பார்த்தேன்.. அது காலுக்கு இடையில.. பிள்ளைதான் இருந்துச்சு.. நீங்க வேணா.. இப்பப் போயி அந்த மரத்துல பாருங்க.. ஒரு பிள்ளையை கொத்தி தின்பது தெரியும். ஏந்த் தலதன்னானே கண்ணாலே பார்த்தேன்.. உடம்பே இன்னும் புல்லரிக்கு பாருங்க..' மங்காத்தா சேலையைப் போட்டு தாண்டுவது போல் அடித்து சொன்னாள்.

அவள் குரலில் இருந்த உறுதியை கண்டு எல்லாருக்கும் ஒரு மாதிரியாத்தான் இருந்தது.

'ஒரு பொம்பள இவ்வளவு படபடப்பா வந்து பொய் சொல்ல வேண்டிய அவசியம் எங்கிருக்கு.. நாலைந்து இளவட்டங்களை தண்ணியிலே நீந்தச் சொல்லி, புளியமரத்துல பார்த்துட்டா போகுது..' பேப்பாண்டி மங்காத்தாவுக்கு அனுசரணையாக பேசினார்.

இளசுகள் வேகப்பட்டனர். 'அக்கா சொல்வது உண்மையா இருந்தா அந்த மரத்தையே வெட்டிச் சாய்ச்சிருவோம்.. வாங்கடா..' நல்லா நீச்சல் தெரிந்த பத்து பதினைந்து பேர் புறப்பட்டனர். மறக்காமல் டவுசர் போட்டு கொண்டு போயினர். அரிக்கேன் விளக்கு, டார்ச் லைட்டுகளுடன் ஊர் அவர்கள் பின்னாடி போனது. பொம்பளைகளுக்கு கிலி என்றாலும் கிழவிகள் கூர்வாறாக வீட்டில் கிடந்த வில்வாறு, கவன் கட்டைகளை எடுத்துப் போயினர். 'ராட்சத பறவைங்கிறா.. ஆளை தூக்கிட்டு போகுறதா வேற இருக்கு.. அதுக் கிட்டே போயி வெறுங்கையிலே முழம் போட முடியுமா..? கையை வீசிக்கிட்டு ஆம்பிளைக போறாக..' என வேசாடு பட்டுக் கொண்டே நடந்தனர்.

பொழுது இருட்டை அவிழ்த்துவிட்டது. ஒன்றிரண்டு பறவைகளின் சப்தத்தை தவிர, ஊரணியில் பெரிசா பேச்சு

மூச்சில்லை. கிர்ரென்ற பூச்சிகளின் சப்தம் மட்டுந்தான். போகும் போதே ஊர் பெரியாம்பிளைகள் எச்சரித்திருந்தனர்.

'அடே.. யாரும் சத்தங்காட்டக்கூடாது.. அலுக்கம் கேட்டா பறந்துரும்.. தண்ணியில் மொங்கியே போங்க.. யாராவது கயிறு வைச்சுக்கோங்க.. ஒருத்தர் மேல போயி கொப்பில் கயிற்றை போட வரிசை மரத்தில் ஏறி விடலாம். பறவை ராட்சதமாக இருந்தால் கையில் இருக்கும் சூரிக்கத்தியால் வகுந்து விடுங்கள்..' ஊரணி போகும் வரை சொல்லிக் கொண்டே வந்தனர். மேட்டில் ஏறிய வுடன் கால்கள் பொக்கு நடையில் போனது. பெலக்க மூச்சுகூட கேட்கவில்லை. ஊரணி முழுக்க இருட்டு அடைகாத்து கிடந்தது. மரத்தில் கும்மிருட்டு. சிறு அசைவு கூட தெரியவில்லை. இருட்டு தூண் போல ஆரம்பித்து, மர வீட்டை தாங்கிக் கொண்டிருந்தது.

வேல்முருகன்தான் முதலில் ஊரணிக்குள் இறங்கினான். ஊரில் எப்போது நீச்சல் போட்டி நடந்தாலும் முதலில் வருபவன் அவன் தான். அவனுக்கு பின்னால் முருகன், பழனி, மூர்த்தி, வேலு, கார்த்தி, திருக்கண்ணன் என வரிசையாக போயினர். தண்ணி இருட்டு அசைந்து கொடுத்தது. இவர்கள் கை வைக்க கந்து கந்தாய் பிரியும் இருட்டு ஊரணி கரையோரம் ஒதுங்கியது. கண்ணிமைக்கும் நேரத்தில் மரத்தில் கால் வைத்தான் வேல்முருகன். பழனி கயிறோடு போய் அவனை தாங்கி விட்டான். குளத்துக்குள் சலப்.. சலப் என்ற அலையடிக்கும் சப்தம் கேட்கவாரம்பித்திருந்தது. மரத்தை சுற்றி நீந்திக் கொண்டே இருந்தனர் இளவட்டங்கள்.

இரண்டொருதரம் வலுக்கி விட தம்கட்டி ஏறினான் வேல்முருகன். அவன் பின்னாடியே பழனியும் போக என்று மில்லாமல் மனித கால் பட்டவுடன் படக்கென விழித்தது புளிய மரம். எத்தனையோ ஆண்டுகளாய் நின்றாலும் மனித வாடை பெரும்பாலும் அடிக்காது. லேசாக அசைந்து கொடுத்து அலுக்கம் காட்டியது புளி. வேல்முருகன் மேல் போனவுடன் பறவைகள் கீச் கீச்சென கத்த ஆரம்பித்தது. அத்தோடு கணநேரத்தில் சத்.. தென விழுந்த அடியால் நிலைகுலைந்த வேல்முருகன் மரத்திலிருந்து பிடியை தவற விட அங்கிருந்து ஊரணிக்குள் பொத் யென விழுந்தான்.

'ஆத்தா ஏங்... கொலயே..' என கத்தினாள் ராணி. வேல்முருகன் அம்மா. பின்னாடி போன பழனி சுதாரித்துக் கொண்டு கவட்டைக் கிளையில் அமர்ந்து கொண்டு, கையில்

சூரிக்கத்தியோடு இருந்தான். அதே வேகத்தில் சர்ரென மேலிருந்து பறந்து வந்து இறகால் சத்.. யென வைத்தது முகத்தில். அது அடிப்பதற்கும், பழனி கத்தியை நீட்டுவதற்கும் சரியாக இருந்தது. இறகில் சதக்கென பாய்ந்து கீறி விட்டது கத்தி. சுள்ளென காந்திய முகத்தை துடைத்தவாறு கயிற்றைக் கட்டி தொங்கவிட்டான். இளவட்டங்கள் கயிற்றை பிடித்துக் கொண்டு சரசரவென ஏறினர்.

'அடே பாத்து.. ஒரு ராட்சத பறவை இரண்டு சொலவு தெண்டி இறக்கையால் அடிக்க வரும் பதனம்.. நொப்பனோலியை கத்தியால் கிழித்திருக்கிறேன்..' என்றான் பழனி. அது மீண்டும் கீழ் வரவில்லை. மரத்துக்கு மேல் வட்டமிட்டுக் கொண்டிருக்கலாம்.

ஆத்திர அவசரத்துக்காக கட்டப்பட்ட மரக்கலம் ஒன்று ஊரணியில் எப்போதும் உண்டு. ஆளுப்பேரு விழுந்து விட்டால் அதில் போய்தான் தூக்கி வருவார்கள். அது கிழக்கு மூலையில் கிடந்தது. வேல்ச்சாமி, பெரியய்யன், பூச்சி, வில்லியண்ணன் நாலு பேரும் அரிக்கேன் விளக்கு, டார்ச்சுடன் மரக்கலத்தில் ஏறி புளியமரம் வந்து கயிறால் கட்டி அனுப்பினர். டார்ச் லைட்டை தூக்கிப் பார்க்க அவ்வளவாக ஒன்றும் தெரியவில்லை.

'இன்னும் கொஞ்ச ஏற வேண்டும்..' என திருக்கண்ணன் சொல்ல,

'அடே நல்ல கொப்பா பிடித்துக் கொண்டு கத்தியை ரெடியா வச்சுக்கோங்க.. அடிச்சாலும் இறக்கையை கிழிச்சு விட்டிருங்க.. கொப்பு பிடியை விடக்கூடாது.. சாக்கிரதை' பழனி.

மெல்ல மெல்ல மேல் ஏறி கைப்பத்தியை அடித்தால் எல்லாருக்கும் தூக்கி வாரிப்போட்டது. ஆம். ஒரு ஆள் உட்கார்ந்து சாப்பிடும் அளவுக்கு பெரிய்யா கூடு. அதை பார்க்கவே பயமா இருந்தது. தைரியத்தை வரவழைத்து வேலுதான் மேலேறி கூட்டை பார்த்தான்.

அவனுக்கு பேச்சு மூச்சு வரவில்லை. எல்லாரும் ஏறிப் பார்க்க ஆ.. வென ஒருத்தர் முகத்தை ஒருத்தர் பார்த்துக் கொண்டனர். எல்லாம் கொஞ்ச நேரம்தான். சல்லென வந்தது ஒரு பெரும் பறவை. இரண்டு பக்க ரெக்கை மட்டும் அம்பூட்டு பெரிசு. பழனி சொன்ன மாதிரி ஒன்னொன்னும் வட்டச் சொலவு தெண்டி இருந்தது. உருவாரம் பத்து வயது சிறுவனின் உடல். அது வந்த வேகத்துக்கு நாலைந்து இளவட்டங்களையாவது அடித்து தூக்கிப் போட்டிருக்கும். ஆனால் மூர்த்தி சமயோசிதமாக டார்ச் லைட்டை

விடாமல் அடிக்க, அது தற்செயலாய் பறவையின் கண்ணில் பட வேகத்தில் தடுமாற்றம் தெரிந்தது. இருந்தும் கீழ் வந்த இறகால் அலசிய ராட்சத பறவையை ஆளாளுக்கு கத்தியை நீட்டி குத்தி கிழித்திருந்தனர். ஊருக்கே வேசாடு இருக்கும் போது இளவட்டங் களுக்கு சொல்லவா வேண்டும்..? துடியாய் இருந்தார்கள். அத்தனை கத்தி கீறல்களையும் வாங்கிக் கொண்டு அந்தப் பறவை மேல் பறந்து கொண்டிருந்தது என்றால் எம்பூட்டு பெலம் வாய்ந்ததாக இருந்திருக்கும்..?

கூட்டில் இருந்ததை பார்க்க பார்க்க இளவட்ட ரத்தம் சூடேறியது.

‘தாயோலி பறவை தான்டா பிள்ளைக உசிரே எடுத்துருக்கு.. மங்கம்மா அக்கா சொன்னது நிஜம்தான்..’ என வாப்பாரிக் கொண்டே, கூட்டில் இருந்த எலும்புக் கூடு, மண்டை ஓடு, உடம் பெல்லாம் கொத்தி கொத்தி ரணமான ஒரு குழந்தையின் சடலம் என வரிசையாக கயிற்றில் கட்டி இறக்க இறக்க ஆண்கள், பெண்கள் அத்தனைக்கும் அழுகை பொத்துக் கொண்டு வந்தது.

இருளாயி கிழவி கத்தினாள்.

‘யார்டேடா டார்ச் இருக்கு.. மரத்து மேல அடிடா..’

வெளிநாட்டில் இருந்து தன் புருஷன் வாங்கி வந்த டார்ச்சை மரத்து மேல் அடித்தாள் தங்கம். எட்டுக் கட்டை பத்தி. வானத்தை வெளிச்சமாக்கியது. ராட்சத பறவை வட்டமிடும் திசையைப் பார்த்த அடுத்த கணம் இருளாயி கிழவி வில்வாறு எடுத்து வீசினாள். வானத்தில் சத் தென சத்தம். கொஞ்சநேரத்தில் ஊரணி தண்ணிக்குள் பொத் தென ஏதோ விழுந்தது.

இளவட்டங்கள் கூட்டைப் பிய்த்துப் போட்டு இறங்குவதற்கும் அந்தப் பறவை ஊரணிக்குள் விழுவதற்கும் தோதாய் இருந்தது. உடம்பெல்லாம் ரணமாய் எங்கடா விழுவோம் என பறந்த பறவைக்கு வில்வாறால் விடை கொடுத்திருந்தாள் இருளாயி. அடுத்த நாலைந்து நாட்களில் அந்த மரமே கிளைகள் வெட்டப் பட்டு மொட்டச்சியாய் காட்சி அளித்தது.

கதை சொல்லும் ஒவ்வொரு பாட்டிகளையும், கதைகளையும் நினைத்துக் கொண்டிருந்த நோஞ்சானுக்கு, மேற்குப்புறம் இருந்து வந்த சிறுவர்களின் ஹோ.. வென்ற சப்தம் கால்களை வா வா.. யென அழைத்தது. அப்புறம் என்ன? சிட்டாய் பறந்து விட்டான். மாடு, படப்பு, அம்மா என எதுவும் அவனை தடுக்க முடியவில்லை.

அங்கு போனால் அவனது சந்தோசத்துக்கு எல்லையில்லாமல் போனது. ஆம். வந்தது சர்க்கஸ் கூட்டு வண்டி. ஊர்ச்சிறுவர்கள் அம்பூட்டு பேரும் அதன்பின்னால். வண்டியில் இருந்து பத்து பதினைந்து அடி பின்னாடியே வந்தனர். வண்டிக்கு பின்னால் குரங்கும், கரடியும் வந்து கொண்டிருந்தது. எக்கி எக்கி பார்த்து ஒருத்தர் பின் ஒருத்தர் தள்ளிக் கொண்டு வந்தனர். போய்க் கொண்டிருக்கும் கரடி, தலகால் திரும்பி விட்டால்? கதை கந்தலாகி விடும். சிறுவர்கள் பதுங்கி பதுங்கி வர அவர்களோடு நோஞ்சானும் சேர்ந்து கொண்டான். கோடைகாலத்தில் வரும் சர்க்கஸ் வண்டி எப்படியும் நாலைந்து நாளைக்கு மேல் தங்கும். ஒரு இடத்தில் கூடாரம் அமைத்து தங்கிக் கொண்டு, ஒவ்வொரு ஊராக போய் சர்க்கஸ் போடுவர். அந்த பகுதி கிராமங்கள் முடிந்தவுடன் அடுத்த பகுதிக்கு சர்க்கஸ் வண்டி இடம் பெயர்ந்து விடும்.

ஊர் ஊருக்கு அலைந்து கொண்டிருக்கும் நெடு வழி பயணத்தில் யாவும்தான் வசப்படும் போலும். எத்தனையோ முகங்கள் கடந்து போய்க்கொண்டிருக்கும் வண்டியில் அசைந்து வரும் லாந்தரில் ஆடிக்கொண்டிருக்கும் சர்க்கஸ் கலைஞர்களின் வாழ்க்கை. நிற்காத அலையடிப்பில் வந்து நிற்கும் ரெங்கமணி. அச்சுக்குலையாத வட்டுக்கருப்பட்டி உடல்வாகு. பாவாடை தாவணியில் இடுப்பு, மூக்கு, தலையில் பாசிமணி கட்டி காலில் மாட்டிய கொலுசுடன் சல்.. சல்.. யென ஆடி வருகிறாள் தெருக் களில். அவளின் சிரிப்புக்கே ஊர் மயங்கி விடும். பச்சரிசி பல்வரிசையில், நவாப்பழ உதட்டில் வழி முழுக்க உதிரும் முத்தில் விடலைகளும், வாணி வடிக்கும் பெரியாம்பிள்ளைகளும் சொக்கிப் போவர். கால் பம்பரமாய் சுற்ற சுற்ற உருமி தானாக அதிரும். நிற்காத ஆட்டத்தில் காசு பணம் சட்டைப் பாக்கெட்டில் குவிந்து கொண்டிருக்கும். பெண்ணுக்கே சவால் விடும் குதிகாலைத் தொட்டாடும் கூந்தல். ரிப்பனால் குஞ்சரம் வைத்துக் கட்டி முறுக்குப் பின்னலை முன் விட்டு ஆட நெஞ்செல்லாம் ஆசை வந்து மொய் மொய்யென ஆயும். அப்படியொரு ஆட்டம், பாட்டம். எப்போது சர்க்கஸ் வண்டி வந்தாலும் ரெங்கமணியைத் தேடி ஒரு கூட்டமே இரவு பகலும் அலையும். கொட்டகைக்குள் எட்டி எட்டிப் பார்த்து அவளின் அரிதாரப் பூச்சில் கரைந்து உடலோடு உருகிக்கொண்டிருக்கும்.

'அடே அதான் ஆட வரமுல்லே அங்கு வந்து பாருங்கடா என விடலைகளை விரட்டி விட்டு நோட்டம்விட்டு பார்க்கும் பெரிசுகளுக்கு இடுப்பு வேட்டி தானாக அவிழும்.

'அய்யா.. ஒங்க வேட்டி கட்டாப்புளியிலே காயுது..' கிண்ட லடிக்கும் இளசுகள். பிருவைகள் எப்போதும் சுண்டி இழுக்கத்தான் செய்யும் போலும்.

இரண்டு மூன்று வருடங்களாய் ஏனோ ரெங்கமணி சர்க்கஸ் வண்டியில் வருவதில்லை. ஊர் கடந்து போகும் போது அவளை யாரோ கூட்டிட்டு போனதாக பேசிக்கொண்டார்கள். அது மனுசனாகவும் இருக்கலாம், பேயாகவும் இருக்கலாம்.

நோஞ்சான் எலியனின் தோளைத் தொட்டுக் கொண்டு கரடியை பார்த்துக் கொண்டிருந்தான். அது தனது முடியில் உள்ள பேனை ஒவ்வொன்றாக குத்தவைத்து எடுத்துக் கொண்டிருந்தது. முன்பகுதி நீண்டிருக்கும் உம்மென்ற முகம், கொட்டாவி விடும் போது விரியும் எம்மாம்பெரிய வாயும் பல்லும் இனம்புரியா பீதியை கொடுத்துக் கொண்டிருந்தது. குரங்கு உட்கார்ந்து கொண்டே தூங்கியது. கூட்டு வண்டியை அவிழ்த்துப் போட்டு உசும்பி வீட்டோரம் உள்ள காலி இடத்தில் கூடாரம் அமைத்துக் கொண்டிருந்தனர். கம்பு, வலை, வலையம், பந்தங்கள், அரிக்கேன் விளக்குகள், பாத்திரம் பண்டம் என யாவற்றையும் வண்டியிலிருந்து இறக்கிக் கொண்டிருந்தனர். அவர்களுக்கு யாரும் ஒத்தாசை செய்ய வில்லை. எல்லாப் பொருட்களையும் பறித்து விடுவதுபோல பார்க்க மட்டும் செய்தனர்.

ஒரு சிறு கூட்டு வண்டிக்குள் இத்தனை சாமான்களா? என நோஞ்சான் ஆவென பார்த்தான். நோஞ்சான் வெகுநேரம் கம்பிமேல் நடக்கும் போது வைத்திருக்கும் கம்பை உத்து உத்து பார்க்க, அது நடப்பவனின் உசிரை பிடித்துக் கொண்டு அங்கிங்கும் விழாதபடி காப்பாற்றிக் கொண்டிருந்தது. அதன் சக்தி அபார மானது. அதை கையில் தூக்கிக் கொண்டு தாமும் கம்பிமேல் நடப்பதாக எத்தனையோ முறை நினைத்துப் பார்த்திருக்கிறான். ஆனால் நிஜத்தில் நடக்கவில்லை. சின்ன மரத்து மேல ஏறினா கூட கை, கால்கள் நடுங்குது.. இம்பூட்டு உசரத்துல பிடிமானமே இல்லாமே அதுவும் இத்தினியோண்டு கயிறு மேல நடப்பது நடக்குற காரியமா என்ன..? அதுவும் குழந்தை, சித்தன்போக்கு மாதிரி அலுங்காமல் குலுங்காமல் நடக்கிறது. கை, கால்கள் உதற வில்லை. முகத்தில் கொஞ்சோண்டு கூட பயமில்லை. ஏதோ தரையில் நடப்பது போலத்தான் அடிமேல் அடி வைத்து புதுப் பெண் மாதிரி ஆனால் என்ன குனியாமல் பார்வையை நேராக வைத்துக் கொண்டு நடக்கிறது. இது பெரிய அபூர்வம்தான்.

எலியனிடம் தானாக கூறிக்கொண்டிருந்தான் நோஞ்சான். அவன் சிறு கல்லெடுத்து தூங்கும் குரங்கை உசுப்பி விட முயற்சித் தான். எறிந்த கல் குரங்குமேல் படாமல் வண்டி சக்கரத்துக்கு கீழ் போய் விழுந்தது. வேறு யாரோ உசுப்பி விட்டிருக்க வேண்டும். பொட்டல் வெளியில் அந்த சிறு பயனோடு இருந்த குரங்கு குடுகுடுவென ஓடிப்போய் வண்டி சக்கரத்தில் ஏறிக் கொண்டு பல்லைக் காட்டி உஸ்.. உஸ் என்றது. எல்லாரும் சிரித்துக் கொண்டு பின்னாடியே போயினர். தனியாக சர்க்கஸ்காரியோடு நின்று கொண்டிருந்த கரடி குரங்கு பக்கம் வந்ததுதான் தாமதம், ஒரு பய அங்கில்லை. ஹே.. ஹே.,., யென ஒரே ஓட்டம். நோஞ்சானும் எலியனும் ரோட்டுப் பக்கம் ஓடினர். சாலையோரங்களில் நின்ற புளியமரத்தில் காகங்கள் கத்தின. நோஞ்சானை லேசாக கிள்ளி எலும்பன் தான் அதை ஞாபகப்படுத்தினான்.

‘டே போவமாடா.. கரைக்கு..’

‘எதுக்கு..?’

‘சுரப்பீடி குடிக்கத்தான்..’

படக்கென நெஞ்சு புடைத்துக் கொண்டது நோஞ்சானுக்கு. இரண்டு மூன்று நாளுக்கு முன் எல்லாரும் தாப்பிலாங்குச்சி விளையாண்டு கொண்டிருந்தனர். ஆளாளுக்கு கொப்பில் ஏறிக் கொள்ள நோஞ்சான் தான் பிடிக்க வேண்டியதாகியது. எப்போது சாட்பூட் திரி போட்டாலும் சிக்கிக்கொள்வது நோஞ்சான்தான். அவர்கள் எல்லாம் ஒரு பக்கம் கையை வைக்க இவன் மட்டும் பிறங்கையை காண்பிப்பான்.

‘மாட்டுனான்டா இன்னைக்கும்..’ என எல்லாரும் ஓட, வேம்பன் மட்டும் வட்டம் போட்டு அதற்குள் நின்று கொண்டு குச்சியை கவட்டுக்குள் தூக்கி எறிந்தான். அது திரும்பி வருவதற்குள் வேம்பன் மரத்தில் ஏறிக்கொண்டான். குச்சியை எடுத்து வந்து வட்டத்துக்குள் போட்டுவிட்டு மரத்தில் ஏறிய, தாவடி கொப்பில் நின்று ஆட்டம் காட்டும் நண்பர்களை யாரையாவது தொட்டு விட்டு ஓடி வந்து குச்சியை எடுக்க வேண்டும். மற்றவர்கள் தொபக்கடி என குதித்து எடுத்தால் மீண்டும் நோஞ்சானே பிடிக்க வேண்டிவரும். ஒன்றிரண்டு ஆட்டைகளைத் தவிர மற்ற நாட்களில் தாப்பிலாங்குச்சியில் யாரையாவது தொட்டு விட்டிருக்கிறான் நோஞ்சான்.

ஞாயிற்றுக்கிழமையில் ஒருநாள் வம்பா மாட்டிக்கொண்டான். சாட்பூட்திரி முடிந்து மாய்க்காண் பிடித்துக்கொண்டிருந்தான்.

மூன்று பாயிண்ட் வந்து விட்டது. நாலாவது வரும் போது தாவடி கொப்பில் இருந்து குதித்த நோஞ்சானுக்கு கால் வலுக்கி ஒருச் சாய்த்து விழுந்ததால் மாய்க்காண் தொட்டு விட்டு குச்சியை எடுத்து கடித்து விட்டான். வேற வழி. நோஞ்சான் பிடித்தான். ஒன்று, இரண்டு, மூன்று என ஏழு பாயிண்டைத் தாண்டியது. நோஞ்சானுக்கு அழுகை பொத்துக் கொண்டு வந்தது. இன்னும் மூன்று பாயிண்ட் போனால் என்ன நடக்கும் என அவனுக்குத் தெரியும்.

புளியந்தூரின் திரைமறைவில் கூட்டிப் போய் உட்கார வைத்து விடுவார்கள். வீட்டுக்கு ஓடிப்போய் போர்வை, வெள்ளை வேட்டிகளை எடுத்து புளியமரத்தூரைச் சுற்றிலும் பிடித்துக் கொண்டு, ஒருத்தனை மட்டும் உள்ளே அனுப்புவார்கள். அதுவரை உள்ளே நோஞ்சான் ஒருச்சாய்த்து படுத்துக் கொள்ள வேண்டும். அங்கிங்கும் துடிதுடிப்பதுபோல முணங்கல் கொடுத்து புரளுவான். போர்வைக்குள் போனவன் நோஞ்சான் கவட்டுக்குள் இருந்து மெல்ல பதனமாய் பிள்ளையை உருவி எடுப்பான். அது தரைக்கு வந்ததும் வீல்.. வீல் யென கத்தும். இந்த சத்தத்தையும் நோஞ்சான் தான் கொடுக்கணும். பின் அழும் பிள்ளைக்கு நோஞ்சான் மார்பை திறந்து பால் கொடுக்கவேண்டும்.

‘அதற்குள் சுற்றி நின்ற கூட்டம் நோஞ்சானுக்கு பொட்டப் புள்ளே பிறந்திருக்கு.. இந்தா சுவீட்டு.. என எல்லாருக்கும் கொடுப்பர். ஒருத்தன் மட்டும் ஓடிப்போய் நோஞ்சான் வீட்டுக்கும் தகவல் சொல்வான். அடுத்தவன் தெருவில் ‘நோஞ்சானுக்கு பொட்டப்புள்ளே பிறந்திருக்கு.. ஆமா..’ என கூத்து விடைக்க கத்திக் கொண்டே பஸ் ஓட்டி வருவான்.

அன்றிலிருந்து பிள்ளைப் பெத்தான் என பெயர் வைத்துத்தான் கூப்பிடுவார்கள். ஐந்தாவது பிள்ளையாகி விட்டால் பின் ஆட்டத்தில் சேர்த்துக் கொள்ள மாட்டார்கள். ஆறாவது, ஏழாவது பிள்ளை பிறந்தால் சரியாக கவனிக்க முடியாதாம். அன்றைய பொழுதில் மாட்டிய நோஞ்சானுக்கு ஆண் குழந்தை பிறந்திருந்தது. அதை இன்று நினைத்தாலும் நோஞ்சானுக்கு வெட்கம் கண்ணை புடுங்கி தின்கும். அன்றிலிருந்து ஒருவாரத்துக்கு யாரோடும் சேராமல் வீட்டிலேயே முடங்கிக் கிடந்தான். மாடு மேய்க்க போனால் கூட யாரோடும் பேசுவது கிடையாது. உம்மன் மூஞ்சியாக தெரிந்தவனை பெத்தெம்மாதான் தேற்றினாள்.

நாலைந்து ஆட்டையில் தற்போது தாப்பிலாங்குச்சியை நிறுத்தியிருந்தனர். வேம்பன் தான் அந்த யோசனையை சொன்னான்.

'அடே நாம எல்லாரும் பீடிக்குடிப்ப மாடா.. நல்லா இருக்கும். இதமா சொர்க்கத்திலே இருப்பது போல தோத்தும்.. நான் எங்கப்பா குடிப்பதை பார்த்திருக்கிறேன்.' என்றான்.

வேம்பன் அப்பா பூச்சி உப்பு வண்டி அடிப்பவர். ஐந்து அடி கட்டை என்றாலும் பெலம் அதிகம். அல்லும் பகலும் சதா ஊர்ந்து கொண்டே இருக்கும் உழைப்பாளி. கோடை முழுவதும் அவரின் உப்பு வண்டி ராமநாதபுரம் ஜில்லா முழுமையும் சுத்திக் கொண்டே இருக்கும். 'உப்பு வாங்கலயோ உப்பு.. உப்பு வாங்கலயோ உப்பு.. மருமகளுக்கு தெரியாமே மாமியார் அள்ளிப் போடும் உப்பு வாங்கலயோ.. உப்பு..' எல்லாக் கிராமங்களிலும் அவரின் குரலும், வண்டி சத்தமும் கேட்டுக் கொண்டே இருக்கும். பூச்சியைத் தெரியாதவர்கள் சுற்றுவட்டத்தில் யாரும் இருக்கமுடியாது. எந்நேரமும் வாயில் பீடி புகைந்து கொண்டே இருக்கும். தூங்கும் போதுகூட பீடி குடிப்பாரு போல. சொக்கலாப் பீடி. மடி நிறைய கட்டுக் கட்டாக இருக்கும். ஏன் இப்படி பீடியை வகைப்போடு போடுறீக என யாராவது கேட்டால் 'என்ன கழுதையை விட முடியலே.. வேற என்னத்தே சொல்ல..' என்பார். அவரோடு வேப்பன் உப்புவிற்க ஊர்ஊராக அலைந்திருக்கிறான். ஒருமுறை வீட்டைவிட்டு கிளம்பினால் ஒருவாரம் பத்து நாட்கள் கழித்துத் தான் வீடு திரும்ப முடியும். பொழுது இருட்ட வண்டி எந்த ஊரில் நிற்கிறதோ அங்குதான் படுக்கை.

குளிருக்கும், வெயிலுக்கும், இருட்டுக்குமாக புகைந்து கொண்டே இருக்கும் பீடிக் கங்கை வேம்பன் கண்ணிமைக்காமல் வேடிக்கை பார்ப்பான். சமயங்களில் அப்பா மடியிலிருந்து தவறி விழுந்த பீடியை எடுத்து பற்ற வைத்து பார்த்துள்ளான். லேசாக கண் சொருவி மண்டைக்குள் போய் மதமதப்பை கொடுத்தது. தன்னைச் சுற்றிலும் உள்ள பொருட்கள் தானாக சுழன்றது. வேம்பன் சிரித்துக் கொள்வான். பொங்கி வரும் சிப்பாணியை நிறுத்த முடியாது. எந்த எண்ணமும் இல்லாமல் இருக்கத்தான் அப்பா பீடியை பொழுதன்னைக்கும் குடித்துக் கொண்டிருக்கிறார் என நினைத்துக் கொள்வான். நினைவு, உடல், மனம், பொழுதைச்சுற்றும் பச்சைப் பாம்புதான். நிறம் மாறிக்கொண்டே அங்கிங்கும் பறந்து கொண்டி ருக்கும். எப்போது எங்கிருக்கும்

எனத்தெரியாது. ஆனால் யாருக் காவது கண் போயிருக்கும். சதா மனம் பூராம் சுற்றி விஷத்தை கக்கிக்கொண்டே இருக்கும் பச்சைப் பாம்பை யாரும் இதுவரை பிடிக்க முடியாமல் போனது துரதிஷ்டம்தான். பூச்சி மட்டும் என்ன செய்வார். லேசாக சுட்டாவது பாம்பின் நிறத்தை கருக வைக்க நினைத்திருக்கலாம்.

ஒரு தடவை சோவு கொண்ட வேம்பன், அப்பா மடியை தொன நக்கியாய் பார்த்தும் ஒன்றும் சிக்காது. பொழுதுசாய கண்மாய் கரைக்கு வருவான். கரை முழுவதும் ஆடையில் போட்ட சுரை, பீர்க்கை, பெரும் பூசணிக் காய்களின் செடிகள் பட்டுப் போய் காய்ந்து கிடக்கும். அடிக்கும் வெயிலுக்கு சக்கையாக ஆனால் உள் காம்பில் பச்சை வாடை கனவுடன் கரையில் இருக்கும். தீப்பெட்டியை மட்டும் அடுப்படியில் இருந்து திருடிக் கொண்டு வந்து, சுரத்தண்டை இருபுறமும் ஒடிப்பான். சிலநேரம் வரும். பல நேரம் ஒடியாது. வல்லாறு. உடும்பாய் பிடித்து தொங்கும் பச்சை நார்கள் தான் சுரைக்கு நரம்புகள் போலும். வலுவாய் எந்தப்பக்கம் திருகினாலும் நார்நாறாய் உடைந்து விடும். அப்புறம் பீடிக்கு உதவாது. நல்ல காய்ந்த பக்கமாய் நாலு பக்கமும் திருப்பிப் பார்த்து பட்டதாய் இருந்தால் பொடுக்கென கையோடு வந்துவிடும்.

ஓட்டை ஒருபுறம். மறுபுறம் நைந்து கொள்ள வேண்டும். அது குழாய் மாதிரி நெடு பொத்தலாகத்தான் இருக்கும். நைந்த பக்கத்தை வாயில் வைத்து பற்ற வைக்க அச்சுஅசலாய் பீடி மாதிரியே இருக்கும். மெல்ல இழுக்க இழுக்க வரும் புகையும், தலையின் கிறுகிறுப்பும், கரம்பைகள் எழுந்து இடம்பெயர்வதும் அடேய்யப்பா.. சும்மா சொல்லக் கூடாது. எல்லாம் நமக்கு அடிமை. நான்தான் ராஜா என ஆர்ப்பரித்து கத்துவது போல இருக்கும்..

வேம்பன் சொல்லிக் கொண்டே இருக்க, கடைசிவரை ஒத்துக் கொள்ளாத நோஞ்சான் கூட சுரப்பீடிக்கு தலையாட்டி விட்டான். டவுசர் பாக்கெட்டில் தீப்பெட்டியை வேம்பன் ரெடியாக வைத்திருந்தான். எல்லாருக்கும் பக்குவமாய் வேம்பன் தான் சுரச் சக்கையை முறித்து ஒரு முனையை நைந்து கொடுத்தான். கையில் வாங்கியவுடன் நோஞ்சானுக்கு உடல் ஆடியது.

‘எதாவது செஞ்சுருச்சுன்னா..’ இழுத்தான் நோஞ்சான்.

‘நான் தான் சொல்றேன்லே.. ஒன்னும் ஆகாதுன்னு.. இந்தா பத்த வை..’

எலும்பன், வேலு, மூக்குறிஞ்சி, வேம்பன், நோஞ்சான் என ஐந்து பேரும் புளியந்தூரில் கமுக்கமாக உட்கார்ந்து கொண்டனர். வேம்பன்தான் எல்லாருக்கும் பற்ற வைத்தான். முதலில் அவன் சுரப்பீடியை இழுத்து புகை விட்டு காண்பித்தான். அது வளைந்து நெளித்து புளியமரத்துக்கு மேல் போனது. இரண்டாம் முறை பூ.. யென முக்கி புகையைத் தள்ள அது குபுக் கென கரிமூட்டத்தில் தீப்பிடிக்கும் புகை மாதிரி குமுட்டாய் போய் மேல் பிரிந்தது.

எலும்பன் லேசாக இருமிக் கொண்டே சடக்கென சுரப்பீடிக்கு பழகி விட்டான். வேலுவும், மூக்குறிஞ்சியும் வாயில் வைத்து வைத்து எடுக்க புகை வரவில்லை.

'என்னங்கடா.. இப்படியா விடுவது.. இது பாரு..' என வாயில் வைத்து இழு இழு ம்.. நல்லா இழு என வேம்பன் இருவருக்கும் பீடி குடிக்க சொல்லித் தந்தான். நோஞ்சான் பக்கென மூச்சை முழுதாக இழுக்க கொக்..கொக்.. கென வெகுநேரம் இருமல். வேம்பன் தலையில் தட்டிவிட்டு இளஞ்செம்பூரு.. இளஞ்செம்பூரு..' என்றான்.

'அப்படி மூச்சை முழுசா இழுத்தா நெஞ்சு காந்தும். தொண்டைக்குள் புகை நின்று இருமல் வந்து விடும். மூச்சு விடுவது மாதிரி இழுத்து அது வெளியேறும் போது விட்டு விட வேண்டும். எங்கே செய்யீ..'

அன்று முக்கித் தக்கி ஒரு சுரப்பீடியை குடித்தும் குடிக்காமலும் பழக்கமானார்கள். அப்புறம் எப்போது கண்மாய் கரைக்கு வந்தாலும் சுரப்பீடி வா.. வா.. யென கூப்பிட ஆரம்பித்தது. இதற்காக வெளியே போகும் போது ஒடித்து டவுசர் பாக்கெட்டில் போட்டுத் தெரிந்தான் வேம்பன். நோஞ்சானுக்கு அந்த தைரியம் வராது.

'துவைக்கும் போது அம்மா டவுசரை பார்த்தா செத்தோம்.. அப்புறம் முதுகுத்தோள் உரிந்து விடும்..' என பாக்கெட்டுல வேணாம்.. வந்தாப் போனா பார்த்துக்குவோம்.. தொண்டைக்குள் சிக்கிக் கொண்டது பீடியின் ஆசை. அது இருட்டு, ஒத்தசத்தையில் போகும் போதெல்லாம் கும்மறச்சான் போட்டு விசில் அடித்தது. 'அடே ஆளுப்பேரு இல்லை.. லேசா ஒரு தம்மைப் போடு.. சும்மா இதம்னா இதம் அப்படியொரு இதம்..' மனம் கட்டி தொங்கவிடும் பூமாலை, கண்மாய் கரையெங்கும் படர்ந்துள்ள சுரக் கொடி வழியே வாசனை கிளப்பிக் கொண்டிருக்கிறது.

‘என்னடா சொல்றே.. போவமாடா..’ எலும்பன் நச்சரித்தான்.

‘யாராச்சும் பார்த்துட்டா..’ நோஞ்சான்.

‘அதெல்லாம் பார்க்கமாட்டாங்க.. நான் போயி தீப்பெட்டி கொண்டாரேன்.. நீ இங்கேயே நில்லு.. அஞ்சு நிமிசத்துல வந்துரு வேன்டா..’ மெதுவாக சொல்லிக் கொண்டே வீட்டை நோக்கி ஓடினான்.

சர்க்கஸ் வண்டியோரம் கரடியை பார்த்துக் கொண்டிருந்த வேலு, நோஞ்சானை கண்டதும் சாலைக்கு வந்தான்.

‘டே.. கரைக்குத்தானே..’ வேலு!

‘இல்லடா..’ நோஞ்சான்.

‘ரொம்ப நேரமா இரண்டு பேரும் குசுகுசுன்னு பேசிட்டு அவேன் ஓடுறான்.. வீட்ல தீப்பெட்டி எடுக்கத் தானே.. எனக்கு தெரியாதக்கும்.. ஏலே.. ஏலே.. நானும் வாரன்டா.. எப்படியும் ஒரு நாளைக்கு ஒன்னாவது அடித்தால் தான்டா வாயி சும்மா இருக்கு.. இல்லாட்டா நமநமங்குதுடா..’ வேலு கெஞ்சினான்.

‘சரி வா.. ஆனா யார்கிட்டேயும் சொல்லக்கூடாது.. என்ன..?’

‘எங்கம்மா சத்தியமா சொல்ல மாட்டேன்டா..’

இவர்கள் பேசிக்கொண்டிருக்கும் போதே எலும்பன் கெதியாய் ஓடிவந்தான். கையை ஸ்டேரிங் பிடிப்பது போல் வைத்து வாயால் முணுமுணுத்தான்.

‘வண்டியிலே ஏறுங்க.. ஏறுங்க..’ ஏதோ விளையாட்டு விளையாட போவது போல பாசாங்கு செய்து கூப்பிட்டான் நோஞ்சானையும், வேலுவையும்.

அவர்களும் பின்னாடியே ஏறிக் கொண்டு எலும்பன் கொடுக்கை பிடித்துக் கொண்டனர். வண்டி புறப்பட்டு போனது கண்மாய் கரையின் சுரப்பீடியைத் தேடி..

இரண்டு மூன்று நாளாய் சின்னப்பய, காவாளி பயகலோடு சேர்ந்து கண்மாய் கரைக்கே போவதைப் பார்த்த நோஞ்சான் அப்பா சந்தேக கேசு என்ன செய்றாங்கேன்னு எப்படியும் பார்த்து விடவேண்டும் என கங்கணம் கட்டினார். அதிலும் கெசவாலு வேம்பனோடு அலையுது அவேன் என்னைக்குமே நல்ல சோலி பார்த்ததில்லை. பீடி சிகரெட் சீட்டாட்டமுன்னு அத்தனை கெட்ட

பழக்கமும் உண்டு. அவனோடு சேராதே சேராதேன்னு சொன்னாலும் பயவில்லே கேட்க மாட்டீங்கு.. இன்னைக்கு காதை அறுத்து சுட்டுத் தின்றுவிட வேண்டியதுதான். அப்பத்தான் அடங்குவான். 'எப்பூட்டு போட்டாலும் உலுத்திருது..' வீட்டு திண்ணையில் உட்கார்ந்து வெத்திலையைப் போட்டுக் கொண்டே யோசித்துக் கொண்டிருந்தார் சந்தேக கேசு.

ஊரில் எது நடந்தாலும், யார் போனாலும் சந்தேகத்தோடே பார்ப்பார் நோஞ்சான் அப்பா. அதனால் அவருக்கு சந்தேக கேசு என்றே பட்டப்பெயர் வைத்துவிட்டார்கள். வியாபாரி என பெரியாம்பிள்ளைகள் கூப்பிட்டாலும், சந்தேக கேசு என்றே விடலைகள் தங்களுக்குள் பேசிக்கொள்ளும். அவர் காதுபட கூறினால் வினையே வேண்டாம். கையில் கிடக்கும் குச்சி குருமானைக் கொண்டு அடிக்க வந்து விடுவார். பெல்லாக் கோவக்காரார் வேற. ஒரு சொல் கூட அவரை உசுப்பேத்தி வானத்துக்கும் பூமிக்கும் ஆட வைத்து விடும்.

'என்னைப்பூ.. இப்படி வீட்ல உட்கார்ந்துட்டே..' என சாதாரணமாக யார் கேட்டாலும் கூட, அந்த கேள்வியை ஓ நோத்தா நொம்மாட்டே போயி கேளுடா.. நான் சும்மா இருக்கிறேனா.. படுத்துக் கிடக்கிறேனான்னு..' என்பார். பெரும்பாலும் யாரும் வாய்கொடுக்கமாட்டார்கள். அதேநேரம் தெரிந்தவர்கள், வியாபாரம் பார்க்கும் இடமென்றால் பேச்சில் குலைவும் கனிவும் இருக்கும்.. 'அப்படியெல்லாம் வராது அய்யா.. நான் அலைந்து திரிந்து வந்ததுக்கு கூலி கூட கிடைக்கலைன்னா அப்பறம் எதுக்கு யாவாரம் பார்க்கணும்..' வாத்தா.. வாத்தா.. எப்படி இருக்கே.. வீட்ல எல்லாரும் சவுரியமா..? அப்பாறு எப்படி இருக்காறு.. ஏமா.. கனகவள்ளிக்கு சோறுபோடுத்தா.. என சாப்பிடவிடாமல் அனுப்ப மாட்டார். அங்கிட்டும் இங்கிட்டுமான மனம் என்றாலும் எப்போது எப்படி இருப்பார் எனத் தெரியாது. அவரின் மூடு அறிந்து பேச வேண்டும்.

'ஏப்பூ.. ஒரு வெத்திலை கொடுங்க' என யாராவது கேட்டால் நல்ல மனசு இருந்தால் கொடுத்து விடுவார். அதுவே சிடுசிடுவென இருந்தால், 'ஆமா.. தாயோலி ஓ அப்பனுக்கு வாங்கி வாங்கி கொடுத்தேயிலே.. சும்மா அங்கிருந்து வந்துட்டான்.. போ.. நீயெல்லாம் வெத்திலை போட்டு என்ன ஆகப் போகுது.. ஒரு நாத்தாவது பாக்கு வாங்கி கொடுத்திருக்கியா..' என வறுத்தெடுத்து விடுவார். கேட்டவருக்கு 'இது எதுக்குடா மரத்துல போற ஓனானே தூக்கி வந்து வேட்டிக்குள்ளே விட்டோம் என்றாகிவிடும்.

எலும்பன் இரண்டொருதரம் ரோட்டிலேயே சுற்றி விட்டு சிவசாமி பாத்தி வழியா, கரைக்கு ஏறினான். அதுவரையிலும் நோஞ்சானையும், எலும்பன் சத்தத்தையும் பார்த்துக் கொண்டிருந்த சந்தேக கேசு, செருப்பை மாட்டிக் கொண்டு கட்டாப்புளி பக்கம் போனார். அந்தப் பக்கம் போனால் பயக சுதாரிச்சுருவாங்கே என நினைத்து வெளியே போவது மாதிரி நடந்தார்.

கரையில் இருந்து வீட்டை பார்த்த நோஞ்சானுக்கு அப்பா செருப்பு மாட்டி வயக்காட்டுப் பக்கம் போனதால் நிம்மதி வந்தது. இனி ப்ரியா சுரப்பீடி இழுக்கலாம். யாரும் வரமாட்டார்கள் என நினைத்து ஆளுக்கொரு சுரக்கட்டையை ஒடித்துக் கொண்டு நீவாங்கரையில் இருக்கிற புளியந்தூரில் உட்கார்ந்து கொண்டனர்.

நீவாங்கரை முழுக்க காட்டுக்கருவேலி மரம் வளர்ந்து கிடந்தது. காலனி சனம் காட்டுக் கருவ மறைவில் தான் வெளியேதெரிய போவது. பக்கத்து பக்கத்து தூரில் அமர்ந்திருந்தாலும் முகம் தெரியாது. நெருக்கமாய் இருக்கும் காட்டுக்கருவேலியில் தான் செத்துப் போனவர்களின் துணி சிதறிக் கிடக்கும். பாய், தலையணை, செருப்பு, போர்வை, வேட்டி, சேலை, கைலி, சாக்கெட் என ஊரில் இறந்தவர்கள் பயன்படுத்திய அத்தனையும் நீவாங்கரை யில் தான் கிடக்கும். கண்மாயில் நிறைய நீர் கிடக்கும் போது பொட்டணம் கட்டி, தூக்கிப் போட்டது வற்றியவுடன் கரை ஒதுங்கி கந்து கந்தாய் கிடக்கிறது.

கருவத்தூரில் பதுங்கி பதுங்கி சிவசாமி பாத்திக்கு நேராக நீவாங்கரையில் ஒளிந்து கொண்டார் சந்தேக கேசு. எலும்பன் தான் பற்ற வைத்தான். மூன்று பேரும் சேர்ந்து சுரப்பீடியை ஒன்றிரண்டு இழுத்து விட்டு சுற்று முற்றும் பார்த்தனர். ஆள் அலுக்கம் இல்லை. நோஞ்சான் மட்டும் லேசாக இருமினான். எலும்பன் தலையில் அடித்து மெதுவாடா.. இருமி காட்டிக் கொடுத்துவிடாதே.. என்றான். எலும்பனுக்கு திடீரென அந்த ஆசை வந்தது. ஆம். வாய் வழியா இழுத்து மூக்கு வழியா புகையை விட்டா எப்படி இருக்கும் என தம்கட்டி இழுத்து மூக்கு வழியா விடப்பார்த்தான் ஊகூம். மீண்டும் வாய் வழியே வந்து கொக் கொக் கென இருமலில் விட்டது. நோஞ்சான் ஒரு கையில் சுரப் பீடியை பிடித்துக் கொண்டு மறுகையால் தலையில் ஊர் பேரைச் சொல்லி தட்டிவிட்டான். எல்லாருக்கும் புகையை மேல் நோக்கி விடுவதில்தான் ஆர்வமாக இருந்தனர். பொழுது சாய வேற; புகையின் நிறம் புளிகளுக்கு இடையே மாய்ந்து மாய்ந்து போனது.

எல்லாம் நாலைந்து நிமிசம் தான். இதையெல்லாம் காட்டுக் கருவத் தூரில் இருந்து மறைந்து பார்த்துக் கொண்டிருந்த சந்தேக கேசு, முயலைப் பாய்ந்து பிடிக்கும் நாய் போல குபீரென புளியை நோக்கி ஓடினார். யாரும் இதை எதிர்பார்க்கவில்லை. நீவாங்கரை யைப் பார்த்து உட்கார்ந்திருந்த வேலு ஆத்தாடி நம்ம மாட்டு னோம்.. நோஞ்சான் அப்பா.. என கத்திக் கொண்டே சுரப்பீடியை தூக்கிப் போட்டு ஒரே ஓட்டம். நோஞ்சானும், எலும்பனும் திரும்பிப் பார்த்து ஓடுவதற்குள் சந்தேக கேசு வந்து பிடித்துவிட்டார். அவருக்கு குறி நோஞ்சான்தான். அவன் தலைமயிரைப் பிடித்துக் கொண்டு வச்சென எலும்பன் முதுகில் ஒன்று வைத்தார். அம்மா என கத்திக் கொண்டே அவன் ஓடினான். அவன் சட்டையைப் பிடித்தாலும் நழுவிவிட்டது. உச்சந்தலை மயிரை பிடுங்குவது போல் நோஞ்சானை இறுக்கியதால் அவனால் ஒன்றும் செய்ய முடியவில்லை.

‘தாயோலி இந்த வயசுல ஒனக்கு பீடி வேண்டியிருக்கோ.. துரை.. இன்னைக்கு கொடுக்கிற போடுல நீ ஆயசுக்கும் பீடியை மறந்திறனும். கரையில் இருந்து இழுத்து வந்தார் நோஞ்சானை. அதற்குள் சூத்தாம்பட்டையில் நாலைந்து அடி விழுந்திருந்தது. ரோட்டில் இழுத்துப் போகும் போது நாகம்மா பாட்டி பார்த்துக் கேட்டாள்,

‘அடே.. ஏன் இப்படி இழுத்துட்டுப் போரே..’

‘என்னத்தா.. இம்மாப்பயலுக்கு பீடி சிகரெட் கேட்கு.. இந்த வயசுல இதை செஞ்சா பின்ன ரவுடிப் பயலத்தானே வருவான்.. இன்னக்கி இருக்குடி.. வா.. இத்தனை நாள் விட்டது தம்மா வட்டை.. இனி உனக்கு அது கிடையாதுடா..’ பல்லைக் கடித்துக் கொண்டு பேசி இழுத்துப் போனார்.

வீடு வரவும் நோஞ்சான் குடித்து மீதமிருந்த சுரப்பீடியை மனைவியிடம் காண்பித்தார்.

‘ஓன் பிள்ளை செய்யிற வேலையைப் பாரு.. அய்யாவுக்கு சுருட்டு கேட்கு.. சுருட்டு..’ என மாட்டுக் கயிற்றை அவிழ்த்து கை, கால்களை இறுகக் கட்டினார். வீட்டு திண்ணையில் படுக்கப் போட்டு, வீட்டு அடுப்படிக்கு ஓடினார். அங்குள்ள அலமாரியில் இருந்த, மிளகாய் பொடியை கையால் அள்ளி வந்து, நோஞ்சான் கண்ணிலும், டவுசரைக் கழற்றி சூத்திலும் வைத்தார். கண்ணு முழிக்க முடியவில்லை.. ‘அப்பா..எரியுது.. அப்பா எரியுது..’ என கத்தினான். அங்கிங்கும் துடித்தான். சூத்து காந்தி எடுத்தது. கை,

காலில் கட்டியது இறுக்கிக் கொண்டு வலித்தது. 'அம்மா காந்துது.. காந்துது.. அம்மா.. உயிர் போகுது..' என தரையில் போட்ட மீனாய் துடித்தான். எந்த சலனமும் இல்லாமல் சேரில் உட்கார்ந்து வெத்திலைப் போட்டுக் கொண்டிருந்தார் நோஞ்சான் அப்பா. அம்மா பார்க்க சகிக்காது ஆட்டுக் கிடைக்கு போய்விட்டாள். நிற்காத காந்தலில் தீயாய் பிடிக்கும் எரிதலில் நோஞ்சான் அலறிக் கொண்டே இருந்தான். பொழுது இருட்டு மெல்ல அவனைச் சுற்றிலும் படர்ந்தது.

❖

4

பண்டாரப்பிஞ்சை. காக்கைகள் பறக்க முடியாத பருத்திக் காடு. உளுந்து, சின்னவெங்காயம், தட்டான் பயறு, எள் ஆங்காங்கே மிளகாய், வெள்ளரி போட்டிருந்தாலும் கண்ணுக்கு எட்டிய தூரம் வரை தலையசைக்கும் பருத்திச் செடி. மொட்டு மொட்டாய் பூத்து சிரிக்கும் குமரிப்பெண். தொட்டால் வெட்கப்பட்டு வெடித்து விடுவாள். பச்சை பாவாடை தாவணியில் சமஞ்ச பூவாய் காற்றி லாடும் பிஞ்சை. கொத்தி கொத்திப் பறக்கும் மைனாவும், புறாவும் பவுசி கூடி டைவ் அடிக்கும் வானத்தில். அதிலும் காடையை சொல்லவே வேண்டாம். பஞ்சுபஞ்சாய் இருக்கும் திரேகத்தைப் பார்த்தாலே அதுக்கு குஷி வந்து விடும். எங்கிருந்தோ வரும் புழு பூச்சிகள் பூ, காயில் கூடியிருந்து காற்றுக்கு நிழலில் உதிரும் சூவை பிஞ்சாய். ஒருபுறத்தில் இருந்து அலையடித்து போகும் காற்று மூச்சு முட்டி வெளியேற வெகுநேரம் பிடிக்கும் காட்டில் மிரட்டு ஓடும் முயல்வெளி. சவண்டு நிமிரும் பருத்தியில் வகிடு எடுத்து தலையை வலித்து சீவும் பண்டாரப் பிஞ்சை. எப்போதும் கேட்கும் பாடலில் கண்ணயர்ந்து உறக்கும் வரப்புகள் ஊர்ந்து வரும் பாம்பை கண்டவுடன் நெளிந்து கொடுத்து வழிவிடும். பகீர்யென சப்தம் எழுப்பி நடந்து போகும் காட்டுக்கிழவிகளின் தாலாட்டு சதா கேட்கும் காட்டில். எந்நேரமும் நிமிச்சர வளர்ந்த செடிகள் ஆள் மறைத்து புதிர் போட, ஒவ்வொன்றாய் முடிச்சு அவிழ்க்கும் கிழவிகள் தங்கள் தண்டட்டியை ஆட்டி ஆட்டி எதிர் கேள்வி கேட்க, நாணி ஒடுங்கும் எள்ளுச்செடிகள் யாருமற்ற சமயத்தில் மொட்டவிழ்த்து அழைக்கும் பருத்திக் காயை. கையில் பருத்தி வேருடன் வருகிறான் காளைமுத்து. அந்த காடே அவன் நீந்தி

தெரிந்தது. கெளித்துப் போன காற்றில் ஏறி நிமிசத்தில் சுற்றி வர பிஞ்சைகள் கைகாட்டி அழைக்கிறது.

'எய்யா.. கொளுந்தனாரே.. செத்த வீட்டுப் பக்கம் தலை காட்டுறது.. எம்பூட்டுக் காலம்தான் போக்குகாட்டுவே..'

'இந்தா வாரேன் மதினி.. விடக் கோழி அடிச்சு காத்திருங்க.. ஓடுன காளைய பிடித்துக் கொண்டு நிமிசத்தில் வந்துடுறேன்..'

காளைமுத்து எல்லாருக்கும் கை காட்டிப் போகிறான். ஊரின் செல்லப்பிள்ளை. யார் வீட்டுக்கும் உரிமையோடு போயி..

'ஏத்தா என்ன இருக்கு.. வீட்டுக்குள்ளேயேவா அடைக்கோழி மாதிரி இருப்பே.. செத்த வெளியில வந்தா நாங்களும் கொஞ்சம் பார்ப்போமுல..'

'ஓங்கன்னே பார்த்து கிழிச்சிட்டாரு இப்ப நீ வேறயா..' பொய் சடவு காட்டும் மதினி.

சிரிப்பாய் சிரித்துக் கிடப்பான். பருத்தி பஞ்சாய் மனம். பூக்குளம் காயாம்பு மகன். அவர்களுக்கு ஆடு மாடு அதிகம். இளஞ்செம்பூருக்கு கிழக்கே இருக்கிறது. முஸ்லிம்களும், கோனார் களும் சாஸ்தி. ஆடு, மாட்டுக் கிடைதான் காயாம்புக்கு பொழப்பு. ஊர் ஊருக்கு ஆடுகளை பத்திக் கொண்டு அலைவார். வலுக்கத் தலையில் பின்புற முடிகள் நரைத்து தொங்கும். நிமிர்ந்த நெஞ்சில் பொசுபொசுன்னு முடி. மேல்சட்டை போட்டதை யாரும் பார்க்க வில்லை. கையில் எப்போதும் கம்பிருக்கும். எந்தக் காட்டுலயாவது நின்று 'ட்டிரியோ.,., ட்ரியோ..' என குரல் கொடுப்பார்.

இளஞ்செம்பூர் ஆட்கள்தான் ஆடுகளுக்கு காவல். இன்னாரு விட்டு காவல் என்றால் அடுத்த ஆம்பிள்ளை கை வைக்க மாட்டான். காயாம்பு ஆடு நோஞ்சான் தாத்தா காவ ஆடுகள். ஒத்த பிருவை திருட்டுப போகாது. 'என்ன மருமகனே.' என உரிமையோடு நோஞ்சானை கொஞ்சுவார். நல்லது கெட்டதுக்கு வாட்ட சாட்டமான குறித்தான ஆடாய் கொடுத்தனுப்புவார், பிள்ளை குட்டிக நல்ல அறுத்து கறி தின்கட்டும் என.

கோடையில் ஒருநாள் பண்டாரம்பிஞ்சையில் காயாம்பு மாட்டுக் கிடை கிடந்தது. எல்லாம் காட்டு மாடுகள். மணி கட்டி ஓடும் மாடுகளோடு காடும் சேர்ந்து குதிக்கும் வெளி. காலத்தில் ஆடிய பருத்திச் செடியின் கனவில் மலுமட்டையிலும் நீர் வடியும். வெள்ளிக்கிழமை ஒருநாள் மாட்டுக் கிடையில் காணாமல் போன காளையைத் தேடி முத்து போக, காடு மவுனம் காத்து நாட்டுக்

கருவேலி முட்களை விதைத்தது. எங்கு கால் வைத்தாலும் முள்ளுக்கு தப்பமுடியாது.

காளை மாடு முன் போக முத்து பின்னாடியே விரட்டிப் போயுள்ளான். நீண்டு கொண்டே இருந்த காட்டில் எங்கு போனார்கள் எனத் தெரியவில்லை. காடு முடியும் இடத்தில் குமுட்டுப் பனைகள் சாஸ்தி. அதற்குள் மறைந்துவிட்டதாக சொன்னார்கள். எந்தனை நாட்கள் தேடியும் காளை முத்து கிடைக்கவே இல்லை. பண்டாரம்பிஞ்சையாய் மாறிப் போனதாக ஊர் பேசியது.

'அடே காள மாடு கமறும் சத்தம் கேட்குதுடா..' நோஞ்சான் எலிக்குஞ்சி மாதிரி பேசினான்.

'சும்மா பிரம்மேடா.. நம்ம மாட்டே பாரு.. அப்படியே சீக்கிரமா ஆயி.. யாராச்சும் வந்திர போறாங்க..' எலும்பன் வேகப் படுத்தினான்.

பருத்திச் செடியை விட்டு விலகி வந்து மாடுகளைப் பார்த்தான். அது இன்னும் நெடுங்குளம் கண்மாய் கரையிலேயே மேய்ந்து கொண்டிருந்தது. கண்மாய்க்குள் போகாது. அம்பூட்டும் உடைமரக் காடு. ஒத்த புல் இல்லே. வெறும் கரம்பைதான். உள்ளே இறங்கி னால் உடைமுள் ஈச்சுவத்தியாய் மாறும். கை, காலில் வடியும் ரத்தத்துக்கு உத்ரவாதம் கொடுக்க முடியாது. அப்படியே கரையே மேய்ந்து நெடுங்குளம் ஊர்ப்பக்கம் வரை போகலாம். நீவாங்கரை யில் நல்ல அருகு கொடியோடி இனிக்கும். அவர்களுக்கு நேராக மாடு நின்றதால் மீண்டும் பருத்தி சுளை பறிக்க ஆயத்தமானான் நோஞ்சான். பட்டும் படாமல் மாடு மேய்த்துக் கொண்டு பருத்தியை காவக்காப்பது மாதிரியே பாசாங்கு செய்து துண்டில் பருத்திச் சுளையை அறித்து சேர்த்தார்கள். ஒளிந்து கொள்ள தோதான காடு. யாரும் பிடிக்கவும் முடியாது. காளைமுத்து மாடு வந்து ஏற்றிக் கொண்டு இரேழு உலகையும் தாண்டி கடலுக்குள் போய் பதுங்கிக் கொள்ளும். பனை மரத்தில் இருந்து வேவு பார்க்கும் கரிச்சான் அலுக்கம் தெரிந்தால் கூட கூப்பிட்டு சொல்லிவிடும். எலும்பனும், கூளையும் கொடுத்த தன் தைரியத்தில் வெடுக் வெடுக்.. கென பருத்திச் சுளைகளை ஆய்ந்து கொண்டிருந்தான் நோஞ்சான்.

கள்ளத்தனமாக சிரித்துக் கொண்டே மூன்று பேரையும் பண்டாரம் பிஞ்சை பராக் பார்த்தது. திடீரென யாரோ செருமும் சப்தம். கூடிக் கூடி நெஞ்சுச்சலியை ஓ.. வென துப்பினாள்

வள்ளியம்மை. ஒரு காலத்தில் அவ காடும் பண்டாரம் பிஞ்சையில் தான் இருந்தது.

‘அடே யாரோ ஆள் அலுக்கம் தெரியுது.. பருத்தி செடிக்குள் பதுங்கி வந்து பிடித்தால் மாட்டிக்கொள்வோம்..’ கூளை எச்சரித் தான்.

துண்டை வரப்போரம் உள்ள சர்க்கரைப் பூசணி இலை களுக்குள் மறைத்து வைத்து விட்டு எதுவும் தெரியாதது போல உயரமான வரப்பில் நின்று மாட்டைப் பார்த்தனர். அது தன் போக்கில் பரட் பரட் என தலை குணிந்து மேய்ந்து கொண்டி ருந்தது. நெடுங்குள கண்மாய் உடைமரத்துக்குள் சிக்கி சின்னா பின்னமாகிக் கொண்டிருந்தான் சூரியன். அவன் தலைமயிர் எல்லாம் உடைமுள். சகட்டு மேனிக்கு உடைமரங்கள் பதம் பார்த் திருக்க வேண்டும் ரத்தத்தை வானம் முழுவதும் பரப்பி அழுது கொண்டிருந்தான். அவன் பயத்தில் விட்ட ஒன்னுக்கு மஞ்சள் கலரில் பூமியில் இறங்கியது. தினம் தினம் உடைமுள் குத்துப் படுவதால் ஆதவனுக்கு மஞ்சள்காமாலை வந்திருக்கக்கூடும். வலியால் மெல்ல மெல்ல தன் முகத்தை மேகத்துக்குள் புதைத்து மறைந்து கொண்டிருந்தான். நொப்பனோலி நாளைக்கு ரணமாத் தான் வருவாரு. ரணவேதனையில் இருக்கும் பொருட்களை எல்லாம் எரிப்பாரு.. என நோஞ்சான் நினைத்துக் கொண்டே ஊர்ப்பக்கம் பார்த்தான்.

யாரும் இல்லை.

‘எங்கடா ஆளு வருது..?’ எலும்பன்.

‘நல்லாக் கேளு.. பித்துக் காலோடு யாரோ நடந்து வருவது தெரியுதா..? கொஞ்ச நேரத்தில் சளியை துப்பும் சப்தம் கேட்கும். பருத்திக் காட்டுக்கள் யாரோ இருக்கிறார்கள்.. ’ அழுத்தம் திருத்தமாய் சொன்னான் கூளை.

எலும்பன் சடார் என பருத்தி வயலில் விழுந்து, ரயில் வருகிறதா என அறிய தண்டவாளத்தில் காதை வைப்பது மாதிரி தரையோடு ஒட்டி வைத்தான். அதுவும் பருத்திச் செடியின் பக்கத்தில். நாலைந்து பேர் நடந்தலையும் சப்தமும், யாரோ பேசிக் கொண்டிருக்கும் குரலும் கேட்டது. திரும்பவும் வலது காதை வைத்துக் கேட்டான். க்கூ.... க்கூ.. என ஒரு பறவையின் சப்தம்.

‘என்னடா இது என்னென்னமோ கேட்குது..’

‘எங்க தள்ளு’ என நோஞ்சான் வயலில் காதை வைத்தான்.

'ஆத்தா ஏங் கொலயே.. உனை எப்படி காப்பாத்த போரேன்.. ஊர் அழிஞ்சு போச்சே..' அழும் சப்தம். அத்தோடு லேசாக முணங்கும் குரல். ஊங்... ஊங்.., திடீரென கரையில் கொம்பு மண் எடுக்கும் மாட்டின் காலடி. காதை மாற்றி மாற்றிக் கேட்டாலும் நிற்காத அழுகையில் கையில் கடகப்பெட்டியோடு வந்து நின்றாள் வள்ளியம்மை. ஒரு கண்ணில் பூ விழுந்தாலும் மங்காத பார்வை. பருத்தி சுளையை பறிக்கலாமா வேண்டாமா என்பதை அது வெடிக்கும் ஒற்றைச்சுளையில் கண்டு கொள்வாள். மேல் பறக்கும் பஞ்சின் தன்மையில் அதன் ரகசியம் அத்தனையும் அத்துபடி. தூரமாய் எங்கோ பருத்தி எடுத்துக் கொண்டிருந்தாள். ஒத்தையில் எடுத்தாலும் யாருக்கோ சேதி சொல்வது போல் ஒப்பு பாடிக் கொண்டே இருந்தாள்,

'தூராந்திர தேசம் போயி
தூங்காமத் தான் உழைச்சு
ஊர் மெச்ச வந்திரே.. ஏ ராஜா
ஊர் மெச்ச வந்திரே..

பட்டுடுத்தி பவளம் போட்டு
பாதையிலே நீ போனா
எட்டுக் கண்ணும் விட்டெரியும் ஏ.. ராஜா
எட்டுக் கண்ணும் விட்டெரியும்.

தேசமெல்லாம் ஆண்டு வந்த எங்க
தேசிங்கு ராஜாவை– இப்படி
நோயி கொண்டு போயிருச்சே..
நோயி கொண்டு போயிருச்சே.. ஊங்.. ஊங்,.,.'

நோஞ்சான் எழுந்திருக்கவில்லை. ஏனோ வள்ளியம்மை குரல் மனசைப் போட்டு பிசைந்தது. வழிந்து ஓடும் கண்ணீரை பார்த்த எலும்பன்,

'ஏய்.. என்னடா ஆச்சு... ஏ அழுகுற..' என்றான்.

'அந்த ஆத்தா அழுகுதுடா.. பாவம்' நோஞ்சான்.

யாரும் எதுவும் சொல்லவில்லை. பருத்தி சுளை கட்டிய துண்டை எடுத்து இடுப்பில் கட்டிக் கொண்டு, மூன்றுபேரும் நெடுங்குளம் கண்மாய் நோக்கி நடந்தனர். நோஞ்சான் மட்டும் திரும்பி திரும்பி பார்த்து வர,

'என்ன பேரா.. பாட்டியை பார்க்கணுமா.. என்றாள் வள்ளியம்மை.

தலையில் கடகப்பெட்டி நிறைய பருத்திச்சுளைகள். வெள்ளைப் பஞ்சுகள் விசிலடித்து வந்தன. கக்கத்தில் ஒன்றும் தலையில் ஒன்று மாக வந்து நின்றாள் வள்ளியம்மை. நோஞ்சான் அப்பத்தா. வெள்ளெந்தி. காது தண்டட்டி தோளைத் தொட்டுக் கொண்டி ருக்கும். ஆடைக்கும் கோடைக்கும் காட்டில் கிடந்து வம்பாடு படும் பெருங்கிழவி. அவளை கோட்டையேந்தலில் இருந்து நூல் போட்டு கூட்டி வந்ததே பெரும் கதை. ஆம்.

பஞ்சமான பஞ்ச காலம். வயல்கள் தீஞ்சு போய் கிடந்தது. ஒத்தப்பொட்டு தானியம், கொறிக்கக் கூட இல்லே. பறவை, எறும்புகள் எல்லாம் எங்கோ போய்விட்டது. காகங்கள் கூட ஊர் மத்தியில் வேம்பில் இருக்கும் கூட்டை அப்படியே விட்டுவிட்டு பறந்து போனது. பக்கத்து பக்கத்து ஊருக்கு வேலைக்குப் போகலாம் என்றால் சுத்துப்பட்டி ஆப்பநாட்டு சீமையே காய்ஞ்சு போய் நெறிஞ்சி முள் பத்திக் கிடந்தது. ஆங்காங்கே பட்டுப் போய் கிடக்கும் நீர் முள்ளிச் செடியும் தலை தூக்கி வானம் பார்க்க தெம்பில்லாமல் அரியாநாச்சியா கோயிலைப் பார்த்து கிடந்தது. சனம் தட்டளிந்து பசியில் இளையாய் பறந்தது. கூழ் கிடைக்குமா, குத்தரிசி கிடைக்குமா, கம்பரிசி கிடைக்குமா, தாவம் தீர்க்க ஒரு வாத் தண்ணி கிடைக்குமா என குற்றுயிரும் கொலையுறுமாக வங்கொலை. காடெல்லாம் நோண்டிப் பார்த்தும் எலிச் சொலவு கூட கிடைக்கவில்லை. குருத்துப் பனையோலை தின்றலாவது பசி யாறும் என்றால் அதுவும் ஈத்தலையை நிறுத்தியிருந்தது. குளிக்க வைக்க, வெளியே போனால் கால் கழுவ, ஈரக்கொலயை பிடிக்கும் வயிற்றில் கொஞ்சம் நனைத்துக் கொள்ள தண்ணி என எதுவும் இல்லாத ஊரில் என்ன இருக்கும்..? காட்டுப்பூச்சி கழுதைகள் எல்லா வீட்டுச் சுவற்றையும் உரசிப் பார்த்து விட்டு தானாக செத்து விரைந்தன. ஆங்காங்கே செத்துக் கிடக்கும் மாடு, பறவை, பூனைகளையும் கொத்த ஆளின்றி வீச்சமெடுத்துகிடந்தன.

வானம் பார்த்த பூமியில் தொயந்து நாலைந்து வருஷம் மழை யில்லை. முதவருஷம் தாக்குப்பிடித்த மக்கள் நாளாக நாளாக சோத்துக்காக அல்லாடினர். கண்ட தண்ணியை குடிக்க வயிற் றாலை வேற கண்டரக்கண்டர அடித்தது. குண்டி கழுவ தண்ணி யில்லே. தரையோடு உரசிப்போக தெம்பில்லை. ஒதுங்கிய இடத்தில் மயக்கம் மடைந்து விழுந்தனர். கத்த சீவனில்லை. வந்து தூக்கினால் தொற்றிக் கொள்ளும் என்கிற பீதியில் விழுந்தா விழுந்த இடம்தான். இழுத்துக் கொண்டு போய் புதைக்க நாதியில்லை. தெரு தெருவுக்கு வீசிய பிணத்தால் காடே முகம் சுளித்து, தீப்பிடித்து எரிந்தது.

அதில் ஒன்றிரண்டு பிணங்கள் சாம்பலானது. இருந்தும் பொத்.. பொத்.. யென விழும் சனத்தை தூக்க, சொந்தம் சொர்த்தென கோப்புக்கொடுக்கு சுடுகுஞ்சிக்கூட தெம்பில்லை.

ஆப்பநாட்டில் தூரி, இளஞ்செம்பூர் என ஒன்றிரண்டு ஊர் களைத் தவிர சகட்டு மேனிக்கு சனத்தின் உயிரை வயிற்றாலை வாரிச்சுருட்டி எடுத்துக் கொண்டிருந்தது. 'நேத்துத்தான் நல்லா பேசிக் கொண்டிருந்தார். இன்று இல்லை' என தப்பியவர்கள் வாப்பாரினர். ஊர்கள் வெறிச்சோடி என்நேரமும் நாயின் ஊளை கேட்க ஆரம்பித்தது. வயிற்றுப் பசியை போக்க எதுவும் கிடைக்காத தால் நாய்கள் பிணத்தை தின்று ஊளையிட்டது. அதன் சத்தத்தில் பிணவாடை கிளம்பி ஊரை நிறைத்தது. கோட்டையேந்தலில் ஒரு சனம் இல்லை. ஊரைக் காலி செய்து தஞ்சாவூர், மதுரை, ராமேஸ்வரம் என வண்டியிலேயோ, கால்நடையாகவோ கிளம்பிக் போய் கொண்டே இருந்தனர். உசிரையாவது காப்பாற்றுவோம் என இருக்கும் ஒன்றிரண்டு பிள்ளை குட்டிகளை இழுத்துக் கொண்டு தத்தி தத்தி கிழக்கு மேற்கே நடந்தனர்.

வீடுகளின் கதவுகள் பூட்டப்பட்டு இருட்டு படுக்க ஆரம்பித்தது. காற்று அவ்வப்போது மோதி மோதி பார்த்து விட்டு தெருக்களில் தனக்கர நடந்தன.

இப்படியான பஞ்சமா பாதக நேரத்தில் தான் இரண்டு வள்ளியம்மைகளும் கோட்டையேந்தலில் இருந்து வெளியேறினர். ஒருத்தரை மாமா குருசாமி தூரிக்கு கூட்டிட்டுப் போய் மகன் அழகர் சாமிக்கு நூல் போட்டு வைத்தார். மற்றொரு வள்ளியம்மையை பூச்சி கைத்தாங்கலாக ஊடு பாதையில் அழைத்து வந்து இளஞ்செம்பூரில் குடி வைத்தார்.

நோஞ்சானின் ஆதிக்கொடியே பனையடியான் வாசலில் தான் பூத்துக் கிடந்துள்ளது. மேலக்கிடாரத்தில் இருக்கும் இருளப்பன் தான் எல்லாருக்கும் குலசாமி. சுற்றிலும் பனைகளை கோட்டையாக கொண்டு ஆட்சி செய்யும் பனையடியான் துடியான தெய்வம். அய்த்து மறந்துவிட்டாலும் கூட, குதிரையை முற்றத்தில் கணைக்க விட்டு ஞாபகப்படுத்தி போவான். அதுவும் இரண்டொரு தரம் தான். அப்புறம் பொல்லாக் கோவம் வந்துவிடும். இப்படித்தான் முத்திருளு புருஷன் பொடுக்குனாப்புல செத்துப்போனது. ஆம்.

மலேசியா போகுமுன் பெண்டாட்டி பிள்ளைகளோடு பனையடியானை வணங்கி, 'நல்லா சம்பாரிச்சு வந்தா உனக்கு இரட்டைக் கிடாய் வெட்டி பொங்கல் வைக்கிறேன். அத்தோடு

சுற்றிலும் காம்பவுண்ட் சுவர் எதுனாச்சும் கட்டி பனையடியான் கோட்டையை பலப்படுத்துகிறேன்..' என மனமுருகி வேண்ட, பனையடியான் முத்துச்செல்லம் நெற்றியில் திருநீறு பூசி 'போற இடங்களில் காரியம் வெற்றியாகும்.. கவலைப் படாமல் போ..' என கூறி அனுப்பி வைத்தான். பஞ்சகாலத்துக்கு முன் போன முத்துச்செல்லம் மலேசியாவில் கப்பல் துறைமுகத்தில் வேலை செய்தார். கை நிறைய காசு. பனையடியான் தான் செழிம்பாக பணத்தை கொடுத்திருக்க வேண்டும். கப்பலில் வேலை என்றாலும், சாப்பாடு சவரட்டணை, தங்குமிடமெல்லாம் அவர்களே கொடுத்து சொந்தப் பிள்ளை மாதிரி பார்த்துக் கொண்டார்கள். வெளிநாட்டில் இது ரொம்ப அபூர்வம். தனியாக வீடு கொடுத்து பொண்டாட்டி பிள்ளைகளுக்கும் பாஸ்போர்ட் வாங்கிக் கொடுத்தார்கள். வெளி நாட்டுப் பணம் வர வர முத்திருளுக்கு பவுசி ஓம்பூட்டு ஏம்பூட்டு இல்லை. வானம் பூமியெல்லாம் தாண்டித்தான் இருந்தது. கழுத்தில் இரட்டைவடம் செயினும், காது நிறைய தண்டட்டியும் வட்டத் தோடு, லோலாக்கு என ஜொலியாய் ஜொலிக்கத்தான் செய்தாள். கோட்டையேந்தலிலேயே நாலைந்து காடுகரைகளை வாங்கி னார்கள். எல்லாம் சரியாத்தான் போய்க் கொண்டிருந்தது. பனைய டியான் சிரித்துக் கொண்டே வாரி வாரி கொடுத்தான்.

முத்திருளு பிள்ளை குட்டிகளோடு மலேசியாவும் போய் வந்தாள். அவள் பிறந்ததில் இருந்து இளஞ்செம்பூர், கோட்டை யேந்தலை தவிர எந்த ஊரையும் பார்க்காதவளை மலேசியாவில் போய்விட்டாள் என்ன ஆகும். வாயில் விரலை வைத்து மலேசியாவின் கட்டிடங்கள், கடல், கடைகள், ஆட்கள் என அத்தனையும் பார்த்தாள். இவர்கள் இருந்தது கடலையொட்டிய வீடு. சமைக்க, வெளியே திரிய போக என எல்லாம் உள்ளே. போனபுதுசில்,

'இதென்னத்தா கொடுமையா இருக்கு.. தின்கிறதும்.. போலுறதும் ஒரே இடத்திலே இருக்கு..' என வெட்கப்பட்டு புருஷனிடம் கூறினாள். ஆனால் போக போக எல்லாம் பழகி விட்டது. கப்பல் முதலாளி மலேசியாவில் குடியுரிமை வாங்கித் தரும் அளவுக்கு நல்லவராய் இருந்தார். எப்போது வேண்டு மானாலும் இந்தியா போகலாம் என்கிற பாஸ்போர்ட். கை நிறைய கொட்டிய காசு. வேலை நேரம் போக ஓவர் டைம் பார்த்தால் அதற்கு தனி சம்பளம். கடல் அலையின் சத்தம் சதா கேட்டுக் கொண்டே இருந்த வீட்டில் சீதேவியும், மங்களமும் குமுக்குப் போட்டது. ஒன்றிரண்டு வருசங்கள் அங்கிருந்த முத்திருளு..

என்னதான் பசக்காக வாழ்ந்தாலும் அது ஊர்சனத்துக்கு தெரிய வேண்டும் அப்போதுதான் அதில் பிரயோசனம் இருக்கும். இல்லாட்டி செத்தவன் கையிலே வெத்திலே பாக்கு கொடுத்தது போல சவசவன்னுதான். அத்தோடு அக்கா தங்கை, அண்ணன் தம்பி என எட்டுப் பேரோடு பிறந்தவள் முத்திருளு. கூடப்பிறந்த பொறப்பு என்றால் உசிரையும் கொடுத்து விடுவாள். அப்படியொரு பாசம். அதுகளையும் பார்த்து ரொம்ப நாளா ஆச்சு.. காடு கரை சும்மா கிடக்கும். மனம் கிடந்து அரித்துக் கொண்டிருக்க இரண்டு வருசத்தில் கோட்டையேந்தல் திரும்பியிருந்தாள். அடேயப்பா.. அவள் ஊருக்கு வந்த அருகே தனிதான் மதராஸ் பட்டிணத்தில் இருந்து முத்துச்செல்லம் வாடகை கார் பிடித்து வந்திருந்தார். கோட்டையேந்தல் கிராமத்திற்கு முதன் முதலாய் அப்போதுதான் கார் வந்தது. ஊர் சிறுவர்கள் எல்லாம் கார் பின்னாடியே ஓடி வந்தனர். காரின் சப்தம் கேட்டு,

'இதென்னடா இது.. நம்ம ஊருக்கு காருலாம் வருது.. காருல வர்ர மகராசி யாருடா..' என போட்டதை போட்டபடி வந்து தெருவில் நின்று பார்த்தார்கள்.

கோட்டையேந்தல் நில அமைப்பே அலாதியாது. தனித்திருக்கும் செம்புவத்தி மாதிரித்தான் ஊர். ஊரை நெருங்க நெருங்க கண்மாய் வரவேற்கும். அலையடிக்கும் நீரில் துள்ளி விளையாடும் மீன்களை கரையோர புளியும், வேம்பும், இத்தியும், ஆலமரமும் கண்ணிமைக் காமல் வேடிக்கை கொள்ளும். படபடத்து கிளம்பும் நீர்கோழிகள் கொக்குகளைப் பார்த்து சிரிக்கும். வாரீகளா நீந்த.. என கேலி பேசும். குருட்டுக் கொக்குகள் எதையும் கவனிக்காது உருமீன் வரும் வரை தவமாய் தவம் இருக்கும். கரைப்பாதையை கடந்தால் பனைய டியான் போட்ட விதை ஊரைச்சுற்றிலும் பதனியை வடியவிட்டு சரசரத்து ஆடும். ஒரு வயலை சுற்றி மட்டும் இருபது பனை மரங்கள் இருக்கும். கண்ணுக்கெட்டிய தூரம் வரை வயல்காடுதான். இடையிடையே இருக்கும் வேம்பு கூட வயல்காட்டு வெளியை மறைக்காமல் ஒதுங்கிக் கொள்ளும். சீதேவியாய் குளிவிடுச்சான் நெல் சீத்தியடித்து ஒரு ஆள் மட்டத்துக்கு வளர்ந்து நிற்க பறவைகள் ஓடி விளையாண்டே வயிறு நிரப்பும் தானியப் பூமி. தாவு காடென்றால் பெரிய குளிவிடுச்சான். மேடென்றால் சின்ன குளி விடுச்சான். நடந்து செல்லும் பிஞ்சையில் கம்பும், குதிரைவாலியும், சோளமும் குமுக்குப்போடும். எக்கி எக்கிப் சோளம் திருடும் முயல் களின் கால்களுக்கு பிடி கொடுக்காமல் காற்றிலாடும் சோளத் தட்டை கானகத்தில் வரும் மயிலுக்காய் காத்திருக்கும். கரையைக்

கடந்து ஊருக்குள் போனால் நிழல்தரும் வேம்புகள் சாஸ்தி. அனைத்தும் கூரை வீடுகள் தான் என்றாலும் மனத்தால் வானம் உயர்ந்து நிற்கும் சனம். பயறு பச்சை யென கபடி விளையாடும் கோட்டையேந்தல் ஊரணிகளாலும், கண்மாய் நீராலும் சூழப்பட்ட ஒரு தீவு போல் இருக்கும். எந்தப் பக்கம் காற்றடித்தாலும் நீர் கோர்த்து வரும் முகம் மெல்ல வருடி ராராட்டும்.

கார் கண்ணாடிகளை திறந்து விட்டு டால் அடிக்கும் கழுத்து முகத்துடன் முத்திருளு பூரித்துப் போய் விட்டாள். அதுவரையிலும் சனத்தை பார்க்காதவள் ஊருக்குள் வந்ததும், தெருவில் நின்று எல்லாரும் காரையேப் பார்ப்பதும் அவளை பொசுபொசுன்னு ஊதச் செய்தது. தானாக பெருத்து வந்தாள் முத்திருளு. முத்துச்செல்லம் எப்போதும் போல பெலக்கப் பேசாமல் கார் டிரைவருக்கு வழி சொல்லிக் கொண்டிருந்தார். கழுத்து, காதில், கையில் என மின்னும் தங்கம் ஊர் சனத்தை சுண்டி இழுத்தது. வீடு வந்து சேர்வதற்குள் ஆகாசத்துக்கும், பூமிக்குமாக நடந்த வண்ணம் இருந்தாள் முத்திருளு. வீட்டில் கூட்டமான கூட்டம். ஆளாளுக்கு தைலம், கைப்பத்தி, பனியன் வாங்கிப் போனார்கள்.

பொண்டாட்டி பிள்ளைகளை ஊரில் விட்டு இரண்டொருதரம் முத்துச்செல்லம் மீண்டும் மலேசியா போய் வந்தார்.

அப்புறம் ஏனோ கோட்டையேந்தலிலேயே இருந்துவிட்டார். சொந்தம் சொர்த்தென அத்தனை பேருக்கும் தன்னால் முடிந்த உதவிகளை செய்தார். நோஞ்சான் அப்பாவுக்கு கூட ஐம்பதுக்கும் மேற்பட்ட செம்மறி ஆடுகளை வாங்கி கொடுத்தார். அதுதான் பின்னாடி இரநூறு, முன்னூறு ஆடுகளாய் பெருகி நோஞ்சான் அப்பா மேலேறி வரக்காரணமாய் இருந்தது. இல்லையென்றால் மத்த பங்காளிகள் மாதிரிதான் அவரும் இருந்திருப்பார். முத்திருளும் அக்கா, தங்கை என இருப்பதை வாரி வாரிக் கொடுத்தாள். ஆனால் என்ன பனையடியானைத்தான் மறந்து போனார்கள்.

முத்துச்செல்லம் ஊருக்கு வந்து ஒரு வருஷம்தான் இருக்கும். எல்லாம் தலைகீழாய் மாறிப்போனது. அடுத்த பெருங்களரி வருவதற்குள் அது நடந்துவிட்டது.

மழை நசநசன்னு பெய்து கொண்டிருந்த ஒரு காலையில் கண்மாய் தண்ணியில் முத்துச்செல்லம் குளித்தார். கரையேறும் போது வயிற கடமுட என சத்தம் கொடுத்து அங்கேயே குத்த வைத்து உட்கார்ந்தார். ஒரே தண்ணியாக வெளியே போனது. கால் கழுவி விட்டு வீடு வருவதற்குள் அடுத்தடுத்து மூன்று தரம்

வயிறு புடுங்கிக் கொண்டு வெள்ளமென பாய ஆளை அசத்தி யிருந்தது. தள்ளாடி தள்ளாடி வீடு போக முத்திருளு 'ஆத்தா ஏங் கொலயே'.. யென பிள்ளைகளை வண்டி கட்டச் சொல்லி ராமநாதபுரத்துக்கு தூக்கிப் போனாள். அங்கிருந்து மதுரை ஜில்லா வுக்கும் போக கொஞ்சம் சரியாகி இருந்தது. வீடு வந்து ஒன்றிரண்டு நாட்களில் லேசுவாசாக நடக்க இளஞ்செம்பூரில் ஒரு கேதத்துக்கு வந்திருந்தவர் அப்படியே பண்டாரப் பிஞ்சையில் கத்திரிக்காய் பறித்துக் கொண்டிருந்த நோஞ்சான் அப்பா அம்மாவையும் பார்க்க வந்தார். வரும் போதே இரண்டு இடத்தில் மீண்டும் வயிற்றாலை கண்டது. பண்டாரம்பிஞ்சை வருவதற்குள் சாரத்திருந்தது. பண்டார ஓடையில் கால் கழுவி உடல் அலச அங்கேயே மயக்கம் போட்டு விழுந்தார். அம்புட்டுத்தான் பண்டாரப் பிஞ்சையில் ஒடுங்கி யிருந்தது சீவன். அவர் கடைசியாக கேட்டது பனையடியானின் குதிரை சப்தத்தைதான் என நோஞ்சான் அப்பா அடிக்கடி கூறுவார்.

இளஞ்செம்பூருக்கு வந்த வெள்ளிக்கிழமையிலேயே தவசி யாண்டிக்கு வள்ளியம்மையை நூல் போட்டு வைத்து விட்டார்கள். இன்னும் சமயாத சிறுமி வள்ளியம்மை. அவள் வந்து ஒன்றிரண்டு நாட்களிலேயே வெயில் குறைந்து வானம் மேகமூட்டமாய் காட்சி தந்தது. அன்று பசுமாட்டைப் பத்திக் கொண்டு பண்டாரம் பிஞ்சைக்கு வந்த போது திடீரென மழையின்னா மழை அப்படி யொரு மழை. சும்மா ஊத்தி எடுத்து விட்டது. காடு, ஓடை, கண்மாய் என எங்கும் தண்ணி நின்றது.

பூச்சிதான் 'என் மருமக வந்த நேரம்.. காடு கரையெல்லாம் குளிர்ந்திடுச்சு.. இனி நமக்கு பஞ்சமில்லை..' பூரிப்பில் கூறிக் கொண்டிருந்தார். அன்று விழுந்த பந்தம் பாத்திச்செடியாய் கிளை விட்டு சுற்றிலும் படர்ந்து குமுக்குப் போட்டு வளர்ந்தது. எத்தனை உறவு.. எத்தனை சொந்தம் அத்தனைக்கும் இந்த வள்ளியம்மை தான் காரணம். சொந்தக் கொடி காடு கரையெங்கும் பரவி ஊர் ஊருக்கு பாத்தி கட்டியிருந்தது.

எல்லாரும் நெடுங்குளம் கண்மாய் கரைக்கு வந்திருந்தனர். அங்கிருந்து பார்க்க பண்டாரப் பிஞ்சை இரட்டைச் சடை போட்டு கெந்தான் விளையாடும் சிறுமியாய் காற்றில் கெந்திக் கொண்டிருந்தது. கால் கொலுசு விட்டு விட்டு கேட்க, பருத்திகள் எம்பி எம்பி ஆட்டம் போடும். மூன்று பேரின் துண்டும் கனமாய்த் தான் இருந்தது. எப்படியும் ஒரு கிலோ தேறும். பெரிய ஊருக்குள் போட்டு விட்டு பூச்சியாத்தாவிடம் மொச்சையும், தட்டான் பயறும்

வாங்கிக் கொண்டு, நாலைந்து தேன் முட்டாயோடு வந்தால் சும்மா சிவ்வென மனம் ஆகாயத்தில் பறக்கும். பயறை பக்குவமாய் அவித்து லேசாக உப்பு போட்டு வைத்திருக்கும் பூச்சியாத்தாவுக்கு ஒரு கண்ணில் பூவிழுந்திருக்கும். அது முழித்து முழித்துப் பார்த் தாலும் எருக்கலைப் பூ உள்ளிருக்கும். மாடுகள் நெடுங்குள கரை ஆல மரத்தில் நின்று மேய்ந்தது. பம்பைத் தலையில் கண்மாய் நீவாங்கரை முழுவதும் நிற்கும் அகலக்காலன்தான் அந்த ஆலமரம். தூரில் ஐந்து தலை நாகமெல்லாம் குடியிருக்கும். பொழுது சாய்ந் தால் அதில் விதவிதமான குரலும் விசில் சப்தமும் கேட்கும்.

ஆலமரத்தின் உச்சியில் தான் அது தங்கியிருப்பதாக கூறு வார்கள். இரவில் வயக்காட்டில் கிடை காப்பவர்களின் கண்ணுக்கு மட்டும் தகதகவென மின்னும் ஆலமரம். மின்னல் வந்தால் பூக்கும் பூச்சிகள் மாதிரி உச்சியில் இருந்து தூர்வரை மின்னூட்டாம் ஆயும். மரத்தின் நடுமையமாய் ஒரு நட்சத்திரம் ஜொலிக்குமாம். நம்ம கீரந்தை முருகேசன் கோடையில் ஒருநாள் பண்டாரம் பிஞ்சையில், மாட்டுக் கிடை போட்டிருந்தார். சொந்த ஊரை விட்டு வந்து அவர் காலனியில் குடியேறிய போது யாருக்கும் பிடிக்கவில்லை தான். கீரந்தை கிராமத்தை சுற்றிலும் காட்டுக்கருவ பத்திவிட்டது. காடுகளை அது உறிஞ்சி சோம்பையாக்கி சிரித்தது. ஒத்தப்பொட்டு தண்ணீரையும் வயலுக்கு அது விடுவதில்லை. கம்பும், சோளமும் சகட்டு மேனிக்கு வளர்ந்த காட்டில் காட்டுக்கருவ வேர் ஓடி பாளம்பாளமாய் விரிவோடியது. மாடுகளை அடையப் போட, தாமறித்து கட்ட இடமில்லாமல் போனதோடு, தப்பி தவறிய மாடு களை நெடுஊத்துக்குள் போய் கண்டுபிடிக்க முடியவில்லை. ராமநாதபுரம் சாலையில் இருந்து எப்படியும் இரண்டு மூன்று கிலோ மீட்டர் தூரத்துக்கு தெற்கால் நடந்தால் தான் கீரந்தை வரும். ஊடுபாதையை மறித்து நிற்கும் காட்டுக்கருவேலி நெடுகிலும் அடர் ஊத்தாய் வளர்ந்து கிடக்கும். ஒத்தசத்தையில் போகும் ஆட்களை கழுத்தறுத்துப் போட்டாலும் தெரியாது. பொம்பள பிள்ளைகள் பொழுதடைந்தால் சாலைப் பக்கம் வருவதில்லை.

கீரந்தை முத்துராமலிங்கம் தான் அத்தனை கருவ ஊத்தையும் குத்தகைக்கு எடுத்து ஒரு பக்கமாய் ஆட்களை விட்டு மூட்டத்துக்கு வெட்டி வருகிறார். தன்னந்தனியாக கருவக்காட்டு ஊத்தை சுற்றி பைக்கில் வரும் ஒரே தைரியமான ஆம்பிள்ளை அவர்தான். அவருக்கு பக்கத்து பக்கத்து கிராமத்திலிருந்து எதிரிகள் சாஸ்தி. இருந்தும் அவர் சளைக்கமாட்டார். இடுப்பில் எப்போதும் கைத் துப்பாக்கி வைத்திருப்பார். ஆறடி மனுசன். பெரும் இடவாரில்

நுனிநுனியாய் வாய் பிளந்து சின்ன சின்ன பிளேடுகள் சொருகி இருக்கும். முத்துராமலிங்கம் சுத்திநின்று சிலம்பாடினால் எட்டுக் கண்ணும் விட்டெரியும். பன்னந்தைக்கும், கீரந்தைக்கும் ஒருசமயம் தகராறு வந்தப்போ, இருபது முப்பது ஆட்களை தனது இடவாரால் விரட்டி அடித்த பெருமை இன்னும் ஊரில் எழுதாக் கிழவியாக அலைகிறது. நாலைந்து கொலக்கேசும், பத்துப்பதினைந்து பஞ்சாயத்து கேசும் இவர் மீது உள்ளது. ஆனாலும் முத்துராமலிங்கத்தை எந்த கொம்பனாலும் கிட்ட நெருங்க முடியாது. தன்தைரியம் அதிகம். மூட்டத்தில் அவர் தான் கட்டிலைப் போட்டு படுத்திருப்பார். சிறு அலுக்கம் பட்டால் போதும் கதவாலிப் பறவையாய் மாயமாகி இருப்பார். ஊத்துக் காட்டின் அசைவுகள் அவருக்கு அத்துபடி. ஊடுபாதையில் யார் காலடி எடுத்து வைத்தாலும் ஆக்காட்டி குருவி சொல்லிவிடும். கருவ ஊத்தில் வர முடியாது. பின்னிக் கிடக்கும் கருவ முட்கள் குத்தி நார்நாராய் கிழிக்கும். வீராப்பாய் வந்த சிக்கல் காவல் உதவி ஆய்வாளர் நாலைந்து பேருடன் வந்து மூக்கறு பட்டு உடுப்பு கிழிந்து ரத்தக் காயத்துடன் திரும்பிப் போனதுதான் மிச்சம். கீரந்தைக்கு அந்த ஒரு பாதை தான். கருவ ஊத்துக்குள் இருப்பது ஊரில் ஒன்றிரண்டு பேரை தவிர யாருக்கும் தெரியாது. சுத்தி வந்தால் பத்து இருபது கிலோமீட்டர் தூரம். கீரந்தையின் தெற்கே நெடுகண்மாய். அதில் உடைமரங்கள் சாஸ்தி. உள்ளே இறங்கி நடக்க முடியாது. கரையே சுற்றி வந்தால் தாவு அந்துவிடும்.

சிக்கலில் ஏதேச்சயாய் மாட்டிக் கொண்டு வெட்டுப்பட்டு சாகும் வரை சிங்கமாத்தான் மனுசன் வாழ்ந்தான் என்பார்கள். அன்று கூட முப்பது பேர் கூடியும் சாமானியமாக முத்துராமலிங்கத்தை கை வைக்க முடியவில்லை. சுத்தி சுத்தி அறுவா கொண்டு வெட்டினாலும் கிட்ட நெருங்கவிடவில்லை. அவர் விதி போலும். என்றுமே துப்பாக்கி வைத்திருப்பவர் அன்று மறந்து வந்திருந்தார். காலை பதினொரு மணி வாக்கில் சிக்கல் நடுரோட்டில் நின்று கொண்டிருந்த முத்துராமலிங்கத்தை சுற்றி வளைத்தார்கள். கணநேரத்தில் சுதாரித்த அவர் துப்பாக்கியைத் தேட இல்லை. பக்கென இருந்தாலும் நம்பிக்கை இழக்காமல் இடுப்பில் இருந்த இடவாரை உருவி ஓங்கி ஓங்கி வெட்ட வந்த ஆட்களின் முகத்தை கிழித்தார். ஓட வேண்டும் என கடைசி வரை நினைக்கவில்லை. இருபத்தி எட்டுப்பேரையும் அடித்துப் பத்திக்கொண்டே வர ஒரு சின்ன சந்தில் மாட்டிக் கொண்டார். இடவாரை சுத்த முடியவில்லை. ஒரு பக்கம் அறுவாள்களை தடுக்கும் போது, மறுபக்கம் கெதியாய் பின்பிடதியில் வெட்டினர்.

ரத்தம் சொட்ட சொட்ட மல்லாந்து கிடந்தது கீரந்தையை காத்துக் கொண்டிருந்த அய்யனார் சாமி விழுந்ததாகவே சொன்னார்கள்.

அவர் போனதில் இருந்து பன்னந்தை ஆட்கள் ஆட்டம் அதிகமாகியது. ஆடு, மாடுகளை பிடித்து வைத்துக் கொள்வது, பயிர் பச்சையில் இறங்கி கதிர் அறுத்துப் போவது என கொட்டம் அதிகமானதால் கீரந்தையில் இருந்து கிடை மாட்டுகளைப் பத்திக் கொண்டு பெண்ணெடுத்த ஊரான இளஞ்செம்பூர் காலனிக்கு வந்துவிட்டார். அங்குதான் அவர் மனைவி ஈசானி பிறந்து வளர்ந்திருந்தாள். மாடுகள் சாஸ்தி. வீட்டையே பார்க்காத காட்டு மாடுகள் வேற. டேடேயென காடுவாக்கில் தெரியும். நினைத்தால் குணியும். இல்லையெனில் ஒரே ஓட்டம் தான். பாவம் முருகேசன். இதனாலேயே ஊர் சனத்திடம் பேச்சான பேச்சு வாங்கி இருக் கிறார். கொள்ளைகளை நாசம் செய்து விடுவதால் கீரந்தை முருகேசனை ஊரை விட்டு போகும்படி பஞ்சாயத்து கூட்டும் அளவுக்கு விசயம் பெரிதாகி இருந்தது. நாளாக இளஞ்செம்பூர் காரராய் ஆகிவிட்டார்.

நம்ம கல்லுவீட்டு ராமுக்கு பண்டாரப்பிஞ்சையில் முருகேசன் மாடுகள் கிடை அடைந்தது.

ஆலமரத்தில் இருந்து இரண்டு வயக்கடப்பு. நெடுங்குள ஊரணிக்கும், கண்மாய் ஆல மரத்துக்கு இடையில் இருந்தது கிடைவயல். இரண்டு மூன்று வயல்கள் இருந்தால் தான் மாடுகள் அடையும். பெருப்பெருத்த மாடுகள் கால்சோர்ந்து ஆயாசமாய் நீட்டி தூங்க தோது. நாத்தாங் குண்டுவெல்லாம் சரிப்பட்டு வராது. கிடையில் முருகேசனும் நாதனும் இருப்பார்கள். நாதன் மருமகன். மாடு மேய்க்க கூட்டி வந்திருந்தார். இரண்டு கட்டில்கள் எப்போதும் வயலில் கிடக்கும். அன்றும் அப்படித்தான் மாடுகள் கிடை அடைந்தது. நல்ல இருட்டு. இரண்டொருநாள் கழித்து அமாவாசை. கையில் கைப்பத்தி, சூரிக்கத்தி, வேல்கம்பு, மூங்கில் கம்பு வைத்திருப்பார் கட்டைகளைப் போட்டு கயிறால் மாட்டை கட்டிப் போட்டு கிடை அடைய வைப்பது ஈசி. காட்டுமாடுகளை வயலுக்குள் தாமறிப்பது மனுசனுக்கு புட்டாணி உடைந்து விடும். அவைகள் கால்மடக்கி தூங்கும் வரை மனுசனுக்கு ஓய்விருக்காது. பத்து மணியைத் தாண்டினாலே மாடுகள் கலக்கலக்க படுத்து அசைபோட ஆரம்பிக்கும். தனியே நிற்கும் ஒன்றிரண்டு மாடுகள் கிளம்பாது. இருட்டில் வேவு பார்த்துக் கொண்டிருக்கும். ஆள் பேரு வந்தால் அவைகள் தான் மணியாட்டி சேதி சொல்லும்.

கொறுக்காடாய் நிற்கும் மாடுகளுக்குத்தான் முருகேசன் மணி கட்டி யிருந்தார். காவாரிக் கொள்ளும் இளம்காளை மாடுகள் தான் பொட்ட மாடுகளை மோந்து மோந்து பார்த்து, சுற்றிச் சுற்றி வரும். இசைந்தால் உண்டு. இல்லை அங்கேயே தின்பண்டத்தை பறிக்கும் குரங்காய் நிற்கும். நகராது. முடையடித்த பசுக்களின் வாணி சதா கண்ணில் ஊறிக் கொண்டே இருக்க, நட்டுக்காவலாய் நிற்கும் காளைகள்.

பத்து பதினோர மணி வாக்கில் தான் முருகேசன் அசந்து தூங்க ஆரம்பித்தார். இருந்தும் ஆழ் உறக்கத்தில் கேட்டது விசில் சப்தம். நெடுநேரம் கழித்து எழுந்து பார்த்தவருக்கு ஒரே ஆச்சர்யம். ஆம். ஆல மரம் முழுக்க நல்ல வெளிச்சம். மஞ்சளும், நீலமும் கலந்த ஒளி மரத்தை சுற்றிலும், உள்ளேயும் படர்ந்திருந்தது. மனம் திக்கென அடித்துக்கொண்டது. கொண்டு வந்த தண்ணியை எடுத்துக் குடித்து உற்றுப் பார்க்க ஒளி நிஜம்தான். ஒரு இடத்தில் இருந்து நாலாபுறமும் சிதறி ஓடுவது தெரிந்தது. கிட்டப் போக பயம். மெதுவாக கண்மாய் கரையோர வயல் பக்கமாய் நகர்ந்து மாடுகளோடு உட்கார்ந்து கொண்டார். அன்று நாதன் கிடைக்கு வரவில்லை. காலையில் இருந்து அவனுக்கு மேலுக்கு சுகமில்லை என்பதால் 'நீ கிடைக்கு வரவேண்டாம்.. நான் பார்த்துக் கொள் கிறேன்..' என கூறி வந்திருந்தார் முருகேசன். நல்லவேளை என இப்போது நினைத்துக் கொண்டார். கையில் வேல்கம்பை இறுகப் பிடித்து, சூரிக் கத்தியை இடுப்பில் சொருகினார். நாலுகட்டை பத்தி. அத்தனையும் பளீச்சென தெரியும். அதற்குள் உடம் பெல்லாம் வேர்த்துக் கொட்டியது. மாடுகளிடம் இத்தினி அலுக்கம் கிடையாது. இருட்டோடு செவனேன்னு படுத்துக் கிடந்தது.

முதலில் ஒளி குவியும் இடத்தை உற்று பார்த்தார் முருகேசன். ஆலமரத்தின் கீழ் இருந்துதான் மேலேறிப் போனது. புல்லும், மண்ணும், இலைகளும், விழுதுகளும் மஞ்சளும், நீலமும் கலந்து கனவுகளின் தேசமாய் தெரிந்தது. ஆள்பேரு இல்லை. மரத்தில் எப்படி ஒளி..? மண்டையை குடைந்து கொண்டே ஆலமரத்தை வச்ச கண் வாங்காமல் பார்க்க பார்க்க தேகம் தானாக ஆட ஆரம்பித்தது. ஊர்சனம் சொல்லி கேள்விப்பட்டிருக்கிறார் முருகேசன். ஆனால் நேரில் வேற என்னமோ மாதிரி இருந்தது. பாவைக்கூத்தில் வரும் பொம்மைகளுக்கு முன் தரையில் படும் மெலிதான ஒளி ஆலமரத்தை வினோதப் பிறவியாய் மாற்றிக் கொண்டிருந்தது. எல்லாம் கொஞ்ச நேரம் தான் மஞ்சள் ஒளி கீழிருந்து மேல் நோக்கி நைசாக போக ஆரம்பித்தது. இன்னும் உத்துப் பார்க்க ஆ. வென நெஞ்சடைத்தது முருகேசனுக்கு. ஆம்.

ஒளியை வாயில் வைத்து தூக்கிக் கொண்டு போவது ஐந்து தலை நாகம். நடு நாக மையத்தில் ஒளி இருந்தது. அது ஒரே உட லோடு ஐந்து தலையையும் தூக்கிக் கொண்டு விழுதுகள் வழியாக மரம் ஏறிக் கொண்டிருந்தது. ஒருக்கால் அது முத்தாக இருக்குமோ..? நாக முத்து. விளை மதிக்கமுடியாதது. பலநூறு ஆண்டுகள் வாழும் நாகம் மட்டும் கக்கி அதன் வெளிச்சத்தில் மேயும் என கேள்விப்பட்டது. முருகேசனுக்கு வெலவெலத்தது. கை, கால்கள் நடுங்கிக் கொண்டு குலசாமியை மனம் கூப்பிட்டது.

ஐந்து தலை நாகம் முன் போக மூன்று, இரண்டு, ஒரு தலை நாகங்கள் அதன் பின்னாடியே மேலேறியது, அதிலும் விழுதுகளில். நம்பவே முடியாத ஆச்சர்யம் தான். மரத்தில் ஏறுவதே பெரும் பாடு. இதில் விழுதில் எப்படி வரிசையாக போக முடிகிறது. எங்கு போகிறது என உட்கார்ந்து பார்க்க தெம்பு வந்தது. கீழ் வந்தால் பயத்தில் டங்குவாறு அந்திருக்கும். மேல் போனதால் வெளிச்சத்தை உற்றுப் பார்க்க மனம் சொல்லியது. மாடுகள் ஏதோ தினம் நடக்கும் நிகழ்ச்சி போல அசைபோட்டுக் கொண்டிருந்தது. காரிக்காளை மட்டும் ஏனோ எழுந்துநின்று ஆலமரத்தேயே பார்ப்பது போல் தெரிந்தது. கால்களை கீழ் உரசி, வாலை ஆட்டி ஆட்டி தலையசைத்து நின்றது. ரகசியங்கள் அதுக்கு தெரிந்திருக்க கூடும். மேல்நோக்கி போன ஒளி ஆல மர உச்சிக்கே போய் விட்டது. மரத்துக்குள் நட்சத்திரம் போல தெரிந்தது. ஐந்து தலை நாகத்தை பார்த்த அதிர்ச்சியில் இருந்து முருகேசன் இன்னும் மீள வில்லை. எவ்வளவு நேரம் பார்த்துக் கொண்டிருந்தார் என தெரியாது. ஆலமர இலைகள் அதுவரை சும்புடுங்காமல் இருந்தது. ஒத்த இலைகூட தப்பவில்லை. மாறி மாறி கொட்டாவியாய் வந்து தூங்கும் போது அதிகாலை வந்திருக்கும். நான்காம் சாமம் வந்தவுடன் ஆலமரத்தின் ஒளி தானாக அணைந்தது. எங்கும் கருங்கும்மென்ற இருட்டு படர்ந்தது. கீழிலிருந்து வளர்ந்து புற்றாக உயர்ந்து நிற்கும் இருட்டு. இடைவெளி இல்லா மை இருட்டில் என்ன நடக்கிறது..? யாருக்கும் தெரியாது. நடப்பதும், பேசுவதும், பாடுவதுமான கச்சேரியை நாகங்கள் ஆரம்பிக்க இருட்டு தோது போல. விழுதுகள் எல்லாம் நாகமாக இருட்டில் ஆடிக் கொண்டி ருந்தது. முருகேசனுக்கு தூக்கம் கண்ணை சொருவினாலும் மனம் பக்பக்கென அடித்தே அசந்தது. மேலேறிய ஐந்து தலை நாகம் கிடை பக்கம் வந்துவிட்டால்..? ஒன்று கொத்தினாலே நுரை கக்கிக் போகும் உயிர். ஐந்து.. ஆத்தாடி.. என தூங்கிப் போக சூரியன் முகத்தில் அடித்தபோது, வந்த மனைவி ஈசானி,

‘இந்தாம்பிள்ளை ஏன் இப்படி சூத்துல வெயிலு அடிக்கத் தொட்டியும் தூங்குது..’ என எழுப்பினாள்.

எழுந்ததும் ஆல மரத்தைப் பார்த்தார் முருகேசன். சூரிய ஒளியை உள்வாங்கி இலைகள் குமுக்குப் போட்டது. கண்சிமிட்டி ஆடும் விழுதுகள் தரையைப் பரசி ராராட்டம்மா ராராட்டு.. செல்லக் கிளியே ராராட்டு.. என பாடியது.

‘ஏமா.. இந்த ஆலமரத்துல நைட்டுப் பூராம்... வந்து..’ இழுத்தார் முருகேசன்.

‘என்ன நீங்களும் ஐந்து தலை நாகத்தை பார்த்தீங்களா..? அது நாகமில்லேங்க.. முனிவரு..’ என புதிர்போட்டால் ஈசானி.

‘என்னடி சொல்றே.. நான் ஏங்கண்ணாலே பார்த் தேன்ங்கிறேன்..’

‘நீங்க பார்த்தது உண்மைதாங்க.. ஆனா அது தபசியப்பர் என்கிற முனிவராம்.. எனக்கே ரொம்ப நாள் கழித்துத்தான் நளாயினி பாட்டி சொன்னாள்.. ஐந்து தலை நாகம் வருவதற்கு முன் செகண்டி சப்தம் கேட்டுச்சா.. பண்டாரப் பிஞ்சை முழுவதும். ஒருத்தர் அரிக்கேன் லைட்டை முன் பிடித்துப் போக, பின்னாடியே ஒருவர் செகண்டி அடித்துக் கொண்டே போவார். அந்த சப்தம் அப்படியே இந்த ஆலமரத்தில் வந்து ஒடுங்கும். அதுக்குப் பின்னாடிதான் ஐந்து தலை நாகம் வெளிவரும்.. ஆமா..’ ஈசானிக்கு, புருஷனுக்குத் தெரியாத ரகசியம் தனக்கு தெரிந்து சொல்வதில் ஏகப்பட்ட மகிழ்ச்சி. அவள் கண்ணம் உப்பிப் போய் இருந்தது. பத்தா உடம்புக்காரி என்றாலும் வாய் நாலு ஊருக்கு நீளும். அத்தோடு கையும் ஆட்டி பேச ஆரம்பித்தால் நம்ம ஊர் ராமாயி கிழவிமாதிரி ஈச்சுவத்திதான். பேச்சுக் கொடுத்து தப்பமுடியாது. புருஷனிடம் மட்டும் அடக்கி வாசிப்பாள். பேசிக்கொண்டு இருக்கும் போதே சத் தென அடி விழும். ஒரு அறையில் தலை சுத்தி கீழ் விழுக வேண்டியதிருக்கும். காட்டுடம்பு. மாடுகளுக்கு பின்னாடியே ஓடி ஓடி இறுகி நரம்புகள் கைகளில் புடைத்துக் கொண்டு புஜங்கள் திமிறிக் கொண்டிருக்கும். பெலம் வந்து அடித் தால் ஈசானி பத்து பதினைந்து நாள் படுக்கைதான். என்ன செய்ய..? புருஷன் ஈழுக்கொட்ட நளாயினி கிழவியிடம் கேட்ட கதைகளை அவிழ்த்துவிட்டாள் காலை கஞ்சி குடிக்கும் வரை. சூரியன் தேமேயென வேடிக்கை பார்த்தான். சுள்ளென அடித்து அவர்களையும், காடுகளையும் எப்படி கிளப்புவதுயென அவனுக்கு ஒரே யோசனையாக இருந்தது.

'ஏழெட்டு நூற்றாண்டுக்கு முன்னாடி ஆப்பநாட்டு காட்டில் சீதேவி சிரிச்சு மகுந்து கிடந்தா.. தண்ணியும் வெண்ணியும் சீதோ வென கிடந்தது. காட்டில் என்ன போட்டாலும் மழை உழவு மாதிரி மகுந்து கொண்டு வந்தது. காலிலும், மேலிலும் தானியங்கள் சிந்தி கோழி குஞ்செனை பெருத்து வந்தது. வீட்டில் செல்வங்கள் மரசல் மரசலாய் சேர சனத்தை பிடிக்க முடியவில்லை. அப்பொ தெல்லாம் நெல்லாய் விளையாதாம். எல்லாம் அரிசிதானாம். கேப்பை, குருதாலி, கம்பு என எல்லாத் தானியங்களும் தோகை யின்றி முழு முழு அரிசியாய் விளைந்துள்ளது. அப்படியே விதைக்க அறுத்து உதிர்த்து மூட்டை மூட்டையாக ஊர், அரிசியை கொண்டு போனது. அப்படி இருக்கும் போது, நாதாரி கிழவியும், அவ புருஷனும் இந்த பண்டாரப் பிஞ்சையில் அரிசிப் பொலியை காவல் காத்துக் கொண்டிருந்தார்கள். ஒரு ஆள் மட்டத்துக்கு உசந்திருந்த பொலியை சாக்கு கொண்டு மூடியிருந்தனர். மறுநாத்து உச்சி பொழுதில் வடக்கே இருந்து மொட்டை தலையுடன், வெள்ளை உடுப்பு உடுத்தி ஒருத்தர் முன்வர அவர் பின்னால் நாலைந்து பேர் வந்துள்ளனர். அஞ்சுத்தம்பல் வந்தும் ஊருக்குள் போகாமல் அப்படியே காட்டு வழியா வந்து கருப்பனசாமி கோயிலில் செத்த இருந்துட்டு நெடுங்குளம் கண்மாய் கரையோரம் நடந்து பண்டாரப் பிஞ்சைக்கு வந்துள்ளனர். அவர்கள் வரும் போதே தூரமாய் செகண்டி சத்தம் கேட்டிருக்கு. நாதாரி 'எங்கோ இழவு விழுந்திருக்கு.. நீ போயிட்டு வா.. நான் பொலியைப் பார்த்துக் கொள்கிறேன்..' என கூற அவ புருஷனும் இருமிக் கொண்டே ஊரைப் பார்த்து நடந்தான். நடந்து வந்தவர்களுக்கு நல்ல பசி. காதை அடைத்துக் கொண்டு வரவும் பின்னால் வந்தவர்கள் சொன்னார்கள்.

'குருவே.. இங்கு எங்காவது உணவருந்தலாமே..' என சொல்ல அவருக்கும் அதுதான் சரியென பட்டது. கால்கள் எட்டு வைக்க மறுக்க,

நாதாரி கிழவியிடம் வந்து, 'தாயே.. நாங்கள் வெகு தூரத்தில் இருந்து வருகிறோம்.. எங்களுக்கு கொஞ்சம் அரிசி தானியம் தந்தீர்கள் என்றால் போகும் வழியில் சமைத்து உணவருந்துவோம். சீடர்களை களைப்பும், பசியும் வாட்டுகிறது..' பணிவாய் கேட்டார். தூய வெந்நிற ஆடையில் கரையில்லா மனசு. முகத்தில் மட்டும் அப்படியொரு பொலிவு. கண்கள் காந்தத்தை விட கூர்மையாய் இருந்தது. வந்தவர்கள் யாரென தெரியாமல் இந்த நாதாரி கிழவி, தானியமாவது கீனியமாவது அதெல்லாம் ஒத்தப் பொட்டு இல்லை போ.. போ.. என விரட்டியுள்ளாள்.

‘ஏந் தாயே மலை போல் பொலி குவிந்து கிடக்க உங்கள் மனம் அடுப்புக் கரியாய் சுருங்கிக் கிடக்கிறது..’ என் கூறியுள்ளார். அம்புட்டுத்தான் நாதாரிக்கு கோவம் பொத்துக் கொண்டு வந்துள்ளது.

‘ஏன்டா பரதேசி.. உனக்கு பொலியைப் பூராம் கொடுத்து ருவோமா.. பேசாமே போறியா.. நாயை விட்டு கடிக்க விடவா..’ என பொரிந்து தள்ளியதோடு

‘ஏ கருப்பு இங்க வாடா.. இந்த நாயீங்களே விரட்டு...’ என கத்திக் கூறியுள்ளாள்.

ஓடி வந்த கருப்பு இவர்களைப் பார்த்ததும் வாலை ஆட்டி இரண்டு காலைத் தூக்கி மண்டியிட்டு வணங்கியுள்ளது. அவர் ஆசிர்வாதம் செய்துவிட்டு கண்கள் சிவக்க சாபம் இட்டார். ஆமா.

‘இனிமே இந்த சீமையில குத்தித்தின்கும் குணத்தில் தான் தானியம் விளையும்.. காடே தீப்பாஞ்சு தட்டழியும்.. நாங்கள் வருகிறோம்..’ என கூறிவிட்டு போய்விட்டார். அவர் போன பின் வந்த புருஷனிடம் நடந்ததை கூற, ‘அட பாதகத்தி எம்பூட்டு பெரிய தப்பே செஞ்சிருக்கே.. இவ்வளவு கிடக்குற பொலியிலே ஒரு மரக்கா கொடுத்தா ‘ஓ பூல்லே குறைஞ்சா போகுது..’ கடுமையாய் சத்தம் போட்டு அடிக்கப் போனார்.

அந்த வருஷத்தில் இருந்து ஆப்பநாட்டு சீமையில் அரிசிக்குப் பதிலாய் நெல்லுதான் விளைகிறது. அதையும் குத்தி குத்தி தின்பதற்குள் படாத பட வேண்டியிருக்கு.. காட்டில் வம்பாடு பட்டால் தான் சனம் பசியாற முடியும்ங்கிற நிலை வந்து போச்சு.. வெயில் ஆத்தா ஊத்தி காட்டை பொசுக்கு பொசுக்குன்னு பொசுக்கிறுச்சு.. அன்றிலிருந்து அவர் இந்த நெடுங்குள ஆலமரத் திற்கு வந்து தியானம் இருந்து குறிப்பிட்ட காலத்துக்குப் பின் பாம்பாக மாறி இங்கேயே தங்கி விட்டார். தன்னால் தான் இந்த காடும், சனமும் இப்படி தட்டழிகிறார்கள் என ரொம்பவே நொந்து நூலாகி அங்கேயே உடல் மாஞ்சு போச்சாம். அவர் தான் இன்று வரை பண்டாரப் பிஞ்சை வழியா செகண்டி அடித்துக் கொண்டே வந்து இந்த ஆலமரத்தில் நட்சத்திர ஒளியாய் மின்னுராராம். பல நூறு ஆண்டு ஆனதால அவர் ஐந்து தலை நாகமா மாறி இருப்பதாக சொன்னாள் நளாயினி பாட்டி, என முடித்தாள் ஈசானி. வெயிலேறி வரவும் காதுல வாங்கின கதையோடு ஆலமரத் தையே பார்த்து மாட்டை கிளப்பிப் போனார் முருகேசன்.

நோஞ்சான் ஆலமரத்தேயே சுற்றி சுற்றி வந்தான். மர்ம முடிச்சுகள் விழுதுகளில் தொங்கியது.

வீட்டோரத்து வயலில்தான் நோஞ்சான் மாடுகள் கிடை அடைகிறது. காட்டுக் கிடை இல்லை. வீட்டுக் கிடை. அதாவது வீட்டில் எப்படி மரம் மட்டைகளைப் போட்டு, மாடுகளை கட்டிப் போட்டு கூலம் போடுவோமோ; அது போல வயல்களில் மரங்களை போட்டு கயிறு கொண்டு மாடுகளை கட்டிப் போடுவது. காவல் கிடை யாது. விடியவிடிய கூலத்தை தின்று விட்டு மோத்திரமும், சானியும் போட, வயலுக்கு நல்ல உரம். பயிர் பச்சை சிலுசிலுன்னு வரும். பொழுது சாய மேய்ச்சலுக்கு விட்டால் அரைகுறை வயிறு நிரம்பி, காலோஞ்சு படுக்கும். கூலம் அதிகம் தேவைப்படாது. வீட்டுக் கிடை கிடக்கும் காலங்களில் எப்போதும் மாடுகள் அந்தி மேய்ச்சலுக்குப் போகும். நெடுங்குள கண்மாயில் இருந்து ஊரணி வழியாக மாட்டை திருப்பிவிட்டனர். ஆலமரத்தில் இருந்து திருப்பினால் ஊரணி, முப்பது குறுக்கக் காடு, தொலையாங்குள மேடு, பொட்டல் காடு, தாவு காடு தாண்டி அப்படியே வீட்டோரத்து வயல் வரும். அங்கு தான் மாடுகள் அடையும்.

மாட்டை திருப்பி விட்டு ஆலமர விழுதுகளைப் பிடித்து விளையாண்டனர். நோஞ்சான் மட்டும் உச்சியிலே ஏதோ இருப்பது போல உணர்ந்தான். பகலில் கூட ஆல மரத்தின் இடுக்குகளுக்குள் இருட்டர்ந்து கிடந்தது. வெறும் நாகங்களாய் ஊர்வது போல பட்டது. கூர்ந்து கூர்ந்து பார்த்த போது எலும்பன் தான் அந்த யோசனையை சொன்னான். ஆம்.

‘அடே மாட்டை கிடையில கட்டிட்டு, அப்படியே பண்டாரப் பிஞ்சைக்கு வந்திருவோம்.. குறைக்கும் பருத்தி சுளை பறிச்சா.. காலையிலே நான் போயி நாகநாதன் அண்ணனிடம் போட்டு விட்டு வருகிறேன். காசு நிறையக் கிடக்கும். அதப் பகுந்து கொள்வோம்..’ என்றான்.

நோஞ்சானுக்கு அது சரியென படவில்லை. ‘ அடே நாம பறிச்சது போதும்.. இருட்டுன பின்னாடி போனா.. முனி அடிக்கும்.. அத்தோடு இருட்டும்..’ என்றான்.

‘ஏன்டா பயந்து சாகுறே..’ கூளை.

‘இல்லப்பா நான் வரலே.. காலையிலே கூலம் கொண்டு வரும் போது வேணா வாரேன்.. அப்படியே போயி பறிச்சுட்டு

வருவோம்.. இன்னியாரம் போனா.. வள்ளியம்மையும், முத்திருளும் அங்குதான் இருக்காங்க.. அப்புறம் விடமாட்டாங்க.. முத்துக்காளையன் மாதிரி காணாமல் போக வேண்டியதுதான். கடகப்பெட்டிக்குள் கொண்டு போய் பதுக்கி விடுவார்கள்..' நோஞ்சான் கூற, கூற எலும்பன், கூளைக்கும் அது நடக்கும் என்றே தோன்றியது.

'இது எதுக்கு வம்பு காலையிலே போயி பறிப்போம்..' என எல்லாரும் ஒருமனதாக ஒத்துக் கொண்டார்கள். ஆலமரத்தில் இருந்து மெல்ல மெல்ல இறங்கி வந்த இருட்டு, காட்டு வழியே தானாக நடந்து போனது. தனியே கையைப் பிடித்து கூட்டிப் போகும் இருட்டு எங்காவது பாங்கிணற்றில் இறக்கி விடும். நீங்கள் நினைத்தாலும் மீடேற முடியாது.

காலையிலேயே புதுச்சட்டை டவுசர் போட்டு புதுப்பொலி வோடு வந்திருந்தான் சூரியன். சிரிப்பிலும் கொள்ள அழகு. அனைவரையும் சினேகமாய் தட்டிக் கொடுத்து அணைத்துக் கொண்டான். காடு கரைகள் தலையசைத்து சூரியனுக்கு முகம் கொடுத்தன. ஒளியில் நீந்திப் பார்த்து இறகால் பொட்டு வைத்தது பறவைகள். எங்கும் மோகனம்.

'ஏலே சின்னப் பயலே.. ஏலே.. சின்னப் பயலே.. எந்திரிடா.. மாட்டுக்கு கூலம் கொண்டு போகணும்..' அம்மாவின் குரல்.

மூஞ்சி கூட கழுவாமல் அம்மா கட்டி வைத்திருந்த கூலக் கட்டை தலையில் சுமந்தபடி வீட்டோர வயலில் தன்னை எதிர் பார்த்து காத்திருக்கும் மாடுகளை நோக்கிப் போனான். மறக்காமல் துண்டு எடுத்து தோளில் மாட்டிக் கொண்டான். இவன் நடக்க நடக்க, பின்னாடி தரைக் கட்டிலில் சாவதானமாய் படுத்துக் கொண்டே வந்தது நிழல். நோஞ்சான் திரும்பி பார்க்கவில்லை. நாம் நின்றால் அது ஒரு மரியாதைக்குக் கூட எழுந்திருக்காது. போதாக்குனைக்கு இளவெயிலைக் குடித்த மப்பு வேற; சொல்லவா வேண்டும்..? நோஞ்சான் கால்கள் வேகமாக எட்டு வைத்தது. செவலைப் பசு.. ம்மா.. ம்மா.. என அழைப்பது கேட்டது. பாவம் விடியவிடிய இருட்டை அசைபோட்டே படுத்து கிடந்திருக்கும். ரோட்டை விட்டு, வயல் பாதையில் இறங்கியதும் மாடுகள் எழுந்து கயிற்றை இழுத்துப் பார்த்தது. மூக்குணாங் கயிறு அறுக்க சும்புடுங்காமல் வாலை ஆட்டியது. நோஞ்சான் வரும் திசைபார்த்து கொம்பை கொம்பை ஆட்டியது.

வீட்டோரத்து வயலுக்கு வந்ததும் கூலத்தை யாரோ இறக்கினர்.

யாரு..?

'நான்தான்டா எலும்பன். இன்னியாரம் வரை கப்பே பொழந்தா தூங்கினே.. சீக்கிரமா கூலத்தை பிரிச்சுப் போடு..' அவசரப்படுத்தினான்.

ஆளுக்கு ஒரு கையை அள்ளி பிரித்துப் போட மாடுகள் வாலை ஆட்டிக் கொண்டே தின்றது. எலும்பன் மாடுகளும் பக்கத்து வயலில்தான் அடையப் போட்டிருந்தார்கள். கூளை மாடுகள் கர்ணக் கிணரோரம் கிடந்தது. இருட்டின் தனிமையில் மவுனத்தை உற்று நோக்கியபடி மாடுகள் கிடை கிடக்கும். யாரும் வந்து அவிழ்த்துப் போக மாட்டார்கள். என்ன லேசுசா வயலில் திருகிக் கிடக்கும்.

'சீக்கிரம் வாங்கடா..' என கூளை துண்டை வீசினான். வீட்டோரத்து வயல் வரப்பில் நிற்கும் வேம்பின் நிழல் நேற்றை விட சுருங்கித்தான் தெரிந்தது. எப்போதும், முன்னத்தி மாடுகளான செவலை, வெள்ளைப் பசுவின் முகத்தில் அடித்துக் கொண்டு நிற்கும். இன்று விலகி நெடுந்தூரம் போயிருந்தது. நோஞ்சான் வரவும் தான் வேம்பின் நிழல்கள் பின்னக்கட்டும். உண்மையில் அசந்த தூக்கம் தான். சூரியன் எப்போதும்போல காட்டின் மண்ணை பரட் பரட் என கூட்டிக் கொண்டிருந்தான். ஆம். மேலிருந்து கீழ்வரை அவன் அன்று முழுதும் படுத்துக் கிடக்க வேண்டும் அது தான் அவன் ஆசை. முதல் வேலையாய் நாய்கள் தூங்கும் போது கிளரி விடுவது போல சூரியனும் செய்து கொண்டிருந்தான்.

வீட்டோரத்து வயலைத் தாண்டி, நல்லியங்கூட்டம் போஸ், கொன்னவா காளிமுத்து, முத்துப்பேச்சி, ராமபாண்டி, கண்ணகி வயல்களை தாண்டினால் கர்ணக் கிணறு வரும். அங்கிருந்து பண்டாரப் பிஞ்சைப் பக்கம். ஒரு காலத்தில் ஆடைக்கும் கோடைக்கும் குடிதண்ணி கொடுத்த கர்ணக் கிணற்றில் கண்ணங்கரேர் என கொஞ்சூண்டு தான் கிடக்கிறது. அதிலும் செத்த தவளை, பாம்பு, எலிகள் மிதந்து வீச்சம் எடுக்கும்.

நோஞ்சான் ஊர்ப்பக்கம் பார்த்தே வந்தான். யாரும் இல்லை. மனுச மக்கள் கோடையின் துவக்கத்தில் காட்டுக்கு வர லேட்டாகும். வேர்க் கவிருவிருக்க நோஞ்சானும், எலும்பனும் கர்ணக் கிணறு வர, கூளை வைதான்.

'இம்பூட்டு நேரமாக்கினா எப்படி சுளை திருடுறது.. யாராச்சும் வந்தா என்ன செய்ய..'

'அதெல்லாம் இன்னியாரம் வர மாட்டாங்க.. சீக்கிரமா வந்திருவோம்..'

'நேத்து பறிச்ச பருத்தி சுளையை போயி பார்த்துட்டு போவோமா..? என்றான் நோஞ்சான்.

'இல்லே.. இன்னைக்கும் பறிச்சிட்டு, சேத்துப் பார்ப்போம்.. ரொம்பத் தெரியும்' எலும்பன்.

நேற்று பொழுது மசங்கிய நேரத்தில் திருடிய பருத்திகளை பொட்டக்காட்டு மாணிக்கம் படப்பில் ஒளித்து வைத்து விட்டு போனார்கள். படப்பின் விலாவில் கூலத்தை உருவி பொந்தடித்து பருத்தியை உள்ளே வைத்து திணித்து மீண்டும் கூலம் கொண்டு மூடினார்கள். அவ்வளவு சீக்கிரம் வைத்த ஆட்களை தவிர யாருக்கும் தெரியாது. அடையாளத்துக்காக, பருத்தி வைத்த புடவுக்கு நேராக கீழே அங்கு கிடந்த ஒரு பிரியை எடுத்து சுருட்டிப் போட்டார்கள் பாம்பு மாதிரி.

மூன்று பேரும் பண்டாரம் பிஞ்சை போக, அரைத்த மஞ்சளை அப்போதுதான் பூசிக்கொண்டு சிரித்தது காடு. மெலிதான ஒளியில் முகம் பார்க்க பருத்திக் காட்டுக்கு வெட்கம் வந்தது. அம்பூட்டு அழகு. நெளிநெளியாய் ஓடியடங்கும் காட்டின் முகம் சொல்லில் அடங்கா வசீகரம் தான். ஊடு பாவாக விழுந்து கிச்சு மூட்டும் சூரிய ஒளி பருத்தி தூரில் ஊர்ந்து தெரியும் புழு பூச்சிகளை விரட்டி திரிந்தது. வரப்பில் அமர்ந்திருந்த கரிச்சான் எப்படா விட்டில் தாவும் என காத்துக் கிடந்தது. தூங்கி எழுந்த குழந்தையின் முகத்தில் அப்பிக் கிடந்த சிரிப்பில் முத்து முத்தாய் சுளைகள். பார்க்க ஒத்திக் கொள்ளும் பருத்திச் சுளையில், ஒளி உட்கார்ந்து திருஷ்டி பொட்டு வைத்து விட்டது.

முதல் வயலே பொன்னாத்தாவுடையது. அடுத்தது வேல்ச்சாமி, முருகன், வில்லி, கருப்பணன், மயிலு, மாயன், கல்வீட்டு வாத்தியார், ராமு என ஆளுக்கு இரண்டொரு குறுக்கம். நீண்டு கொண்டே இருக்கும் காடு. எல்லாரும் ஆடையின் கடைசியில் கத்தரி, எள், பருத்தி போட்டதால் ஒன்னு சொன்னாப்புல, தலை வெட்டிய பூங்கா செடிகள் போல நின்றது பருத்திக் காடு. சிலுசிலுன்னு அடிக்கும் காற்றில் ஒளி மினுங்க எலியைத் தின்று நடக்கமாட்டாமல் கிடந்த கண்ணாடி விரியன் கிலியில் முகம் புதைத்துக் கொள்ளும்.

எலும்பன் தான் முதலில் இறங்கினான் நடு மையத்தில். அவ்வளவு சீக்கிரம் யாரும் பார்க்க முடியாது.

'அடே எல்லாரும் உட்கார்ந்தே ஆயுங்க.. கை, தலை தெரியக்கூடாது.. ஆமா..' வேகவேகமாக ஆய்ந்தனர். நோஞ்சான் கைதானாக ஆடிக் கொண்டிருந்தது. பறிக்கும் சுளைகள் கொப் போடு வந்தது. சிலவைகள் படக்கென முறிந்தது. செடிகள் நெருக்கமாக இருந்ததால் நாலாபுறமும் உடலைப் போட்டு பிய்த்தது. மும்முரமாக திருடிக் கொண்டிருந்தனர் பருத்தியை.

எல்லாம் கொஞ்ச நேரம்தான். பனைமரத்தில் இருந்த ஆக்காட்டி வீச் வீச்சென கத்தியது. எலும்பன் லேசாக தலையை எழுப்பி ஊர்ப்பாதையைப் பார்த்தான். கல்லுவீட்டு வாத்தியாரும், ராசாத்தியும் வந்து கொண்டிருந்தனர். வாத்தியார் கையில் சாக்கு இருந்தது. ராசாத்தி கையில் பெட்டி இருந்தது. தனித்தனியே இடைவெளி விட்டுத்தான் வந்தார்கள். ஒருக்கால் இன்று வாத்தியார் வீட்டு பிஞ்சையில் பருத்தி எடுப்பார்கள் போல. அவருக்கு நாலைந்து குறுக்கம் இருந்தது. எப்போதுமே அவர் ஆள் போட்டுத்தான் பருத்தி எடுப்பார். நாலைந்து ஆட்களாவது வருவார்கள். ஆனால் ஒத்த ஆள் வரவும் எலும்பன் ' அந்த அத்தை தனியாத்தான் காட்டுக்கு வருவதாக நினைத்தான்.

லேசா விசில் அடித்து

'அடே ஆளு வருது.. அப்படியே பதுங்கி தொலையாங்குள மேட்டுப்பக்கம் ஓடிரலாம்.. என்ன.. எழுந்திருக்காமல் நகண்டு நகண்டு வாங்க..' உசார் கொடுத்தான் எலும்பன்.

ஆளு வருகிறது என தெரிந்தவுடன் நோஞ்சானுக்கு வியர்த்து சட்டையெல்லாம் நனைந்திருந்தது. துண்டை இடுப்பில் கட்டிக் கொண்டு வரப்போரம் வந்து குணிந்தே தொலையாங்குள ஓடை பக்கம் ஓடினார்கள். வாத்தியாருக்கு எப்படியோ அலுக்கம் தெரிந் திருக்க வேண்டும். கணத்த மனுசன். ஊளைச் சதை வேற. உடம்பை தூக்கிக் கொண்ட அவரால் வேகமாக ஓடி வர முடியவில்லை.

பண்டாரம்பிஞ்சை வந்தவுடன் குரல் கொடுத்தார்.. 'அடே களவாணிப் பயலுகளா.. ஓன் அப்பேன் வீட்டு வயலுன்னு நினைச்சா இறங்குனீங்க.. ஏன்டா தாயோலிகளா.. ஓங்கம்மா எனக்காடா முந்தாணை விரிச்சா..' இன்ன பேச்சு என்றில்லை.

பச்சை பச்சையாய் உரித்தார். அவரும், ராசாத்தியும் காட்டிற்கு வரவும், இவர்கள் குந்து குந்தென ஓடி கதவாலி மாதிரி படக்கென எழுந்து தொலையாங்குள ஓடைக்குள் ஓடவும் சரியாக இருந்தது. கிடக்கும் கல்லைக் கொண்டு எரிந்தார். வயலைப் பார்த்தவுடன் ராசாத்தியும் சகட்டுமேனிக்கு திட்டி குமித்தது. தூமே மயங்கலா.. ஒன்னு விடாமே ஆஞ்சுருக்காங்கே.. அப்புட்டும் கொப்பு கொப்பா ஓடிச்சு.. இருங்கடா ஒங்க காலை ஒடிச்சு அடுப்புல வைக்கலே நான் ராசாத்தி இல்லை.. நோஞ்சான் இறங்கி பறித்த வயல் ராசாத்தியுடையது. இருவரும் சேர்ந்து திட்டிய கெட்ட வார்த்தைகளைக் கேட்டு பருத்திக் காடு சொணங்கி முகம் சுளித்தது.

தொலையாங்குள ஓடையில் இறங்கிய மூவரும் அப்படியே மேட்டில் ஏறி கண்மாய்க்குள் போய் காளி கோயில் பக்கம் போய் விட்டார்கள். அந்த பக்கம் காட்டுக்கருவ சாஸ்தி. அவர்கள் மேட்டில் ஏறும் போது இன்னாரு என ராசாத்தி அடையாளம் கண்டு கொண்டாள். ஆனால் வாத்தியாரிடம் கூற வில்லை. நோஞ்சான், அவளுக்கு அண்ணன் மகன். அண்ணனுக்கும், வாத்தியாருக்கும் எப்போதுமே ஆகாது. தெரிந்தால் வீட்டில் போய் சிங்காட்டம் போடுவார். தானா கருவிக் கொண்டாள்.

'பயவில்லைக்கு என்ன குறைச்ச.. அண்ணன் எல்லாம் அரிச்சு வந்து போடுது இது பருத்தி களவாங்குது.. சாயாந்திரம் அண்ணனிடம் சொல்லி உரிக்கச் சொல்கிறேன்..' வைது கொண்டே பருத்தி எடுக்க ஆரம்பித்தாள். அதற்கு மேல் திட்ட அவளுக்கு வாய்வரவில்லை. ஆனால் வாத்தியார் அன்று மதியம் வரை காது அறுந்து விழுவது போல் மலைபோல் திட்டியே வார்த்தைகளை பருத்திக் காட்டில் குமித்துவிட்டார்.

மூவரும் எதுவும் தெரியாதது போல, காளிகோயிலில் திருடிய பருத்தியை மறைத்து வைத்து விட்டு வீடு வந்து சேர்ந்தனர்.

'என்னடா இவ்வளவு நேரம்' அம்மா கேட்டதுக்கு 'வேம்பில் விளையாண்டம்மா..' என பதில் கூறி மலுப்பினான். தொலையாங்குள ஓடையில் கிழித்த முள்ளின் ரத்தம் கிரண்டைக் காலில் வலிந்து கொண்டிருந்தது.

அன்று சாயாந்திரம் வரை ஒன்றும் பாதகமில்லை. காலையில் கஞ்சியைக் குடித்து விட்டு, கிடையில் கிடக்கும் மாடுகளை அவிழ்த்துக் கொண்டு மேய்க்கப் போனார்கள். பொழுதுசாய நெடுங்குள கண்மாயில் மாடுகள் நின்றபோது பொட்டல் காட்டு

படப்பில் வைத்திருந்த பருத்தியை எடுத்துக் கொண்டார்கள், மாடு களை கிடைக்கு திரும்பி விடும் போது அப்படியே காளிகோயிலில் வைத்த பருத்தி சுளைகளையும் எடுத்துக் கொள்ளலாம் என திட்டம் போட்டிருந்தார்கள். பொழுது சாய சாய மாடுகளை வீட்டுக் கிடை நோக்கி பத்தி வந்தனர். காளிகோயிலுக்கு ஓட்டமும் நடையுமாக போய் கூளை பருத்திச் சுளைகளை எடுத்து வந்தான். இரண்டையும் மேட்டுக்காட்டில் துண்டை விரித்து கொட்டிப் பார்த்த போது, ரொம்பத் தெரிந்தது. ஆனால் பாதிக்குமேல் கொப்பும் கொலையுமாக இருந்தது. அப்படியே கொண்டு போட்டால் நாகநாதன் வாங்க மாட்டார்.

'ஒன்னு செய்யலாம் எல்லாத்தையும் மொத்தமாக சேர்த்து படப்பில் ஒளித்து வைத்துவிடலாம். நாளைக்கு நேரம் கிடைக்கும் போது கொப்புகளை ஆய்ந்து கொண்டு போய் விற்று விடுவோம்..' என்றான் எலும்பன். அனைவரும் ஒத்துக் கொண்டனர்.

மாடுகள் அவரவர் கிடைக்கு வரவும், இருட்டு மேலிருந்து பொத்.. பொத்.. யென விழுகவும் நேரம் சரியாக இருந்தது.

மாடுகளை ஒவ்வொன்றாக பிடித்துக் கொண்டிருந்தான் நோஞ்சான்.

'ஆ.. ஆ.. கொஞ்சம் நில்லு..' காரிக்காளை மட்டும் அமட்டித் தான் நிற்கும். செவலை அப்படியில்லை. கிடைக்குப் போனவுடன் தான் படுக்கும் இடத்தில் போய் நின்று கொண்டு நோஞ்சானைக் கூப்பிடும். பாதி மாடுகளை கட்டி விட்டான். அப்போது நோஞ்சான் அப்பா கையில் கூலத்தோடு கிடைக்கு வேகமாக வந்தார். அவர் எப்போதும் கிடைக்கு கூலம் கொண்டு வந்தது இல்லை. அம்மா, அண்ணன்தான் வருவார்கள். அவனுக்கு புதுசாய் இருந்தது. வியாபாரத்துக்கு போய்விட்டு இவ்வளவு சீக்கிரம் வர மாட்டார்.. எப்படி.? நோஞ்சானுக்கு லேசான பயத்தோடு கேள்விகள் பலவாறு ஓடியது.

'வந்தவுடன் என்னப்பா.. மாட்டை கெட்டிட்டியா..' என்றார்.

'இந்தா முடிந்திரும்பா...'

'சாப்பிட்டியா..' அவரது குரலில் குலைவு இருந்தது. நோஞ்சானுக்கு தெம்பு வந்தது. அவரும் ஒன்றிரண்டு மாடுகளை பிடித்தும், இருவரும் சேர்ந்து அணைத்தும் கட்டினர். நன்றாக இருட்டிவிட்டது. எல்லாம் கட்டி முடித்த பின் அவர் கையில் இருந்த நூல் கயிறு எதற்கென தெரியவில்லை.

‘கூலத்தை அள்ளிப் போடுப்பா..’ என கூறிக்கொண்டே நோஞ்சான் கைகளை பிடித்தார். அவனுக்கு வெலவெலத்தது. ரோட்டில் இருந்து இறங்கி அம்மாவும், அக்காவும் வந்து கொண்டிருந்தனர். நோஞ்சானுக்கு என்னமோ நடக்கப் போகிறது என நினைப்பதற்குள்,

‘காலையிலே எங்க போனே..’ என்றார் கைப் பிடியை விடாமல்.

மாடு மேய்க்கப்பா..

‘காலையிலே மாட்டுக்கு கூலம் கொண்டு வந்தே இல்லே.. அப்போ எங்க போனே..? ஒழுங்க மரியாதையா நீனா சொல்லிட்டா விட்டுருவேன்.. இல்லே.. என்னை தெரியும்லே..’

விசயம் விளங்கிவிட்டது நோஞ்சானுக்கு.. அழுகை முட்டிக் கொண்டுவந்தது.

‘பருத்தி சுளை எடுக்க’ என்றான்.

‘ஓன் அப்பேன் விட்டு வய அங்கிருக்கின்னு போனியாடா களவாணிப் பயலே..’ என காதைக் கிள்ளி பொத்தல் போட்டார். பிடியை உதற முடியாமல் ‘அப்பா.. வலிக்குப்பா..’ வலிக்குப்பா.. என குதித்தான். அப்படியே பிறங்கையை கட்டி, கழுத்தில் சுருக்குப் போட்டு செவலை மாட்டோடு கட்டிவிட்டார். அங்கிட்டும் இங்கிட்டும் திமிராமல் இருக்க குதி நரம்பை நாறால் கட்டினார். அது வின்வின்னென தெறித்தது. காலை அசைக்க முடியாது.

‘தாயோலி பருத்தி திருடவா போறே.. நீ மாட்டோடு கிடையிலேயே, கிட, அப்பத்தான் புத்தி வரும்..’ அம்மாவும், அக்காவும் வாயடைத்து அழுவது தெரிந்தது. சத்தம் வந்தால் அவர்களைப் போட்டு அடிப்பார்.

‘பேசாமே வீட்டுக்கு போறீங்களா இல்லையா..’ ஒரு அதட்டுத் தான். இருவரும் திரும்பி திரும்பி நோஞ்சானைப் பார்த்துக் கொண்டே வீடு நோக்கிப் போனார்கள்.

‘பசிச்சா தாயோலி கூலத்தை தின்னு அப்பத்தான் இனி களவாங்க போக மாட்டே..’ என கூறிக் கொண்டே கட்டிய முடிச்சுகளை மீண்டுமொருமுறை சரிபார்த்து விட்டு முணங்கிக் கொண்டே நடந்தார். நல்லவேலை இன்று அவர் அடிக்கவில்லை. காதை கிள்ளியதோடு சரி. ஆனால் என்ன விடிய விடிய கிடையில் மாட்டோடு இருக்க வேண்டும். கால் நரம்பு மட்டும் பெலமாய்

வலித்தது. எல்லாரும் போன பின் இருட்டு கொய்யென மொய்த்தது. வரப்பில் நிற்கும் வேம்பு ஆவ்வென மிரட்டியது. காலை அசைக்க முடியவில்லை லேசாக முன் அசைக்க உயிர் போனது. அப்படியே பொத்தென உட்கார்ந்தான். செவலைப்பசு அவனை ஆதரவாய் பார்த்தது. இரவு முழுவதும் செவலைப் பசுவோடு கழிக்க வேண்டும். நல்லவேலை. மற்ற மாடுகளோடு கட்டியிருந்தால் கதை கந்தல். செவலை அப்படியில்லை. வெகு நேரம் நோஞ்சானையே பார்த்துக் கொண்டிருந்து விட்டு மெல்ல முன் வந்தது. அதன் கண்கள் இருட்டிலும் ஜொலித்தது. அழுகிறதா..? சிமிட்டி சிமிட்டி நாக்கை நீட்டி நோஞ்சான் தலையில் தடவியது. அவனுக்கு கண்ணீர் குபுக்கென கொட்டியது. அதன் முகவாயோடு முகத்தை வைத்து ஓ.. வென அழுதான். இருட்டு நனைந்து கொண்டிருந்தது.

❖

5

'கத்தரி வாங்கலயோ கத்தரி.. நெய் மணக்கும் கத்தரி வாங்கலயோ.. கத்தரி.. பிஞ்சுக் கத்தரி வாங்கலயோ கத்தரி..' இருளாயின் குரல் காத்தாகுளத்தில் கேட்டுக் கொண்டிருந்தது. இளஞ்செம்பூரில் இருந்து நாலைந்து மைல் தொலைவு. பனைமரங்கள் சூழ்ந்த ஊர். பக்கத்தில் போகும் வரை அங்கு காத்தாகுளம் கிராமம் இருப்ப தாகவே தெரியாது. பனையோலைக்குள் பதுங்கியிருக்கும். வெயில் ஊரில் எந்த பக்கம் இறங்கலாம் என எட்டி எட்டி பார்த்தது. கோடை என்பதால் ஊரில் ஆட்கள் இருந்தார்கள். இருளாயி தெருத் தெருவாய் நடந்து சென்று குரல் கொடுத்தாள்.

'கத்தரி வாங்கலயோ.. கத்தரி.. பிஞ்சுக் கத்தரி வாங்கலயோ கத்தரி.. ஏத்தா வாத்தா.. வந்து சும்மானாச்சும் பாரு.. கழனிக் கத்தரித்தா.. சமைச்சுப்பாரு தேனா இருக்கும்.'

அவர்கள் வந்த வண்டி வேம்படியில் அவிழ்த்துக் கிடந்தது. மேக்காலில் கட்டப்பட்ட மாடுகள் கூலத்தை மென்று கொண்டி ருந்தது. எல்லாம் ஒரே சனம்தான். அதுதான் உரிமையோடு கூப்பிட்டுக் கொண்டிருந்தாள் இருளாயி.

அதிகாலை மூனுமணி வாக்கில் கிளம்பும் போது வண்டி நிறைய கத்தரி மூட்டைகளை ஏற்றிக் கொண்டிருந்தான் லிங்கம். அங்கிருந்து பொடிநடையாய் வண்டி வந்தால் கூட ஆறுமணி வாக்கில் காத்தாகுளம் வந்து விடும். லிங்கம் ஒரே பாய்ச்சலாய் விரட்டிவந்திருந்தான். முதநாள் தொலையாங்குள மேட்டுக்காட்டில் பறித்தது. ஆடையில் மேட்டுக்காட்டு பிஞ்சையில் நெல்லும், மிளகாயும் போட்டிருந்தார்கள். கோடையில் உழுது பறிச்சு

முளைத்துக் கிடந்த ஒய்யெல்லாம் சுத்தமாக்கி, கத்தரி கன்றை நட்டார்கள். தொலையாங்குள கண்மாயையொட்டி இந்த காடுகள் இருந்ததால் ஆத்திர அவசரத்துக்கு தண்ணீர் இறைத்துக் கொள்ளலாம். கத்தரிக்கு ஒன்றிரண்டு தண்ணி விட்டாப்போதும். ஒரு களை எடுத்து விட்டால் அதுவாட்டுக்கு சிகுசிகுன்னு வளர்ந்து நிற்கும். பாத்திபாத்தியாய் பிரித்து காய் பறிக்க தோதாய் நட்டிருந்தார்கள்.

கதிர் அறுப்பு முடிந்தவுடன் வீட்டோரத்து கண்மாய் கரையில் பாவுகம் போட்டிருந்தார்கள். இதற்காக சதுரம் சதுரமாய் பிரித்துக் கட்டிய பாத்தியில் கத்தரி விதைகளை தூவி, குப்பைகளை நன்றாக போட்டு பரப்பி, அதற்கு மேல் காவக்காட்டு பிஞ்சை பக்கம் போய்கொண்டு வந்த கொளுஞ்சிச் செடியை போட்டு ஒவ்வொரு பாவுகத்தையும் மூடினார்கள். கண்மாய் தாவில் கிடக்கும் தண்ணீரை காலை மாலை என மூன்று நாள் ஊத்தி வர, குளிர்ந்த கத்தரி விதைகள் மூச்சுவிடும். பின் ஒருநாளைக்கு ஒருதரம் கணடிப்பாய் தண்ணீர் ஊத்தியாக வேண்டும். பத்து பதினைந்து நாட்களில் கத்தரிசெடி வாச்சி வாச்சியாய் வளர்ந்திருக்கும். நெருக்கமாய் இடித்துக் கொண்டு வளரும் கத்தரி நாத்துகள் வானம் பார்த்து நிற்கும் போது, லேசுவாசாக தண்ணீர் ஊற்றுவர். தொலை யாங்குள மேட்டுக்காட்டில் தண்ணீர் இறைத்து ஊத்தி நடுகைக்கு தயார்படுத்த மண் நெளுநெளுன்னு இருக்கும். பாத்தியில் இருக்கும் நாத்துகளை பறித்து வந்து வயலில் நட்டு வைக்க அடுத்த மூன்று நாட்களில் வேர்பிடித்து மண்ணை சொந்தமாக்கும் கத்திரி.

வண்டி நிற்குமிடத்தில் கூட்டம் கூடியிருந்தது. லிங்கம்தான் கத்திரியை கொடுத்து கால்படி தானியம் இல்லாட்ட, ஒன்றரை ரூபா பணம் வாங்கிக் கொண்டிருந்தான். வரும் போகும் ஆட்களை தேமே என வேடிக்கை பார்த்துக் கொண்டிருந்தான் நோஞ்சான். வெள்ளையும், அரக்குமான கோடுகள் போட்ட கத்தரிக்காய்களை பெட்டி நிறைய பெண்கள் வாங்கிப் போயினர். கேப்பை, குருதாலி, கம்புகளை தனித்தனியான சாக்கில் போட்டு வைத்தான் லிங்கம். ஊரில் இருந்த ஊடு பாதையில் நேராக காத்தாகுளம் வந்து விட்டார்கள். அப்படியே போனால் சாலை, வண்ணாம்பிஞ்சை, பூக்குளம் போக வண்டி காலியாகி விடும்.

‘கத்திரி வாங்கலயோ.. கத்தரி..’ என கத்திக் கொண்டே வண்டிக்கு வந்தாள் இருளாயி. நோஞ்சான் அம்மா. இத்துநரம்பாய் இருந்தாள். காட்டிலேயே கிடையாய் கிடக்கும் பொம்பள. கருப்பு

தேகத்தில் லேசாக மின்னும் மாநிறம். தண்டட்டிகள் ஆட, மாட்டு வண்டியில் ஏறி மூத்த மகனுக்கு உதவி செய்தாள்.

'ஏத்தா காயி காறாதுல..' ஒரு பெரியவர் கேட்டார்.

'அதெல்லாம் தேனா இனிக்கும்ப்பு.. நல்ல தண்ணி விட்டு பக்குவமா வளர்த்த செடி.. ஒத்தக் காயி சொத்தையென்றாலும் நாளைப் பின்னே வரும்போது சொல்லுங்க..' என்றாள்.

தூரியில் இருந்து வாக்கப்பட்டு இளஞ்செம்பூருக்கு வந்தபோது எல்லாம் புதுசாய் இருந்தது. தன் புருஷன் எட்டுப்பேருடன் கூடப் பிறந்திருந்தாலும் ஒன்னாமன்னாத்தான் இருந்தார்கள். கூரை வீடு தான் என்றாலும் கோழிகளுக்கும், ஆடுகளுக்கும் முற்றத்தில் இடம் இருந்தது. அப்போதுதான் மாமனார் ஜெயிலுக்குப் போயிருந்தார். அவர் போதாத காலம் முத்துராமு கலவரத்தில் சிறைக்குப் போயி ருந்தார். வீட்டில் மூத்த பிள்ளை மாயன். அடுத்தாக வீரம்மல், வில்லி, மயிலு, கிருஷ்ணன், மீனாள், முத்திருளு, செல்லம்மா என ஆணு நாலு, பொண்ணு நாலு. காடு கரையென கிடந்தாலும் மாமியா வகிரி குறுக்கு வடக்கு தெரியாத பொம்பள. 'ஏத்தா.. வீட்டுல ஒன்னுமில்லே..' என யாராவது வீட்டு வாசலில் வந்து நின்றால், கையில் என்ன கிடைக்கிறதோ அதை எடுத்துப் போட்டு விடுவார். குணவதி. அவரை எல்லாரும் பேக்கொத்தா என்றுதான் சொன்னார்கள். போத்தி வைக்கத் தெரியாத பொம்பள, என்ன செய்ய.

மூத்தவர் மாயனும், வில்லியும் சதா பீடியைப் புகைத்துக் கொண்டே இருப்பார்கள். எல்லாரும் நாள் பூராம் காட்டில் கிடந்து வம்பாடு பட்டால் மாயனும், வில்லியும் மட்டும் மேப்பார்ப்பார்கள். காடுகரையில் அறுத்து சேர்ந்த கதிர்களை ஒரு இடத்தில் போட்டு அடிக்க பூரான்கள் ஏற முடியாத பொலியாய் குவியும். எல்லாத் தையும் வீட்டுக்கு அனுப்பி விட்டு, பொட்டி பொட்டியாய் சாராயக் கடைக்கும், கள்ளுக் கடைக்கும் நெல்லைத் திருடி கொண்டு போவார்கள் மாயனும், வில்லியும். சொந்த வீட்டுலேயே மூத்தவர் திருடி விற்றால் குடும்பம் எப்படி உருப்படும்..? தானாக பிக்கல் பிடுங்கள் ஆரம்பித்திருந்தது.

ஒரு முறை மாட்டு வண்டி கட்டி நாடகத்துக்கு கூட்டிப் போகிறேன் என கூறி எல்லாரையும் அழைத்து போக, அக்கா, தங்கச்சிகளுக்கு பவுசி தாங்க முடியவில்லை. நான்கு மணிக்கு கிளம்பி வண்டி போய் கொண்டே இருந்தது. எந்த ஊரிலும் வண்டி நிற்கவில்லை.

‘எங்கன்னே போறோம்.. இன்னும் எவ்வளவு தூரம் போகனு முன்னே..’ என மீனாள் கேட்டாள்.

‘இந்தா பக்கம் தாம்மா.. அரிச்சந்திரா மயான காண்டம் நாடகம், நல்லா இருக்கும்..’ என்றார் மாயன்.

பொழுதிருட்டி வெகுநேரம் கழித்து ‘எல்லாரும் இறங்குங்க..’ என ஒரு இடத்தில் வண்டியை நிறுத்தி இறங்கச் சொன்னார் மாயன்.

கீழ் கால் வைக்க கருங்கும்மென இருந்தது. இருந்த ஒன்றிரண்டு லைட் வெளிச்சத்தை இருட்டு மென்று ஏப்பம் விட்டது. அக்கா, தங்கை, தம்பிகளை அங்குள்ள சிமெண்ட் பெஞ்சில் உட்கார வைத்து விட்டு,

‘எங்க நாடகம் நடக்குன்னு கேட்டுட்டு வந்திர்றேன்..’ என போனவர்தான் மாயன், திரும்ப வரவேயில்லே. அவர் இறக்கி உட்கார வைத்துவிட்டுப் போன இடம் பரமக்குடி ரயில்வே நிலையம். ஊரில் இருந்து கொள்ளத்தூரம். எப்படியும் முப்பது மைல் தொலைவு. அவர்கள் யாரும் பிறந்ததில் இருந்து இவ்வளவு தூரம் வந்ததே கிடையாது.

‘கூடப் பிறந்தவேன் இப்படி கொலயே அறுப்பான்னு யாருக்குத் தெரியும்..’ என வீரம்மல் மண்ணை வாரித் தூத்தினாள். அது இருட்டோடு சேர்ந்து சுற்றியது.

‘எல்லாத்தையும் ரயில் நிலையத்தில் தள்ளிவிட்டு கொன்னுட்டா.. சொத்துப் பூராம் அமுக்கலாம் பாரு.. அதான்..’ செல்லம்மா மாயனின் குணமறிந்து கூறினாள். ஆளாளுக்கு கரித்துக் கொண்டிருந்தனர். கிருஷ்ணனுக்கும், மயிலுக்கும் அவ்வளவு மினாத் தெரியாது. வீரம்மல் தான் பிறப்புகளை அங்கேயே ஆளுக்கொரு பெஞ்சில் தூங்க வைத்து பாரா இருந்தாள். அதிகாலை மூனுமணி வாக்கில் பெரும் ஊதலோடு ஊர்க் கரை மாதிரியான மிகநீண்ட ரயில் பூச்சி சடக் சடக் சடக் என வந்து ரயில் நிலையத்தில் நின்றது. அனைவரும் வாரிச்சுருட்டி எழுந்து ரயில்நிலையத்தை விட்டு வடக்கே ஓடினர். தெற்கே இருக்கும் தாவில் தான் தண்டுவாளம் இருந்தது. செல்லம்மா வீறிட்டு அழுதேவிட்டாள்.

அவர்கள் ஓடிய பக்கம் வண்டி மட்டும் நின்றது. மாட்டை காணவில்லை. அனைவரும் வண்டிக்கு கீழ் பதுங்க கிரீச் கிரீச் யென இவர்கள் படுத்துக் கிடந்த பென்ச் அருகே வந்து நின்றது அந்த ரயில் பூச்சி.

'ஆத்தாடி எம்மாம் பெருசு... இது என்னத்தா..?' என மீனாள் வாயைப் பிளந்துகேட்டாள்.

யாருக்கும் தெரியவில்லை.

'இருங்க கேட்டுட்டு வாரேன்..' என மயிலு போனார்.

அதிலிருந்து கோட்டு சூட் போட்ட ஆட்கள் இறங்கி வடக்குப் பக்கமாகத்தான் நடந்து வந்தார்கள். அங்குதான் பரமக்குடி இருந்தது. பல சனம் குடியிருக்கும் பத்தைச் செடிதான் பரமக்குடி. சதா குரல் எழுப்பியபடி இருந்தது ஊர். காய்ச்சல் கீச்சல் இருக்கும் என நினைத்துக் கொண்டார்கள்.

கையில் சூட்கேசுடன் வந்த ஒருத்தரிடம் மயிலு கேட்டார்,

'அய்யா இது என்ன..?'

'ரயிலுப்பா.. வெள்ளக்காரன் விட்டான்ல.. அதான்.. பஸ்சுல போறோம்ல அதுமாதிரி இதுலேயும் போகலாம்..' அவர் நிறுத்தி நிதானமாக சிரித்துக் கொண்டே சொன்னார்.

ரயிலு வண்டியை ஊரில் கேள்விப்பட்டிருக்கிறார் மயிலு. அதான் இதா.. என தலையாட்டிக் கொண்டே வந்து சொன்னார்.

'ஏத்தா அது ரயில் பூச்சி இல்லே.. துரைமாரு விட்ட ரயிலு வண்டி..'

'ஊர்பேரு தெரியாத தேசத்துல வந்து இப்படி தள்ளிவிட்டு போயிட்டானே கொள்ளையிலே போறவன்..'

விடிந்தும் திட்டித் தீர்த்தார்கள். பசி அல்லையைப் பிடித்தது. கையில் ஒரு அணா கூட இல்லை. என்ன செய்ய..? கிருஷ்ணனும், மயிலும் ரயில் நிலைய வராண்டாவுக்கு ஓடி நாலு மனுசனிடம் நடந்ததை சொன்னார்கள். இரக்கப்பட்டவர்கள் அய்யோ பாவம் பார்த்து ரயில் நிலையத்திலேயே இட்லி வாங்கிக் கொடுத்திருந் தார்கள். அதை ஆளுக்கொரு வாய் தின்று தண்ணி குடித்த பின் தான் போன உசிர் திரும்ப வந்தது.

என்ன செய்ய என திக்கற்று நின்றபோது, நம்ம இளஞ்செம்பூர் வேலு வாத்தியார் மகன் கோட்டு, சூட்டுடன் ரயில் நிலையத்துக்கு வருவது தெரிந்தது. முதலில் அடையாளம் தெரியவில்லை. அவராகவேதான்.. 'என்ன பெரியம்மா எல்லாரும் இங்கே..' என சாதாரணமாக விசாரித்தார்.

இளஞ்செம்பூரில் அப்போது வெளியூர் அடிக்கடி போய் வரும் ஆட்களில் வாத்தியார் மகன் ரவியும், ஜமீன்தாரும் மட்டும்தான்.

ரவி லண்டனில் படித்து வந்ததாக சொன்னார்கள். சிறு வயதிலேயே சிங்கப்பூரில் இருக்கும் அவரது சித்தப்பா வீட்டில் இருந்து லண்டன் போய் பெரிய படிப்பெல்லாம் படித்து டாட், பூட் என இங்கீலிசில் பேசுவது கண்கொள்ளாக் காட்சி. ஊரில் அவரும், வாத்தியாரு மட்டும் பேசிக்கொள்ளும் பாஷை. யாருக்கும் புரியாது. பேந்த பேந்த வீட்டில் உள்ளவர்களே முழித்துக் கொண்டி ருப்பார்கள். ரவி கிப்பீசு வச்சு கோர்ட்டு, சூட்டுப் போட்டு நடந்து வரும் ஸ்டைலே தனிதான். எட்டுக் கண்ணும் விட்டெரியும், அப்படியொரு முகவெட்டு.

‘யாரு நம்ம மாயன் பெரியப்பாவா அப்படி செஞ்சது..’ என கேட்டு, ‘ஸ்டுப்பிட் பெல்லோ..’ என திட்டியது. நீங்க கவலைப் படாதீங்க நான் உங்களை வீட்டுக்கு அனுப்பி வைக்கேன்.. என மாட்டு வண்டியைப் பார்த்தது.

மாட்டை எங்க சித்தப்பா.. என கேட்டது ரவி.

‘தாயோலி மாட்டையும் வித்து தின்னுருப்பான்..’ என கூறி கிருஷ்ணன் வேசாடுபட்டார்.

பரமக்குடி பஸ்நிலையம் கூட்டிச் சென்று அனைவருக்கும் முதுகுளத்தூர் வரை டிக்கெட் எடுத்து கையில் செலவுக்கு பணமும் கொடுத்து அனுப்பி வைத்தார் ரவி. வீட்டுக்குப் போயி, மாட்டைக் கொண்டு வந்து வண்டியை ஓட்டிக் கிட்டுப் போங்க.. அது வரைக்கும் நான் ஸ்டேஷன் மாஸ்டரிம் சொல்லி பார்த்துக்க சொல்றேன்.. என பஸ் போகும் வரை நின்று பார்த்து விட்டு போனது.

‘நீ நல்லா இருக்கணும் சாமி..’ என எல்லாரும் கையெடுத்துக் கும்பிட்டார்கள். வீட்டுக்குப் போனால் மாயன் வீட்டில் கிடந்த தானிய மூட்டைகளையெல்லாம் தராசு கந்தனிடம் போட்டுக் கொண்டிருந்தார். கிருஷ்ணன் போனவுடன் ஒரே பாய்ச்சல். மாயன் ஒல்லியான தேகம் தான். குடித்து குடித்து குடல் அரித்துப் போய் சதா என்னேரமும் இருமிக் கொண்டிருப்பார். பெலம் இல்லாத மனுசன். கிருஷ்ணன் தூக்கி சுவரில் அடிக்க அம்மா என விழுந்து சுருண்டார். உடம்பெல்லாம் சாமி வந்து ஆடியது போல் சிங் சிங்கென குதித்த மயிலு கம்பெடுத்து ஓடின வில்லியை ஒரே அடி. அதிலும் செவுலே சேத்து. தலை கிறுகிறுவென சுத்தியது வில்லிக்கு. அதுவரையும் அண்ணன்கள் பேச்சுக்கு மறு பேச்சு பேசாத தம்பிகளா இப்படி மாறிப்போனார்கள் என ஊர் வாப்பாரி னார்கள். மாயனுக்கும், வில்லிக்குமே இது புதுசு. தம்பிகள் பெலம்

தெரியாமல் செய்துவிட்டோம் என தெரிந்தாலும் வெளியில் காட்டிக் கொள்ளவில்லை. இவர்கள் சண்டையைப் பார்த்து கந்தன் தானியத்தை வாங்காமல் சென்றுவிட்டார். அன்று ஒரே சண்டையும், ஏச்சும் தான். பொம்பள பிள்ளைகள் அனைத்தும் விளக்குமாரை தூக்கிக்கொண்டு மாயனை விரட்ட அங்கிருந்து ஓடிவிட்டார். சப்போர்ட் செய்த வில்லிக்கு கண்ணமெல்லாம் காயம். இப்ப நினைத்தாலும் நேத்து நடந்தது போல் இருக்கிறது. பலநூறு முறை புருஷன் சொல்லக் கேள்விப்பட்டிருக்கிறாள் இருளாயி.

திருமணம் முடிக்காதபோதே மாயன் அப்படி. வில்லியும் அண்ணனுக்கு தப்பாமல் பிறந்த களவாணி. இரண்டு பேருக்கும் பித்துக் கால். இழுத்து இழுத்து நடந்து கொண்டே பயறு, கள்ளு, சாராய கடைக்கு வாரிவாரி இறைக்க குடும்பம் பாழுங்கிணற்றில் விழுந்தது. குடிக்க கஞ்சியில்லே. குண்டியிலே கட்டிக்க துணிமணி இல்லை. தலையில தேய்க்க எண்ணெய் இல்லை. எல்லாம் கம்மங் கஞ்சிக்கு பேயாய் பறந்தது. அம்புட்டு காடுகரை இருந்தும் எல்லாரும் தெருவில் நின்று பிச்சையெடுக்காத குறையாத்தான் இருந்தார்கள். பொழுதடைந்தால் போதும் புல்போதையில், மாயனும், வில்லியும் செய்யும் அட்டகாசம் தாங்காது. தெருவில் நின்று ஒரே கத்து. தாயோலி அவனே.. இவனே. அவ என்ன பெரிய மசுரா.. தூரிக்காரிதான் வீட்ட தூக்கி நிறுத்தப் போறாள.. ஏ நாங்கெல்லாம் இல்லையா.? அந்த முண்டையே இப்பவே தாலியை அறுத்து முண்டச்சியா வெறட்டுனாத்தான் மனசு ஆறும்..' கேட்காத கேள்வியில்லை. தம்பிமார்கள் எதுவும் சொல்வதில்லை. பொம்பள பிள்ளைகள் எத்தனை நாள் தான் காதை பொத்திக் கொண்டு இருப்பார்கள்..?

இருளாயி வந்த இரண்டொரு வருசம் பொறுத்து பொறுத்து பார்த்தாள். அப்புறம் பதிலுக்கு பதில் நறுக் நறுக்கென கேட்டு விடுவாள்.

நாளாக நாளாக எல்லாரும் ஒன்னா இருக்க முடியாது என இருளாயி வரிந்து கட்டிக் கொண்டு நின்றாள்.

'உழைக்குறவேன் ஒருத்தன் உட்கார்ந்து திருடி திங்கிறது ஒருத்தர.. அதெல்லாம் முடியாது. தனியா உலை வச்சிர வேண்டியதான்..'

மூத்தவர்கள் பொண்டாட்டிகள் எதுவும் பேசவில்லை. மயிலுக்கு, கிருஷ்ணனுக்கும் அதுதான் சரியெனப்பட்டது. உழைச்சு

உழைச்சு ஓடா தேய்ந்தாலும் ஒலக்கு தானியம் வீடு வர மாட்டீங்கு.. துண்டாப் போயிறலாம்.. என கிருஷ்ணனும் கூறினார்.

‘இருளாயி சொல்றதுல என்ன தப்பு இருக்கு.. வீட்டுக்கு மூத்ததுகளே இப்படி இருந்தா அப்புறம் என்ன வெலங்கும்.. ஆமை புகுந்த வீடாத்தான் இருக்கும்..’ இவர்கள் இருவரின் பேச்சையும் பொறுக்கமாட்டாமல் சாலையாதான் பொசுக்கென கோபப்பட்டு

‘எங்களுக்கு சமைக்க தெரியாதது மாதிரியில்லே பேசுறீங்க.. நீங்க துண்டாப் போயிட்டா போலுற கோழி பீயை நிறுத்திராது ஆமா.. ஒலையை தனித் தனியா ஆக்குவோம்.. அவரவர்கள் பாடு இனிமே அவரவர்களுக்கு..’ என வீராப்பாய் பேசினாள்.

வடக்கு தெற்காக நெட்டுவாக்கில் இருந்த வீட்டை நான்காக தட்டி வைத்து பிரித்தார்கள். இப்போதைக்கு தனியா குடித்தனம் செய்வது, மாமனாரு வந்த பின்னாடி காடுகரையை பிரித்துக் கொள்வது என முடிவானது. அன்றிலிருந்து இருளாயி பம்பரமாய் சுழன்றாள். காடே கெடையாய் கிடந்தாள். மேட்டுக்காட்டில் மட்டும் ஆளுக்கொரு வயலாய் பிரித்து கத்தரி போட இருளாயி காட்டில் குமுக்குப் போட்டு காய்த்தது. சரசரம்மா தொங்கிய காய்கள் பறிக்க பறிக்க பூவும் பிஞ்சுமாய் மகுந்து நின்றது. ஒருநாள் விட்டு ஒருநாத்து காய்களைப் பறித்து பெரியவீட்டு பாலுவிடம் மாட்டு வண்டி ஓசி வாங்கி ஊர் ஊருக்கு கத்திரி விற்கப் போனாள் இருளாயி. புருஷன் காயாம்பு ஆடுகளைப் பார்த்துக் கொண்டு கிடைகாக்க ஆரம்பித்தார். புருஷனமும், பொன்சாதியும் மாடாய் உழைக்க வயிறார கஞ்சிக் குடித்தனர்.

கத்தரி வாங்கலயோ.. கத்தரி.. மீண்டும் கத்திக் கொண்டிருந்தாள் இருளாயி. காத்தாகுளத்தில் மூனு மூட்டைக்கும் மேல் காலியானது. தானியமும் அரை மூட்டை தேறியிருந்தது.

காத்தாகுளம் கிழக்கே இருந்த மஞ்சள் வெயில் பாத்திக் கட்டி இறங்கி மண்ணோடு கிச்சுகிச்சு தாம்பிலம் விளையாண்டது. வெயிலைப் பார்த்ததும், மரமட்டைகளில் எங்கும் பறவைகளின் சப்தம். விட்டு விட்டுக் கேட்கும் குயிலின் பாட்டில் ஒருகணம் சூரியன் இமைக்காமல் சொக்கி நிற்பான். அப்போது வெயில் மந்தென இருக்கும். எப்படியும் பத்து மணிக்கெல்லாம் வீடு போய் விடவேண்டும் என்பது இருளாயி கணக்கு.

‘பெரியவனே.. மாட்டைப் பூட்டு, சாலைக்கு போவோம்..’ போட்ட கூலத்தை தின்றிருந்தது மாடுகள். தரையோடு பரசிக் கிடந்த ஒன்றிரண்டு வைக்கோலை நோஞ்சான் அரிச்சுப்புறக்கி

வண்டியின் பின்புறம் வைத்தான். லிங்கம் மேய்க்காலை தூக்க, தானாக தலைகொடுத்து பூட்டியது மாடுகள். த்தா.. என பத்த கத்தரி வண்டி சாலை நோக்கிப் போனது..

நெடுகிலும் இருளாயி சப்தம் போட்டுக் கொண்டே வந்தாள். ‘கத்தரி வாங்கலயோ.. கத்தரி..’

மாட்டுவண்டி காத்தாகுளத்தில் இருந்து சாலைப் பாதையில் உருண்டது. நெடுகிலும் பனைகளுக்கு ஊடாக புழுதி பறந்து போனது. ஒன்றிரண்டு பனை மரங்களின் ஓலையில் புழுதி வெள்ளைவெளேர் என பல் இழித்தது. நோஞ்சான் ஏர்வெயிலைப் பார்த்துக்கொண்டே வந்தான். லிங்கம் மாட்டைவிரசாக ஓட்டு வதில் கவனமாக இருந்தான். இருளாயி கத்தரி மூட்டையின் பக்கத்தில் உட்கார்ந்து அனவாய் கேட்டாள் நோஞ்சானிடம்,

பசிக்குதாய்யா..

இல்லம்மா..

‘பதினி குடிச்சுக்கிறியா.. ஏலே பெரியவனே நீயும் வண்டியை நிறுத்திட்டு பதனி குடிச்சுட்டு வாரீயா..’

‘சாலையிலே வித்துட்டு போகும்போது பார்ப்போம்மா..’ லிங்கம்.

கொம்புகளை ஆட்டிக் கொண்டு மாடுகள் மணலில் புதையும் பைதாக்களை சரசரன்னு இழுத்துக் கொண்டு ஓடியது. எங்கிருந்தோ மயில் விட்டு விட்டுக் கத்தியது. பனையோலைகள் சரசரன்னு ஆட பேடைகள் தலைதெறிக்க பறந்தது. எங்கிட்டு திரும்பினாலும் பனைகள் தான். ஊடமாட வளர்ந்து வரும் காட்டுக்கருவேலி காட்டை இன்னும் கை வைக்கவில்லை. பனையை ஒட்டியே வேம்பு களும் இருந்தன. ஆளற்ற புழுதிப் பாதையில் இருளாயி வண்டி போய்க்கொண்டிருந்தது. கிர்ரென இறங்கும் ஏர்வெயிலும் பனையும் சேர்ந்து மூன்று பேரையும் ஆவ் என பிடித்தது. பெரிய தனிமையின் வாய். ஆனால் பொக்கு வாய். வெத்திலையை அதிகமாய் போட்டிருக்க வேண்டும். உள்நாக்கில் ஒரே கரை. சின்ன சின்ன கொங்காணியைப் போட்டு போட்டு அமுக்கிப் பார்க்கும் மவுனம். த்தா என்ற சத்தம் கேட்டவுடன் படக்கென மறைந்துவிடும். குருத்தோலைகளிலிருந்து கிளம்பி வந்திருக்க வேண்டும். அதான் பதனமாக இருந்தது. கூடவரும் நிழலையும், பனையில் கத்தும் காடையையும் திரும்பி திரும்பி பார்த்தான் நோஞ்சான்.

காத்தாகுளத்தில் இருந்து ஒன்றரை மைல் தொலைவு இருக்கும் சாலை. பனைகள் தான் ஊர். பதனியும், நொங்கும், கள்ளும் சீ.. தோ. வென சிந்திக் கிடக்கும். போதாக்குறைக்கு பனையடி சுடச் சுட காய்ச்சும் சாராயம் வேற. நாவில் நனைக்காத ஆட்களயில் சாலையில் கம்மி. பொழுதடைந்தால் கிளப்பி விடும் பனைகளின் மந்திரத்தில் சாலையே கட்டுட்டு கிடந்தது. யாரும் தப்ப முடியாது. நீண்ட சேலையை பறக்க விட்டு பித்தம் கொள்ளச் செய்யும். நாலைந்து சொக்கை போட்டு சேலையைத் தொட்டால் குதிரை யின் கணைப்பொலி கேட்கும். பனைகளின் வாகனம் தான் சேலை யென்பார்கள். சொட்டுச் சொட்டாய் வடியும் பதனி நாவில் சதா ஊறிக்கொண்டே இருக்கும். பறவைகளும் பொழுதடைந்தால் தள்ளாடித்தான் பறக்கும். கூடுவிட்டு எங்கு அமர்ந்தாலும் சொக்கல் இருக்காமல் இருக்காது.

சாலை. வழிப்பயணங்களின் களைப்பை போக்கும் கள்ளுத் தண்ணி ஊர். இளஞ்செம்பூருக்கு நிறையப் பேர் வாக்கப்பட்டு வந்துள்ளனர். மூத்தவர் மாயன் பொண்டாட்டி சாலையாதான். நெட்டுவாக்கில் இருக்கும் காட்டு நெட்டிச் செடிதான் அவள். உடும்பாய் எதையும் செய்வாள். காசு கப்பி, தவச தானியங்களை தினுக்குங்காமே திருடுவா. கூடைக்குள் பிள்ளையை கவிழ்த்திப் போட்டுக்கொண்டு கூட, அவன் வரவே இல்லையே என கழுவப் புடுங்குவாள். எப்போதும் உருட்டிக் கொண்டே இருக்கும் கண். சாலையை நெருங்க நெருங்க ஏனோ இருளாயிக்கு சாலையா ஞாபகம் வந்தது. சேலை சட்டி, அண்டா குண்டா, குட்டி குருமான் என எத்தனை பண்டம். எத்தனை சிருவாட்டு காசு.. அம்புட்டை யும் திருடிக் கொண்டு எதுவும் தெரியாதது போல சத்தியம் செய்வாள். சத்தியம் அவளுக்கு சர்க்கரைப் பொங்கல். தரையில் சேலையைப் போட்டு தாண்டச்சொன்னாலும் யோசிக்காமல் படக் கென செய்வாள். எதில் அவளை சேர்ப்பது என்பதே இருளாயிக்கு பெரிய தலைவலி.

எல்லாம் ஆண்டவன் பார்த்துக் கொள்வான் என தானுண்டு தன் வேலையுண்டு என இருந்தாள் இருளாயி. மாடுகள் மணல் பாதையில் உருண்டு ஓடும் சப்தம் துண்டா கேட்டது. ஆட்கள் அலுக்கம் யாரும் இல்லை. மயிலும், புறாவும் மட்டும் தொடர்ந்து கத்திக்கொண்டே இருந்தது. ஏர்வெயிலுக்கு யாருக்குமே பட படன்னுதான் வரும். இருளாயி முகத்தில் முத்துமுத்தாய் வியர்வை. முந்தாணையால் துடைத்துக் கொண்டு, காலையில் தூக்குச் சட்டியில் எடுத்து வந்த நீச்சத்தண்ணியை எடுத்து நோஞ்சானுக்கு கொடுத்ததாள்.

‘கொஞ்சம் குடிடா.. பசியடங்கும்..’

மூன்று பேரும் குடிக்க தெம்பாகியது. மாட்டை சுளுவாய் பத்தினான் லிங்கம். இன்னும் நாலு மூட்டை கத்தரி இருந்தது. சாலையில் ஒன்றிரண்டு வித்தாலும் கூட வண்ணாம்பிஞ்சையில் எல்லாம் ஓடிவிடும். அங்குதான் காடு கரை இல்லாத கோனார் விட்டு ஆட்கள் சாஸ்தி. கிடை கன்னிக்கு அதிகம் கொண்டு செல்வார்கள் என நினைத்துக் கொண்டாள் இருளாயி.

சாலையை வண்டி நெருங்கிக் கொண்டிருந்தது. யாரோ புழுதிப் பாதையில் உட்கார்ந்து கொண்டிருப்பதாகப் பட்டது. சரி யாராவது குடிக்க வந்த ஆட்களாய் இருக்கும் என நினைத்த லிங்கம் எதற்கும் மாட்டை இழுத்து பிடித்துக் கொள்வோம் என மெதுவாக ஓட்டினான். வண்டி வந்தாலும் பாதையில் இருந்து எழுந்திருக்க வில்லை. சாலையைப் பார்த்து கையில் கோந்தைகளை வைத்துக் கொண்டு விளையாடுவது போல் தெரிந்தது. ஒரு புறா அந்நேரம் பார்த்து க்கூம்.. க்கூம் என சத்தமிட்டது. அது கும்மப்பனைகள் இருக்கும் பகுதி. காட்டுக் காத்து சிலுசிலு வந்தது. பட்ட ஓலைகள் அதிகம் சத்தம் எழுப்பின. அந்த ஆள் வண்டி கிட்ட வரும் வரை பாதையை விட்டு எழுந்திருக்கவில்லை. உருவத்தைப் பார்த்தால், பெரிய ஆம்பளை மாதிரி தெரியவில்லை.

‘ஏலே.. சின்னவனே இறங்கிப் போயி பாதையைவிட்டு ஒதுங்கி இருக்கச் சொல்லு..’ என்றாள்.

ஆ.. ஆ.. யென மாட்டை இழுத்துப்பிடித்து நிறுத்தினான் லிங்கம். நோஞ்சான் வண்டியை விட்டு இறங்கிப் போய்

‘யாருங்க பாதையிலே உட்கார்ந்திருக்கிறது.. கொஞ்ச தள்ளிக்கங்க வண்டி போகணும்..’ என்றவுடன் அந்த உருவம் திரும்பிப்பார்த்தது. அட நம்ம எலியகுஞ்சு. நோஞ்சானுக்கு அது வரை இருந்த பயம் போகியது.

சம்பத் மாமா மகன். சிறுவயதிலேயே அவனுக்கு அப்படி ஆனது ஊருக்கே சோகம் தான். ரொம்ப சூட்டிக்கான ஆள். ஆட்டமுன்னா ஆட்டம் அப்படி ஆடுவான். ஒல்லியான தேகத்தில் நல்ல சிவப்பு. எங்கு விழா நடந்தாலும் அவனை கூப்பிடாமல் இருக்கமாட்டார்கள். மேடையில் இரண்டொரு பாட்டு அவன் ஆடும் டான்ஸ்தான் அனைவரையும் கட்டிப்போடும். ஊர் மொளக்கொட்டு நாடக மேடையில் அவனுக்கு தொயந்து பபூன் கூட ஆட முடியாது. ஒருமுறை இருவரும் ஆட, இளையராஜா பபூன் தோல்வியை ஒத்துக் கொண்டு மாலை சூட்டி பாராட்டினார்.

சுத்துப்பட்டி கிராமத்தில் பாலமுருகன் அப்பா சம்பத் என்றால் தான் தெரியும். அந்தளவுக்கு பேமசு. பத்து பதினைந்து வயதிருக்கும். இரண்டொரு வருசமாத்தான் இப்படியாகிவிட்டது. இது போல் ஊரில் மொட்டச் சித்தப்பா மகன், அமாவாசி மகன் ராமபாண்டி, கண்ணன் மகன் செந்தூரரான் என நாலைந்து பேரும் ஒரே மாதிரி ஆகிப்போனார்கள்.

ஊரில் புத்திசுவாதீனம் இல்லை என சொன்னாலும், ஆளுப் பேரை சரியாய் அடையாளம் கண்டு முறை வைத்துக் கூப்பிடுகிறார்கள். நேரத்துக்கு சாப்பிடுகிறார்கள், குளிக்கிறார்கள்.. ஆனால் என்ன இரவில் தூங்காமல் எங்காவது பனங்காடு, ஊத்துக் கடு, கண்மாய் கரை, புளியமரத்தூர், தோப்பு ஆலமரம் என ஆள் அண்டா தேசம் பக்கம் சும்புடுங்காமல் போய் உட்கார்ந்து கொள்வார்கள். கை, காலை அசைக்காமல் மணிக்கணக்கில் அவர்கள் உட்கார்ந்திருப்பதைப் பார்த்தால், ஏதோ பெரிய முனிகள் ஆழ்தியானத்தில் மூழ்கி இருப்பது போல இருக்கும். காக்கை, குருவி, எருமை மாடுகள், ஆடுகள், சிட்டுக்குருவி, பாம்பு என எதைப் பார்த்தாலும் வெகுநேரம் பார்த்து நின்று சிரிப்பார்கள். குளித்துவிட்டு நடந்து செல்லும் போதே வேட்டி சட்டைகளுடன் எதையோ கூற அது அவர்களின் தலைக்கு மேல் சிலநேரம் பறந்து கீழ் விழும். அது தொயந்து பறக்கும் வரை விடமாட்டார்கள். தண்ணீர் பாய்ச்சும் மடைகளில் உட்கார்ந்து கொண்டு அதன் பொந்துகளுக்குள் போய் நாட்கணக்கில் உட்கார ஊரெல்லாம் தேடித் தெரிவர்.

சனம் இவர்களின் செய்கையைப் பார்த்து பித்துப் பிடித்து விட்டதாகவே சொல்லியது. பெலக்க நடக்கமாட்டார்கள். பேச்சிலும் நிதானம் இருக்கும்.

ஒருமுறை ராமச்சந்திரன் பெரியப்பு மகள் சண்முகவள்ளிக்கு ரொம்ப முடியாமல் கிடந்தபோது, எலிக்குஞ்சி போய் ‘கொஞ்ச விலகுங்க நான் சரி பண்றேன்..’ என கூறியுள்ளார். யாரும் நம்பாமல்,

‘சும்மா போங்க மருமகனே.. விளையாடுறதுக்கு இது நேரமில்லை.. பிள்ளே வலியால் துடிக்கு..’ என்றார்கள். எலிக்குஞ்சு விடவில்லை. கையில் மண் எடுத்து கண் மூடி வணங்க எல்லாரும் ஒரு மாதிரியாக பார்த்தனர். நேரம் கூட வாயில் ஏதோ மந்திரம் முணுமுணுப்பது தெரிந்தது. எல்லாம் அரைமணி நேரம்தான். அந்த மண்ணை சண்முகவள்ளி நெற்றியில் பூசி ‘ எல்லாம் சரியாகிவிடும் என’ ஏதோ பெரிய சாமிகள் கைகளால் ஆசிர்வாதம்

செய்வது போல கை காட்டி ஆசிர்வதித்துள்ளான். என்ன மாயமோ தெரியவில்லை. கை, கால் நன்றாக ஆகி வலியில்லாமல் எழுந்து உட்கார்ந்தாள் சண்முகவள்ளி. அதுவரை கேலி பேசியவர்கள் கையெடுத்து கும்பிட்டார்கள். இது எப்படி நடந்தது என எலிக் குஞ்சுவுக்கும் தெரியாது; மக்களுக்கும் புரியாது.

அன்றிலிருந்து ஏன் அதற்கு முன்பிருந்தே கூட எலிக்குஞ்சு ஒரு மாதிரியாக மாறிவருவது சம்பத் மாமாவை ரொம்ப கவலைய டையச் செய்தது. இவனாவது பொடியன். மொட்டை சித்தப்பா மகன் பாண்டியன் கல்யாணம் ஆகி ஒரு பொட்டப்புள்ளேயே பெத்துட்டு சித்தன் போக்கு சிவன் போக்கென கிளம்பிவிட்டார். அவரை தேடுவதே பொண்டாட்டி வீரமாளிக்கு தினம் வேலை. மொட்டை சித்தப்பாவுக்கு ஆடு, மாடு, காடு கரை யென எல்லாம் நிறைய உண்டு. ஐந்து ஆம்பிள்ளைகளும், ஒரு பொண்ணும். ராமலட்சுமி. அதை வீட்டின் சீதேவியாகத்தான் நினைத்தார்கள். வீட்டிற்கு மூத்தவர் பாண்டியன். ஆடைக்கும் கோடைக்கும் அரித்துக்கொண்டு வருவார். உழுக பறிக்க, களையெடுக்க ஆட்கள் கூப்பிட, கிண்டலும் கேலியுமாக இருந்த மனுசன் திடீரென ஒரு நாள் வீட்டில் பித்துப் பிடித்தவர் போல உட்கார்ந்திருக்க எல்லாரும் பதறித்தான் போனார்கள்.

முந்தின நாள் காளி காட்டில் கதிர் கட்டு தூக்கி மேட்டில் அடைந்திருந்தார்கள். அங்கு பத்துபதினைந்து குறுக்கத்துக்கு மேல் அவர்களுக்கு காடு உண்டு. முக்கால் வாசி கதிர் போட, இருபது ஆட்களுக்கு மேல் வந்து வேலை செய்தார்கள். அவர்களோடு சேர்ந்து பாண்டியனும் கதிர்கட்டுத் தூக்கிப்போட்டார். பொழுது சாயும் வரை வேலை இருந்தது. கடைசியாக தூக்கிப் போன தாவுகாட்டு நஞ்சை கட்டுகள் பச்சையாக இருந்தது. செம கணம். கழுத்துப் புட்டாணி உடைந்து விடும். அறிகளை சேர்த்து சேர்த்து கட்டியிருப்பார்கள் போல, இரண்டாள் தூக்கி விட வேண்டிய தாகியது. கடைசிக் கட்டை 'நாக நாதா..' என குலசாமியை வணங்கி பாண்டியன் தூக்கினார். தலையில் வைத்ததும் கண்களில் ரத்தம் கொப்பளித்தது. இரண்டு புஜமும் விண் விண் யென சப்தம் போட்டது. குதி நரம்புகள் விடைத்து நிற்க முதுகுத் தண்டு நேராக தாங்கி தள்ளாடியது. மெதுவாக நடந்தாலும் இரண்டு கைகளிலும் கடுகடுப்பு.

பாதி தூரம் போவதற்குள் ஏதோ விர்ரென அடிவயிற்றில் இருந்து முதுகுத் தண்டு வழியாக மேலேறி கண்களுக்கு இடையே நின்று வழியைப் பார்ப்பது போல உணர்ந்தார் பாண்டியன். கண்

களை மூடினாலும் திடீரென பாதை தெரிந்தது. அதன் பின் உடலில் எந்த வலியும் இல்லை. நடை ரொம்ப சாதாரணமாக இருந்தது. தலையில் சுமையே இல்லாதது போல நடந்தார். இரண்டு கைகளும் பக்கவாட்டில் வீசி வர கதிர் கட்டு ஆடாமல் அசையாமல் இருந்தது. உதட்டில் லேசான சிரிப்பு. மேட்டுக்கு வந்து கட்டைப்போட்டு தானியங்களையும், சாமியவும் வழங்கினார். எல்லாரும் சொல்லி விட்டுப் போயினர். நாளை அடிப்பு இருக்கு.. வந்திருங்க தாயீகளா என என்றுமில்லாமல் அன்பாய் சிரித்துக் கொண்டே தாயீ போட்டு பேசினார். வேலைக்கு வந்த ஆட்கள் மேலும் கீழும் பார்த்து விட்டு போயினர். வீடு வரவும் பசியில்லை என சொல்லி படுத்தவர்தான். காலையில் பார்த்தால் காலை மடக்கி சம்மணம் போட்டுக் கொண்டு சாதாரணமாக வானத்தைப் பார்த்து சிரித்துக் கொண்டிருக்கிறார். அவரைச் சுற்றிலும் மாடுகளும், ஆடுகளும் கட்டியிருந்தன. தலை தலையை வேறு ஆட்ட எல்லாருக்கும் ஒருமாதிரியாகத்தான் இருந்தது.

வீரமாளிதான் தன் பிள்ளையை கட்டிக் கொண்டு அழுதாள். குஞ்சரம் 'அதெல்லாம் அழுகாதேத்தா.. ஒன்னுமில்லே.. எதை யாவது பார்த்து பயந்திருப்பான்.. கோடாங்கிட்ட கூட்டிட்டு போனா சரியாயிரும்..' பாண்டியன் அம்மா குஞ்சரம். மவராசி. சிரித்த மணம் பால் வடியும்.

ஊர் கோடாங்கியிடம் கூட்டிப் போக, அவர் உடுக்கடித்து ஜோலி உருட்டினார். எத்தனை தரம் போட்டாலும் ஒரே முகமாய் விழுந்தது. நெற்றிப் பொட்டையும், பாண்டியனின் கண்ணையும் குருகுருவென வெகுநேரம் பார்த்தார். திரும்பவும் முத்தை உருட்டை அது ஒரு முகமாய் விழுந்து சிரித்தது. கோடாங்கி லேசாக சிரித்து..

'அடே தம்பி.. ஒன்னுமில்லேடா.. நோய் நொடி இல்லை.. தப்பி திரிந்த ஆடு கிடையில சேர்ந்திருச்சு.. நல்லதுதான்டா..' என விபூதி கொடுத்து அனுப்பினார். அதற்கு மேல் அவர் ஒன்றும் சொல்லவில்லை. ஒருநாள் இரண்டு நாள் பார்த்தார்கள் சரியாகும் என. அதற்கான அறிகுறியே தெரியவில்லை. அத்தோடு பாண்டியனை தேடுவதே வீரமாளிக்கு தினம் பொழப்பாய் மாறிப் போச்சு. ஆளானபட்ட ஆளு மொட்டை. கம்பெடுத்து அடித்தால் ஊர் ஒதுங்கும். ஆறடி உயரத்தில் தட்டியமான ஆள் மூத்த மகனை கண்டு நிலைகுலைந்து போனார். பயிர் பச்சை, ஆடு மாடு என எல்லாவற்றையும் பார்த்தவன், அடுத்தடுத்து இருப்பது அண்டி சவலை. லிங்கம் மட்டும் மாடு கன்று அவிழ்த்துக் கட்டுவான்.

காட்டு, வீட்டு வேலைகள் மொட்டை தலையில் விழுந்தது. வீட்டில் இருந்த மூனேறு மாடுகளை பார்க்க ஆளில்லை. கலப்பைகள் துருப்பிடிக்க மொட்டை வீடே இத்து உலுக்க ஆரம்பித்திருந்தது.

பாண்டியனுக்கு என்ன நோய் வந்தது என தெரியாமல் இருக்கும்போதே சம்பத் மகனும் அதே போல ஆனான். இது என்னதான் என சம்பத் செவல்பட்டி கோடாங்கியிடம் கொண்டு போய் காட்டினார்.

‘அய்யா இது சக்தி.. இது கிளம்புவது அபூர்வம். ஆண்டவன் சக்தி மாதிரி இது.. இது நோயில்லை.. காணாமல் போன பிள்ளை தாய்ட்டே வந்து சேருவது போல.. எத்தனையோ பிறப்புகளை பிறந்து வந்த இடத்தை மறந்து அனாதையாய் அலைந்த ஆத்மா தன் இருப்பிடத்தை பல ஆயசுகள் கழித்து கண்டு பிடித்திருக்கிறது. மனுஷ்மிருதி. இயற்கை சக்தி. அடிநாதத்தில் இருந்து மேலுறும்.. இதுக்கு வைத்தியம் எதுவும் செய்யக் கூடாது. பழைய ஆட்களாய் இருக்கமாட்டார்கள்.. அவர்களுக்கு இரவு பகல், ஆடு மாடு, மனுச மக்கள் என எல்லாம் ஒன்னாத்தான் தெரிவார்கள். பூவும், குழந்தை யும் ஒரு முகந்தான்.. போய் வாங்க.. கலங்காதீங்க.. ஆண்டாண்டு காலமாய் தவமாய் தவம் இருந்தாலும் பல பேருக்கு பூர்வீக முகம் தெரிவதில்லை.. இது ஏதோ பூர்வ ஜென்ம புண்ணியம்..’ என கூறி முடித்தார்.

‘என்னத்தே.. கத்திரிக்காய் விற்க போறீங்களா..’ பாதையை விட்டு எழுந்து மிகுந்த ப்ரியத்துடன் சிரித்துக் கொண்டே கேட்டான் எலிக்குஞ்சு. முகம் ஏனோ அப்படி பூத்திருந்தது. உடல்மெலிதாய் முன்னை விட உண்மையாய் எலிக்குஞ்சாக இருந்தான்.

‘போங்க போங்க சாலையிலேயே காலியாகி விடும் உங்க நல்ல மனசுக்கு..’ என கையைத் தூக்கி ஆசிர்வதிப்பது போல் காண்பித் தான். இருளாயி வண்டியை விட்டு இறங்கி,

‘வாங்க மருமகனே.. உங்களே வீட்டுல விட்டிருறேன்.. வண்டி யிலே ஏறுங்க.. இந்தாங்க இந்த நீச்சத்தண்ணியை குடிங்க.. காலை வெயில் கிறக்கம் கொள்ளச் செய்யும்..’ இருளாயி பேச பேச எலிக்குஞ்சு,

நீங்க நல்லா இருப்பீங்க.. எனக்கு ஒன்னும் வேணாம்.. நான் காத்தை குடிச்சிக்கிறேன்.. நீங்க போங்க.. மச்சான் வண்டியை விரட்டாதீங்க.. மாடுகள் பாவம்..’ என அதன் முகவாயை லேசாக தடவிக் கொடுத்தான். பேச்சில், குரலில் பனிவென்றால் அப்படி

யொரு பணிவு. உடலும் சேர்ந்து பேசியது. எல்லாம் ஒரே தன்மையில் இருக்கும் போது தனித்தனியான இயக்கம் இருக்காது போல.. ஊரில் நாலைந்து நாளாக காணோம் என எலிக்குஞ்சை சம்பத் மாமா தேடியது நோஞ்சானுக்கு ஞாபகம் வந்தது. சின்ன ஊரணியில் ஒருநாள் குளித்துக் கொண்டிருந்த போது, கேட்டார்,

'ஏம்ப்பு மருமகனே.. இந்த எலியனே பார்த்தீங்க.. ஆளையே காணோம்ப்பா.. பார்த்தா தாக்கல் சொல்லுங்க..'

'சரி மாமா..' என்றான் நோஞ்சான். எலியன் சாலைக் காட்டில் இருப்பது யாருக்குத் தெரியப் போகிறது.

லிங்கம் வண்டியை எடுக்க மாடுகள் எலியனைப் பார்த்தே போனது. நோஞ்சானைப் பார்த்து சிரித்துக் கொண்டே கை ஆட்டினான் எலியன். பதிலுக்கு அவனும் காட்ட பனையில் தோகை விரித்து நின்ற மயிலு ஒன்று சிரித்துக் கொண்டே கத்தியது. இருளாயி எலியனை திரும்பி திரும்பி பார்த்தே வந்தாள். ' பாவம் நல்ல பிள்ளை..' என முணங்கினாள்.

மாடு நகர நகர மவுனம் இறங்கியது. இளவெயிலின் ஒளியில் நிறமாக இருக்க வேண்டும். சாலைக்காடே தியானம் அலையும் வெளிதான். ஒத்தசத்தையில் யார்வந்தாலும் ஜிவ்வென பிடித்து உட்கார வைத்து விடும். சாலைக் காட்டைப் பத்தி இளஞ்செம்பூருக்கு வாக்கப்பட்டு வந்ததில் இருந்து இருளாயி கேள்விப்பட்டிருக்கிறாள். என்ன செய்ய பிள்ளைகளையும் அலைத்துக் கொண்டு ஊர் ஊருக்கு அலைய வேண்டும் என்பது தலைவிதி. அதை யாரால் மாற்ற முடியும்.. அவளுக்கு யோசனை காட்டுக்காத்தாய் ஓடிக் கொண்டிருந்தது.

சாலை வரவும் நோஞ்சான் கேட்டான்

'ஏமா.. வரும்போதெல்லாம்.. பனையில் கண்ணா தெரிஞ்சுச்சே அது என்னம்மா..'

'நீ பாத்தியா.. உனக்கு தெரிஞ்சுச்சா..' என ஆவலாய் கேட்டவள், 'அது ஒன்னுமில்லேப்பா.. பனங்காடு முழுவதும் மாரீ இருப்பா.. அம்மன்தான் அவள்.. அவ கண்ணுதான் நொங்குல இருக்கிற கண்.. அதான்..' மகனை உற்றுப் பார்த்தவாறே கூறினாள்.

'மாரீன்னா யாரும்மா..'

'ஆயிரம் கண்ணுடையாள்.. ஏன் அதற்கு மேலும் அவள் கண்தான்..' என சுருக்கமாய் கூறி முடித்தவள், ஊரைப் பார்த்ததும்

'மூத்தவனே வண்டியே ஊருக்கு மையமா அவிழ்த்துப்போடு நான் குரல் கொடுத்துட்டு வந்திர்றேன்..' என வண்டியை லிங்கம் தாமறிக்க இறங்கியவள் 'கத்திரி கத்தரி.. கத்தரி..' கத்தரி கத்திரிக் காய் கத்தரிக்காய்.. என இழுத்து ராகம் போல கூறினாள்.

லிங்கம் வண்டியை அவிழ்த்தது தான் தாமதம். சாலைச் சனம் கொய்யென கூடியது. ஆளுக்கு இரண்டு கிலோ மூன்று கிலோ என அள்ள இருந்த மூட்டைகள் காணாமல் போய்க் கொண்டிருந்தது. அவ்வளவு சுளுவாய் காய் விற்குமென லிங்கம் கூட நினைக்கவில்லை. இருளாயி கத்திக் கொண்டே வண்டிக்கு வந்து சேர்ந்தாள். அவளும் காய்களை சளைக்காமல் நிறுத்துப் போட்டும், கூட நாலைந்து காய்களை அள்ளிப் போட்டும் கொடுத் தாள்.. நிறுவையும் ஞாயமாய் இருந்ததை கண்ட சனம் எதுவும் சொல்லாமல் வாங்கிக் கொண்டு போனது.

எலிக்குஞ்சு சொன்னமாதிரியே காயெல்லாம் சாலையிலேயே விற்று தீர்ந்தது. சாக்கில் கிடந்த ஒன்றிரண்டு கிலோ காய்களோடு மாடுகளை சுளுவாய் பத்த இழுக்க பாராமில்லாமல் இருந்ததால் தலையாட்டி ஓடியது.

சாலைப் பாதையிலேயே போனால், ஓரிவியல் வரும். அங்கிருந்து சிறுபோது, சிக்கல் வழியா ராமநாதபுரம் சீமைக்கு போய்விடலாம். சாலையில் இருந்து எட்டுப் பர்லாங் தூரம் வந்ததும் தெற்கால் கண்மாய் கரை பிரியும். அதில் வண்டியைத் திரும்பினால், கரையிலேயே வண்ணாம்பிஞ்சை. கரையை விட்டு இறங்கினால் பூக்குளம். அப்புறம் ஊர் வந்து விடும். சாலைமுக்கில் வண்டியை திரும்பும் போது இருளாயி,

'மூத்தவனே நிறுத்தி கொஞ்சம் பதனி குடிச்சுக்கோ.. அப்படியே இந்தா இந்த தூக்குவாளியிலேயும் வாங்கிட்டு வா.. போடா நீயும்.. வேணுங்குற அளவு குடிச்சுக்கோ.. ரொம்ப குடிச்சா வாந்தி வரும் பாத்துக்கோ..' என கூறினாள்.

லிங்கத்துக்கும் அதுதான் சரியெனப் பட்டது. கரையில் ஏத்தி வண்டியை நிறுத்த தட்டி முளக்குச்சியில் மாட்டுக் கயிற்றை இழுத்துக்கட்ட அது செவனேன்னு நின்னு பனையையும், கண்மாய் முழுவதும் நிறைந்திருக்கிற பாரட்ஸ்டையும் வேடிக்கை பார்த்தது. எங்கிருந்தோ வந்த கரிச்சான் மாட்டில் அமர்ந்து கொண்டு சேதி கேட்பது போல் உட்கார்ந்தது. பனையில் நின்ற காடை கவகவன்னு கத்திக்கிட்டே நின்றது. கண்மாய் பாரட்ஸ்டை இருளாயி பார்க்க அது மஞ்சள் கலரில் தலையாட்டி சிரித்தது. வண்ணாம்பிஞ்சைக்

காடுகளில் இன்னும் ஒன்றிரண்டு அறுப்பு நடந்து கொண்டிருந்தது. கதிர் அறுத்த வயல்களில் வளர்ந்து கிடந்த ஒய்களுக்கு இடையே கொளுஞ்சியும் இளம் குருத்தாய் தலையாட்டியது. கண்மாய் நிறைந்தால் உடைப்பு ஏற்படும் பகுதிகளில் சாலை முக்கும் ஒன்று. லேசான கரை. படக்கென உடைந்தால் இருக்கும் பயிர் பச்சை அரித்துக்கொண்டு ஓடும். காட்டுப் பகுதி என்பதால் ஊருக்குள் வராது. இதனால் யாரும் தோட்டத் தொறவுகள் போட மாட்டார்கள். குளிவிடுச்சான் நெல்லோடு சரி. எம்பூட்டு தண்ணி நின்றாலும் அதற்கு மேல் ஒரு முழமாவது வளர்ந்து தலைகாட்டும் குணம் குளிவிடுச்சான் நெல்லுக்குத்தான் உண்டு. தாவான காடுகள் அனைத்தும் நீக்கமற நிறைந்திருக்கும் பெரியநெல்லின் தோகை சதா நீரை அழைத்துக் கொண்டே இருக்கும். நட்டமே நிற்கும் குளிவிடுச்சானில் உட்கார சிறகிகளே பயப்படும். ஒரு ஆள் உசரத்துக்கு நின்று வெளியை அழைத்தால் யாருக்குத்தான் பயம் வராது.. பாரஸ்டுகள் மஞ்சள் பூக்களை சிந்தவிட்டிருந்தது. உள்ளி ருந்து மயில்கள் கத்திக் கொண்டே இருந்தது.

கரையை விட்டு இறங்கினால் பனை மரக்காடுதான். தூரில் கொட்டகை மாதிரி போட்டு பதனி, கள்ளு விற்றார்கள். குடிக்க குடிக்க பிரசாதமாய் இனிக்கும். குடல் நமந்து சில்லிடும். காலை எம்பூட்டு நேரமானாலும் பசி தாங்கும்.

‘இந்தாம்மா.. நீ குடி’ என தூக்குவாளியை கொண்டு வந்து நீட்டினான். கையில் வாங்க கணத்துக் கிடந்தது. திக்கான பதனி. வஞ்சகமில்லாமல் ஊத்தி இருந்தார்கள். கொஞ்ச நேரம் காய விட்டால் வடை வடையாய் ஒட்டிக் கொள்ளும் பக்குவம். ‘சின்னப் பயலே.. நல்லாக் குடிச்சியா.. நீதான் பசி தாங்க மாட்டே..’ என கூறிக்கொண்டே நாலைந்து மடக்கு பதனியால் குடல் நனைத்தாள், ச்சூ.. அப்பாடா.. நடந்து கத்தி திரிந்த களைப்பு நொடியில் காணாமல் போனது. உடலெல்லாம் இனித்து தெம்பு கூட்டியது. லிங்கம் வண்டியைப் பத்த, மாடு துள்ளிக் கொண்டு ஓடியது.

காலை ஒன்பது மணிக்கெல்லாம் வீடு வந்துவிட்டார்கள். கேப்பை, குருதாலி, கம்புகள் உள்ள சாக்குகளை தனித்தனியாக லிங்கம் வீட்டுக்குள் கொண்டு போனான். எல்லாம் சேர்த்து முக்கால் மூடை வரும்.

‘காசு எம்பூட்டுடா இருக்கும்.. நாற்பது ஐம்பது ரூபா தேறுமாடா.’. என்றாள்.

'தெரியலேம்மா. இந்தா எண்ணிருவோம்.. என மாட்டுக்கு தண்ணி காட்டி வண்டி மேய்க்காலில் கட்டினான். மாடுகள் காலாத்தின பின் மாட்டு வண்டிக்காரரிடம் போய் ஒப்படைக்க வேண்டும். அம்மாவோடு தின்ணையில் அமர்ந்து நோஞ்சானும் காசை எண்ணிக் கொண்டிருந்தான். மூன்று பேருமாக சேர்ந்து எண்ணியும் முப்பத்தி ஏழு ரூபாய்தான் இருந்தது.

மொத்தம் முப்பத்தி ஏழு ரூபா என கூட்டிச் சொன்னான் லிங்கம்.

'சரி இந்தா... இந்த பத்து ரூபாயை பாலு அண்ணனிடம் கொடுத்திரு.. அது வாங்காது.. அம்மாதான் கொடுக்கச் சொல்லுச் சுன்னு சொல்லு. நாளைப் பின்னே மாடு வண்டி வேணுமுல..'

'சரிம்மா' என லிங்கம் மாட்டு வண்டிகளை பத்திக் கொண்டு, பாலு மாமா வீட்டுக்கு போக,

'என்னப்பா.. காயெல்லாம் வித்தாச்சா.. காலகாலத்துலேயே முடிஞ்சிருச்சு போல..'

'ஆம மாமா..'

'சும்மா மாட்டே அங்கணே கெட்டுப்பா.. நான் பார்த்துக் கிறேன்..'

'இந்தாங்க மாமா.. அம்மா கொடுக்க சொல்லுச்சு..' என காசை கொடுத்தான் லிங்கம்.

'அட போப்பா.. அது யாரு ஏன் தங்கச்சி தானே.. அதுட்டே போயி.. மாமா அதெல்லாம் வேணான்னு சொன்னாரு.. எப்ப வண்டி வாசி வேணுமுனாலும் வந்து பத்திட்டுப் போகச் சொல்லு..' பாலு உரிமையோடு பேசினார்.

'இல்ல மாமா.. அம்மா..'

'அட போங்க மருமகனே.. நாளைப் பின்னே வந்தா ஒருவா கஞ்சி ஊத்த மாட்டூக..'

'அதற்கு பின் எதுவும் பேசாமல் 'சரி மாமா நா வாரேன்..' என லிங்கம் வீடு திரும்பினான். வரும்போதே அவனுக்குள் அந்த ஆசை முளைத்திருந்தது. ஆம். அப்போதுதான் லிங்கம் பெரிய ஊருக்குள் போய் சீட்டாட பழகி வந்தான். அதுவும் காசு வைத்து ஆட்டம். சேதம்மா டீக்கடைப் பின்னால் கண்மாய் நீவாங்கரையில் இருக்கும் புளியில் தான் கோடையில் இளவட்டங்கள் ரொம்ப

போடுசாய் சீட்டாடுவார்கள். ஒரு ரூபாயில் இருந்து ஐந்து ரூபாய் வரை ஆட்டத்தில் களைகட்டும். நீவாங்கரையில் கருவேலி வளர்ந்து பாதையை மறைத்து நிற்பதால் இளசுகள் ஆடுவது யாருக்கும் தெரியாது. சேதம்மாவுக்கு தெரிந்தாலும் அவளுக்கு வியாபாரம் ஓடுவதால் அவள் காட்டிக்கொடுப்பதில்லை. காலனி வீட்டு கந்தசாமிதான் லிங்கத்தை பழக்கி விட்டது. ‘சும்மா ஆடுடா ஒன்னும் செய்யாது’ என சீட்டு சொல்லிக் கொடுத்திருந்தார். எல்லாரும் காசு வைத்து ஆடும் போது லிங்கம் மட்டும் வெறுங்கையை பிசைந்து கொண்டிருப்பான். கந்தசாமி ஒன்றிரண்டு நாட்கள் காசு போட்டு ஆட வைத்தான். லிங்கத்துக்கு பிடித்து விட்டது. கலர்கலராய் பிரியும் சீட்டும், கையில் ஸ்டைலாக வைத்திருக்கும் பாங்கும் ஏனோ ஒரு மயக்கத்தை தந்தது. வந்து கொண்டே இருக்கும் ராணி, ராஜா, ஜோக்கரில் கண்கள் மயங்கின.

‘இன்னக்கி எப்படியும் நாம காசைப் போட்டுத்தான் கந்தசாமியை சீட்டாட விட வேண்டும்’ என நினைத்துக் கொண்டே வீடு வந்தான்.

‘என்னடா அண்ணே காசை வாங்குச்சா..’ என கேட்டாள், அவளுக்கு பாலுவைப் பற்றி தெரியும். நல்ல மனுசன். பெரிய வீட்டில் பிறந்தாலும் கஷ்டமுன்னு நின்னா உதவி செய்யும். கேட்டா இல்லேன்னு சொல்லாது.. அதாவது கொடுத்த காசை வாங்குறதாவது..’ என நினைத்துக் கொண்டேதான் லிங்கத்திடம் கேட்டாள்.

‘ஆமாம்மா.. வாங்கிட்டாரு..’ என முகத்தை முற்றத்து பக்கம் திருப்பிக்கொண்டு கூறினான்.

‘நிஜமாவாடா சொல்றே.. அண்ணே வாங்கிருச்சா..’ என ஆச்சர்யமாய் கேட்டாள்.

‘ஆமாம்மா..’ என திரும்பவும் தலையாட்டினான் லிங்கம்.

‘சரி அதுக்கு என்ன கஷ்டமோ..’ என முணங்கினாள்.

இரண்டுமுறை திரும்ப திரும்ப கேட்டதிலேயே லிங்கத்துக்கு வியர்த்துவிட்டது. அம்மா போய் மாமாவிடம் கேட்டு விட்டால் நம்ம குட்டு உடைந்து விடுமே.. என்ன செய்ய.. அப்படியெல்லாம் போயி கேட்காது.. யாராவது கொடுத்த காசை ஏன் வாங்கு னிங்கன்னு கேட்பாங்களா.. அவன் கண்ணில் ஆட்டியனும், ஜோக் கரும் ஆடியது. மண்டையில் ஒரு குறுகுறுப்பு. சட்டை உள்பாக் கெட்டை தொட்டுப்பார்க்க நாணயங்கள் கிடந்தது. நோஞ்சான்

மாடு அவிழ்த்துட்டு போயிட்டான்னா, ஆட்டை பாரஸ்டில் பத்தி விட்டு அப்படியே போய்விடலாம்.. என மனதுக்குள் நினைத்துக் கொண்டான் லிங்கம்.

அவன் நினைத்த படியே எல்லாம் நடந்தது. அன்று நடந்த சீட்டாட்டத்தில் கந்தசாமியிடம் பத்து ரூபாயைக் கொடுத்து ஆடச் சொன்னான். அப்படியே தனக்கும் ஒரு கை போடச் சொன்னான். அன்று ஆட்டம் ஜோராய் இருந்தது. ஆனால் என்ன வீடு வரும் போது ஐந்து ரூபாய் போயிருந்தது. இப்படியே தொடர்ந்து நாலைந்து நாட்கள் ஆட்டம் கொண்டாட்டம் தான்.

ஒருவாரம் கழித்து லிங்கம் அப்பா கிடையில் இருந்து வந்திருந்தார். இருளாயி எல்லாத்தையும் ஒன்னு விடாமல் சொல்லி, கத்தரி விற்ற காசையும் கொடுத்தாள். அதை சிறுக சிறுக சேர்த்து வந்தார்கள். பேச்சோடு பேச்சாக, பாலு மாமா பத்து ரூபாய் வாங்கினதை சொல்ல அவரும் நம்ப வில்லை.

'அடி போடீ பாலு பத்தி எனக்குத் தெரியும்..' என மறுத்தார்.

'இல்லேங்க.. நானும் அப்படித்தான் நினைத்தேன். ஆனா மூத்தவன் போய் கொடுத்துட்டு வந்தான்.. வாங்கிக் கிட்டாரு..' என சொல்லவும்,

'இருக்காதே..' என மனம் அரட்டியதை அவரால் ஏற்றுக் கொள்ளாமல் இருக்க முடியாது. மறுநாள் டீக்கடையில் கேட்டு விடுவோம் என நினைத்துக் கொண்டே மற்ற விசயத்தை பேசிக் கொண்டார்கள்.

கோழி கூப்பிடுதோ இல்லையோ.. சேதம்மா டீக்கடை மட்டும் திறந்திருக்கும். பெரிசுகள் எல்லாம் கால காலத்திலே வந்து ஒருவாத் டீத்தண்ணி குடிக்கலைன்னா ஆவியும் சீவனும் அன்று முழுவதும் அடங்காது. லேசுவாசாக மூஞ்சியை கழுவி ஒரு பீடியைப் பற்ற வைத்துக்கொண்டு வந்து சேதம்மா டீக்கடையில் உட்கார்ந்து விடுவார்கள். அங்குதான் ஊர்க்கதைகள் எல்லாம் ஓடும். அந்தது முறிந்தது என சகட்டு மேனிக்கு தெரியவரும். யார் கண்ணிலும் படாமல் காட்டுக்கு போவோர்கள் சாஸ்தி. நோஞ்சான் அப்பாவும் அப்படித்தான். அன்று ஏனோ அதிகாலையிலேயே சேதம்மா டீக்கடைக்கு வந்திருந்தார். இவர் போவதற்குள் பாலுவும் வந்திருந்தார்.

'வாய்யா.. வாய்யா.. எப்ப வந்தீக.. கிடையில இருந்து.. ஏத்தா மாப்பிள்ளைக்கு ஒரு டீப் போடு..' என எப்போதும் போல விசாரித்தார்.

‘யாரு மயிலா.. டீக்கடைக்கே வரமாட்டே... இதென்ன புதுசா இருக்கு..’ சேதம்மா கிண்டல் அடித்தாள்.

‘ஓந்தேட்டே வாங்கிட்டு போகலாமுன்னுதான் வந்தேன்..’ பதிலுக்கு விடவில்லை நோஞ்சான் அப்பா.

டீக் குடித்துக் கொண்டே மொச்சைப் பயறும் வாங்கி கொறித் தார்கள். இட்லியும் மொச்சப்பயறும் சேதம்மா கடைக்கே ஸ்பெஷல். யாரையும் சுண்டி இழுத்து விடும். பேச்சுவாக்கில்,

‘ஏத்தான்.. என் மூத்த மகன் வண்டி மாட்டுக்கு பணமா கொடுத்தான்.. நீ வாங்க மாட்டேன்னு அவளுக்கு தெரியாமே போச்சு.. போல அதான் சத்தம் போட்டேன்..’ என கோர்த்து விட்டார்.

‘மருமகன் கொடுத்தாரு.. நான் வங்காமே திருப்பி அனுப்பி விட்டேன்.. வீட்ல வந்து கொடுக்கலயா..’ என ஏதோ யோசனை யில் கூறினார்.

‘பத்திகளா அந்தப் பய பண்ணுன சேட்டைய.. நானும் புளியாக்கையை எடுத்து உரிக்கத் தான் செய்யுறேன்.. இருந்தும்.. இப்படி..’ அத்தானிடம் ரொம்பத்தான் வேசாடுப்பட்டார்.

‘நான் பணம் வாங்கினதாகவே இருக்கட்டும்.. பாவம் மருமக பிள்ளையே போட்டு அடிச்சுகிடுச்சுப் பிடாதே.. பருவத்துல ஏதானாச்சும் வாங்கி தின்ன நினைச்சிருக்கும். தோளுக்கு மேல வளர்ந்த பிள்ளைகளுக்கு தேவை இருக்குமுல..’ மருமகனுக்கு பரிஞ்சு பேசினார் பாலு.

‘நான் என்னய்யா இதுகளுக்கு வாங்கிப் போடலே.. எங்க போயிட்டு வந்தாலும் மிச்சரு, சேவு.. கடலைன்னு அரிச்சுப் போட்டுக்கிட்டுத்தானே இருக்கேன்..’ மொச்சைப் பயறை தின்ற வாறு உருகி பேசினார் மயிலு.

‘சரி சரி விடு.. சொன்னா கேட்டுக்குவாறு மருமகன்..’

இருவரும் வேறு பஞ்சியை பேச ஆரம்பித்தார்கள்.

‘எனக்கு இன்று நைந்த கண்மாய் பிஞ்சையில் ஒரு அடிப்பு இருக்கு.. அப்படியே மிளகாயும் பறிச்சுட்டு வந்திருரலாமுன்னு போறேன்..’

மயிலு ஊம் மட்டும் கொட்டினார். அவர் முகம் இறுகியதோடு லேசான வாட்டமாகவும் இருந்தது.

'சரித்தான்.. நான் கிளம்புறேன்.. ஜோலி கிடக்கு..' என கிளம்பியவரிடம்,

'ஊர்ல உலகத்துல பாரு.. பிள்ளைக எப்படி இருக்குன்னு.. ஓம்பிள்ளைகள் தங்கம். எது வீட்டுக்கு அடங்கி அப்பேன் பேச்சை கேட்குது.. ஒன்னு அடங்குதான்னு காட்டு பார்ப்போம்.. உனக்கு பிறந்த நாலும் கட்டித்தங்கம் ஆமா.. நீ பாட்டுக்கு போயி.. வகைதொகை தெரியாமே அடித்துகிடிச்சுப் போட்டுதராய்யா..' என பாலு, மயிலு குணம் அறிந்து மீண்டும் கூறினார்.

'அதெல்லாம் செய்யமாட்டேன்த்தான்..' வீட்டை நோக்கி நடந்த வருக்கு நெஞ்சில் இருந்து கிளம்பிய கோபம் தொண்டைக்குழியை வந்து அடைத்தது. ஊரணி மேட்டில் வெளியே, போய் வந்து குளிக்க, முத்துப்பாண்டி சொன்னார்.

'என்ன மயிலு.. ஓ மூத்த மகன் சீட்டு கெவியாய் ஆடுறான் போலிருக்கு. என் மகனே தேடிப் போனா ஓ மகன் ரொம்ப போடுசா ஆடிக் கொண்டிருந்தான். எனக்கு பக்குனுச்சு..' என கூறி முடித்தார். அம்புட்டுத்தான். மூஸ் மூஸ்யென வந்தது அவருக்கு. அப்படித்தான் அருள் ஆரம்பிக்கும். லேசாக தொடங்க காலில் விரைவு தெரிந்தது. அத்தனை சுருக்கில் வீடு வந்தவர்,

'எங்கம்மா மூத்தவனே..' எனக் கேட்டார். ஆட்டுக் கிடை யிலிருந்து இன்னும் வரலே.

'ஏன் என்னங்க.. இம்பூட்டு அவசரமாய் அவனைத் தேடுறீங்க..'

'ஓ மவேன்.. பாலுக்கிட்டே பணத்தை கொடுக்கலயாம்.. அவனே வச்சிருக்கான்.. சரி வச்சிருந்து எதுனாச்சும் வாங்கி தின்றால் பரவாயில்லை.. தினமும் சீட்டாட்டம் வேறயாம். விளங்குமா வீடு.. இத்தனை வருஷமா இல்லாதது புதுசா பயவில்லை பழகியிருக்கு..' பொறிந்து தள்ளிவிட்டார்.

பொழுது இன்னும் விடியவில்லை. முற்றத்தில் கரையான் புற்றுகள் அன்று அதிகம் இருந்தன. கோழிகளை திறந்து விட்டால் போதும், கிண்டி கிளறி ஒரு கை பார்த்து விடும். கருப்பு கருப்பாய் இரவில் முளைத்திருக்கும் கரையான் புற்றுகள் மைம்மலில் கைபோட்டு பேசிக்கொண்டிருந்தது. சூரியன் வந்தால் தோப்பு பக்கம் இருந்துதான் வருவான். கூலமும், புலுக்கையுமாக கிடந்தது முற்றம்.

கிடையில் இருந்து வரும் வரை கூட காத்திருக்கவில்லை மயிலு.. கையில் கயிறை எடுத்துக் கொண்டு விருவிருன்னு போனார்.

இன்னக்கி என்ன நடக்கப்போகிறதோ என பரிதவித்தாள் இருளாயி. என்னதான் இருந்தாலும் சீட்டாடக் கூடாதுல.. என நினைத்துக்கொண்டாள். இருந்தும் மனத்தில் இனம்புரியாத வலி படர்ந்தது.

வீட்டோரத்து கிடையில் கட்டிலில் படுத்துக் கிடந்தான் லிங்கம். அதிகாலை தூக்கம் அசத்தியிருக்க வேண்டும். மல்லாக்கப் படுத்துக்கிடந்தான். இருள் பூனையின் கால்களில் ஓடி பதுங்க ஆரம்பித்தது. வேம்பின் சிலுசிலுவென காற்றில் ஆடுகள்கூட கண்ணயர்ந்திருந்தது.

போன வேகத்தில் நோஞ்சான் அப்பா, லிங்கத்தை எழுப்பாமல் கால்களை சேர்ந்து கட்டிலில் கட்டினார். அது மாதிரி கைகளை யும் கட்டிப் போட லிங்கத்துக்கு முழிப்பு தட்டியது. அவனால் திமிற முடியவில்லை.

‘என்னப்பா இது’ என கேட்பதற்குள் வரும் போது கட்டாப் புளியில் ஒடித்திருந்த புளியாக்கையைக் கொண்டு அடிக்க ஆரம்பித்தார். ‘அப்பா.. அப்பா.. என்ற பேச்சை லிங்கம் மறு பேச்சு தவிர பேசவில்லை. அவர் கை ஓயும் வரை அடித்தவர், வந்த வேகத்தில் திரும்பிப்போய்விட்டார்.

எதுக்கு வந்தார் ஏன் இப்படி கட்டிலோடு சேர்த்து கட்டிப் போட்டார்.. கோபாவேசம் கொண்டு ஏன் அடித்தார் என எதுவுமே லிங்கத்துக்கு புரியவில்லை. கனமான கட்டில். மூங்கிலால் செய்யப்பட்டது. கை, கால்களை நன்றாக இறுக்கிக் கட்டியிருந்தார். உடம்பெல்லாம் பாட்டம் பாட்டமாய் தடுப்பு. சுல்சுல்யென குத்தியது. தானாக வழியும் கண்ணீரை துடைக்க கை இல்லாமல் வேம்பையே பார்த்து படுத்துக்கிடந்தான் லிங்கம். அன்று முழுவதும் அவன் அப்படியேதான், கட்டிலில் வெயிலில் கிடக்கப் போகிறான் என்பதை நினைத்த வேம்பு ஏனோ சலசலன்னு இலை யாட்டி அழுதது.

6

பொழுது கிளம்பி வெகுநேரமாகியது. வயலில் நின்றவர்கள் இன்னும் கதிர் அறுப்பை தொடங்காமல் வானத்தைப் பார்த்துக் கொண்டிருந்தனர். நிர்மாலமாக தெரிந்தது. கொசுரு கொசுரான மேகங்கள் எங்கோ அவசரமாய் போனது. காவக்காட்டு பிஞ்சையில் எப்படியும் ஒன்பது பத்து குறுக்கம் தேறும். எல்லாத்திலும் நெல்லுதான் போட்டிருந்தார்கள். காட்டு நெல். ஒன்றிரண்டு தண்ணிவிட்டால் போதும், ஈரக் காற்றைக் குடித்து விசிலடித்து வளரும். இருளாயி, சாலையா, குஞ்சரம், வீரம்மல், மீனாள் என வீட்டு ஆட்கள் போக, சக்கிலியக்குடியிருப்பு ஆட்களும், காட்டுப் பூச்சி கூட்டமும் கதிர் அறுக்க வந்திருந்தது. பத்துபதினைந்து ஆட்கள் இருந்தால்தான், இரண்டொரு நாளில் அறுத்து கட்டு அடிக்கமுடியும். தூரதொலைக் காட்டில் வேலையேத்து அலைய முடியாது. மாடு, வண்டி, ஆட்கள், சாப்பாடு சவரட்டணை, தும்பு, கன்னி, அறுவா என இழுத்துக் கொண்டு போவது லேசுப்பட்ட காரியமா..? ஊரிலிந்து நாலு மைல் தூரம். ஊடுபாதையில் போனால் மூனு மைல் வரும். பெரிய ஊர் போய், வீரம்பல் வண்டிப்பாதையில் வந்து, நைந்தக் கண்மாய் தாண்டி, முப்பது குறுக்க காட்டையும் கடந்து வந்து கதிர் அறுத்து நெல்லை வீடு கொண்டு சேர்க்கும் மனுசனுக்கு நாக்கு தள்ளி விடும்.

கதிரில் யாரும் கை வைக்கவில்லை. வானத்தையே அண்ணாந்து அண்ணாந்து பார்த்தனர். கதிர்கள் பட்டுப் போய் மேற்காக சாய்ந்து தலை தூக்கிப் பார்த்துக் கொண்டிருந்தது. வரப்புகளில் காகமும், கரிச்சானும் எதற்கோ தயாராய் நின்றது. அவர்கள்

வந்த நேரத்துக்கு ஆரம்பித்திருந்தால் குறுக்கத்தில் பாதியை அறுத்திருப்பார்கள்.

கண்களை மூடி பண்ணறுவாளை வானத்திடம் காட்டி மனமுருகி வேண்டினாள் இருளாயி.

'தாயே.. ஏன் சோதிக்கே.. ஓங் காட்டுல ஓன் அனுமதி இல்லாம கை வைக்க முடியாது.. இந்த வருஷமும் துணுத்துப் பொட்டல் வந்து கிடா வெட்டி பொங்கல் வைக்கிறேன்.. காட்சி கொடுத்தா..' இருளாயோடு சேர்ந்து அனைவரும் பண்ணறுவாளை தூக்கி வணங்கி நின்றனர். கண நேரம் தான். எங்கிருந்தோ கீச்.. கீச்.. யென கத்திக் கொண்டு கருடன் வானத்தில் வட்டமிட்டது. தென் புறக் காற்றில் இருந்து நெறிஞ்சிப் பூ வாசம் கமகமன்னு வந்தது. இருளாயி முகத்தில் தெளிச்சி. அப்படியே அறுப்புக்கு வந்த ஆட்களிடமும் தான். எல்லாரும் வரப்போரம் குணிந்து வணங்கி நெறிஞ்சிப்பூ வாசனையை இழுத்து விட்டார்கள். சாலையாவும், மீனாவும் வானம் பார்த்து கும்பிட்ட கையை இறக்காமல் இருந்தனர்.

மூன்று முறை வட்டமிட்ட கருடன் தெற்கே துணுத்துப் பொட்டல் நோக்கி பறந்து போனது. அது போவதையே பார்த்துக் கொண்டிருந்த இருளாயி, மேற்கால் இருந்து வரும் நெறிஞ்சிப் பூ வாசனையை கைகளால் பிடிப்பவள் போல, நீட்டி உள்ளங்கையில் வைத்து உச்சி முகர்ந்து வணங்கி, துடிநாக்கில் குலவையிட்டாள். அவளோடு சேர்ந்து அனைவரும் குலவை போட காடு சிலிர்த்துக் கொண்டு எழுந்தது.

மூன்று முறை குலவை போட்ட பின் இருளாயி பாட ஆரம்பித்தாள்,

'வெட்ட வெளி பொட்டலைப் பார்; அங்கு
நெறிஞ்சி பூத்திருக்கும் அதில்
நீர்முள்ளியைத் தொட்டு
உதிர்த்து விட்டு
பூமியில் கால் வைத்தால்
பூக்கள் எல்லாம் உனதாகும்'

சத்தமிட்டு இருளாயி பாட அனைவரும் சேர்ந்து உரக்கப்பாடினர். மூன்று தடவை நெறிஞ்சிப் பூ வாசனை திசையை நோக்கி பாடினர். இருளாயி மூடிய கண்களை திறக்காமல்,

'ஆம்பளைக சத்திய வாக்கை சொல்லுங்க..' என்றாள்.

மயிலு வடக்கே திரும்பி, வயலில் இருந்து சிறிது மண்ணை கையில் எடுத்து, சத்தமாக சொன்னார்,

'காரணவன் பூமியை
கை கொண்ட நாள் முதலாய்
நானும், என் பரம்பரையும்
சத்தியம் மாறாமல்
அனுபவித்து வந்தோம்..
இது சத்தியம்..'

என மூன்று முறை மண் மீது கை வைத்து சத்தியம் செய்தார். எங்கிருந்தோ சடசடத்து பறக்கும் மயில் இறகின் சப்தம் கேட்டது. வயல்களைச் சுற்றிலும் சல்சல் யென யாரோ நடையிட்டனர். ஒருச்சாய்த்து படுத்துக் கிடந்த கதிர்கள் லேசாக புரண்டு படுத்தது. வரம்புகளில் பெரும் பெரும் நாகங்கள் விசிலோடு ஊர்ந்து போனது. காவக்காடு பிஞ்சை மடையோரம் இருக்கும் உச்சிப் புளியில் இருந்து யாரோ கை வீசி துண்டை ஆட்டினர். எல்லாம் சுபம்.

'ஏத்தா ஆரம்பிங்கத்தா.. எல்லாம் நல்லபடியா நடந்திருந்துச்சு..' கிருஷ்ணன் கை காட்ட, ஒருபக்கமாக இருந்து கதிர் அறுபட ஆரம்பித்திருந்தது.

மேட்டுக்காடு, தாவுகாடு, பிஞ்சைகள், நஞ்சைகள் என எங்கு அறுப்பு நடந்தாலும் அனுமதி வாங்காமல் காட்டில் கை வைக்க மாட்டார்கள். காலத்துக்கும் அவர்கள் தான் காட்டு தானியத்தை காப்பாற்றி தருபவர்கள். அதிலும் நெறிஞ்சி முட்கள் பத்திக் கிடந்த காலத்தில் ஆத்தாவும், அய்யனும் மனசு வைச்சு காடாக்கினார்கள். அது வயலான வரலாற்றை கனகவள்ளி கிழவி அடிக்கடி சொல்லிக் கொண்டிருப்பாள். ஆம்.

மந்திரங்களால் நடந்த சண்டையில் கொண்டையன் கோட்டை சனத்தின் உரல் இரண்டு முறை வெற்றி கொண்டு மூன்றாம் முறை போனது திரும்பாமல் எதிராளி மந்திரத்தில் கட்டுண்டு விழுந்தது. ஆட்கள் மோதிக் கொள்வதில்லை. தங்களுடைய மந்திர பலத்தால் யார் ஏவி விடும் பொருட்களை வசப்படுத்துகிறார்களே அவர் களுக்கே ஜெயம். அந்த இனக்குழுவின் அடையாள சின்னம் மற்றொரு இனக்குழுவுக்கு சொந்தமாகி விடும். அத்தோடு அங்கு விளையும் பொருட்கள், தானியங்கள், வேட்டை உயிரினங்கள், என சகலத்தையும் உரிமை கொண்டாடும் அதிகாரத்தை வழங்கி விடும்.

ரொம்ப காலத்துக்கு முன் தொடர்ந்து பன்னிரண்டு வருட பஞ்சம் ஆப்பநாட்டில் இருந்தது. அதில்தான் திருவாப்பனூரரான் சாமியும், குரவங்கமழ் குழம்மையும் வெளியேறிப் போனார்கள்.

பஞ்சமுன்னா பஞ்சம் கண்ணைக் கட்டும் பஞ்சம். வானமும் பூமியும் கொதித்து காடுகரைகள் தீந்து போய்விட்டது. ஒருவா கூழுக்கு விதியில்லை. பொந்து, சொலவுகளில் இருந்த எல்லா உயிரினத்தையும் பிடித்து தின்றாலும் சனத்துக்கு பசியடங்கவில்லை. தன் இனபந்தங்களோடு கொண்டைநாட்டில் இருந்து வெள்ளையத் தேவர் தலைமையில் குறிப்பிட்ட சனம் வெறியேறி கிளுவ நாட்டுப் பக்கம் பிழைக்கப் போயினர். ஆப்பநாட்டு சனம் கந்து கந்தாய் சிதறியது. நெல்லை மாகாணம், கன்னடம், ஆந்திரா பக்கம் நாட்கணக்காய், மாதக்கணக்காய் நடந்து போய் சேர்ந்தார்கள். அவர்கள் போன கூட்டு வண்டிகளின் தடம் காலத்தில் அழியாமல் இன்னும் கிடக்கிறது. போகிற வழியில் நாலைந்து சேவகர்கள் ஒரு வீட்டில் புகுந்து ஒரு பெண்ணை வலுக்கட்டாயமாக இழுத்துக் கொண்டிருந்தனர். வெள்ளையத் தேவர் என்ன ஏதுன்னு கேட்க, சேவகர்கள் எதுவும் சொல்லாமல் அந்த பெண்ணை இழுத்துச் செல்வதிலேயே குறியாக இருந்தனர்.

'இந்தா தாயீ நடந்ததை நீயாவது கூறு,' என சேவகர்களை பிடித்துக்கொண்டு வெள்ளையத் தேவர் கேட்க, அந்த பெண் கூறினாள்.

'அய்யா.. நான் ஒரு ஸ்தபதியின் மனைவி. எங்கள் நாட்டில் பிரசித்து பெற்ற உலகம்மாள் கோயில் கோபுர வேலை நடந்து கொண்டிருக்கிறது. அக்கோயிலின் சிற்ப வேலைகளை என் கணவர்தான் செய்து கொண்டிருக்கிறார். அவருக்கு இரண்டொரு நாளாக கடுமையான காய்ச்சல். நோவு. எழுந்திருக்க முடியாமல் வைத்திய சாலையில் சேர்ந்திருக்கிறேன். ஆனால் அவர் வந்தாலே வரவேண்டும் என மன்னன் கட்டளையிட்டதாக காவலர்கள் வந்து மிரட்டுகிறார்கள். நான் எவ்வளவோ உண்மைகளைக் கூறியும் அவர்கள் கேட்பதாக இல்லை.. என் கணவருக்குப் பதிலாக என்னை இழுத்துக் கொண்டு போகப் போகிறார்கள்..' எல்லா வற்றையும் அவள் புட்டுபுட்டு வைக்க, வெள்ளையத் தேவருக்கு கோபம் பலியாய் வந்தது.

'ஆம்பளை இல்லாத நேரத்தில் அவர் மனைவியின் கையைப் பிடித்து இழுத்துச் செல்வது நல்ல நீதியாகாது.. இதைப் போய் உங்கள் மன்னனிடம் கூறுங்கள்..' என காவலர்களைப் பார்த்து வெள்ளையத் தேவன் கூறினார்.

'அதைச் சொல்ல நீ யாருடா..' என காவலர்கள் தடித்த வார்த்தைகளை பயன்படுத்த அவருக்கு உடல் ஆடி துடித்தது. எல்லாம் கணநேரம் தான், வாளை உருவி பெண்ணின் கையைப் பிடித்து இழுக்கப் போன காவலர்களின் கையை துண்டாக வெட்டினார். ரத்தம் சொட்ட சொட்ட அவர்கள் அரண்மனைக்கு ஓட விவகாரம் பெரிதானது.

மன்னன் விசயம் அறிந்து, கையை வெட்டிய ஆட்களையும் அவர்களின் கூட்டத்தையும் அழைத்து வரச் சொல்ல, வெள்ளையத்தேவன் போய் நின்றார்.

'என் காவலர்களின் கையை நீ ஏன் வெட்டினாய்..?'

'நான் பலமுறை கூறியும், அவர்கள் ஒரு அபலைப் பெண்ணின் கையைப்பிடித்து இழுத்தார்கள். என்னையும் அவர்கள் தகாத வார்த்தைகளால் பேசினார்கள். தடுத்துப் பார்த்தேன்.. கேட்க வில்லை. பெண்ணைத் தொட்ட கையை இழுத்து வெட்டினேன்..' நெஞ்சை நிமிர்த்தி கூறினார் வெள்ளையத்தேவன்.

மன்னன், வெள்ளையத்தேவனின் உறுதியான பேச்சையும், நீதியையும் கேட்டு மனமகிழ்ந்தார்.

'தங்களுக்கு எந்த நாடு.. இங்கு ஏன் வந்தீர்கள்..?' என மன்னன் கேட்க,

'ஆப்பநாட்டு சீமையைச் சேர்ந்தவர்கள்.. எங்கள் நாட்டில் தொடர்ந்து 12 ஆண்டுகள் கடுமையான பஞ்சம். பஞ்சம் பிழைக்க வடக்கே போய்க் கொண்டிருக்கிறோம்..' என்றார்.

'அப்படியானால் நீங்கள் இங்கேயே திசைக் காவலர்களாக இருங்கள்..' என கூறி தங்கள் நாட்டிலேயே வைத்துக் கொண்டான்.

திருவாப்பனூரான் குளத்தை சனம் விட்டு வைத்திருந்தால் ஆப்ப நாட்டு சீமையில் இப்படியொரு பஞ்சம் நிலவி இருக்காது.. நாமும் நாடு விட்டு நாடு வந்திருக்கமாட்டோம் என ஆதிவெள்ளை யனும், இராமசாமியும் நினைத்துக் கொண்டே வடக்கு நோக்கிப் போய்க்கொண்டிருந்தனர். அவர்களுக்குப் பின்னால் கூட்டு வண்டிகள் வந்து கொண்டிருந்தது. சின்னாஞ்சியும், பெரியனாஞ்சி யும் மாராப்பு போடாத உடலுடன் வண்டியில் உட்கார்ந்திருந் தார்கள். எந்த தேசத்தில் போய் என்ன செய்யப்போகிறோம் என்கிற பதைப்பு கண்களில் தெரிந்தது. எங்கிருந்தோ ஆப்பநாட்டு சீமையில் ஒலித்த பாடல்கள் காற்றில் கேட்டது.

"பதினெட்டு நற்பதியைக் கொண்ட
பல வளம் நிறைந்த நாட்டை
அதிபதியாய் ஆளப்பெற்றார் எங்கள்
ஆப்பநாட்டை சேர்ந்த மன்னர்..

தவசமென்ன தானியமென்ன
குவிந்த கிடந்த ஆப்பநாட்டில்
என்றுமே பசி கண்டிராத
பரதேசிகள் அதிகம் உண்டு..

பேடைகளும், விலங்குகளும்
பேசிக் கொள்ளும் சீமையில்
ஒரே கொட்டடியில்
ஆடும், புலியும் தூக்கம் கொள்ளும்..

ஆற்றில் புனலில் ஊற்றில்
கனியின் சாற்றில்
தென்றல் காற்றில் நல்ல
ஆற்றல் மறவர் செயலில்
பெண்கள் அழகில் கற்பில்
உயர்ந்த நாடு ஆப்பநாடு"

சின்னாஞ்சி கண்ணில் தானாக உதிரும் கண்ணீர். காடுகள் சூழ ஆழ் தனிமையில் இருந்தது திருவாப்புடையார், குரவங்கமழ் குழம்மை கோயில். வேட்டைக்கு வந்த மன்னன், திருவாப்பனூர் காட்டுக்குள் வர நேரம் அதிகமாகியது. என்றுமே ஈசனை வணங்காமல் அவன் உணவருந்தியது கிடையாது. அந்த காட்டில் எங்குபோய் தேடுவது சிவலிங்கத்தை. காவலர்கள் அங்கிங்கும் தேடியும் ஊகூம். கிடைக்கவில்லை. வேறு வழியில்லை. அதை செய்துவிட வேண்டியதுதான் என கூடிப் பேசி திருவாப்பனூர் காட்டில் சிவலிங்கத்தை தயார் செய்தனர். இருக்கின்ற மரத்தில் ஒன்றை வெட்டி அதன் தூரை சிவலிங்கமாக்கி, அதன் மேல் ஒரு ஆப்பை அறைந்து வைத்தார்கள். மேல் இலைகளால் போர்த்திப் போட அச்சு அசலாய் சிவலிங்கம். அவர்களுக்கே புல்லரித்தது. ஓடிப்போய்,

'மன்னா.. கண்டோம் சிவலிங்கத்தை.. வாருங்கள்.. வந்து தரிசனம் செய்துவிட்டு உணவருந்துங்கள்..' என கூற மன்னன் மகிழ்ந்தான். விரைந்து வந்து திருவாப்பால் செய்யப்பட்ட சிவலிங்கத்தை தரிசனம் செய்தான். எல்லாம் முடிந்து சாப்பிட்டு விட்டு ஓய்வெடுக்க, காற்றில் மன்னன் வணங்கிய சிவலிங்கம் திருவாப்பாய் தெரிந்தது. 'தான் வணங்கியது சிவலிங்கம் இல்லையா.. மரத்தால் ஆன ஆப்புதானா..' என நொந்து

நூலானான். தகவல் சொன்ன காவலர்களையும் தண்டித்தான். 'உனை வணங்காமல் உணவருந்தி உயிர் வாழும் பிழைப்பு எனக்கு வேண்டாம்..' என கூறி வாளெடுத்து தன் தலையை வெட்டிக் கொள்ள முயன்றபோது, சிவன் திருவாப்பிலான சிவலிங்கத்தில் இருந்து தோன்றி காட்சி தந்து,

'மன்னா.. கவலை வேண்டாம். நீ வணங்கியதும் நானே.. அது இன்றிலிருந்து திருவாப்பனூர், குரவங்கமழ் குழலம்மை கோயிலாக வணங்கப்படும்.. கவலைப் படாதே..' என கூறி மறைந்தார். அன்றி லிருந்து திருவாப்புடையார் கோயிலாக மாறியது. அங்கு அமர்ந்து ஆப்பநாட்டு சீமையை குரவங்கமழ் குழலம்மை மூலம் ஆண்டு வந்தார். மன்னன் கோயில் கட்டிய போது, அதன் பக்கத்தில் விசாலமான குளம் ஒன்றையும் வெட்டினான். அது ஆடைக்கும் கோடைக்கும், பஞ்சத்துக்கும் வற்றாத சீவநதியாக தண்ணீர் கிடந்து கொண்டே இருந்தது. அப்படித்தான் ஆப்பநாட்டு சீமையில் ஏற்பட்ட பன்னிரண்டு வருட பஞ்சத்திலும், திருவாப்புடையார் கோயில் குளம் வற்றாமல் கிடந்தது. அதில் ஆடு, மாடு மனுச மக்கள் என யாரும் கால் வைப்பதில்லை. திருவாப்புடையாரும், குழலம்மையும் நீராடும் குளம் என்பதால் அதில் காக்க குருவி கூட கால் வைக்க அஞ்சும். அப்படியான குளத்து நீரை சனம் அங்கிங்கும் புழங்க ஆரம்பிக்க பிடித்தது ஆப்பநாட்டு சீமைக்கு சனி.

கோயில் பூசாரிகள் எவ்வளவோ கெஞ்சியும், கேட்கவில்லை சனம். பயிருக்கும் பச்சைக்கும், ஆட்டுக்கும் மாட்டுக்கும் குளத்தை பயன்படுத்த திருவாப்புடையாரை விட குழலம்மை கோவப்பட்டு சீமையை விட்டு வெறியேறினாள். அவள் பின்னாடி திருவாப்புடை யாரும் வெளியேற அன்றிலிருந்து பிடித்தது மகாபஞ்சம். பிஞ்சு வெம்பி காடு அழிந்தது. நாட்டில் உள்ள கண்மாய், குளம், குட்டை களில் இருந்த தண்ணீர் வற்றி பாளம் பாளமாய் மாறிப் போனது. எங்கும் தீஞ்சவாசனை. கால் வைக்க முடியாத பூமி கொப்பளங் களாய் வெடித்து பூத்தது. சனம் தறிகெட்டு தட்டழிஞ்சதுதான் மிச்சம்.

பெரியனாஞ்சி தான் ரொம்ப வேசாடுப் பட்டாள். போற வழியெங்கும் ஆப்பநாட்டு சனம் குடியேறியது. பாரதத்தின் வடக்கே வட காசி தென்கோடியிலுள்ள காசி தென்காசியில் இராமசாமியும், ஆதிவெள்ளையனும் கால் வைத்த போது பொழுது இருட்டி யிருந்தது. ஒத்த சனம் கதவைத் திறக்கவில்லை. தெருவில் சுடுகுஞ்சி கூட இல்லை. கோயில் நடைகூட சாத்தப்பட்டிருந்தது. ஏற்றிய

தீப்பந்தங்கள் மட்டும் ஆங்காங்கே எரிந்து கொண்டிருந்தது. சத்திர காவலர்களிடம் விசயத்தை கேட்டு தன்னோடு வந்த குடிமக்களைக் காக்க, அவர்கள் அந்த முடிவெடுத்தார்கள். ஆம்.

காலம்காலமாய் காசி தென்காசியில் முட்டுப்பாறைக் காட்டு மக்களை பயமுறுத்தி வரும் காட்டுப் பன்றிகளை கொன்று விடுவது. அதுதான் இந்நாட்டுக்கும் நமக்கும் நல்லது..' என கச்சை கட்டி இறங்கினர். காட்டுப் பன்றிகள் என்றால் லேசுப்பட்டது இல்லை. ஒவ்வொன்றும் ஒரு ஆள் மட்டம் இருக்கும். ஆட்களை பச்சையாய் தின்கும் பன்றிகள். அதிலும் கழுத்தை கடித்து குதறி ரத்தம் குடிப் பதில் மோசமானது என சத்திரம் காவலர்கள் கூறியிருந்தனர். கையில் வளரியோடு தெருவில் பன்றிகளை எதிர்பார்த்து காத்திருந்தனர், இராமசாமியும், ஆதிவெள்ளையனும். ஒன்றல்ல இரண்டல்ல.. பத்து பதினைந்து பன்றிகள் மொத்தமாய் வந்தது. வேறு வழியில்லை பதுங்கித்தான் அடிக்க வேண்டும் என நினைத்த இருவரும் மருத மரத்தின் மரசலில் நின்று வளரியை விட்டார்கள். அது ஒவ்வொரு பன்றியின் பொட்டில் அடித்து சாய்த்து திரும்பியது. எல்லாம் சுளுவாய் கண நேரத்தில் முடித்திருந்தார்கள். எல்லாப் பன்றிகளும் ரத்தம் சொட்ட தெருவில் செத்துக் கிடந்தது.

சத்திரம் காவலர்கள் உற்சாகத்தில் தெருவெங்கும் சொல்லிக் கொண்டே ஓடினர். மக்கள் நெடுநாட்களுக்குப் பின் தங்கள் வீட்டுக் கதவுகளை இரவில் திறந்து வீதிக்கு வந்து பன்றிகளைப் பார்த்தனர். அதை கொன்ற ஆட்களை அப்படியே தூக்கி தலையில் வைத்து ஆடினர். விசயம் கேள்விப்பட்ட மன்னன் சீவிலிப்பாண்டியன் குதிரைகளை ஓட்டிக் கொண்டு நேராக வந்து இராமசாமியையும், ஆதி வெள்ளையனையும் பாராட்டி அந்த பகுதிகளில் உள்ள 18 ஊர்களை தானமாக கொடுத்து ஆண்டு வரும்படி கூறினான்.

ஆப்பநாட்டு சீமையிலிருந்து காற்றில் சிக்கிய கூந்தலாய் சிதறுண்ட மக்கள் பாதிக்கு மேல் கிளுவ நாட்டில் போய் தஞ்ச மடைந்தனர். இவையெல்லாம் பல பல நூற்றாண்டுகளுக்கு முன் நடந்த சங்கதி. அங்குதான் மந்திரச்சண்டை நடந்தது. கொண்டையன் கோட்டை சனத்தின் உரல் தோற்றதோடு திரும்பி வரவேயில்லை. மான ஈனத்துக்கு பழக்கப்பட்ட சனம் தோற்றதால் அங்கிருந்து கிளம்ப வேண்டியதாகியது. வெற்றி கொண்டவர்கள், தவச தானியத்தில் இருந்து பெண்டு பிள்ளைகளையும் கேட்பார்கள். அத்தோடு ஈத்து மாறாத இளசுகளை எடுத்துப் போய் வீரம் சொறிந்த இனமாக மாற்றிக் கொள்வர். இதற்காகவேதான் பல ஆண்டுகளாய் எதாவது காரணத்தைச் சொல்லி தெடலில்

சண்டைக்கு அழைத்துக் கொண்டே இருந்தனர். எப்படியும் கொண்டையன் கோட்டை சனத்தை வெற்றி கொண்டால் பயமே அறியாத வீரத்தையும், தொண்டைக்குள் முழிங்கியதை கக்கிக் கொடுக்கும் ஈரத்தையும் தனதாக்க முடியும். ஒன்றிரண்டு பெண்களை இனக்கலப்பு செய்தாலே போதும். மற்றபடி தானாக நடந்து விடும்.

ஒரு இனத்திலிருந்து மற்றொரு இனத்துக்கு பெண்டுகளை கொடுப்பது ஒன்றுதான், குழிக்குள் போட்டு புதைப்பதும் ஒன்று தான் என நினைப்பவர்கள் கொண்டையன் கோட்டை சனம். நேரடியான சண்டையில் தங்களை வெற்றி கொள்ள கிளுவ நாட்டில் எந்த இனத்துக்கும் தைரியம் வராது என்பதால் மந்திரச்சண்டையில் சூழ்ச்சி செய்தார்கள். பாலையும் தண்ணியையும் ஒன்றாக கருதும் கொண்டையன் கோட்டை சனம் அதற்கும் வீராப்பாய் ஒத்துக் கொண்டது.

குப்பையன் இருக்கும் வரை யாரும் வந்து அசைத்துப் பார்க்க முடியவில்லை. கிளுவ நாட்டிலேயே பேர்பெற்ற மர்லாளி. பேய் பிசாசு மட்டுமல்ல, சடப்பொருள், உயிருள்ள பொருள் என எதுவும் அவரிடம் மண்டியிட்டுத்தான் ஆக வேண்டும். அவராக எந்த வேலையும் செய்ததாக வரலாறு கிடையாது. துணி துவைக்க, முதுகு தேய்த்து விட, உணவு சமைக்க என சகலத்துக்கும் ஆட்கள் உண்டு. கிளுவ நாட்டு பத்திரகாளியே குப்பையனுக்கு துணி துவைத்துக் கொடுக்கும் என்றால் பார்த்துக் கொள்ளுங்கள் மர்லாளியின் மந்திர சக்தியை.

எங்கிருந்தோ நினைத்து ஏவும் பூச்சியை பிடித்து உருவேற்றி திரும்ப அனுப்பும் போது அது ராட்சத பூச்சியாக மாறி ஏவிய இடத்துக்கே போய் ரத்தம் குடிக்கும். காற்று, குச்சி, துணி, ஆணி, முளைக்குச்சி, காளை, உலக்கை, குருவி, நாய், பன்னி என எந்த ரூபத்தில் மந்திரம் செய்து ஏவினாலும், புறப்படும் இடத்திலேயே மடக்கி திருப்பி விடும் வல்லமை குப்பையன் மர்லாளிக்கு உண்டு. அவர் பார்த்தாலே அஃறினையும், உயர் தினையும் சும்புடுங்காமல் அடங்கும். நான்கு வேதங்களில் அதர்வணத்தில் உள்ள அனைத்து தந்திரம் மந்திரமும் குப்பையனுக்கு அத்துபடி. அவர் கொண்டையன் கோட்டை சனத்தோடு இருக்கும் வரை யாரும் ஆட்ட காட்ட முடியவில்லை. எப்படியும் அவர் நானூறு ஆண்டு களுக்கு மேல் வாழ்ந்து வருவதாக சொன்னார்கள். உருவாரங்கள் மாறி மாறி காட்சி அளிக்கும் குப்பையன் ஏனோ சமீப காலத்துக்கு முன்,

'தான் கடந்து போக வேண்டிய காலம் வந்து விட்டது.. அத்தோடு நீங்கள் இடம் பெயர்ந்து பூர்வீக பூமிக்கு செல்லும் நாள் வெகு விரைவில் வர விருக்கிறது.. நான் வருகிறேன்.. நான் இருந்தால் உங்களால் உங்கள் சொந்த பூமிக்கு செல்ல முடியாது.. வாய்ப்பிருந்தால் அங்கு வந்து சந்திக்கிறேன்..' என கூறி விட்டு போனார்.

அன்றிலிருந்து கிளுவ நாட்டை சுற்றியிருந்த இனத்தின் கொட்டம் ஆரம்பமானது. வஞ்சகம் செய்து மந்திரச் சண்டைக்கு கொண்டையன் கோட்டை சனத்தை இழுத்து தோற்கடிக்கச் செய்தனர். அன்றிரவே கிளுவ நாட்டில் இருந்து வேட்டைக்கு தப்பி ஓடும் முயல்கள் போல கொண்டையன் கோட்டை சனம் கிளம்ப வேண்டியதாகியது. விடிந்தால் பொண்டு பிள்ளைகளை தூக்க ஆள் வந்துவிடும். அவர்களை கொடுத்து இனக்கலப்பு செய்தால் சர்வநாசம் வந்துவிடும். அதற்கு தென்திசை நோக்கி போவதே மேல். குப்பையன் போகும் போதும், தென்திசை நோக்கிப் போங்கள் என்றுதான் கூறினார்.

கடகப்பெட்டியில் குலசாமிகளை தூக்கிக் கொண்டு இரவோடு இரவாக ஓட்டமும் நடையுமாக பல மாதங்கள் வந்து ஆப்பநாட்டு சீமையின் முதல்நாட்டில் கால் வைத்தனர். ஏதோ இனம்புரியாத சந்தோசம் உடலெல்லாம் பரவியது. காடும் கரையும் மல்லாந்து வானம் பார்த்துக் கிடந்தது. தானாக ஓடியாடும் நரிகளும், முயல்களும் சாஸ்தியாக உலவியது. எங்கும் கிழவிகளின் மீளா உறக்கம் போல் காடு மூஞ்சியைக் காட்டியது.

விடிந்ததும் ஆப்பநாட்டுக் காடுகளைப் பார்க்க எங்கும் நெறிஞ்சி முட்கள். இடையிடையே நீர்முள்ளிச் செடிகள் பறந்து விரிந்து நிலப்பரப்பாய் கிடந்தது. கால் வைத்தால் ஆயிரம் பொத்தல் போடும். குமுட்டு குமுட்டாய் உடைமரங்கள். வாச்சி வாச்சியான முட்களால் நிரம்பிக் கிடந்த ஆப்பநாட்டு காட்டில் எப்படி பிழைக்க என நினைத்து அங்கிருந்து போகலாம் என சனம் முடிவெடுத்த போது,

'மெய்வரும் தவமாய்
ஆறுகள் தாண்டி
மேயமை தாணுமாய்
மேவிய தென்திசை நோக்கிவர
ஆண்டியேந்தலில் அம்மன் இறங்கியது.'

'அடே இங்கே இருங்கடா நெறிஞ்சி பூவில் வாசம் வரும், நீர் முள்ளிக்காடு சோறு போடும்..' அங்கம்மா தான் துடியாய் வந்து

ஆடினாள். அவள் சொல் தாண்டி எதுவும் நடக்காது. சுற்றிலும் பொட்டல்காடு. அடர்ந்த பட்ட நீர்முள்ளி செடிகள். ஆங்காங்கே உடைமரங்கள். சூரியனோடு முகம் கொடுத்துப் பூக்கும் நெறிஞ்சி பூ என ஆப்பநாட்டு காடுகளே உதிரம் குடிக்கும் பூமியாய் கிடக்க அங்கம்மாதான் சொன்னாள்.

'அடேய்.. பட்டுப் போன நீர் முள்ளியை எடுத்து வைத்து தண்ணீ ஊத்துங்கடா..' அவள் சொன்னபடி செய்தது. ஏழு நாட்களில் பச்சை பசேர் என செழும்பாய் வளர்ந்தது. கடகப்பெட்டியில் இருந்து அம்மன் நீர்முள்ளிச் செடிக்குள் புகுந்து கொண்டு அங்கம்மாளை மீண்டும் ஆட விட்டாள்.

'ஏ மக்கா.. காட்டை திருந்துங்க.., மூனு போகமும் நிமிச்சர வரும்.. கலங்காதீங்க..' என அவர்களோடு சேர்ந்து அங்கம்மாவும் நெறிஞ்சிக் காடுகளை திருத்த மேல் வானத்தில் கருடன் வட்டமிட்டது. காடுகளை எல்லாம் அம்மன் பயிர் பச்சையில் குளிர வைத்தாள். கொண்டையன் கோட்டை சனம் நானூற்றி நாற்பத்தியெட்டு கிராமங்களில் பரவியது.

அங்கம்மா கை வைத்த அன்றிலிருந்து காடுகள் பொங்கித் தரும் தானியத்தை அம்மன் உத்தரவு இல்லாமல் எடுக்க துணிய மாட்டார்கள். மனமுருகி நின்றால் கருடனாய் வட்டமிடுவாள். நெறிஞ்சிப் பூக்களின் வாசனையை காற்றில் பரவ விட்டு ஆசி தருவாள் அம்மன். என்றுமே அழியா ஆல விழுதுகளாய் பல்கிப் பெருகிப்போனது ஆப்பநாட்டு சனம். கனகவள்ளி கிழவி யாவற்றையும் புட்டு புட்டு வைப்பாள். எப்போது பார்த்தாலும் ஆப்பநாட்டு சரித்திரத்தை கூறுவதை தன் வேலையாக கொண்டிருந்தாள் கிழவி.

'போடா போக்கத்த பயலே.. நம்ம சரித்திரமே தெரியலன்னா அப்புறம் எதுக்குடா இந்த வாழ்க்கை' என கூறுவாள்.

வெயில் ஏறி இருந்தது. காவக்காட்டு பிஞ்சை கிழக்கால் இருந்து அறியறியாய் வயலில் சாய ஆரம்பித்திருந்தது. வெயிலின் உக்கிரம் பன்னருவாளில் நின்றது. சரட் சரட் என கதிர்கள் கைக்குள் லாவகமாய் வந்தது. காலைக் கஞ்சி குடிப்பதற்குள் இரண்டு குறுக்கத்துக்கு மேல் அறுபட்டிருந்தது காவக்காடு.

சனம் கோகோவென நின்றதால் யாருக்கும் அலுப்பு தெரியவில்லை. போதாக்குறைக்கு தென்பரக்காற்று மாரந்தை கண்மாயில் விழுந்து வந்து தெளிச்சி கொடுத்தது. காலையில் பெரும்பாலும்

வேலை நன்றாக ஓடும். வெயில் மேலேற கொஞ்சம் சுணக்கம் கொடுக்கும். பெரிய ஊர் ஆட்கள், காலனி வீட்டு கோவிந்தன், செவத்தை என எல்லாருக்கும் அறுப்பு நடந்து கொண்டிருந்தது.

ஒரு காட்டில் கதிர் அறுப்பு நடக்கிறதென்றால் சாப்பாடு, ஆடு மாடு மேய்க்கிறது என எல்லாம் அங்குதான். அதிலும் தூர தொலை காடென்றால் அங்கேதான் படுக்கை. காலை மதியம் வீட்டில் இருந்து ஆக்கி எடுத்துப் போயிருப்பர். பொழுது சாய பிஞ்சையிலேயே அடுப்பை பற்ற வைத்து உணவு தயாரிப்பர். தள்ளி உள்ள காடுகளுக்கு செல்வதற்கு முன் நாட்களையும் பார்த்துக் கொள்வர். குறிப்பாக பவுர்ணமி நாட்களாகப் பார்த்து தேர்ந் தெடுப்பர். காலையில் இருந்து மாலை வரை அறுக்கும் கதிர்களை பொழுதடைந்ததும் பிரித்து கட்டுவார்கள். காட்டு வெயிலில் அறிகள் ஒரே நாளில் நெத்தாகி இருக்கும். ஒன்றிரண்டு அறிகளை குறைத்து வைத்துத்தான் கெட்டுவார்கள். மாரந்தை கண்மாயை யொட்டி கிருஷ்ணனும், லிங்கமும் களம் சீய்த்துக் கொண்டிருப்பர். ஒரு கிடையே அடையக் கூடிய அளவுக்கு களம் இருக்கும். அருகும், மத்தாங்காயும், கோரையும் பத்திக் கிடந்த தரிசை மேல்பத்தாமல் சீவி சீவி ஓரமாக குவிப்பர். மண் பெயராமல் சீய்ப்பது தான் கெட்டிக்காரத்தனம். அத்தோடு காலில் மண்வெட்டி படாமல் இருக்கவேண்டும். பெருவிரலை மேல்தூக்கி சரட் சரட் என நாள் பூராம் இழுத்து புல்களை அப்புறப்படுத்த பொட்டல்மண் கொக்களி கட்டி சிரிக்கும். அதிலும் சீனிப்பொட்டல். மண் அப்படியே சீனி மாதிரியே இருக்கும். கொஞ்சம் கொஞ்சமாக வண்டியில் கொண்டு போய் வீட்டில் வைத்து தெள்ளி தெள்ளி குருமணல் எடுத்தால் வீடு சும்மா தீத்துக் கல் வைத்து மொழுகியது மாதிரி இருக்கும்.

மாடுகளை முப்பது குறுக்கக் காட்டு வழியாக பத்திக் கொண்டு வந்து சேர்ந்தான் நோஞ்சான். முன்னாடி மாடுகள் போக பின்னாடி ஆடுகள் வரிசையாக போனது. ஊடுபாதைதான். ஊரிலிருந்து தொலையாங்குளம், கண்மாய், காளிகோயில் மேடு தாண்டி இறங்கி னால் கோடாங்கி பிஞ்சை வரும். அங்கு செருப்பட்டிக் குலைகள், கொக்கரவலி, கொளுஞ்சிச் செடிகள் அதிகம் கிடக்கும். சில வயல்கள் பின்னிக் கொண்டு நடக்கவிடாது. அதை தாண்டினால் முப்பது குறுக்கக் காடு. வீ என கிடக்கும். விட்டுவிட்டுக் கேட்கும் புறா, மயில்களின் சப்தத்தை தவிர, கூர்ந்து கவனித்தால் புல்லாங் குழல் ஓசையும், காற்று, காட்டோடு பேசிக்கொள்ளும் முணு முணுப்பும் கேட்கும். ஒத்த சத்தையில் யாரும் போகப் பயப்படுவர். இரண்டரை மைல் தூரத்துக்கு ஒரே காட்டுக்கருவல்தான். பாதையை மறைத்துக் கொண்டு வழிவிடாது. ஊடமாட இருக்கும்

உடைமரங்களில் காட்டுமைனா உட்கார்ந்து பேன் பார்த்துக் கொண்டிருக்கும். எங்கும் கம்மென்ற ரீங்காரம். தானாக அழுதழுது பாடும் புல்லாங்குழல் கண்ணீரால் நிரம்பி இருக்கும். யாரவன்..? ஏன் இந்தக் காட்டில் சதா புல்லாங்குழலை வாசித்துக்கொண்டே இருக்கிறான் என்பதெல்லாம் பரம ரகசியம்.

நோஞ்சான் காட்டுக்கருவலுக்கு ஊடாக வளர்ந்து கிடக்கும் ஊகுகளை விலக்கிக் கொண்டே நடந்து சென்றான். பாதையை காண்பித்து போனது செவலைப் பசுதான். அங்கிங்கு பிசிறினால் மாடுகளை கண்டுபிடிக்க முடியாது. காலகாலத்தில் மாடுகளும் பாதையை விட்டுப் பிரியாது. ஆடுகள் தயங்கி தயங்கி போனது. படாரென பறக்கும் கதவாலி ஆடுகளை சிதறடிக்கும். அந்தக் காட்டில் நரிகள் ஒன்றும் செய்யாது. ஏனெனில் அவைகளை ஊமையன் இரவு பகல் பாராது மேய்த்து திரிவதாக சொல்வார்கள். அவனோடு சுற்றும் நரிகளை யாரும் அவ்வளவு சீக்கிரம் பார்க்க முடியாது. வழி தவறி புல்லாங்குழல் வாசித்துக் கொண்டே காட்டில் அலையும் குருடனோடு மட்டும் நரிகள் சினேகம் கொண்டுள்ளது. ஊமையன் பொழுதடைந்தால் புல்லாங்குழலை கேட்டுக் கொண்டே நரிகளை மேய விடுவான். தன்னை மறந்து மேயும் நரிகளுக்கு இசையே உணவாகும்.

காவக்காடு வரவும் நோஞ்சானுக்கு பசித்தது. மாடுகளை மாரந்தை கண்மாய் நீவாங்கரையில் விட்டான். புல் சீ சீயென வளர்ந்து கிடந்தது. தலை கவிழ்ந்த மாடுகள் நிமிரவில்லை. அதிக எட்டும் வைக்கவில்லை. பிடித்து மேய்ந்தது. ஆடுகளை லிங்கத்திடம் ஒப்படைத்து விட்டு சாப்பிட உட்கார்ந்தான். பழைய கஞ்சியும், புளிக்குழம்பும் இருந்தது. எப்படியும் இன்றும் நாளையும் காவக் காடுதான் என நினைத்துக் கொண்டான். அபாந்திரமான காட்டில் வெயில் சுருச்சு சுருச்சி அடித்தது. சீய்த்த களத்தில் உட்கார நோஞ்சானுக்கு கொள்ள ஆசை. பளபளன்னு கிடந்தது. அணில்கள் அங்கிங்கும் தாவி விளையாண்டது.

தலை நிமிராமல் கதிர் அறுக்கும் சனத்தின் முதுகில் வெயில் கொங்காணி போட்டு மூடியது. உள்ளே சலவையாய் வியர்வை. உப்பு பரிந்து அறிச்சொனை தட்டினாலும் அறுப்பில் முனை மழுங்காது. இந்தா பாரு அந்தா பாரு யென சால் சாலாய் பிரித்து அறுக்க காடு மொட்டக்கட்டையாய் மாறி வந்தது. அறுக்க அறுக்க காகமும், கரிச்சானும், மைனாவும் புழு பூச்சிகளை மேய ஆட்கள் பின்னாடியே போனது. அவைகளை யாரும் திரும்பிப் பார்க்க வில்லை. குதித்து குதித்து பறவைகளுக்கு ஏப்புக்காட்டி

அறிகளுக்குள் மறையும் பூச்சிகள் கிர்ரென சப்தம் எழுப்பி பய முறுத்தும். கதிர்களின் தூரிலிருந்து தெறிக்கும் தண்ணீர் முகத்தில் பட்டு சில நேரம் ஆசுவாசம் கொள்ளச் செய்யும். கணநேரத்திற் கொரு முறை மாறிக் கொண்டே இருக்கும் காட்டில் புதிர்கள் சாஸ்தி. தோண்ட தோண்ட வந்து கொண்டே இருக்கும் மாயம். வெயிலில் ஒளிந்து கொள்ளும் தந்திரம் அவைகளுக்கு தெரியும். சங்கிலி பறிச்சான், மடையான், குருவியான் என அணில்களாய் குதித்து வரும்.

நோஞ்சான் மாடுகளை மேய்க்கப் போய்விட்டு திரும்பும் போது காவக்காட்டு பிஞ்சையில் பாதிக்குமேல் அறுத்ததோடு நாலைந்து வயலில் கட்டும் கட்டிவிட்டார்கள். அன்றிரவு அடிப்பு உண்டு. நிலவொளியின் சாலையில் மாடுகள் புனையலில் சுற்றிக் கொண்டிருக்கும். எல்லாரும் மாய்ந்து மாய்ந்து கட்டுகளை தூக்கி சீய்த்த களத்தில் ஒரு ஓரமாக போட்டுக் கொண்டே வந்தனர். நேரம் கூட அன்று அறுத்த அனைத்தும் கட்டுகளாக களத்துக்கு வந்திருந்தது. பொழுது சாய நிலவு கிளம்பி காட்டில் முகம் காட்டும் போது அடிக்க ஆரம்பிப்பார்கள். நாலு ஆம்பளைகள் அடிக்க நாலுபேர் கட்டை பிரித்து அரியை அள்ளிப் போடுவார்கள். மூனு புனையல் சுற்றியது. அடித்த தாள்களை எடுத்து சுற்றி வட்ட மாக போட மாடுகள் அவற்றை தின்று கொண்டே சுற்றி வரும். புனையலைப் பத்திக் கொண்டே மூன்று பேரும் சுத்தி வரணும். கண்டிப்பாய் அதில் நோஞ்சான் இருப்பான்.

எங்கு அடிப்பு நடந்தாலும் நோஞ்சான் புனையல் பத்த போய் விடுவான். ஏதோ பூமியை சுற்றி வருவது போல, மாடு எப்படா சானி போடும் என பார்த்துக் கொண்டே போவான். முனை மழுங்காத தாள்களை தின்று விட்டு தரதரவென கலியும் போது நோஞ்சானால் ஒன்றும் செய்யமுடியாது. அது புனையலில் பாதி போய் மறைந்துவிடும். சிறுக சிறுக ஆரம்பித்து பெரிய புனையலாய் மாற சீய்த்துப் போட்ட களம் காணாமல் போகும். எப்படியும் பன்னிரண்டு மணிக்குள் அடித்து முடித்து விடுவார்கள். சில நேரம் ஒன்று இரண்டு கூட ஆகும். அப்போது புனையலை பிரிக்காமல் பொலியை மட்டும் கூலத்தால் மூடிப் போட்டு விட்டு படுத்து விடுவார்கள். பளபளன்னு விடிந்ததும் ஆளுக்கொரு பக்கமாக உதறி உதறி புனையலை பிரிக்க அடித்தது போக மீதமான நெல்கள் மாட்டுக் காலில் மிதிபட்டு உதிரும். பக்குவமாய் உதற வேண்டும். லேசுவாசாக செய்தால் வைக்கோல் படப்புக்கு போய்விடும் நெல். பெரும் பாலும் படப்பில் நின்று மேயுவது மயிலாகத்தான் இருக்கும்.

புனையல் பிரித்து உதறி அள்ளிப் போடும் போதே கையில் பிடித்து கண்டுபிடித்து விடுவார், நெல் வருகிறதா இல்லையா..? என.

‘ஏத்தா.. வள்ளி கொஞ்சம் நல்லா உதறுத்தா.. நெல்லா வருது..’

‘ஏப்பு திரவியம் ஓன் கையும் நல்லா நீட்டி உதறு.. இளவட்டம் பூரா நெல்லையும் படப்புல போட்டுட்டா அப்புறம் பாடுபட்டது என்னாகுறது..‘ என ஞாயம் பேசுவதுபோல் வேலை வாங்குவார். காலை வெயில் வருவதற்குள் புனையல் படப்பாகி விடும். சக்கையும், உமியும், நெல்லுமாக குமிந்து கிடக்கும் குவியலை மொத்தமாக கூட்டி பொறக்க சக்கிலியக் குடி கிழவிகளை விட்டு விடுவார்கள். அடுத்த ஒரு மணி நேரத்தில் டீத் தண்ணி, நீராகாரம் குடித்து விட்டு அறுப்புக்கு இறங்கி விடுவர். அன்று பன்னிரண்டு மணிக்கெல்லாம் அடிப்பு முடிந்திருந்தது. நோஞ்சான் கயிலியை மூடிக்கொண்டு படப்புக்கு அந்தப்பக்கம் போய் படுத்துக் கொண்டான். கால் ஓஞ்சி இருந்ததால் படுத்தவுடன் தூங்கி விட்டான். தூரமாய் அழைத்த பறவைகளை அவன் கண்டு கொள்ளமுடியவில்லை.

நடுச்சாமம் இருக்கும். காவக்காட்டு பிஞ்சையில் நிலவு ஓடியாடி விளையாண்டு கொண்டிருந்தது. பொட்டல் மண் பவுசி கூடி சிரித்து ஒளியை வீசி எறிந்து அடிக்கடி வானத்துக்கு போனது. பேடைகளும், எலிகளும், கரையான்களும் என்றுமில்லாதபடி ஒளியில் குளித்து வயல்களுக்கு இடையே பதுங்கி போக்குக் காட்டியது. எங்கும் மொடு மொடு என்ற சப்தம். யாரோ ஒளியை மேயக்கூடும். தினைக்கும் வந்து நிற்கும் கருத்தப் பசு அன்றும் மாரந்தை கண்மாயில் நின்று கொண்டிருக்க வேண்டும். குருட்டுக் கொக்குகள் பசுவின் பின்னாடியே போனது. புனையல் பிரிக்காமல் கிடந்தது. காலையில் இருந்து அலுத்து சலுத்த ஆட்கள் அடித்துப் போட்டமாதிரி தூங்கிக் கொண்டிருந்தனர்.

நோஞ்சான் மல்லாந்து படுத்திருந்தான். யாரோ முகத்தில் வந்து தண்ணீர் தெளிப்பது போல உணர்வு. புரண்டு படுத்தாலும், அவனைச்சுற்றிலும் விழுந்து கொண்டிருந்தது. ஒளி நீரா..? தெரிய வில்லை. நிலவு சில நேரங்களில் ஒளியை நீராக்கி தெளித்து காட்டில் விளையாடும். திடீரென மாடு கமறும் சப்தம். அய்யோ நம்ம செவலைப் பசு. நோஞ்சானுக்கு முழிப்புத் தட்டியது. எழுந்து பார்த்தான் மாரந்தைக் கரையில் பசு நின்று கொண்டிருந்தது. பனி போல பொழியும் நிலவில் இருந்து சின்ன சின்ன பந்துப் பூக்கள் உதிர்ந்து கொண்டிருந்தது. முகத்தை தடவிப்பார்த்தான்;

பாலாய் இருந்தது. பால் சிந்தும் பூமியா..? நிலவில் இருந்து ஊற்றக் கூடும் அல்லது கருத்தப் பசுவின் காம்பில் இருந்து தானாக வடியக் கூடும்.

‘ஏலே பேரா.. இன்னுமா தூங்குற.. வா உனக்கு காரம்பசு பால் தாரேன்.. களைப்புத் தீரும்..’ எங்கேயோ கேட்ட குரல். நோஞ்சான் ஆடு மாடு மேய்க்கும் போது, தனியாக காட்டில் நடக்கும்போது, ஒத்த சத்தையில் வயல்காட்டில் நிற்கும் போது, கள்ளன் போலீசு விளையாட்டில் ஓடி இருட்டில் ஒளிந்து கொண்டிருக்கும் போது என எங்கு தனிமையில் இருந்தாலும் காதுகளுக்குள் மெல்லிசாக கேட்கும் பழம் கிழவியின் குரல்.

‘ஏப்பு.. பேரா.. ஏன் இப்படி கிறங்கிப் போயிருக்கே.. வா வந்து கொஞ்சம் கருத்தப் பசு பால் குடி.. தெம்பு கூட்டும்..’ உள்ளி லிருந்து அழைக்கும் மனம். சுற்றிலும் பால் பொழிந்து கொண்டி ருந்தது. எலிகள் அண்ணாந்து வாயை வைத்து குடித்தது. காவக் காடு முழுவதும் பால் பூச்சிகள் பெருகிவந்தன.

நோஞ்சான் தன்னிச்சையாக நடந்தான். பசுமாடு கரையி லிருந்து கண்மாயிக்குள் இறங்கியது. அங்குதான் கையில் ஊன்று கம்புடன் யாரோ நிற்பது போலபட்டது. நோஞ்சான் விரு விருயென நடந்தான் கண்மாய்குள். ஊகுப்பூக்கள் தலையாட்டின. தட்டான்கள் வடிவில் யார் யாரோ பறந்து போயினர். முன்பு பசுமாடு நின்ற இடத்தில், இப்போது யாரோ உட்கார்ந்திருப்பது தெரிந்தது. நோஞ்சான் எதையும் கவனிக்கவில்லை. கண்மாய் நீவாங்கரையி லேயே கருத்தப் பசு நின்று கொண்டிருந்தது. அதன் மேல் துணிப் பை தொங்கியது. கொம்புகள் நீண்டு வளர்ந்திருந்தது. பெரும் பசு. காம்புகள் தரை பரசும் அளவுக்கு பெரிசு. எந்நேரமும் பால் சுரந்து கொண்டே இருக்கும் அலாதியான கருத்தப் பசு நோஞ்சானைக் கண்டதும் தலை ஆட்டி முகவாயை நீவியது.

‘வாடா பேரா.. இந்தா பால் குடி.. ஆசையாய் நீட்டினாள் வெள்ளம்மா கிழவி.

ஆதிக்குடியில் இருந்து காடுகளிலேயே பசுவோடு அலைந்து திரிகிறாள். தப்பி வரும் ஆட்களுக்கு பால் கொடுத்து பசி ஆத்து வாள். ஆந்து சோந்த சனத்துக்கு புத்திமதி சொல்லி தேற்றுவாள். உருவாரம் தெரியாது. இவள்தான் என அடையாளம் காணும் முன் பசுவோடு அங்கிருந்து நகர்ந்திருப்பாள். ஆப்பநாட்டு காடுகள் முழுமையும் வெள்ளம்மா கிழவிகளின் காலடிகள் பதிந்து கிடக் கிறது. எந்த காட்டில் நெறிஞ்சி பத்தினாலும் அதை எடுத்து

காலைச் சூரியனின் ஒளியில் மேல் அனுப்புவார்கள். அது ஒரு போதும் மீண்டும் காட்டுக்கு திரும்பாது. தொலையாங்குள காட்டில் பத்திக் கிடந்த கோரைகளையும் அனுப்பச் சொல்லி ஆதிச் சனம் பொங்கல் வைத்து கிழவியை அழைக்க இரண்டு செவலை நாயைப் பிடித்து கொண்டு பசுவோடு வந்தாள். வந்த நாய்கள் தொலையாங்குளக் காடு பூராம் வாய் வைத்து கோரையைப் புடுங்கி குமித்தது. விடிந்ததும் பார்த்தால் ஒத்தப்பொட்டு கோரை காட்டில் இல்லை. சனம் மேற்கே பார்த்து கும்பிட்டு குலவையிட்டது. கருத்தப் பசு போட்ட சானம் மட்டும் தொலையாங்குள காட்டில் கிடந்தது. அதுவும் பவுனாய். சனம் ஆளுக்கு ஒரு கை அள்ளிப் போய் துணியில் முடிந்து வீட்டு உத்திரத்தில் தொங்கவிட்டனர்.

நோஞ்சான் பாலை வாங்கிக் குடித்தான். அப்படியொரு சுவை. குடலில் இருந்து வாய் வரை கமகமன்னு வாசனை. நெறிஞ்சிப் பூக்கள் வயிற்றில் பூப்பது போல இருந்தது. மேல் பார்த்தான், நிலவில் யாருமில்லை. வெள்ளம்மா சும்மாகாய்ச்சும் பேரனோடு விளையாட நினைத்து கேட்டாள்.

‘ஏம்ப்பு பேரா.. பாட்டி உனக்கு கருத்தப் பசு பால் தந்தா.. நீ எனக்கு என்ன தருவே..’

‘என்ன வேணும் பாட்டி?’

‘கொஞ்சம் பொலி நெல்லு தாயேன்..’

‘எதுல வாங்கிட்டுப் போவே..?’ என கேட்டான் நோஞ்சான்.

‘இந்தா துணிப்பை வைச்சிருக்கேன்ல..’ என பசுமாட்டில் கிடந்ததை காட்டினாள்.

‘சரி பாட்டி வா.. தாரேன்..’ என களத்துக்கு அழைத்து வந்தான் நோஞ்சான்.

காவக்காடு பொக்கைச் சிரிப்பில் பாலை ஒழுக விட்டு சிரித்தது. கதிர்கள் பால் பிடித்த குமறு போல சொக்கி தலை சாய்ந்திருந்தது. அங்கிங்கும் பறக்கும் பேடைகளின் இறகுகள் உதிர வெள்ளை நிறம் தரையில் படிந்தது. தானாக படரும் பாவைப் பந்தல்தான் நிலவின் ஒளி. சகட்டு மேனிக்கு காடுகளை உள்ளங் கையில் வைத்து குளிப்பாட்டும். வெள்ளம்மா பசுவோடு சிரித்துக் கொண்டே வர அவள் பாதங்களில் நெறிஞ்சி முட்கள் பத்திக் கிடந்தது. அவளைச் சுற்றிலும் மூக்கைத் துளைக்கும் பூக்களின் வாசனை. சூரியப்புத்திரன் தான் நெறிஞ்சிப் பூ என்பாள் வெள்ளம்மாள்.

பொலி நெருங்க நெருங்க கருத்தப் பசு தலையாட்டி கிழவியைப் பார்த்தது. சும்மா போ என்பது போல தலையாட்டினாள் கிழவி.

'வாத்தா.. இந்தாப் பிடி..' என வாஞ்சையாய் அழைத்தான் நோஞ்சான்.

மாட்டில் கிடந்த துணிப்பையை எடுத்து கை நீட்டினாள் வெள்ளம்மா..

உச்சிப் பொலியில் கிடந்த வைக்கோலை தள்ளி விட்டு, இரண்டு கைகளாலும் நிமிச்சர அள்ளி அள்ளி போட்டான் நோஞ்சான். கிழவிக்கு சிரிப்பு தாளவில்லை. அங்கிருக்கும் கதிர்கள், வயல்கள், புல், பூண்டு, புழு, பூச்சி, மரம் மட்டை, பனை மரங்கள், கரையான்கள், வானம், பூமி என யாவும் கலகலவென சிரிப்பதாகப் பட்டது.

நோஞ்சான் மனசும் ஏனோ நிறைந்திருந்தது. கை, கால்களில் பூத்த பூவில் உடல் லேசானது. துணிப்பை நிறையும் வரை அள்ளி அள்ளிபோட்டான். வெள்ளம்மா துணிப்பையை அங்கேயே போட்டுவிட்டு நோஞ்சானை அப்படியே தூக்கி முத்தம் கொஞ்சினாள்.

'ஏஞ்செல்லம்... கர்ணா வாடா..' என உச்சிமுகந்தாள்.

'நீ கொடுத்ததுக்காக ஆத்தா கொஞ்சம் எடுத்துக்கிறேன்..' என துணிப்பையில் கால்வாசி வைத்துக் கொண்டு மீதியை பொலியில் கொட்டினாள். அதுவரை யாரும் முழிக்கவில்லை. கருத்தப் பசு கரைப்பக்கமாக நின்று கொண்டு எல்லாத்தையும் பார்த்துக் கொண்டிருந்தது. நிலவு, வெள்ளம்மா செய்யும் கள்ளத் தனத்தை ரசித்து கண் சிமிட்டியது. மொந்தை மொந்தையாக ஆரம்பித்து சிறு சிறு ஆவாரம் பூக்களாக உதிரும் சிரிப்பு.

துணிப் பையை எடுத்து கருத்தப்பசுவின் முதுகில் போட்டவள், புறப்பட தயாரானாள்.

அவளுக்கான காடுகள் ஆப்பநாடு முழுமையும் காத்திருக்கிறது. ஒருநாளைக்கு ஒரு காடென்றாலும் நானூற்றி நாற்பத்தெட்டு காடு களையும் சுற்றி வர நாட்கணக்கில் ஆகும். ஆப்பநாட்டு சனம் வந்ததில் இருந்து அலைந்து திரிகிறாள் வெள்ளம்மா. பசியென யாரும் கதறினால் அவளுடைய கருத்தப் பசு வந்து நிற்கும். சில நேரம் எதுவுமற்ற காட்டில் வெள்ளரிக் கொடிகளை படரவிட்டு, குச்சிலைப் போட்டு உட்கார்ந்திருப்பாள். வரும் போகும் ஆட்க ளுக்கு நல்ல பிஞ்சாய் பறித்து பறித்துக்கொடுக்க வெள்ளரிச் செடி

படர்ந்து கொண்டே இருக்கும் ஆப்பநாடு முழுவதும். ஒரு தரம் ஊரெல்லாம் அம்மை வந்து சகட்டு மேனிக்கு போட்டுத் தாக்கியதில் சனம் அலக்கழிந்தது. வீடு வீட்டுக்கு வேப்பிலைகளை சொருகி, சுத்த பத்தமாக இருந்தனர். தெருவெங்கும் மஞ்சளை கரைத்து ஊற்றினர். ஒருத்தருக்கு இறங்கினால் வீட்டில் அடுத்த வருக்கும் தொடர்ந்தது. வீட்டில் அம்மன் குடியேறி விட்டால், வீடே அவளுக்குச் சொந்தம் தானே.

ஆப்பநாட்டு கிழக்குச் சீமையில் தான் அதிகம் அம்மை போட்டது. அதற்கும் காரணம் இருந்தது. ஆம். காடு கரைகளை அறுக்கும் போது அனுமதி ஏதும் கேட்காமல் அவர்களாகவே காரியங்களை செய்திருந்தனர். ஆவேசப்பட்ட அரியநாச்சியா சகட்டு மேனிக்கு தெருவில் இறங்கி சிங்சிங்கென ஆட ஆரம்பித் திருந்தாள். சனம் பொக்குளிஞ்சு தவியாய் தவித்த காலத்தில் வெள்ளம்மாதான் அரியநாச்சியா கோபத்தை கருத்தப் பசு பால் கொண்டு தணித்தாள். அவள் சூடு அடங்கியவுடன் வைசூரி கண்டவர்கள் தெளிச்சியானார்கள்.

ஊர் ஊருக்கு சென்ற வெள்ளம்மா கருத்தப் பசுவின் பாலையும், வேப்பிலையையும் கலந்து தெளித்தாள். வேப்பிலை மணம் காற்றில் ரீங்கரிக்க, வெள்ளம்மா எல்லா ஊர்களிலும் கால் பதித்தாள். அடுத்த ஒன்றிரண்டு நாட்களில் வைசூரி மெல்ல இறங்கி சாந்தம் கொண்டது. பற்றிப் படரவில்லை. நீண்ட கொடிகள் ஆங்காங்கே பட்டுப் போய் நீர்த்தது. எல்லாம் வெள்ளம்மா செய்த புண்ணியம் என ஆப்பநாட்டு சனம் கண்ணீர் மல்க வணங்கியது.

'அப்ப பேரா ஆத்தா வரட்டுமா..' என்றாள் வெள்ளம்மாள்.

'சரி ஆத்தா.. இன்னும் கொஞ்சம் பால் கொடேன்..' நாக்கை சொலட்டிக் கேட்டான் நோஞ்சான்.

சுரக்குடுக்கையில் பால் நீட்டி 'இந்தா வயிறார குடி.. நாலு நாளைக்கு பசிக்காது..' என்றாள்.

அவள் மாரந்தை கண்மாயிக்குள் கம்பை ஊன்றி கருத்தப் பசுவோடு போவதையே கரையில் நின்று பார்த்துக்கொண்டி ருந்தான் நோஞ்சான். அவளோடு நிலவும், சிந்திய பாலும் போவதாகப்பட்டது. பொட்டல் காடுகளில் படுத்துறங்கும் கிழவி களின் மூச்சுதான் வெள்ளம்மாள் போலும். எங்கும் அவளாகவே பட்டது. வெகுநேரம் பார்த்தவன் மீண்டும் படப்பு பக்கம் வந்து அவனாக படுத்துக்கொண்டான். நிம்மதியான தூக்கம்.

பொழுது விடிவதற்குள் களத்தில் டிங்கிரியாட்டம் போட்டுக் கொண்டிருந்தார் நோஞ்சான் அப்பா. ஆம்.

'பொலி எப்படி குறைஞ்சது.. நம்மல மீறி இந்த காட்டுல எப்படி திருட்டுப்போகும்.' என கொய்யோ மொய்யோ வென குதித்தார். யாரும் எதுவும் பேசவில்லை. எல்லாரும் மவுனமாக புனையலை பிரித்துக் கொண்டிருந்தனர். நோஞ்சான் இன்னும் எழுந்திருக்க வில்லை. படப்பில் நின்று கொண்டு சகட்டு மேனிக்கு வைது கொண்டிருந்தார்.

'என்னப்பா.. இத்தனை பேரு படுத்துக் கிடக்கும் போது கள்ளனா வந்தான்.. இதென்னப்பா கொடுமையா இருக்கு.. உச்சிப் பொலியிலே ஏறி அள்ளியிருக்கான்..'

அவருக்கு மாயன், வில்லி மேலதான் சந்தேகம். அவர்களை மனதில் வைத்துக் கொண்டுதான் கண்ணாபின்னா என திட்டித்தீர்த்தார்.

'ஓடா உழைக்கிறவன் ஒருத்தன்.. செவனேன்னு உட்கார்ந்திருந்து சூப்பி தின்பவன் ஒருத்தனா.. சுண்ணியாண்டிகள். கூட மாட வந்து உழைக்கணும்.. இல்லாட்டி ஆத்துல குளத்துல விழுந்து சாகணும்.. எத்தனை முறை.. எம்பூட்டு தானியம்..? காட்டையே அழிச்சிட்டாங்கே..' அவர் ஆவேசம் அடங்கவில்லை.

சூரியன் கிளம்புவதற்குள் புனையலை பிரித்திருந்தார்கள். படப்பு கிழக்கு மேற்காக நீண்டு புடைத்திருந்தது. நீண்ட வைக்கோல். பெரிய படப்பாக வரும் என தெரிந்தே அடிப்பாகத்தை அகளிச்சு போட்டார்கள். மேல் போட போட பாதிக்கு மேல் வளர்ந்திருந்தது. அடுத்த நாள் அறுப்பில் முழுப்படப்பும் எழுந்து நிற்கும்.

அதிகாலையிலே எழுந்து பெரிய ஈயச்சட்டியில் கம்மங்கஞ்சியை ஆக்கி சூடாக இறக்கி வைத்திருந்தாள் இருளாயி. அத்தோடு வாழைக் கருவாட்டை சின்ன வெங்காயம் போட்டு பொறித்து வைக்க புனையல் முடிந்தவுடன் வெளியேதெரிய போய்விட்டு வந்து கோப்புக் கொடுத்தார்கள் கம்மங்கஞ்சியை. உழைக்கும் வயிறு. சும்மா கபகபன்னு இழுத்தது. ஆளுக்கு இரண்டு மூன்று சட்டிகள். உப்பு, ஊறப்போட்ட மிளகாய், வறுத்த மிளகாய், கருவாடு. செம சுவை. இருளாயி மனசு மாதிரியே சாப்பாடும் இருந்தது.

சாவகாசமாய் எழுந்த நோஞ்சான் ஆட்களைப் பார்த்தான். எல்லாரும் அறுப்பில் மும்முரமாக இருந்தனர். வயிறு மந்தென கிடந்தது. கண்மாய் கரைப்பக்கம் ஒதுங்கினாலும் பசிக்கவில்லை.

இரவில் நடந்ததை அப்பாவிடம் சொல்வேமா வேண்டாமா என குழம்பிக் கொண்டிருந்தான். நைசாக அம்மாவிடம் கூறினான்.

'பேசாமல் இருடா உங்கப்பனுக்கு தெரிஞ்சா முதுகுத் தோளை உரித்துவிடுவார்..' என ரகசியம் பேசினாள். அப்பாவின் தண்டனை தெரியும் என்பதால் மேக்கொண்டு நோஞ்சான் எதுவும் பேச வில்லை. வெயில் ஏறி வந்தது. இரவில் நடந்தவையெல்லாம் கனவு போல இருந்தாலும் மாரந்தை கண்மாய்க்குள் இன்னும் வெள்ளம்மா பாட்டியின் கருத்தப்பசு நிற்பதாகவே பட்டது. நெடு கண்மாயில் பாதிக்கு மேல் நீர் வற்றிய இடங்களில் நெல் போட்டி ருந்தார்கள். நீர் வடிய வடிய கதிர்கள் குதியாளம் போட்டன. மாரந்தை கண்மாயில் இன்னும் அறுப்பு நடக்கவில்லை.

'கஞ்சி குடிச்சுக்கடா..' என அம்மா சொல்லியும் 'பசியில்லம்மா..' என கிளம்பினான் நோஞ்சான். மாடு அவுக்க நேரம் இருந்தது. அந்த இடமே ரகசியம் நிறைந்ததாக தெரிந்தது. மரம் மட்டைகளில் தெரிவதை தாண்டி வேற ஏதோ இருந்து கொண்டு முறைத்துப், பார்த்தது. காவாக்காட்டு பிஞ்சையில் மீதி வயல்கள் தலைசாய்ந்து வந்தன. சரசரன்னு ஓடும் அறுப்பில் காட்டின் வயிறு கொடேர் என மாறி இருந்தது.

மாரந்தை கண்மாயில் இறங்கி குளித்தான் நோஞ்சான். இரவு பார்க்கும் போது நீவாங்கரையோரம் கூட தண்ணி இல்லையே.. சும்மதானே நடந்து போனேன் என்கிற நினைப்பு வந்தது. கண் மாயில் கால்வாசி தண்ணி கிடந்தது. வெள்ளம்மா பாட்டியும், பசுவும் பொட்டலில் தானே நின்றது. யோசனை ஓடினாலும் அதை துப்பறிய விரும்பவில்லை நோஞ்சான்.

தொடர்ந்து கரித்துக்கொட்டிக் கொண்டிருந்தார் நோஞ்சான் அப்பா. அன்று மதியவாக்கில் கஞ்சி குடிக்க வந்து வேசாடு பட்டவரிடம்,

'ஏங்க சும்மா யாரையும் போட்டு திட்டாதீங்க.. பொலியிலே அவுங்க ஒன்னும் கை வைக்கலே..' என இழுத்தாள்.

'அப்ப யாருடீ.. சொல்லு.. ஏ முழுங்குறே..' குடித்த கஞ்சியை வைத்து விட்டு துருவினார்.

'நேத்து ராத்திரி வெள்ளம்மா பாட்டி வந்து நம்ம சின்னப் பயலிடம் நெல்லு கேட்க, அவனும் பொலியிலே கால் வைத்து அள்ளிப்போட்டுள்ளான்.. வெள்ளம்மா பொலி கேட்டா நல்லது தான்.. தானியம் பெருகும். காடு கரை பூக்கும். பேசாமே விடுங்க..'

'அத ஏன் அவேன் காலையிலேயே சொல்லலே..' விடவில்லை அவர்.

'என்னிடம் சொன்னான்.. நான் தான் சொல்ல வேண்டாம்.. நான் சொல்லிக்கிறேன் என கூறினான்..' என்றாள்.

'அந்த பேத்தை பயலிடம் வெள்ளம்மா கிழவி வந்தாளாக்கும்.. அதை அவன் சொன்னான்னு இவ ஒரு பேச்சிருக்கி நம்பியிருக்கா.. நாலு போடு போட்டு விசாரிச்சா உண்மை வரும் பாரு..'

'காலையிலே நான் கூட களத்துல பால் சிந்திக் கிடந்ததை பார்த்தேன்.. பொலி பக்கத்திலேயே பசுவின் சானமும் கிடந்தது. அவ வந்தது உண்மையாத்தான் இருக்கும். அவேன் ஏன் பொய் சொல்லப் போறான்..' இருளாயி எவ்வளவோ சமாதானம் செய்து பார்த்தாள்.

'சரி சரி' என கேட்டுக் கொண்ட நோஞ்சான் அப்பா அன்று மாலை வரை யாரையும் திட்டவில்லை. மவுனமாக வேலைகளை பார்த்தார். துணுத்துப் பொட்டல் பக்கம் மாடுகளை மேய்க்கப் போயிருந்தான் நோஞ்சான். பொழுது சாயமுன் களத்துக்கு வந்தான். அறிகளை அள்ளி அள்ளி கட்டுகளை கட்டிக் கொண்டிருந்தனர். எல்லாக்காடும் மொட்டை போட்டிருந்தது. மழுக்கென்ற பூமியில் ஊடே வளர்ந்திருந்த வெஞ்சாவும், மத்தாங்காய், ஓய்யும் பசேல் என ஈரத்தை சுமந்து நின்றது. வெட்ட வெளிக் காத்தில் கொஞ்சம் திணறித்தான் போனது. நாளைக் காலை ஆடுகளையும் மாடுகளையும் நம்ம வயலிலேயே மேய விடலாம். வரப்பும் அதற்குத் தான் காத்திருப்பது போல புல்களை மடித்து மடித்து வைத் திருந்தது. வரப்போரம் அதிக பச்சை.

கட்டுகளை அடைந்த பின் அனைவரும் சாப்பிட உட்கார்ந்த போது, நோஞ்சான் அப்பா கேட்டார்,

'ஏன்டா நேத்து ராத்திரி பொலியிலே ஏறுனது நீதானே.. நெல்லை என்ன செஞ்சே..'

நோஞ்சானுக்கு வெலவெலத்துப் போனது. அவன் அம்மா முகத்தை பார்த்தான். அவள் அதான் நான் சொன்னேல்லேங்க.. பேசாமே இருங்க' என அமட்டினாள்.

கூட சாப்பிட்டுக் கொண்டிருந்தவர்களுக்கும் அது யாரென தெரிய ஆவலாக இருந்தது. இளஞ்செம்பூர் கண்ணகிதான் கேட்டாள்,

'அது யாருண்ணே அம்பூட்டுத் தைரியமா கால் வைச்சது..'

'அதான் எங்க சின்னப்பய கிட்டே கேட்குறேன்..' என மழுப்பினார். அவர் முகத்தில் லேசான சிரிப்பு இருந்தது. நோஞ்சான் தயங்கி தயங்கி நடந்ததை கூறத் தொடங்கினான்.

'இங்க பக்கத்துல வந்து சொல்லு.. நான் ஒன்னும் செய்ய மாட்டேன்..' என அனவாய் கூப்பிட்டார்.

நோஞ்சான் சொல்லி முடிக்கும் வரை ஊம் கொட்டினார். அவருக்கும் அது லேசான நம்பிக்கையை ஏற்படுத்தியிருக்க வேண்டும். கடைசியில் ஒன்றும் சொல்லவில்லை. ஆட்கள் எல்லாரும் வாய்பிளந்து கேட்டனர்.

'அடேயப்பா.. வெள்ளம்மா வந்தாளா.. பெரிய பாக்கியம்..' என சிலாகித்துப் பேசினர். இருளாயிக்கு பெருமையாத்தான் இருந்தது. இருந்தாலும் நோஞ்சான் அப்பா சந்தேக கேசு என்பது எல்லாருக்கும் தெரியும். எல்லாரையும் கதிர் கட்டு அடிக்க விட்டு நோஞ்சானைக் கூப்பிட்டு கொண்டு மாரந்தை கண்மாய் கரைக்குப் போனார்.

'அடேய் உண்மையைச் சொல்லு.. நெல்லை உண்மையிலேயே வெள்ளம்மா வந்துதான் வாங்கிட்டுப் போச்சா.. இல்லாட்டி நீ அள்ளி மறைச்சு வச்சிருக்கியா..' என துருவி துருவிக் கேட்டுக் கொண்டே காதில் கை வைத்து கிள்ளினார். அது ஆணி குத்துவது போல நொறுக் நொறுக் கென வலித்தது.

'உண்மையத்தாம்பா சொல்றேன்..' என வலியால் குதித்துக் கொண்டே சொன்னான்.

'அப்டின்னா நான் ஒரு சோதனை வைப்பேன்.. ஆமா.. செந்தட்டியை எடுத்து வந்து ஒன் முதுகில் தேய்ப்பேன்.. நீ சொல்வது உண்மையாக இருந்தால் அது அரிக்காது.. இல்லாட்டி நொப்பனோலி தடுப்பு தடுப்பாய் விழுந்து விடிய விடிய அரிக்கும்..' என நோஞ்சானை கரையில் நிறுத்தி விட்டு வயலில் இறங்கி செந்தட்டியோடு வந்தார்.

'இப்ப உண்மையை சொல்லு.. வெள்ளம்மா தான் வந்து வாங்கினா என்றால் சட்டையை கழற்று..' என்றார்.

நோஞ்சானுக்கு கண்ணீர் தானாக வந்தது. அழுது கொண்டே மேல்சட்டையை கழற்றினான். அவர் படக்கென செந்தட்டி செடியை முதுகில் மேலும் கீழும் அழுத்தி அழுத்தி தேய்த்தார்.

பேசாமல் நின்றான் நோஞ்சான். ஏனோ அவனது கண்ணீர் மட்டும் நிற்கவே இல்லை. நன்றாக தேய்த்து விட்டு அவன் பக்கத்திலேயே உட்கார்ந்தார். அவனையும் அங்கேயே உட்கார வைத்தார்.

கொஞ்ச நேரம் போனது. இருளாயி, தன் புருஷன் பிள்ளையை ஏதோ செய்கிறார் என நினைத்து கரைக்கு வந்திருந்தாள். இருவரும் அமைதியாக உட்கார்ந்து இருப்பதையும், செந்தட்டியை கையில் பிடித்திருப்பதையும் பார்த்ததும் திகில் அடித்தது அவளுக்கு.

'செந்தட்டி பட்டால் முதுகுத்தோல் உரிந்து சட்டை சட்டையாக வந்துவிடுமே.. அத சின்னப்பய எப்படி தாங்குவான்.. நான் இம்பூட்டுத்தூரம் சொல்லியும் இந்தாம்பிளை கேட்கமாட்டேன்னு இப்படி செய்யுதே.. இதுக்கு ஒரு நல்ல புத்தியே கொடு நாகநாதா..' என முட்டிக்கொண்டு வரும் அழுகையை அடக்கிக் கொண்டு வேண்டினாள்.

ஐந்து பத்து நிமிஷம் வரை நோஞ்சான் பேசாமல் உட்கார்ந்திருந்தான். அப்படியானால் அவன் சொல்வது உண்மைதான் என அவர் உணரும்போது, அரிப்பு அவர் முதுகில் லேசுவாசாக தொடங்கி துடிக்க வைக்க ஆரம்பித்தது. தண்ணீரில் ஓடி விழுந்து சேற்றை அள்ளி அள்ளி முதுகில் தேய்த்தார். நோஞ்சானும், இருளாயியும் கரையில் நின்று வேடிக்கை பார்த்துக் கொண்டிருந்தனர்.

7

கைகள் சில்லென நாள்பட்ட நீர்மாதிரி இருந்தது. தடிமனான குளிர் தோலை சுரண்டி எடுத்தது. ஆனால் உள்ளுக்குள் இருந்து இளஞ்சூடு பரவி வெதுவெதுப்பை உண்டு பண்ணியது. காடுகள், மரங்கள் கடந்து போனது. எம்பூட்டுத்தூரம் எனத் தெரியாது. இரவின் மடியில் யாவும் மல்லாந்து குறட்டை விட்டது. விட்டு விட்டுக் கேட்கும் புறாவின் சப்தம் மட்டும் மனிதகுரல் வடிவில் வந்தது. நோஞ்சானால் கண்களை திறக்க முடியவில்லை. யாரோ தூக்கிப் போவது தெரிந்தது; யார் எதற்காக என்ற விவரம் மட்டும் புரிபடவில்லை. எத்தனை கடல்களைத் தாண்டி இருக்கும். இமைகள் கனத்து செயல் இழந்திருந்தது. அவன் கூடவே ஒரு பெருமரமும், பருந்தும் பறந்து வருவதாகப் பட்டது. திடீரென பொத்தென மேலிலிருந்து அந்த கைகள் விட்டது. கீழ் பாங்கிணறு.

காலம்காலமாய் ஊத்து ஊறி தேய்ந்து போனது. கன்னங்கரேர் முகத்தில் வானம் பார்த்துக் கிடந்தது. உள்ளில் என்ன இருக்கிறது என யாருக்கும் தெரியாது. செம ஆழம். லேசாக ஊத்தை நோண்டி நோண்டி இரணூறு அடிக்கு மேல் போயிருந்தது. ஒருநாத்து பக்கவாட்டு உரை உடைந்து உள் விழுக ஊறிய ஊத்து அடைத்துப் போனது. யாருக்கும் கிணற்றுக்குள் இறங்க மனமில்லை. சதா பெண்களோடு உரையாடிய கிணறு தற்போது பேச்சுத் துணைக்குக் கூட ஆட்கள் இல்லாமல் முகமெல்லாம் வீங்கி கருத்துக் கிடந்தது.

உரைக்கிணறு என்றாலும் நெடுகிலும் ஏகப்பட்ட பொந்துகளும் பொடவுகளும் சாஸ்தி. அதில் யார் இருக்கிறார்கள் என சனத்துக்கு தெரியாது. எப்பதாவது பூமயிலு கிழவியின் பாட்டுச் சத்தம் மட்டும்

கேட்கும் என்பார்கள். எல்லா ஊரிலும் இருக்கும் இந்த பாங்கிணறு எப்படி ஏழு கடலும், ஏழு உலகமும் தாண்டியும் இருக்கிறது என்பது நோஞ்சானுக்கு ஆச்சர்யமான விசயம். தன்னை தூக்கி வந்த உறைந்த கைகள் ஏன் அதே கிணற்றுக்கு நேராக போட வேண்டும்.? எல்லாம் கேள்விகள்தான்.

அந்தரத்தில் இருந்து இலைமாதிரி சுருண்டு வந்தான் நோஞ்சான். கூட வந்த மரம், பறவைகளைக் காணோம். ரெங்கி வர அத்துவானத்தில் பிடிக்க ஆட்கள் இல்லை. ஊர்பேர் தெரியாத தேசத்தில் நம்மை கொண்டு வந்து சாகடிக்கப் போகிறதா என நினைத்தான் நோஞ்சான். இமை திறக்க முடியாவிட்டாலும் நினைவும், அலுக்கமும் நன்றாகத் தெரிந்தது. பெரும் கை ஒன்று புளியமரத்திலிருந்து தூக்கிய போது ஏதோ அரூபங்கள் தமாசு காட்டுவதாக நினைத்திருந்தான். மானாங்கரை காட்டில் தனியாக உட்கார்ந்திருக்க, அவனைச்சுற்றிலும் மைனாவும், கரிச்சானும், அணிலும் கேகேயென குவிந்து வட்டமிட்டது. பார்க்க நன்றாக இருந்தது. ஒன்றன்பின் ஒன்றாக கரிச்சான்தான் ஏதோ கத்திக் கொண்டே சுற்றியது. புளி இலைகள் கிறுகிறுத்து ஆட எல்லாம் கணநேரம்தான்; ஒரு நீண்ட கை. கிட்டத்தட்ட மரத்தெண்டி சைசு இருக்கும். மரத்தை கவித்திப் போட்டால் எப்படி இருக்கும் அப்படி வந்தது அந்தரத்தில் இருந்து. கூடவே நாலைந்து குதிரைகள். அதுவும் செம்ம பெரிசு. அதன் கால்கள் ஒன்னொன்னும் இம்மாந்...தெண்டி.

மாயக் கை விரல்கள் தரையில் படும்போது பார்க்கணுமே.. அப்பாடி.. மண் அதிர்ந்து நடுங்கியது. மரம் செடி, கொடிகள் எல்லாம் லேசா ஆடியது. மட்டமல்லாக்கப் படுத்துக் கிடக்கும் ராட்சத கும்பகர்ணன் போல காணப்பட்டது. ஒவ்வொரு விரலும் எப்படியும் மரத்தெண்டி இருக்கும். கீழ் உட்காருவது போல சாய, எதுவும் சொல்லாமல் நோஞ்சான் ஏறிக் கொண்டான். அவனுக்கா கவே அது மாயா உலகில் இருந்து வந்திருக்க வேண்டும். நோஞ்சான் விரல்கள் பட்டவுடன் சுனையின் முகம். சுற்றிலும் அருவிகள் பெருப்பெருத்து ஓட, பரான் பரான் என வீசிய காற்று நீரெடுத்து நோஞ்சான் முகத்தில் வீசியது. அத்தனை மிருகங்களும், பறவை களும், செடிகள், கொடிகள், மலைகள், அருவிகள், மரங்களை அவன் வேறெங்கும் நிச்சயமாய் கண்டிருக்கவில்லை.

சொடக்குப் போடும் நேரத்திற்குள் யாவும் மறைய ஆரம்பித்தது. ஆம். நோஞ்சான் விழிகள் தானாக மூடிக் கொண்டன. கையில் இருந்தவனை குதிரை தூக்கிப் போனதா..? இல்லை கையே

அந்தரத்தில் பறந்து போனதா தெரியாது. எங்கிருந்தோ கேட்கும் பேயோட்ட சப்தம். எவ்வளவு முயன்றும் கடைசி வரை அவனால் இமைகளை திறக்கவே முடியவில்லை. போய்க்கொண்டிருக்கும் தூரம் நாட்கணக்கில், மாதக்கணக்கில் போவதாக பட்டாலும் ஒரு நொடியில் முடிந்த காரியமாகவும் பட்டது.

நோஞ்சான் உடல் நேராக பாங்கிணற்றுக்குள் சுற்றிக் கொண்டே வந்தது. இன்னைக்கு அவ்வளவு தான் செத்தோம் என நினைத்தாலும் பஞ்சு போல காற்றில் ரெங்குவது நன்றாகத் தான் இருந்தது. உரைக் கிணற்றுக்குள் வரும்போது, யாரோ தண்ணீருக்கு அருகே படுத்து தடுப்பது போலபட்டது. உடல் வளு வளுவென இருந்தது. கிணற்றின் குறுக்கே யார் படுத்துக் கிடக்க முடியும்..? அதுவும் தண்ணீருக்கு மேல்.

ஆதிசேஷனா..? அவர் கடலில் தானே இருப்பார். பாங்கிணற்றில் குண்டி கழுவக் கூட லாயக்கு இல்லாத உரைக் கிணற்றில் வந்து படுத்துக் கொள்ள அவர் முட்டாளா..? ஊர் தெரிய, ஐந்து தலை நாகம் சுருண்டு சுருண்டு பஞ்சு மெத்தை போல் படுத்திருக்க, நடுக்கடலில் அதுவும் சுத்தமான கடல் தண்ணியில் சயனத்தில் படுத்துக் கொண்டே காட்சி தந்தால்தானே அவருக்குப் பெருமை. அவராவது இங்கு வந்து படுப்பதாவது. சான்சே இல்லை.

என்னதான் நினைத்தாலும் கொலகொலவென்றிருந்த தேகம் அளவுக்கு அதிமாக சில்லிட்டது. எல்லாம் பூமியோடு உறைந்து போயுள்ளது போலும். ஒளி பட பட உருகும் பனி போல இயக்கம் கொள்ள காரியம் ஆற்றும் உயிரினங்கள் என சகட்டு மேனிக்கு அவன் எண்ணம் பாய்ந்தோடியது. கொஞ்ச நேரத்தில் அந்த குரல் கேட்டது.

'தம்பி ஆகிறாயா.. மைத்துனன் ஆகிறாயா..?' பிசிர் அற்ற குரல். நீரின் ராகம் மாதிரி கேட்டது.

'நான் யாராகிறேன் என்பது இருக்கட்டும் முதலில் நீ யாரென கூறு..' நோஞ்சான் விடவில்லை.

'அது உனக்கு தேவையில்லாதது.. இப்போது உன் உயிர் என் கையில்.. விரைவாக கூறு இல்லையென்றால் விட்டு விலகிக் கொள்வேன்.. நேராக விஷ நீரில் விழுந்து உயிர் உருக தவளையாய் செத்து மிதப்பாய்.. எப்படி வசதி..' அழகான தேன் குரலிலும் கோபம் தெரிந்தது.

'என் இமைகள் திறக்க மறுக்கிறது.. நீ யாரென தெரியவில்லை... இது கிணறு என உணர முடிகிறது.. ஆனால் எதுவும் எனக்கு சரியாக நினைவில் பதியமாட்டேன் என்கிறது.. இப்படி குழப்பமான மனநிலையில் எப்படி ஒரு உறவை தீர்மானிக்க முடியும்..? பதில் சொல்ல முடியும்..?' ரொம்பவும்தான் புத்திசாலியாக பேசினான் நோஞ்சான்.

'விசயம் அதுவல்ல.. நீ எந்த உறவுப் பக்கம் காலத்துக்கும் நிற்கப் போகிறாய்.. அல்லது உறவே வேண்டாம் என இந்தப் பிறப்பை கடக்கப் போகிறாயா.. என்பது தான் கேள்வி.. நீ எதையும் பார்க்க வேண்டிய தேவையோ அவசியமோ இல்லை..' அந்த குரல் தெளிவாக பேசியது..

இதென்னடா வம்பா போச்சு என நினைத்த நோஞ்சான்.. பேசாமல் நண்பன் ஆகிவிடுவோம் என 'நான் தம்பியும் ஆக முடியாது.. மைத்துனனும் ஆக முடியாது.. ஆனால் உன்னின் நண்பனாக மாறி விடுகிறேன்..' என தைரியமாகத் தான் கூறினான்.

அதனிடம் இருந்த அலையடிப்பு மாதிரி சிரிப்பு சப்தம் கேட்டது.

'நீ சரியான ஆள்தான்.. உன்னை என் நண்பனாக நான் ஏற்றுக் கொள்கிறேன்... இப்போது நீ உன் விழிகளைத் திறக்கலாம்..' என்றது அந்த உருவம்.

மெல்லத் திறந்து பார்க்க, வானம் தெரிந்தது. சுற்றிலும் சிதிலமடைந்த உரைகள். பொந்து பொடவுகள். இடையிடையே செடி, கொடிகள் படர்ந்து உரையை மூடி இருந்தது. பாதிக் கிணற்றில் எருக்கலைகள் வளர்ந்திருந்தது. நீண்ட ஆழமான உரைக் கிணறாகத்தான் இருக்க வேண்டும். வானமே மிகவும் கஷ்டப்பட்டு எல்லாத்தையும் நீக்கிக் கொண்டு உள்ளே எட்டிப் பார்த்தது. வெளிச்சத்தம் எதுவும் கேட்கவில்லை. இரவுப் பூச்சிகளின் கிர்ரென்ற குரல் இரவின் மடியை நினைவூட்டியது. லேசாக தலை சாய்த்து கீழ் பார்த்தான். கரேர் என கிடக்கும் நீரில் என்ன வெல்லாமோ மிதந்தது. அதிகமாக செத்துப் போன தவளைகளும், நாலைந்து தண்ணீர் பாம்புகளும், இரண்டு மனித உடலும் மிதந்தது. வீச்சம் குடலைப் புரட்டிக் கொண்டு வந்தது. இதில் விழுந்திருந்தால் இன்னியாரம் செத்திருப்போம்.. நிச்சயமாக என மனதுக்குள் நினைத்துக் கொண்டு தன்னை காப்பாற்றிய நல்ல உள்ளத்தின்

உடலைத்தொட்டு பார்த்தான். மெதுக்மெதுக்கென இருந்தது. மல்லாந்து படுத்துக்கிடந்தான். திரும்பினால் கிணற்று நீரின் வீச்சம் கப்பென முகத்தில் அடித்து குமட்டிக் கொண்டு வந்தது.

'சரி வா..' உரைக்கிணறில் ஏறியது அந்த உருவம். மிக நீண்டது. ஏறும்போதே உன்னால் இந்த கிணற்றில் வாழ முடியாது.. அத்தோடு நீ என் நண்பன்.. இங்கு வந்தவர்களில் அதிகம் பேர் உறவுக்குள் தான் போய் விழுந்தார்கள். நீ ஒருவன் மட்டுமே அதை கடந்து புதிதாக ஒன்றை கட்ட வேண்டும் என நினைத்திருக்கிறாய்.. அதற்காக என் மனமார்ந்த நன்றி.. எனக்கு இதுவரையிலும் நண்பர்கள் இருந்தது கிடையாது.. உன்னை மிகச்சிறந்த நண்பனாக பார்க்கிறேன்..' என சாவதானமாக பேசியபடியே மேலேறியது. அதன் முதுகில் ரொம்பவும் வசதியாய் காந்தம் பிடித்து இழுத்துக் கொண்டது போல, உட்கார்ந்திருந்தான் நோஞ்சான்.

அந்த உருவம் தலையை மேல் தூக்கியபோது பார்த்து ஆ.. வென பேச்சுமூச்சில்லாமல் ஒருநிமிடம் அதிர்ந்து விட்டான். ஆம். மூன்று தலை செந்நாகம் அது. கிட்டத்தட்ட ஏழு அடி இருக்கும். அத்திப் பழத்தை புட்டு வைத்தால் கையில் ஒட்டிக் கொள்ளும் ரத்தச் சிவப்பாய் இருந்தது. கண்களையும், வாயையும் மூடாமல் பார்த்தான் நோஞ்சான். தன்னைக் காப்பற்றியது மூன்று தலை யுள்ள செந்நாகம். உடம்பு மினுமினுப்பில் ஜொலித்தது. தலையில் கிடந்த சக்கரங்கள் இயற்கையின் இயக்கம் போலும். இவன் நினை வோட்டங்கள் அதுக்கு தெரிந்திருக்க வேண்டும். லேசாக சிரிப்புச் சத்தம் வந்தது..

'என்ன நண்பா பதறி விட்டாயா.. நானும் உனை மாதிரி மனிதனாக அவதரித்து பின் உடலை மாற்றிக்கொண்டு அலையும் ஜீவன்தான்.. கவலைப் படாதே.. உருவமாற்றம் பெரிதாக ஒன்றும் செய்துவிடாது..'

கை, கால்கள் நோஞ்சானுக்கு வெலவெலத்திருந்தது. ஆம். அதன் பின் அவன் எதுவும் பேசவில்லை. கிணற்றுக்கு மேல் வந்ததும் நோஞ்சானை முதுகில் இருந்து இறக்கிவிட்டது. 'வா நண்பா வீட்டுக்குப் போவோம்' என கூறிக் கொண்டு செந்நாகம் முன்னாடி போக நோஞ்சான் பின்னாடி போய்க்கொண்டிருந்தான்.

யாரோ 'சப்' என முதுகில் அறையும் சப்தம் கேட்டு விழித்தான். 'என்னப்பா' என கண்களை கசக்கிக் கொண்டே கேட்டான்..

'எங்கடா பூங்குளத்துல வாங்கின பிருவைகளே.. ஆட்டை பாத்து மேய்ச்சு கொண்டான்னா.. நீ உட்கார்ந்து தூங்கவா

செய்யுறே.. இந்த காட்டுல உறங்குனா இல்லாததும் பொல்லாததும் வரும்டா தாயோலி.. போடா போயி ஊத்து கீத்துல பாருடா நெத்துகித்து பொறக்கும்..'

சுற்றி முற்றிப்பார்த்தான். கிணறையும், செந்நாகத்தையும் காண வில்லை. புளியில் இருந்து லேசாக விசில் சப்தம் மட்டும் கேட்டது. கடைசிவரை அதன் வீட்டை பார்க்க முடியவில்லையே என்கிற நினைப்பு நோஞ்சானுக்கு இருந்தது. மேயும் சந்தை ஆடுகளை எண்ணிப் பார்த்தான். மூன்று குறைந்திருந்தது.

'மூன்றைக் காணோம்பா..' அங்கிருந்து குரல் கொடுத்தான்.

'அடே உன்னை கொன்னேருவேன்.. அங்க வாங்கினது நாலு பிருவே.. இங்க இருக்கிற ஒரு செம்மறி இப்ப நான் பத்தியாந்தேன்..'

அப்போதுதான் பார்த்தான். ஒரு கணத்த பொட்டச்செம்மறி காலை இழுத்துக் கொண்டு நொண்டி நொண்டி மேய்ந்தது. இது நிச்சயமாய் திருட்டு ஆடாகத்தான் இருக்கும் என நினைத்துக் கொண்டான் நோஞ்சான். அதற்கேற்றார் போல தூரமாய் ஒருவர் நடந்து போனார்.

ஊருக்குள் ஆட்டை பிடித்து விட்டால் தெரிந்து விடும் என்பதால் இப்படி நடுக்காட்டுக்கு தூக்கி வந்து ஆளை வரச் சொல்லி விலை பேசி முடிப்பார். திருட்டு ஆடுகளை வாங்குவதில் நோஞ்சான் அப்பா கில்லாடி. எத்தனையோ கிடைகளுக்குச் சென்று ஆடு வாங்கப் போகும் அவர், உரிமையாளரை விட ஆடு மேய்ப்போனைத்தான் தன் கைக்குள் போட்டுக் கொள்வார். உருப்படிகள் கிடக்கிறதா..? இல்லையா என்பதை அவர்கள் தான் நாசூக்காக சொல்வார்கள். ஆட்டுக்காரர் ஆடு விற்கப் போகிறார் என்றால் முன்னக்கூட்டியே தாக்கல் கொடுப்பர். அவ்வப்போது அவர்களுக்கு ஐம்பது, நூறு என பாக்கெட்டில் சொருவி வைத்து விட்டு வருவார். நோஞ்சான் அப்பா. ஆடுகளை எப்படி மேய்க்க வேண்டும் என தந்து மந்து சொல்வது போல,

'எதுனாச்சும் கிடக்காப்பா.. எங்க வாரே..' என குறிப்பாக பேசிக் கேட்பார். 'இன்னைக்கு ஆடுகள் மேட்டுக்காடு பக்கம் மேயப் போகுதய்யா..' என அவர்களும் ஆட்டு மேய்ச்சலை சொல்வதுபோல கூறுவார்கள். கட்ட உச்சநேரத்தில் மேட்டுக் காட்டில் நிற்பார் நோஞ்சான் அப்பா. நாடா டவுசரின் பையில் வெத்திலைப் பை துருத்திக் கொண்டு தொடை தட்டி இருக்கும். ஆள் கட்டை என்றாலும், நல்ல சதை வெட்டு. உருட்டுக் கட்டை போல இருப்பார்.

மேட்டுக் காட்டு பனைகளுக்கு ஊடாக உருப்படிகளை பேரம் பேசிக்கொண்டிருப்பார். ஆட்டு உரிமையாளருக்கு தெரிந்தால் மேய்ச்சலுக்கு கொண்டு வந்தவன் பாடு அதோ கதிதான் என்பதால், பூராம் அடிமாட்டு விலைக்கு கேட்பார். ஒரு குட்டி சந்தையில் ஆயிரம் ரூபாயிக்கு போகுது என்றால் இவர் நானூறில் இருந்து ஐநூறுதான் கொடுப்பார். அதற்கு மேல் பாவம் அவர் களால் கேட்க முடியாது. இவர் பாட்டுக்கு பிள்ளையை கிள்ளியும் விட்டு, தொட்டிலையும் ஆட்டிவிட்டால்.. வந்தது வரை லாபம் என நினைத்து அங்கனயே காசை வாங்கிக் கொண்டு குட்டியைப் பத்திவிடுவார்கள். ஐனூறு அறநூறு ஆடுகள் இருக்கும் இடத்தில் ஒன்றிரண்டு பிருவைகள் காணாமல் போனால், தெரியாது. தினமும் ஆட்டுக்காரர் வந்து எண்ணிக்கொண்டு இருக்கமாட்டார். எல்லாம் ஒரு நம்பிக்கை தான். தெரிந்த பையலுகள்.. நம்மை ஏமாத்த மாட்டாங்கே.. என விட்டு விடுவார்கள். அப்படியே என்றாவது பார்த்து,

'ஏம்ப்பா.. செவலை மறை பிருவையை எங்கப்பா'.. என கேட்டால். பதில் ரெடியாக இருக்கும்.

'முப்பது குறுக்கக் காட்டுல முத்தின நாள் ஆடு மேய்ந்த போது எப்படியோ தவறி இருக்க வேண்டும் அய்யா.. அன்றிலிருந்து நானும் அதைப் பாக்கேன்.. காணோம்..' என கூறுவர்.

திருட்டு ஆட்டை வாங்கின ஜோரில் கடைக்கு கொண்டு சென்று விடுவார் நோஞ்சான் அப்பா. காட்டில் இருந்து அப்படியே முதுகுளத்தூர் கறிக்கடைக்கு போய் விடும். வியாழக்கிழமை என்றால் பரமக்குடி சந்தைக்கு ஆட்டோடு ஆடாக சென்றுவிடும். மற்ற நாட்களில் வாங்கினால் கறிக்கடைதான். நாளைந்து நாள் திருட்டு உருப்படிகளை வைத்திருந்தால், மாட்டிக் கொள்வோம் என்பதோடு மட்டுமல்ல, இத்தனை நாள் பார்த்த பொழப்பு கெட்டுப்போகும். அப்புறம் யாரும் நம்பி கூப்பிட மாட்டார்கள். நாலு காட்டுக்கு சென்று ஆடுகளை வாங்க முடியாது. குட்டி, பிருவைகள் மட்டுமல்லாது கிழட்டு ஆடுகளையும் கண்அசைவில் வாங்கி இரவோடு இரவாக கறிக்கடைக்கு அனுப்பி விடுவார்.

சீக்கு வந்த ஆடுகள் எத்தனையோ தரம் வீட்டுக்கு கொண்டு வரும் போதே இறந்து விடும். அதையெல்லாம் நோஞ்சான் அப்பா பெரிதாக எடுத்துக் கொள்ளமாட்டார். வேகவேகமாக கறிக் கடைக்கு கொண்டு சென்று அறுக்கச் சொல்லிவிடுவார். கிடைத்த காசில் ஆளுக்குப் பாதி. 'ஆட்டுக்காரரிடம் உன் ஆடு செத்துப் போய்விட்டது.. கண்மாயில் புதைத்து விட்டேன்.' என கூசாமல்

சொல்லி விடுவார். அவர்களும் ஆட்டுக்கண்டிசனைப் பார்த்த வர்கள் என்பதால் திரும்ப மறு பேச்சு பேசமாட்டார்கள். ஆனால் கறிக்கடையில் செத்த ஆட்டு தோலில் இருந்து ரோமம் வரை விற்று காசு பார்த்திருப்பார்.

ஒருமுறை அஞ்சுத்தம்பல் சண்முகம் ஆடுகள் திடீர் திடீரென சீக்கு வந்து செத்தது. மேய்ச்சலுக்கு போகும் போதே லேசாக சொளுக்.. சொளுக்.. கென மோளும். அது மஞ்ச மஞ்சேர் என தரையில் பூசிய மஞ்சலாக இருக்கும். வாயெல்லாம் சிறுசிறு புண். இரண்டு மூன்று நாட்களாக ஒரு ஆடு பிடித்து மேயவில்லை என்றால் அதன் வாயில் வாய்ப்புண் மாதிரி வந்து மஞ்சக் கலரில் மோளும் என்பது சண்முகம் ஆடுகளுக்கு எழுதப்படாத விதிகளாக இருந்தது. மார்கழி மாதம் கடைசி. அஞ்சுத்தம்பல் கண்மாயில் ஆடுகள் மேய்ந்து கொண்டிருந்த போதுதான் சண்முகம் ஆடுகள் துடி துடிக்க சாவதைப் பார்த்தார். இரண்டொரு முறைவிடாமல் மோளும். அப்புறம் திடீரென முன்னத்திங் கால்கள் வெக்கு வெக்கென இழுத்து சிறிது நேரத்தில் மேமுழி வாங்கி செத்து விடும். சண்முகத்துக்கு முன்னூற்றி ஐம்பது ஆடுகளுக்கு மேல் இருந்தது. இரண்டாள் சம்பளத்துக்கு வைத்து ஆடுகளைப் பார்த் தாலும் தானே காடுகரைக்கு கூடப்போவார். ஆடுகளை பிள்ளைகள் போல பார்த்து வந்தார். அவருக்கு என்ன கெட்ட காலமோ தெரியவில்லை. எல்லா ஆடுகளும் மர்ம நோயால் பொத்து பொத்தென விழுந்து மாண்டது. சண்முகம் நொந்து நூலாகிப்போனார். கண்ணில் எப்போதும் தாரை தாரையாக கண்ணீர் வழிய ஆரம்பித்தது.

ஆடுகளில் எதாவது கொணங்கிக் கொண்டு அல்லது மேயாமல் நின்றால் உடனே நோஞ்சான் அப்பாவுக்கு தாக்கல் சொல்லி விற்று விடுவது சமீபத்தில் அவரின் பழக்கமாய் இருந்தது. குஞ்சாவூரணிக் காட்டில் நோஞ்சான் அப்பாவுக்கும், சண்முகத்துக்கும் பக்கத்து பக்கத்தில் வயல்கள் உண்டு. அதில் தந்து மந்தாக பேசி நோஞ்சான் அப்பா தனது வியாபாரத்துக்கு பயன்படுத்திக் கொண்டார். ஒரு குட்டி விற்க வேண்டும் என்றாலும் நோஞ்சான் அப்பாவிடம் தான் கொடுப்பார். மனுசனோடு பழகியாச்சு.. வேற ஆளுக்கு கொடுக்க முடியாதுல.. என வியாபாரிகள் வந்து கேட்கும் போது சொல்லி விடுவார்.

அன்று கண்மாய் கரையில் மட்டும் ஐந்து ஆடுகள் வரிசையாக விழுந்து செத்தது. அந்த ஆடுகளின் கொணங்களைப் பார்த்து

நோஞ்சான் அப்பாவை வரச்சொல்லி இருந்தார். அவர் தன் மூத்த மகனை கூட்டிக் கொண்டு கூடையோடு சைக்கிளில் வந்து சேர்வ தற்குள் ஐந்து ஆடுகளும் சொரூக்.. சொரூக்.. கென மோண்டே செத்தது. கண்மாய் கரையில் அமர்ந்து அழுது கொண்டிருந்த சண்முகம் தோளில் கை வைத்து ஆதரவாக பேசினார்.

'சரி அழுகாதப்பா.. இருக்குற உருப்படிகளை காப்பாத்தப் பார்ப்போம்.. இது ஏதோ சூளை நோய் மாதிரி தெரியுது.. எல்லா ஆடுகளுக்கும் மஞ்சளை அரைத்து வாயில் பூசு.. கத்தாழையில் சாறெடுத்து தண்ணி கலந்து ஊத்து.. சரியாகிவிடும்..' என மருந்து சொல்லிக் கொண்டிருந்தார்.

கண்மாய் நீவாங்கரையில் எருக்கலைப் பூக்கள் தானாக வெடித்துக் கொண்டிருந்தது. பறந்தலையும் வண்டுகள் பதறி வானம் நோக்கிப் போனது.

சண்முகத்திடம் அனவாய் நாலுவார்த்தை பேசிக்கொண்டே நோஞ்சான் அப்பா தன் மகனிடம் கூறினார்,

'ஏம்ப்பா இந்த ஆடுகளை தூக்கிட்டுப் போயி கண்மாய் நடுவுல புதைச்சிரு.. சீக்கு வந்த ஆடுகளை சும்மா போட்ட அது காத்துல பரவி மனுசனுக்கும் பாதிக்கும்.. நல்லா நாலு அஞ்சு அடி குழி தோண்டி மொத்தமா போட்டு புதை.. என்னப்பா நான் சொல்றது..' என சண்முகத்திடமும் தன் கருத்துக்கு ஆமோதிப்பைக் கேட்டுக் கொண்டார். அவர் வெறுமனே கையை மட்டும் காட்டி விட்டு தலையில் அடித்து அழுது கொண்டிருந்தார்.

'சீக்கிரம் கொண்டு போயி புதைப்பா..' என அவசரப் படுத்துவது போல மகனிடம் கண்ணைக் காட்டினார் நோஞ்சான் அப்பா. லிங்கம் நாலைந்து உருப்படிகளையும் ஒரே கூடையில் போட்டு அமுக்கி கெட்டினான். கெட்ட வாடை வந்தது. மோசமான சீக்காக இருக்கக் கூடும் என நினைத்துக் கொண்டான் லிங்கம். இருந்தும் அப்பா சொல்படி கூடையில் வைத்து கட்டி வேகவேகமாக சைக்கிளை மிதித்துக் கொண்டு முதுகுளத்தூரை நோக்கிப் போய்க்கொண்டிருந்தான் லிங்கம். புதைப்பது போல பாஷாங்கு செய்து சீக்கு ஆடுகள் அனைத்தும் கறிக்கடைக்கு போனது. வந்தது வரை லாபம் என அவர்களும் உடனே உரித்து மஞ்சத்தண்ணியை தெளித்து விற்று விட்டார்கள்.

எந்த இடத்தையும் தனக்கு சாதகமாக்கி கொள்வதில் கெட்டிக்காரர் நோஞ்சான் அப்பா. ஆம் வெத்திலையை மெண்டு,

மெண்டு துப்புவதுபோல சதா பொய்கள் பொங்கி பொங்கி வந்து கொண்டே இருக்கும் நோஞ்சான் அப்பாவுக்கு. எந்த இடத்தில் எப்படி சாமர்த்தியமாக பொய் பேச வேண்டும் என தெரியும். நல்ல ஆடுகளை வாங்கிச் சென்றாலும்,

'என்னப்பா உன் ஆடுகள் சந்தையிலே நேற்று போகவே இல்லை.. பொறுத்து பொறுத்து பார்த்து விட்டு அடிமாட்டு விலைக்கு கறிக்கடையிலே கொடுத்தேன்..' என்பார்.

'கிடேரி மாதிரியான குட்டி போகலைன்னா நம்புறமாதிரியாகவா இருக்கு..' என அவர்கள் கேட்டால்,

'அப்ப நான் என்ன பொய் சொல்றேனா.. வேண்ணா நீ வந்து கேளு கறிக்கடையிலே..' என்பார்.

கறிக்கடை முகமது அவரு ஆள். அவர் சொல்லிக் கொடுத்ததை அச்சு பிசகாமல் ஒப்பிப்பார்.

ஆட்டு வியாபாரிகளின் தில்லுமுள்ளு எல்லாம் தன் அப்பா விடம் அச்சுபிசகாமல் குடியேறி விட்டதாக நினைத்துக் கொண்டான் நோஞ்சான். அவன் சந்தை ஆடுகளை மேய்த்துக் கொண்டிருந்த இடம் மானாங்கரை காடு. ஊரிலிருந்து காலையி லேயே ஆடுகளை பத்தி வந்திருந்தான். அங்கொன்றும் இங்கொன்றுமாக வாங்கின ஆடுகளை முந்தின நாள் இரவு, அதிகாலை என நேரம் பார்க்காமல் லிங்கமும், அப்பாவும் கொண்டாந்து வீட்டில் சேர்த்திருந்தார்கள். ஒன்று இரண்டு என்றால் சைக்கிளில் கட்டி லிங்கம் கொண்டு வந்துவிடுவான். நாலு ஐந்து உருப்படிகள் என்றால் இருவரும் சேர்ந்து அனவாக பாய்ச்சலில் தலைகால் ஓடிவிடாமல் பத்தி வருவார்கள். பத்துக்கு மேல் என்றால் ஆட்டுக்காரனையும் வீடு வரை வந்து விட்டுச் செல்லுமாறு கூறி கூட்டி வந்து விடுவார். வழியில் யாராது ஏப்பை சாப்பை கிடைத்தாலும் போதும், சந்தைக்கு ஆடுகளை ஏற்றும் வரை விடமாட்டார்.

வீடு கொண்டு வந்த ஆடுகள் விடியவிடிய தொண்டத்தனி வத்த கத்திக் கொண்டிருக்கும். கட்டிய வேப்பங் குலைகளை தொட்டுக் கூட பார்க்காது. கட்டாந்தரையில் திருகிக் கொண்டு அமர்களம் செய்வது வெள்ளாடுகள் தான். செம்மறிகள் அப்படி யில்லை. கூட ஒரு செம்மறி துணைக்கு நின்றாலும் ஒன்றோடு ஒன்று உரசிக் கொண்டு பேந்த பேந்த முழிக்கும். செவனேன்னு

நிற்பதாக நினைத்து நாம் கொஞ்சம் கண் அசந்தாலும் போச்சு. திடீரென சந்து கிடைக்கும் பக்கம் தாவும். அம்புட்டுத்தான். ஓட்டமுனா ஓட்டம் முயல் வேட்டை ஓட்டம்தான். சிட்டாப் பறந்து விடும். எந்த ஊத்தில், எந்தக் கண்மாயில் போய் பதுங்குகிறது என தெரியாது. வாங்கின முதல் போச்சு என நோஞ்சான் அப்பா பொழம்பிக் கொண்டிருப்பார். ஆளும்பேருமாய் கந்து கந்தாய் தேடி அலைந்தாலும் சீக்கிரம் பிடிக்க முடியாது. பெரும்பாலும் செம்மறிகளை கிடையில் பிடிக்கும் போதே குதி நரம்பில் கட்டி விடுவார். இரண்டு கால்களிலும் கெதியாய் இறுக்கிக் கட்ட நொப்பனோலி சிலந்தி வந்தமாதிரி குண்டியை அகத்தி அகத்தி நடந்து வரும். காலில் இருந்து கொண்டை நரம்புகள் வெக்கு வெக்கென இழுப்பதால் துவால் ஒன்றும் செய்ய முடியாது. ஊரைக் கடந்து செல்லும் வரை குதி நரம்புகளை செம்மறிகளுக்கு அவிழ்க்கமாட்டார் நோஞ்சான் அப்பா.

காலைக் கஞ்சி குடித்து விட்டு சந்தை ஆடுகளை கிளப்பினான் நோஞ்சான். அம்மா, அக்கா, அப்பா என ஒரு பட்டாளமே அனவாக சுற்றிலும் நின்று ஆட்டை ஒருபக்கமாக பத்தினர். கெளித்து ஓடவிடாமல் ஒருமுகமாய் பத்த அது முதுகுளத்தூரை நோக்கி நடந்து போனது. மொத்தம் பதினெட்டு உருப்படிகள். பன்னிரண்டு வெள்ளாடுகள், ஆறு செம்மறிகள். வெள்ளாடுகளை ஒரே இடத்தில் வாங்கியிருந்தார். முத்துராமு மகன் வெளிநாடு போகவேண்டும் என்பதால் வீட்டில் இருந்த ஆடுகளை எல்லாம் நோஞ்சான் அப்பாவிடம் விற்று இருந்தார். ஆத்திர அவசரத்து மொடைக்கு உதவுவது வீட்டில் இருக்கும் கால்நடைகள் தான். அதுவும் போச்சென்றால் என்ன செய்ய முடியும் மனுசன்..? இதை யெல்லாம் வெளிநாட்டு ஏஜென்ட் பார்ப்பதில்லை. அவனுக்குத் தேவை பணம். அது எப்படி வந்தால் என்ன..? எவன் தாலி அறுத்தால் என்ன..? முத்துராமு பெலக்க பேசாத மனுசன். மகன் கருப்பன்தான் பிடிவாதமாய் தான் வெளிநாடு போக வேண்டும் என ஒத்தக் காலில் நின்றான். காடுகரை மல்லாந்து வாய் இளிக்கும் போது முத்துராமு என்ன செய்வார் பாவம்..? ஒருவழியாய் ஒத்துக் கொண்டு ஆடு, மாடுகளை விற்று பணம் புரட்டிக் கொண்டிருந்தார்.

பிருவைகளைத் தவிர மற்ற ஆடுகள் அதுபாட்டுக்கு பாதையில் போனது. யாருக்கும் வேலை வைக்கவில்லை. பிருவைகள் மட்டும் இடுவல் பார்த்து கெளித்தது. நாலு ஆட்டு கொண்டை நரம்பில் கட்டினாலும் அது அதன் வேலையைக் காட்டிக் கொண்டுதான்

இருந்தது. குஞ்சாவூரணிக் காடு வரை வந்து விட்டுப் போனார்கள். அங்கிருந்து மேய்ச்சலுக்கு விட்டுப்போனால் பொழுது சாய முதுகுளத்தூர் வயக்காட்டுக்கு போய்விடும். அங்கிருந்து வண்டியில் ஏற்றி பரமக்குடி சந்தைக்கு எல்லா வியாபாரிகளும் சேர்ந்து கொண்டு செல்வார்கள்.

நோஞ்சான் ஆட்டை திரும்ப விடாமல் மேய்த்துக் கொண்டே மானாங்கரை வயக்காட்டுக்கு வந்துவிட்டான். பொழுது திரும்ப ஆரம்பித்தது. நிழல்கள் கிழக்கால் சரியும் போது வெயிலுன்னா வெயிலு செம வெயிலு. உச்சி மண்டையைப் பிளந்து மூளைக்குள் போய் பேன் பார்த்தது. மானாங்கரைக் காட்டில் மரங்கள் சாஸ்தி. புளி, வேம்பு, இத்தி, உடை மரங்கள் ஆங்காங்கே வரப்புகளில் நிற்கும். ஊடமாட பனைகள். தெற்குப் பக்கம் மட்டும் காட்டுக் கருவ ஊத்துக் காடு. உள்ளே மாட்டுனோம். அல்லோலம்தான். ஒன்றுமே தெரியாது. ஆடுகளை ஊத்துப் பக்கம் போகவிடாமல் அஞ்சுத்தம்பல் வயக்காடு வழியாக பத்திக் கொண்டு வந்திருந்தான் நோஞ்சான். வெள்ளாடுகள் குஞ்சாவூரணிக் காட்டிலேயே தலை குணிய ஆரம்பித்திருந்தது. பிருவைகள் தான் கத்திக் கொண்டே வந்தது. காட்டுப் பறவைகள் தலைக்கு மேலாக நின்று அதனிடம் குசலம் விசாரித்தது. கரிச்சான் மட்டும் பிருவைகள் முன் வந்தமர்ந்து 'கவலைப்படாதே..' என ஆறுதல் சொல்லிக் கொண்டிருந்தது.

நெடுநேரம் கழித்து மானாங்கரை காடு வந்த பின் தான் பிருவைகளின் குதிகாலில் கட்டியிருந்த கயறுகளை அவிழ்த்து விட்டான். நரம்பு விண்..விண்.. யென தெறித்துக் கொண்டிருந்தால் ஆடுகள் மேயாது. கொலப் பட்டினியாய் போனால் அப்பா கயிற்றால் அடிப்பார் என நினைத்துக் கொண்டே நாலு பிருவை யின் கட்டுகளையும் பிரித்திருந்தான். நடந்து நடந்து இறுகிப் போயிருந்தது. பல்லால் நெம்பி நெம்பி எடுத்தான். பிருவைகளுக்கு அப்போதுதான் உயிர் வந்திருக்க வேண்டும் வெக். வெக்.. கென அங்கிங்கும் நடந்து பார்த்தது. வயிறு காய்ந்து பில்லப்பூச்சியாய் அரித்திருக்க வேண்டும், கொஞ்ச நேரத்தில் தலை கவிழ்ந்து புல்லை மேய்ந்தது. அப்பாடா என நோஞ்சான் பெருமூச்சு விட்டான். இனி ஓடாது. செம்மறிகள் தலை குணிந்தால் வெளியை மறந்து விடும். சாய்ந்தால் சாய்ந்த பக்கம் போல வடக்கே திருப்பி விட்டால் போய்க்கொண்டே இருக்கும்.

காலையிலிருந்து நின்று கொண்டே இருந்தவன் அக்கடா என அங்குள்ள புளியில் உட்கார்ந்தான். சிலுசிலுவென காத்து. ஆடுகள்

புல்லை பிடித்து பரட்பரட்யென மேயும் தனிமை. குருவிகள் கத்தி தூக்கத்தை வரவழைத்தது. இலைகள் ஆடி மாயம் பண்ண சொக்கிக் கொண்டு வந்தது நோஞ்சானுக்கு தூக்கம். அம்புட்டுத் தான். முதுகில் அறை விழுகும் வரை செந்நாகத்தோடு போய்க்கொண்டே இருந்தான்..

'எப்படியும் ஊத்துக்குள் தான் போயிருக்க வேண்டும். தாயோலி ஆடுகளுக்கு கயிற்றை அத்து விட்டது தப்பாவுல போச்சு.. மேய்ந்ததுமாதிரி குணிந்து ஓட்டம் எடுத்திருக்கே.. அதை பிடிக்கவும் முடியாதே..' என புலம்பிக் கொண்டே பிருவைகளைத் தேடி ஊத்துக்குள் போனான் நோஞ்சான்.

ஊடமாட பனை மரங்கள் பின்னி நிற்கும் ஊத்து. முன்பு பனங்காடாகத்தான் இருந்தது. காலப்போக்கில் கருமம் பிடித்த காட்டுக்கருவ விதைகளை என்று வந்து விதைத்தார்களோ அன்று பிடித்தது சனியன். சொந்த காசில் சூனியம் வைத்துக் கொண்டது மாதிரி ஆகிவிட்டது. தன் நிலத்தை தானே அழித்து பாழாக்கி பயிர் பச்சைகளை கருகச் செய்தது. வயல்கள் பாளம்பாளமாய் விரிவு கொண்டு தவிச்ச வாய்க்கு தண்ணீர் கேட்டு, ஏக்கப் பெருமூச்சு விட்டுக் கொண்டிருக்கிறது. அரசாங்க ஆட்கள் நல்லது செய்வதுபோல் ஒரு திட்டத்தை ஆரம்பித்து கடைசியில் காடுகரை களை நாசம் செய்து விட்டு போய்விட்டார்கள். இவர்களிடம் யார் கேட்டா..? நாங்கள் பஞ்சத்தில் வாழ்கிறோம். பிழைக்க வழி சொல்லுங்கள் என.

காலத்தின் கோலத்தில் மண்ணோ கரையோ உருண்டு புரண்டு காட்டை அழிக்காமல் மல்லுக் கட்டிய விவசாயி, பிடி சாவி கூட இல்லாமல் புழுத்த ரேசன் அரிசிக்கு வரிசையில் நிற்கிறான். சக்கைகளை தின்று உடலும் மனமும் இளைத்துவிட்டது. இனி ஒரு போதும் கட்டிலம் காளையாக மைனராக வலம் வந்து ஊரை அடித்து மிரட்ட முடியாது. மெதுவாகக் கொல்லும் விஷமாகிப் போனது அரசாங்க உணவு. எல்லாம் திட்டமிட்ட சதிதான் போலும்.

ஊத்துக்குள் கால் வைக்க கருங்கும்மென கிடந்தது. ஒன்றிரண்டு வவ்வால்கள் பனை மரத்தில் இருந்து பறந்து போனது. ஆட்கள் நுழையாத கருவக்காட்டில் கூகைகள் அடைகாத்துக் கிடக்கும். முயல்கள் பதுங்கிக் கொள்ளத் தோது. சுற்றிலும் வெட்டவெளி. இடையில் இப்படி ஒன்று இருந்தால்தானே காக்கா குருவி, நரி, நண்டுக்கு வசதியாக இருக்கும். ஓடிக்கொண்டே

இருந்தால் பிடிபட்டு போகும் வேட்டை கால்களுக்கு. ஊந்து ஊந்து போனான் நோஞ்சான். தூரமாய் பிருவைகளின் சப்தம் கேட்டது. புளியமரத்தில் நின்று அப்பா 'க்யோவ்.. க்யோவ்.. க்யோவ்..' என சப்தம் கொடுத்தார். அவர் கொடுக்க கொடுக்க உள்ளில் இருந்து குரல் கொடுத்தது செம்மறிகள். கூடவே நொண்டி செம்மறியும் கத்த, தன் இனங்கள் அங்கு நிற்கிறது என நினைத்து ஊத்தில் இருந்து மெல்ல நகர்ந்து போனது.

கருவக் கிளைகளை அங்கிங்கும் தள்ளி விட்டுப் போனாலும் ஈய்த்தது. சட்டையில் ஆங்காங்கே மாட்டிக் கொள்ள உள் கடந்து போய் உசுக்காட்ட போதும் போதுமென்றாகியது நோஞ்சானுக்கு. தெற்கில் இருந்து த்தே.. த்தே.. யென கீழ் கிடக்கும் மண் கொண்டு எறிந்து சத்தம் போட்டான். வெளியில் கேட்கும் அழைப்பு, உள்ளிலிருந்து விரட்டல் என எல்லாம் சேர்ந்து பிருவைகளை ஊத்தை விட்டு கடக்க வைத்தது. வெளியைக் கண்டதும் ஒரே ஓட்டம். நொண்டி ஆடு இவைகளைப் பார்த்து கத்த, பிருவைகள் அதன் பக்கத்தில் போய் நின்று நாலாபுறமும் திரும்பி வெறித்தது.

ஆடுகளோடு சேர்ந்ததும் நோஞ்சான் அப்பா சத்தம் கொடுத்தார்..

'அடே சின்னப்பயலே.. வாடா.. ஆடு வந்திருச்சு...'

'ச்சு அப்பாடா..' என்றிருந்தது நோஞ்சானுக்கு. அப்படியே ஊத்தில் இருந்து வெளியேறி புளியமரத்துக்குப் போனான். தப்பி ஓடிய செம்மறிகள் மேய்ந்து கொண்டிருந்தது. நொண்டி ஆடு முன் மேய எல்லாம் தலைகுணிந்திருந்தது.

நோஞ்சான் அப்பா 'அடே இப்படியே மேய்ச்சு முதுகுளத்தூர் காட்டுக்கு வந்திரு.. நான் அங்கே இருப்பேன்.. பாத்துடா தூங்கிராதே..' என கூறி விட்டு, அஞ்சுத்தம்பலுக்கு நேராக போனார். அங்கு ஒருவேளை சைக்கிளை நிறுத்தி இருக்கக் கூடும். வீட்டுக்குப் போய் மத்தியான சோற்றை சாப்பிட்டு விட்டு மூனுமணி வாக்கில் பஸ் ஏறி முதுகுளத்தூரில் இறங்கி காட்டுக்கு வந்து விடுவார். அங்குதான் ஆப்பநாட்டு வியாபாரிகள் ஆடுகள் எல்லாம் மொத்தமாய் நிற்கும்.

கமுதி, பேரையூர் சந்தைக்குப் போனாலும் பரமக்குடி சந்தை யென்றால் அவர்களுக்கு ஒரு தெளிச்சிதான். பெருப்பெருத்த நகரம். மதுரை, ராமேஸ்வரம் என தூரதொலைவில் இருந்து கூட வண்டியைப் போட்டு வந்து ஆடு வாங்கிப் போவார்கள். அவர் களிடம் ரொக்கமும் கிடைக்கும்; அதிக லாபமும் கிடைக்கும்.

சந்தைக்குள் கொண்டு போவதற்குள் மரக்கொம்பு வைத்து ஆட்டுக்கு வயிறு நிறைய தண்ணியை ஊத்தித்தான் நிப்பாட்டு வார்கள். தூக்கிப் பார்க்க செம கணம் இருக்கும். நாலு கிலோ விழுகும் குட்டி கூட ஆறு கிலோவாக தோத்தும். எப்படியும் ஐநூறில் இருந்து ஆயிரம் வரை காசு பார்த்து விடுவார்கள்.

நோஞ்சான் அப்பா இதில் கில்லாடி. எல்லாரும் சந்தைக்குள் நுழைவதற்கு முன்பே தண்ணீ ஊத்தினால், இவர் ஆள் வைத்து சந்தைக்குள்ளேயே குடத்தில் தண்ணியை கொண்டு வரச்சொல்லி ஆடுகள் மோள மோள மரக்கொம்பில் வாய் பிளந்து ஊற்றிக் கொண்டிருப்பார். தரதரன்னு கழிந்தாலும் விடுவதில்லை. சந்தையில் ஆடு விற்கும் இடமே ச்சீச்சீயென மாலைக்குள் மாறி விடும். யாரும் கால் வைக்க முடியாது. விலைசொல்லும் போதும் பாடாவதியாக கூறுவார். அதற்கு அவர் சொல்லும் காரணம் தோதாய் இருக்கும். அததுக்கு ஒரு திறமை வேணும்போல..

மானாங்கரை காட்டில் மீண்டும் புளியும் நோஞ்சானுமாக இருந்தார்கள். மானாங்கரை கண்மாய் கரைமுழுக்க புளிகளை நட்டிருந்தார்கள். உடுத்துக் கட்டிய வரப்பு மாதிரி வெட்டெடுத்த கண்மாய். மேற்கால் கண்மாய் முடியும் இடத்தில் முதுகுளத்தூர்–சாயல்குடி ரோடு வரும். எந்நேரமும் வாகனங்கள் ஆரன் அடித்துக் கொண்டு போய்க்கொண்டே இருக்கும். பொழுது திரும்பியவுடன் நோஞ்சான் நெடு புளியில் கொல ஆய்ந்து போட்டு, ஆட்டோடு அவனும் வெயிலுக்கு ஆசுவாசம் கொள்வான். தென்பரக்காற்றில் ஈரம் இல்லாட்டிலும் சும்மா குளுகுளுன்னு இருக்கும். பக்கத்தி லேயே இருக்கும் கடமங்குளத்தில் வீடுகள் குறைவு. நேராக கரை கடமங்குள ஊருக்குள் போய் முதுகுளத்தூர் சாலையில் முடியும். அங்கன முனையில் நடுகல் போகும் வரும் ஆட்களை பராக் பார்க்கும்.

அப்பா போன அரைமணி நேரத்துக்கு மேலாக ஆடுகளை மேய விட்டவன் அங்கிருந்து கிளம்பி வடக்கே திருப்பி பத்தினான். அப்படியே போய் புளி நிழலில் நீவாங்கரையில் மேயவிட்டால் நெடுகிலும் வயல்கள்தான். இடையில் ஒரே ஒரு தோட்டம் உண்டு. அதிலும் சுற்றிலும் வேலி போட்டு அடைத்து வைத்திருப்பார்கள். உள்ளே மனுசனே போக முடியாது. வெளியில் இருந்து பார்த்தால் கீரை செடி வளர்ந்து கிடக்கும். எப்பதாவது ஒரு கிழவி அதை அறுத்துக் கொண்டிருப்பாள். அவள் பக்கத்தில் கடகப்பெட்டி இருக்கும். அவள் இருக்கும் சமயங்களில் வெள்ளை புள்ளி போட்ட பசுமாடு ஒன்று கொள்ளையில் நீண்ட கயிறு கொண்டு கட்டப்

பட்டிருக்கும். சமயங்களில் நோஞ்சான் நினைப்பதுண்டு, பேசாமல் அங்கிங்கும் அலைவதை விட்டு, இந்த கொள்ளையைத் திறந்து ஆடுகளை உள்ளே பத்தி விட்டு அடைத்தால் என்ன..? பேசாமல் கண்மாய் கரையில் சுவுசுவான்னு தூங்கலாம். ஒருநாள் செய்து விட வேண்டும் என சந்தைக்கு ஆடு பத்தி வரும் போதெல்லாம் தோன்றும். ஆனால் இதுவரை செய்தது கிடையாது.

முதுகுளத்தூர் சாலையில் இருந்து கிழக்கால் பிரிந்து செல்லும் மண் பாதையிலேயே நடந்தால் கடமங்குளம், மானாங்கரை, மர வெட்டி தாண்டி இளஞ்செம்பூருக்கு போய்விடலாம். அந்த பாதையை கணக்கில் வைத்துத்தான் சந்தை ஆடுகளை மேய்த்துக் கொண்டே வருகிறான் நோஞ்சான். மாதத்தில் ஒரு தடவை மட்டுமே இந்தப் பாதையில் நோஞ்சானைப் பார்க்க முடியும்.

ரோட்டைத் தாண்டினால் சாக்குளக் கண்மாய் வரும். திரும்பிய பக்கமெல்லாம் கண்மாய்களைக் கொண்டே சனம் பொழச்சு வந்தது. அங்கிருந்து முதுகுளத்தூர் பக்கம்தான். நோஞ்சான் ஆடுகள் கீரைத் தோட்டத்தை ஒட்டி மேய்ந்து கொண்டிருந்தது. வெயில் மெல்ல இறங்கி வந்து கொண்டிருந்தது. கானப்பறந்து அலையும் வெயிலின் முடி பஞ்சு பஞ்சாய் மிதக்கும் வெளி. கால் பட்டு கை பட நிறம் மாறி உடலில் புகுந்து குசும்பு பண்ணும். லேசாக பரிந்து உடம்பை திட்டு திட்டாக மாற்றி மீண்டும் பறந்து போய் விடும் பஞ்சாய்.

நோஞ்சான் சாலையில் போகும் பஸ்சை வேடிக்கை பார்த்தான். எதிரில் டூவீலரில் யாரோ போயினர். தாகமாக இருந்தது. கீரைக் கொள்ளையோரம் ஓடிய நீரை எடுத்து கைகளால் குடித்தான். மூஞ்சியில் தண்ணீர் தெளிக்க கொஞ்சம் தெளிச்சி. பேருந்து டிரைவர் ஆரனை இரண்டொரு முறை அடித்தார். தூரமாக இருந்தாலும் காதுக்குள் வந்து குடைந்தது. நிமிர்ந்து பார்க்க நோஞ்சானுக்கு பக்கென்றிருந்தது. ஆம். பிருவையில் ஒன்று தலகால் ஓடிக் கொண்டிருந்தது. 'இன்னைக்கு போச்சுடா..' என கொஞ்ச தூரம் ஓடி மடக்கப் பார்த்தான். ஊகூம். அது சிட்டாய் பறந்து போனது. கேதுகேதென இளைத்துக் கொண்டு ஆடு மேய்ந்த இடம் பார்த்து திரும்ப, மற்ற ஆடுகள் முதுகுளத்தூர் சாலையில் சாயல்குடி நோக்கி தெற்கால் போனது. ஓடும் பிருவையை மடக்குவானா..? சாலையில் போகும் மொத்த உருப்படிகளையும் பார்ப்பானா.. திக்குமுக்காடிப் போனான் நோஞ்சான். காலையில் குடித்த கஞ்சி. காது பஞ்சடைந்து மூச்சிரைத்தது. சும்மாவே

சோம்பேரி. அவனை வெயிலில் போட்டு ஓடவிட்டால் என்ன ஆகும். அதுதான் நடந்தது.

ஆம். ஓடும் பிருவையைப் பார்த்தால் மத்தது மொத்தமும் போய்விடும் என மாயமானாய் ஓடிய செம்மறியை விட்டு, ரோட்டுக்கு ஓடினான். விலாக்கொடை வலித்தது. நெஞ்சுவேறு காந்தியது. சும்மா பொம்மையாகத்தான் நடமாடுவதாகக் கூட நோஞ்சான் தன்னை நினைத்துக் கொண்டான். ஓடிய ஓட்டத்தில் காது, வாய், மூக்கு வழியாக மூச்சு வெளியேறியது. சட்டையெல்லாம் தெப்பாய் துவைந்திருந்தது. ஒருவழியாய், நொண்டி ஆட்டோடு சேர்ந்து பதினெட்டு உருப்படிகளை மடக்கி வழிக்கு கொண்டு வந்துவிட்டான்.

ஆனால் பிருவை. அதுவும் வயதுக்கு வந்து சில தினங்களே ஆன பிருவை மாதிரி இருந்தது. நல்ல குந்தாணி மாதிரி. விலை எப்படியும் மூவாயிரம் நாலாயிரம் இருக்கும். என்ன செய்ய..? சுத்தி முத்திப் பார்த்தான் யாரும் வரவில்லை. ஒத்தாசைக்கு ஆட்கள் இல்லாமல் மேயும் உருப்படிகளை விட்டு போக முடியாது. போனால் அதுவாட்டுக்கு போய் மறைந்துவிடும். ஓடியதை எப்படி கண்டுபிடிக்க.. எந்த ஊத்தில்.. எந்த கண்மாயில்.. எங்கு ஓடிக் கொண்டிருக்கிறதோ தெரியவில்லை. இன்னக்கி செத்தோம் என உள்ளூர நடுக்கம் கொடுத்தது நோஞ்சானுக்கு. பசியோடு நாலரை மணி வரை உடல் தன்னிச்சையாக ஆடிக் கொண்டிருந்தது.

தூரமாய் வியாபாரிகள் ஆடு மேய்த்துக் கொண்டிருந்தனர். அவர்களிடம் விட்டு விட்டு பிருவையைத் தேடலாம் என நினைத்து வேகவேகமாக ஆடுகளை ஓட்டினான். வெள்ளாடுகள் தலை கவிழ்ந்த வாறே போனது. நல்ல வேலை சாக்குளம் பூச்சி நின்றார். அவரை அப்பு என்றுதான் அழைப்பான். அப்பாவின் நெருங்கிய சினேகிதன். உடம்பு பெருத்தது போல மனசு விசாலமானவர். எப்போதும் தாடி முகத்தில் வளர்ந்திருக்கும். நாலைந்து முறை வீட்டுக்கும் வந்திருக்கிறார்.

நோஞ்சான் போனவுடன் ‘என்னப்பா.. உங்கப்பேன் உன்னை ஆடு பத்த போட்டுடனாக்கும்..’ என கேட்டார். நோஞ்சான் முகத்தைப் பார்த்து ஏதோ உணர்ந்தவர் போல என்னப்பு.. இப்படி வேர்க்க விருவிருக்க ஆட்டை பத்தியாரே.. ‘என்னாச்சு.. எதுனாச்சும் உருப்படி தப்பிருச்சா..’ என்றார்.

‘ஆமாப்பு.. ஒரு பிருவை வந்த வழியே ஓடிருச்சு. இந்த ஆடுகளை விட்டுட்டு அதை பிடிக்க முடியவில்லை. ஆளுக்கொரு

பக்கம் பிச்சுக் கொண்டு போகுது..' என அழுகாத குறையாக சொல்லிக் கொண்டிருந்தான்.

'நீ போப்பு.. நான் பார்த்துக்கிறேன்.. உங்கப்பேன் வருவதற்குள் செம்மறியை பிடிச்சுக் கொண்டா..' என ஆறுதலாய் கூறினார்.

நோஞ்சான் ஓட்டமும் நடையுமாக மானாங்கரை கண்மாய் நோக்கி ஓடினான். திரும்பிப் பார்க்கவில்லை. வயிறு வேறு பசித்தது. இடது விலாக்கொடையில் குடலைப் போட்டு கிள்ளியது. கொஞ்ச தூரத்துக்கு மேல் ஓடமுடியவில்லை. மூச்சிறைத்து கிரு கிருவென சுத்துவது போல பட்டது. வெயில் மேக்கொண்டு நோஞ்சான் மேலில் விழுந்து பிரண்டது. இன்னைக்கு மவனே நீ மாட்டுனே.. என்பது போல சுள்ளென அடித்தது. காலை எட்டிப் போட்டாலும் பின்னக்கட்டியது. போகும் போது 'க்கியோவ்.. க்கியோவ்..' என சத்தம் கொடுத்துப் பார்த்தான். ஊகூம். ஒரு அலுக்கமும் இல்லை. கரைப்பாதையிலேயே சிறிது தூரம் ஓடினான். அவ்வளவுதான்; புளிய மரங்கள் பாதியைக் கடந்திருப்பான்.. எல்லாம் முடிந்தது. மேலும் கீழும் சுற்றி பொத்தென பாதையிலேயே கிருகிருத்து விழுந்தான். அதன்பின் என்ன நடந்தது என அவனுக்குத் தெரியவில்லை.

பொழுது மசங்க கடமங்குளம் முத்துமணி வீட்டில் இருந்தான். சாம்பார் வைத்த சோறு அவன் முன்னால் இருந்தது. பிருவையைத் தேடி ஓடி வந்த நோஞ்சான் பாதையிலேயே மயங்கி விழ கடமங்குளம் ஆட்கள் தூக்கி வந்து தண்ணீர் தெளித்துப் பார்த்துள்ளனர். நோஞ்சான் எழுந்திருக்கவில்லை. மூச்சு சீராக இயங்கியதால் தூக்கத்தோடு தண்ணீரைக் குடிக்க வைத்து படுக்க வைத்துள்ளனர். பொழுது சாய முகத்தில் மீண்டும் தண்ணியை பீய்ச்ச, கண் விழித்தான். அப்போதுதான் கடமங்குளம் சனத்துக்கு அப்பாடா என்றிருந்தது. சுற்றிலும் நின்ற ஆட்களைப் பார்த்ததும் நோஞ்சானுக்கு வெட்கம் கண்ணைப் புடுங்கித் தின்றது. இப்படியா நட்டநடு ரோட்டுல விழுந்து கிடப்பது.. அதுவும் ஆள்பேர் தெரியாத ஊரில்.. அவனுக்கு என்ன பேசுவதென தெரியவில்லை. முத்துமணி மனைவி 'சும்மா சாப்புடுங்க அய்யா.. சில்வர் தட்டுத்தான்.. பசிக்கிறக்கம்..' என சோறில் குழம்பை ஊத்தி பீர்க்கங்காய் வெஞ்சனத்தை முன்னாடி வைத்தாள். எதுவும் சொல்லாமல் சாப்பிட்டான் நோஞ்சான்.

ஐந்து மணி வாக்கில் ஆட்டுக்கு வந்த நோஞ்சான் அப்பா நடந்ததை பூச்சியிடம் கேட்டு அவரும் மானாங்கரை வழியே

ஆட்டைத் தேடிப் போய் இளஞ்செம்பூர் காடு வரை அலைந்து திரிந்து திரும்பி வந்தவர், கடமங்குளம் பைப்பில் தண்ணீர் குடித்தார். ஆட்டையும் காணோம், அவனையும் காணோம். உடம்பு மனம் இரண்டும் அவருக்கு அச்சலாத்தியாய் வந்தது.

அவரை தெரிந்தவர்கள்,

'எய்யா.. உங்க மகன்.. இங்கதான் இருக்காரு.. பாவம் மயங்கி பாதையிலே கிடக்க ஊர் ஆட்கள்தான் தூக்கி வந்து வீட்டில் சேர்த்திருக்கிறார்கள்..' அவர் வருவதற்குள் சாப்பிட்டு முடித்திருந் தான் நோஞ்சான்.

'ஆட்டை பாத்தியாடா..' என்றார் கத்திக்கத்தி தொண்டை அவருக்கு வத்தியிருந்தது. காடு முழுவதும் அவர் கூப்பிட்ட 'க்கியோவ்... க்கியோவ்' என்ற குரல் ஒலித்துக் கொண்டே இருந்தது. சத்தமில்லாமல் பேசினார். காலில் ஏற்கனவே அவருக்கு மூட்டுவலி. வலித்திருக்க வேண்டும்.

'தாயோலி முதலு போச்சேடா..' என முணுமுணுத்துக் கொண்டே முதுகுளத்தூர் நோக்கி நடந்தார். நோஞ்சான் எதுவும் சொல்லாமல் பின்னாடியே நடந்தான். சாப்பிட்டதில் அவனுக்கு தெம்பு கூடியிருந்தது. அதுவும் அவனுக்குப் பிடித்த பீர்க்கங்காய் பொறியல். விடுவானா.. இரண்டுதரம் மறுசோறு வாங்கிச் சாப்பிட் டிருந்தான். நெஞ்சுவரை வந்து தின்ன சோறு எதுக்களித்தது.

முதுகுளத்தூர் சாலை போகும் வரை எதுவும் பேசவில்லை அவர். ரோட்டில் நடக்கும்போது எங்கிருந்துதான் அப்படி யொரு பெலம் வந்ததோ தெரியவில்லை.

காதைப் பிடித்துக் கொண்டு 'சொல்லுடா.. ஆடு மேய்ச்சியா? தூங்குனியா..? சொல்லுடா..' என கிள்ளினார்.

'இல்லப்பா நான் தூங்கவில்லை.. அத விரட்டிப் போனப்போ.. மத்த உருப்படிகள் இந்தப்பக்கமா ஓடிச்சு.. ஒரு உருப்படியை விட்டுட்டு, மத்ததை மடக்கினேன்..' என உள்ளதைச் சொன்னான்.

திடீரென காதை விட்டார். இருந்தும் நோஞ்சானுக்கு வலி பொறுக்க முடியவில்லை. அப்புறம் என்ன நினைத்தாரோ தெரியவில்லை.

கொஞ்ச தூரம் போனவுடன்.. 'சரி நீ.. போ.. போயி லிங்கத்தை வரச்சொல்லு..' என்றார். நல்லதாப் போச்சு என ஊடுபாதையில்

வீடு நோக்கி நடக்கலானான் நோஞ்சான். என்றுமில்லாமல் அவனுக்கு மகிழ்ச்சியாக இருந்தது. முதுகு வீங்கவில்லை. தோல் உரியவில்லை. தலையும், காலும் கட்டப்படாமல் இருந்தது. கைவீசி நடந்தான். பிருவை காணாமல் போன துயரம் அவனிடம் சிறிதும் இருப்பதாகத் தெரியவில்லை. இருந்தும் உள்ளுக்குள் இருந்த நடுக்கம் குறையவில்லை. சந்தைக்கு போய்விட்டு வந்து வீட்டில் தண்டனை கொடுத்தால் என்ன செய்வது..? பொழுது ஆவ்வென மிரட்ட, இந்த கேள்வி குலை நடுங்கச் செய்தது.

❖

8

8

பனி வெம்பாவாக பெய்யத் தொடங்கிய போது நோஞ்சான் அதை வேடிக்கை பார்த்துக் கொண்டே படுத்துக்கிடந்தான். சுவற்றில் பூசும் அச்சுக்கால் மண் மாதிரி இழுகிக்கொண்டு பொழியும் பனி அவன் நினைவை ஒன்றும் செய்ய முடியவில்லை. எத்தனை காலம் கடந்தாலும் முகம் மங்காமல் பவுடர் பூசிக் கொண்டு அவன் முன் வந்து ஆடிக் கொண்டிருந்தது. ஒன்றா இரண்டா.. எத்தனை தண்டனைகளை அவன் அனுபவித்து இருப்பான். முதுகு முழுவதும் இன்னும் கிடக்கிறது தடயங்கள். அடிவாங்கி அடிவாங்கி சடைத்து விட்டது. பெருத்து எருமைத் தோள் மாதிரி தடிமனாக இருந்தது. காதுகளும் என்ன சும்மாவா..? லேசாக பெருமூச்சு வாங்கிக்கொண்டான். பால்யத்தில் மொங்கி எழுந்த உணர்வு தட்டியது. இருட்டும் அவனோடு யோசித்துக் கொண்டிருப்பது போல் கம்மென இருந்தது.

காலத்தில் எத்தனையோ தரம் அப்பாவின் குணங்களை பல்வேறு விதமாய் யோசித்தாலும் கண்முன் நிற்பது என்னவோ தண்டனைகள்தான். அவர் ஏன் அப்படி மாறிப்போனார் என நோஞ்சான் பலமுறை நினைப்பதுண்டு. ஒருக்கால் தாத்தாவிடம் இருந்து வந்திருக்கவேண்டும் என தானாக முடிவு செய்து கொள்வான். அவரை நோஞ்சான் பார்த்ததில்லை. சொல்லக் கேட்டது. தூரி ஆத்தா அடிக்கடி குறிப்பிடும். கோபம் பெலமாய் வரும்போது மூச்சு மூஸ்மூஸ்யென பாரவண்டி இழுக்கும் மாடு மாதிரி வருமென. பிள்ளைகளும் அவரை பாடாய் படுத்தியதாக சொல்லும் ஆத்தா.

எந்த வேலையும் பார்க்காமல் மேல்களவாணியாக தெரியும் மூத்தவன் கண்முழித்துக் கொண்டிருக்கும் போதே கண்ணை நோண்டி விற்றுவிடுவான். அவனுக்கு அடுத்தது ஒளிந்து மறைந்து யாரோ திருடியது போல பாசாங்கு செய்து வேலையைக் காட்டும். பெண் பிள்ளைகள் திருடா விட்டாலும் எல்லாத்துக்கும் மூத்த வீரமல் மட்டும் லேசுவாசாக கை வைக்கும். வீட்டை விட்டு வெளியில் எல்லாம் கொண்டு போய் பாவுகம் செய்யாது. எல்லாம் வீட்டுக்கு வரும் வளையல்காரன், பழக்காரி, பயத்துக்காரியிடம் சத்தமில்லாமல் போட்டுவிட்டு இருந்துவிடும். மத்ததுகளுக்கு வினையம் இல்லை. காடுசேடாய் உழைத்துக் கிடப்பார்கள்.

நாலாபக்கமும் இழுக்கும் காட்டு மாடுகள் மாதிரி பிள்ளைகள் இருந்தால் யாருக்குத்தான் கோபம் வராது. அதான் தாத்தா சிடு சிடுவென இருந்துள்ளார். வீரம்பல் காட்டில் ஒருதடவை ஆடுகள் மேய்ந்து கொண்டிருந்த போது முழி திருடி (மூத்தவனுக்கு பட்டப்பெயர் அதுதான்) கஞ்சி கொண்டு வந்தான். நல்ல வெயில் காட்டை ராராட்டியது. மரங்களில் பதுங்கிக் கொண்டிருந்த பறவைகள் செம்மறிகளைக் கண்டதும் பறந்து வந்தது. கொக்குகள் ஆடுகளின் பின்னாடியே காடு முழுவதும் அலைந்து திரியும். கரிச்சான் ஆட்டு மேல் உட்கார்ந்து கொண்டு மேப்பார்க்கும். மைனா, காகம் என கலக்கலக்க நின்று யாருக்கோ காத்திருப்பது போல அங்கிங்கும் நடந்து தெரியும். சுள்வெயிலில் தாங்காத நிழல் பேந்த பேந்த விழித்துக் கொண்டிருக்கும் புளியமரங்களில்.

‘கொஞ்ச நேரம் பார்த்துக்கோ..’ என நோஞ்சான் தாத்தா கூறிவிட்டு நாலுவயக் கடப்புக்கு தள்ளி நிற்கும் வேம்பில் போய் கஞ்சி குடிக்கப் போனார். ஆடுகளை வீரம்பல் பிஞ்சையிலிருந்து பூக்குளம் நோக்கி திருப்பி விட்டிருந்தார். எப்படியும் செம்மறிகள் இவரை நோக்கித்தான் வரவேண்டும். அறுப்பு அறுத்த காடுகளில் புல் சாஸ்தி. விரசா கால் வைக்காது. முழி திருடி அப்பா போகும் வரை பார்த்துக்கொண்டிருந்தான். அவர் வேம்பில் அமர்ந்து தூக்குவாளியை திறந்து சாவகாசமாய் சாப்பிடத் தொடங்கினார்.

இதுதான் சமயமென முழிதிருடி மேய்ந்து கொண்டிருந்த ஒரு பிருவையை லவக் கென ஓடிப் பிடித்து, தொண்டக் குழியை சடக் கென முறித்துப்போட்டான். இரண்டொரு சப்தம் போடுவ தற்குள் எல்லாம் முடிந்திருந்தது. அந்துவானக் காட்டுக்கு கூட்டிட்டுப் போய் சங்கறுப்பது போல கணநேரத்தில் பிருவை ரத்தம் தோய்ந்து காலை வெக்கு வெக்கென இழுத்து செத்துப் போனது. அதை அப்படியே இழுத்து பெரிய வரப்புக்கு பக்கத்தில்

போட்டுவிட்டு எதுவும் தெரியாதது போல கம்பை ஊன்றி அப்பாவை பார்த்தான். அவர் இன்னும் சாப்பிட்டுக் கொண்டு தான் இருந்தார்.

ஆடுகள் மேய்ந்து கொண்டே மெல்ல நகர்ந்து போனது. முழி திருடி பிருவையைப் பிடிக்கும் போது, செம்மறிகளின் சப்தம் அப்பாவுக்கும் கேட்டது. ஏதோ செய்கிறான் என்பது மட்டும் அவருக்கு புரிந்திருந்தது. முழிதிருடியைப் பற்றி அவருக்குத் தெரியும். இல்லையென்றால் பிள்ளைகள் இருக்கும் போது அவர் ஆடு மேய்க்க வருவாரா..?

அவர் சாப்பிட்டு முடிக்கவும் ஆடுகள் வேம்பு பக்கமாய் வரவும் சரியாய் இருந்தது. வேம்பில் நின்று கத்திய காகம் அலசிப் போட்ட பருக்கையை கொத்தி தின்றது. மைனாவும் முயற்சித்து பலிக்கவில்லை. சில்லென இருக்கும் வேம்பில் தாள்கள் மடங்கி கிடந்தன. இனிமேல்தான் கவட்டுக்குள் வளரும் பயிராய் புல் தலையெடுக்கும். கரிசலும், பொக்கு கரிசலும் கலந்த காட்டில் எப்போதும் ஈரம் ஒட்டிக் கொண்டிருக்கும். பனியைக் குடித்து நெளிப்பு விடும் மண்ணில் சாதாரணமாய் விரிவோடாது. பசலைக் கீரைகள், மத்தங்காய், அருகு, கோரை, கொளுஞ்சி, நெட்டி என சகட்டு மேனிக்கு வளர்ந்து கிடக்கும். யார் காட்டுக்குப் போனாலும் கருப்புச் சட்டையைத் தூக்கி மேல் பறக்க விடும் காடு.

'சரி வீட்டுக்கு போறீயாப்பா..' யென நைசாக பேசிக்கொண்டே முழிதிருடி கழுத்தைப் பிடித்து கொண்டார். அப்படியே இழுத்து நாலு வயக்கடப்புக்கு அப்பால் வரப்போரம் கிடந்த பிருவைக் கிட்டே போனார். முழிதிருடிக்கு உடம்பு வியர்த்து அங்கிங்கும் திமிற அவருக்கு பெலம் கூடியது. ஆட்டின் சங்கு ஒடிந்து ஓடிய ரத்தம் அவர் கண்களில் தெரிந்தது. அப்படியே ஓங்கி குறுக்கில் ஒரு மிதி. அப்பா என வரப்பில் விழுந்து முகமெல்லாம் மண். கம்பைக் கொண்டு முதுகில் வச்சுவச்சென வைக்க, முழிதிருடி எழுந்திருக்க முடியவில்லை.

'தாயோலி கள்ளுக்கடைக்காரனுக்கு கொடுக்க சங்கறுத்து போடுவீயாடா.. பெத்த பிள்ளை மாதிரி இருக்கும் ஆடுகளை எப்படிடா கொல்ல மனசு வந்தது.. அப்படி என்னடா உனக்கு குடி கேட்கு..' சொல்லிக் கொண்டே அடித்தவர் பிறங்கையை கொடிகளால் கட்டி இழுத்துப் போனார். கொஞ்ச தூரம் போனால் வில்லூத்தூரணி வரும். ஊரணி கரை முழுக்க புளிகள் அதிகம். அவரின் தாத்தன் முப்பாட்டன் காலத்தில் இருந்து அது

தான் கட்டுத்தரை. முழு திருடிக்கு முதுகில் சடைப்பின்னியது போல் தடுப்பு. குணிந்தவாறே நடந்து போனான். வில்லூத்தூரணி வரவும், மரத்தில் கட்டி வைத்து விட்டு நாலைந்து நாளுக்கு முன் எரித்த மயானம் பக்கம் போனார். அங்கு கிடந்த தண்ணி உடைத்த முட்டிகளை எடுத்து வந்து தலையில் கவிழ்த்தினார். ஒன்னுக்கு மேல் ஒன்றாய் மூன்றை கவிழ்த்து விட்டு ஆட்டு மேய்ச்சலுக்குப் போய்விட்டார்.

சுடுகாட்டில் கிடக்கும் தண்ணி உடைத்த முட்டிகளை தலையில் கவிழ்த்தினால்,

'இனிமேல் இவன் என் பிள்ளை இல்லை.. இறந்த தன் முன்னோர்களின் பிள்ளை.. அவர்கள் அவனை நல்வழிப்படுத்து வார்கள்.. இல்லை.. தங்களோடு கூட்டிக் கொள்வார்கள்..' என்பது அவரின் தீரா நம்பிக்கை. ஆமாம் எத்தனை முறைதான் அடிப்பதும் உதைப்பதும். மனித ஜென்மமாக இருந்தால் கொஞ்சமாவது திருந்தும். இது வேற பிறப்பு..

'நீங்கள் பார்த்துக் கொள்ளுங்கள்.. இனி நான் ஒன்றும் சொல்வதற்கில்லை..' என முணுமுணுத்துக் கொண்டே செத்த பிருவை கிடந்த வயலுக்குப் போய் கம்பால் கட்டி தோளில் தூக்கினார். கணத்த பிருவை. 'தாயோலி வம்பா சாவடிச் சுட்டானே..' என தானாக புலம்பினார். அவருக்கு வந்த கண்ணீர் நிற்கவில்லை.

இப்படி ஒன்று இரண்டு அல்ல.. நோஞ்சான் அப்பாவின் குணம் மாறிப்போனதுக்கு தாத்தாவும் காரணமாய் இருக்கலாம் என இப்போது நினைத்தான் நோஞ்சான்.

மாடியில் பனி அதிகமாகிக் கொண்டே இருந்தது. இருட்டின் முகம் ஈரமாய் துவண்டிருந்தது. எங்கும் பேரமைதி.

அப்பாவிடம் தான் எத்தனையோ தண்டனைகள் அனுபவித்த போதும் பாலிய காலத்தில் ஒன்றும் தெரியவில்லை. போகப் போக ஏனோ மனதைப் போட்டு பிசைந்தது. நெஞ்சில் நொறுக்நொறுக் கென முள் குத்திக்கொண்டே இருந்தது.

அது நடந்ததுக்கு பின்தான் நோஞ்சான் வலி அதிகமானது. ஆம். இளஞ்செம்பூர் போகும் வழியில் ஏகாலி வீடு உண்டு. ராமையா வீடு. சுற்றிலும் படல் போட்டிருக்கும். பின்புறம் கண்மாய். கரையையொட்டி இளஞ்செம்பூர் சனம் அவருக்கு வீடு கொடுத் திருந்தது. ஒரு ஊரில், குடிபடைகள் முக்கியம். இல்லையென்றால்

அந்த ஊர் உருப்படாது என்பார்கள். பகடை, ஏகாலி, கட்டுதளையான், படைவீரன், காவல்தெய்வம், நீர்நிலைகள், மூதாதையர்கள், நீடிக்கும் பழக்கங்கள் என தொடர்ந்து இருக்க வேண்டும். ஒன்னுக்குள் ஒன்று ஒத்தாசை. எல்லாம் பின்னிக் கிடக்கும்.

வீடு வீட்டுக்கு துணி எடுத்து வண்ணான் ஊரணியில் போய் துவைத்து வர நாலு கழுதைகளை வைத்திருந்தார் ராமையா. வலுக்கத்தலை. உருண்ட தேகம். அதிக வளத்தி இல்லை. சதா பொடியை உறிஞ்சிக் கொண்டே இருப்பார். கழுதைகள் எப்போதும் கண்மாய் கரையில் படுத்துக் கொண்டு நீவாங்கரையை வேடிக்கை பார்க்கும். ராமையாவுக்கு இரண்டு பிள்ளைகள், ராமலிங்கம், மாரியம்மா. ராமலிங்கம் சிறு வயது. இன்னும் மினாத்தெரியாமல் அக்காவோடு கஞ்சி எடுக்க வருவான். மாரியம்மா சமஞ்ச குமரு. மஞ்சள் ஓடிய தேகத்தில் ஒருவித மினுமினுப்பு இருக்கும். ராமையா பொண்டாட்டி மாதிரி வளத்தி. ஓட்டை வாய். எதையாவது போட்டு மென்று கொண்டே இருக்கும்.

பெரும்பாலும் மாரியம்மா துணி எடுக்க வருவதில்லை. வந்தாலும் இளவட்டங்கள் விடுவதில்லை. போகும் வரும்போது விசில் அடிப்பது.. 'வா மாரியம்மா நான் கஞ்சி ஊத்துறேன்..' என கேலி பேசுவதும் நாளுக்கு நாள் அதிகரித்ததால் ராமையா தான் வீடு வீட்டுக்கு சோறெடுக்க, அழுக்கெடுக்க போவார்.

'ஆத்தா ராமையா வந்திருக்கேன்.. சோறு போடுங்க..' என தன் மகனோடு வீட்டு வாசலில் நின்று கேட்கும் போது பொடி வாசனை மிதந்து வரும். ராமையாவுக்கு பூர்வீகம் இளஞ்செம்பூர் கிடையாது. மேற்கே இருந்து பிழைப்புத் தேடி பொஞ்சாதியோடு வரும் போது இந்த ஊர்தான் தாமறித்தது. தவிச்ச வாய்க்கு தண்ணியும், குடிக்க கஞ்சியும் கொடுத்து வீடும் கட்டிக் கொடுத்தார்கள். இனிமே ஊர்தான் என ஆனபோது புருஷனும், பொஞ்சாதியும் மாய்ந்து மாய்ந்து உழைத்தார்கள். சனத்துக்கு நம்பிக்கை வந்தது. நாளடைவில் ஊர் ஏகாலியாய் மாறிப்போனார் ராமையா.

அரசபுரசலாய் குடிபடைகளின் வீடுகளில் ஊர் பெரியாம் பிளைகள் சில நேரம் புகுந்து விடுவதுண்டு. வீட்டு முற்றத்தில் கிடக்கும் செருப்பைக் கண்டு குடிபடைகள் பேசாமல் இருந்து விடுவார்கள். எல்லாம் காதோடு காதாக பேசும் ரகசியம் போல மறைந்துவிடும். குடிபடைகளின் பொண்டு பிள்ளைகள்தான்

அவர்கள் வந்து போனபின் மாரடித்து அழுவார்கள். இன்ன வார்த்தை என இல்லாமல் திட்டித் தீர்ப்பார்கள். யாருக்கும் வெட்கம் இல்லை. வீதியில் மன்னாரு.. கொசுவத்தில் தன்னாரு. வெள்ளை வேட்டியில் இத்தினி கரையிருந்தாலும் வம்பு செய்யும் ஊர் ஆட்கள் பொழுது சாய்ந்தால் பகடை வீடுகளுக்குள் போவது இருட்டு மாதிரி சகஜமானது. 'வேணாய்யா.. வேணாய்யா..' என்றாலும் உடம்பெல்லாம் ஊறும் நச்சரிப்பு எங்க கேட்குது. மானம் மருவாதி எல்லாம் செருப்பு மாதிரி கழற்றி வைத்து விடுகிறார்கள். இரவு போய் படுத்துக் கிடந்த பகடையின் பெஞ்சாதி காலையில் ஊருக்குள் வந்தால் கூனிக்குருகி வர வேண்டும். யார் வீட்டு வாசலிலும் கால் வைக்கக்கூடாது. மீறினால் அடித்தே கொன்று விடுவார்கள். அதற்காக ஊரில் உள்ள ஆட்கள் பூராம் அப்படியில்லை. பெரியசாமி, பாலு, மகேந்திரன் போன்ற கவுரமான ஆட்களும் உண்டு.

'குடிபடைகளின் படியேறி பாயில படுக்குறது ஒன்னுதான்.. பாடையிலே போறதும் ஒன்னுதான்..' என அவர்களை ஏறிட்டும் பார்க்காத ஆம்பிள்ளைகள் அதிகம் இருந்தாலும் ஊருக்கு பத்து அல்றசில்ர இருக்கத்தானே செய்யும். சாயாந்திரம் ஆனா ஏறும் போதையில் யார் வீடா இருந்தா அவர்களுக்கு என்ன..? பக்டை, ஏகாலி வீடுகளின் பாதிப்பிள்ளைகள் ஊரில் யாரையோ நினைவுப் படுத்திக்கொண்டே இருப்பதாக இளவட்டங்கள் கேலி பேசுவர். ஊர் பெரியாம்பிள்ளைகளே இப்படி இருந்தால் விடலைகளுக்கு சொல்லவேண்டுமா..? இனக் கலப்பு ஏற்பட்டால் மானம் போகும் என பேசிய காலமெல்லாம் மலையேறிப் போச்சு.

நோஞ்சானுக்கு அரும்பு மீசை முளைத்திருந்த காலம். உடல் மதமதன்னு சுற்றித்திரிந்தது. கொன்னவாய் பாண்டி, முத்துக்காளை, கந்தன், வில்வநாதன் என ஒரு பட்டாளமே சேர்ந்து சுற்றும். காட்டு வேலை என்றாலும் சரி, வீட்டு வேலை என்றாலும் சரி, கூட்டந்தான். ஒருத்தரை ஒருத்தர் கிண்டல் அடித்துக் கொண்டு பொரணி பேசியவாறு வேலை செய்தால்தான் அது ஓடும். இல்லா விட்டால் சக்கடா வண்டிதான். சவண்டு சக்கையாகிவிடும்.

எல்லாருக்கும் ராமையா மக மாரியம்மா மீது ஒரு கண். அது தண்ணிவெண்ணிக்குப் போகும்போது இடையிடையே போய் மறித்துக்கொண்டு பேச்சுக் கொடுப்பார்கள். இதை செய்யும் போது மட்டும் தனித்தனியாத்தான் போவார்கள். காடுகரை, அழுக்குத் துணி எடுக்க என மாரியம்மா எங்கு போனாலும் விடலைகள் விடுவதில்லை. ஊர் ஏகாலி பிள்ளையென்றால் 'இளக்காரமா

போச்சு' என முகத்துக்கு நேராக வைது விட்டு போய் விடுவாள் மாரியம்மா.

'என்னடா வண்ணா முண்டே ரொம்பத்தான் வீஞ்சுறே' என கந்தசாமி மாரியம்மாளை தண்ணிக்குடத்தோடு கண்மாயில் மறிக்க விசயம் பஞ்சாயத்துக்கு போனது. கந்தசாமியை ஆறுமாதத்துக்கு ஊருக்குள் நுழைய தடை விதித்ததோடு யாரும் அவனோடு ஒட்டும் உறவும் வைத்துக் கொள்ளக் கூடாது என முடிவானது. தன் சேத்தாளிகளை விட்டு, அவுங்க அம்மா ஊரான சாலையில் போய் கந்தசாமி இருக்க வேண்டியதாகியது.

நோஞ்சான் அப்படியில்லை. சாது. இந்தப்பூனையும் பால் குடிக்குமா என்பது போல ஊடமாட நடந்து போவான். பெலக்கப் பேசுவது கிடையாது. ஒரு ஓரமாக நின்று கொண்டு எதையோ பார்ப்பது போல ஓரக்கண்ணால் பார்ப்பது. வீட்டுக்கு துணி எடுக்க வந்தால் ப்ரியம் காட்டுவது என கொஞ்சம் கொஞ்சமாக மாரியம்மாவை தன்பால் ஈர்த்தான் என்றே சொல்லவேண்டும். கழுதைகளை பத்திக்கொண்டு ஊரணிக்குப் போகும்போது, எதிர்த்து வந்த நோஞ்சானிடம், 'என்ன அய்யா.. காத்தாட சுத்துறீக..' என்றாள். 'அதெல்லாம் ஒன்றுமில்லை சும்மாதான்..' என ஓசையற்று கூறினான்.

ஊரில் பெரிய குடும்பத்து பிள்ளை. சொத்துப் பத்து தாராளம். அத்தோடு ஒழுக்கமான குடும்பம் என பேர் பெற்றது என நோஞ்சான் மீது மாரியம்மா கண் வைக்க பல காரணம் இருந் தாலும், அவன் பேச்சும், அமைதியும் அநியாயத்துக்கு ஈர்த்திருக்கக் கூடும். யாராச்சும் பெண்கள் தூரமாய் வந்தால் கீழ் குனிந்து போவது, வீட்டில் எது கேட்டாலும் உடனே எடுத்துக் கொடுப்பது, அய்யா என காலரை தூக்கி விடாதது என எதாவது ஒன்று மாரியம்மாவை திருப்பி இருக்கலாம். நோஞ்சான் பெரிசாய் ஒன்றும் மாரியம்மாவிடம் பேசியது கிடையாது. பார்த்து சிரிப்ப தோடு சரி.

வெயிலும், இருட்டும் பனை மரப்பொந்தில் இருந்து பறக்கும் கிளி மாதிரி வருவதும் போவதுமாக இருந்தது. ராமையா வீட்டு மேற்கே கரையோரத்தில் பனைகள் சாஸ்தி. அதில் இஷ்டத்துக்கும் பொந்துகள் இருக்கும். மரங்கொத்தி அழகாக கொத்தி வீடு அமைக்க அதில் கிளிகள் இருந்து கொண்டு அலுச்சாட்டியம் செய்தது. உடலை உருவிக் கொண்டு நகரும் அரவமாய் விடிந்ததும் சூரியன் வர, மாரியம்மா வேலைகளை தொடங்க ஆரம்பிப்பாள். காலைச்சுற்றி கிடக்கும் நீரில் மிதந்து கொண்டிருக்கும் ஒளியைப்

பார்க்க மாரியம்மாவுக்கு நேரம் போதாது. ச்சோ.. ச்சோ.. யென மாங்கு மாங்கென துணியைத் துவைத்துக் கொண்டிருப்பாள். ஆள்பேரு வந்தால் லேசாக நிமிர்ந்து பார்ப்பதோடு சரி. மதியம் வரை அங்கு வேலை இருக்கும். மொத்தமாய் துணிப்பொட்ட லத்தை கழுதையில் ஏற்றி வீட்டுக்கு கொண்டு வந்து பின்புறம் உள்ள கண்மாய் நீவாங்கரையில் காய வைத்து திரும்ப, வெளியில் வந்த அரவம் மெல்ல மீண்டும் தன் கூட்டுக்குள் போக ஆரம்பிக்கும்.

அந்தா இந்தா என சாயாந்திரம் வர, தண்ணி எடுக்க சீவி சிங்காரித்து ரெட்டைச் சடை போட்டு சல்சல்யென போகக பாவாடை தாவணி ஊர்பெண்களை மயக்கும்.

'இவ நாளுக்கு ஒன்று கட்டுறா.. துவைக்கப் போட்டதை வெலுத்து கட்டுவா போல..' என பொறாமைப் படுவர். சடையில் கட்டிய ரிப்பன் பளபளவென மின்னும். சைக்கிளில் தண்ணி எடுக்கப்போகும் நோஞ்சானுக்கு வலியவந்து இறைத்து ஊத்து வாள். நோஞ்சான் போகும்வரை நின்று பார்த்துக் கொண்டிருந்து விட்டு, தன் தலையில் குடத்தை தூக்கி வைத்து கண்மாய்க் குள்ளேயே நடந்து வீடு வந்து சேருவாள்.

எல்லாரும் வண்ணாத்தி மாரியம்மாவை நோஞ்சான் நெஞ்சுக் கூட்டுக்குள் வைத்திருப்பதாக சொல்லிக் கொண்டு கேலி பேசினர். கொன்னவாய் பாண்டி இருக்கும் நல்லியங்கூட்டத்துக்குப் பக்கம் தான் குடிதண்ணீர் கிணறு உண்டு. ஆளற்ற கிணற்றில் வகை தொகையாய் மாட்டிக் கொண்ட நோஞ்சானை மாரியம்மா வம்புக் கிழுத்து பேர் சொல்லி அழைத்து சாடை மாடை பேசியதை பாண்டி பார்த்ததில் இருந்து இளசுகளின் வாயில் வெத்திலையாய் அரைபட ஆரம்பித்தது. நோஞ்சான் எதையும் கண்டு கொள்ள வில்லை. எல்லாம் பனையோலையின் சிலுசிலுப்பில் போய்க் கொண்டுதான் இருந்தது. அந்தக் கிழமை வரும் வரை.

திங்கள்கிழமை காலையில் ஒருநாள் ராமையா, நோஞ்சான் அப்பாவோடு கண்ணீர் மல்க பேசிக் கொண்டிருந்தார். இவர் சேரில் உட்கார்ந்து கொண்டு ஊம் கட்டிக்கொண்டிருந்தார். ராமையா வந்து ஒருமணி நேரத்துக்கும் மேல் இருக்கும். போகும் போது.. 'உங்களை நம்பித்தான் இருக்கேன்ய்யா.. நீங்க பெரிய மனசு பண்ணுங்க..'

'நீ போடா.. நான் பார்த்துக்கிறேன்.. எந்தக் குடும்பத்துல என்ன நடக்கிறது..' என எதையோ யோசித்தவாறு கூறினார். ராமையா

போனதில் இருந்து நோஞ்சான் அப்பா எதுவும் பேசவில்லை. 'தாயோலி குடியை கெடுக்க வந்த சனியனாவுல இருக்கு.. இத இப்படியே விட்டோம்னா நாளைக்கு குலநாசம் வந்துவிடும்..' என ரொம்பத்தான் வேசாடுப் பட்டார். யாரை வைகிறார் எனத் தெரியாமல் நோஞ்சான் அரைமணி நேரம் கழித்து 'என்னப்பா சங்கதி' என்றான். அம்புட்டுத்தான் அதுவரை அடக்கி வைத்திருந்த கோபம் தரையில் விழுந்த கெண்டை மீனாய் குதியாளம் போட ஆரம்பித்தது.

'செய்யுறதையும் செஞ்சுட்டு.. தாயோலி.. ஒன்னும் தெரியாத மாதிரி கேட்குறே.. அந்த ஏகாலிப் பொண்ணை என்னடா செஞ்சே.. அதுக்கும் உனக்கும் என்னடா சம்பந்தம். ஏன்டா தாயோலி நீயெல்லாம் ஒரு பொறப்பாடா.. ஏகாலி, அம்பட்டையன் எல்லாம் நமக்கு சேவுகம் செய்ய வந்த குடிபடைடா.. ஈனப்பயலே.. அங்க போயி.. சரசம்...' அதற்கு மேல் அவர் பேசவில்லை.

அவர் பேச ஆரம்பித்த போதே நோஞ்சான் எழுந்து நின்று கொண்டான். இனி ரகளைதான். அவரை தடுக்க வீட்டில் ஆளில்லை. ஆனால் அவர் சொன்ன விசயம் நெஞ்சை அறுத்தது. 'மாரியம்மாவை நான் என்ன செய்தேன்.. பார்த்தா பார்த்தேன்.. சிரித்தாள் சிரித்தேன். அம்புட்டுத்தான்..' என மனதுக்குள் நினைத்துக் கொண்டிருக்கும் போதே, நூல் கயிற்றோடு வந்தவர் முதலில் கைகளை பின்னால் கூடி கட்டினார்.

சின்ன ஊரணிக்கு தண்ணிக்குப் போய்விட்டு வந்த இருளாயி, 'ஏங்க தோளுக்கு மேல வளர்ந்த பையனே இன்னுமா.. நொட்டிக் கிட்டே இருக்கீங்க.. உங்களுக்கு வேற அயிமாசு இல்லயா..' குரலை உயர்த்திக் கொண்டே இடுப்புக் குடத்தை மாட்டு ஊரலில் ஊற்றினாள்.

'ஓ மகேன் செஞ்ச காரியத்துக்கு.. உன்னையும் சேர்த்து வச்சு உரிக்கணுமுளா.. எல்லாம் ஓம் புத்திதானே அவனுக்கும் வரும்..' என இருளாயையும் சேர்த்து வைதார்.

'இந்தாம்பிளைக்கு பித்துகித்து பிடிச்சுப் போச்சா.. சம்பந்தம் இல்லாம பேசுது.. அப்படி என்னதான் பண்ணிட்டான்..' காலம் பூராம் பிள்ளைகளுக்கு அவர் கொடுக்கும் தண்டனைகளைப் பார்த்து பூத்துப் போன கண்களில் வடிந்த கண்ணீர் விஸ்வரூபம் எடுத்து கேட்பதாகப்பட்டது.

'ஏகாலி பொண்ணோடு கூத்தடிச்சுக்கிட்டு இருக்கான்.. அவளை கூட்டி வந்து நடுவீட்டுல வச்சுக்கிறியா.. உனக்கும் ஓ மகனுக்கும் வண்ணாத்தி மருமக இனிக்குமே..'

நோஞ்சானை ஏற இறங்க பார்த்தாள் இருளாயி. 'ஏன்டா.. அவரு சொல்றதெல்லாம் உண்மையா.. போயும் போயும் வண்ணாத்திதானா கிடச்சா உனக்கு.. வேற சிறுக்கி இல்லே.. ஆப்ப நாட்டு சீமையிலே எட்டுக் கண்ணும் விட்டெரியும் பொட்டச்சிக எம்பூட்டு பேரோ இருக்காளுக..' குலப் பெருமையை பீய்த்துவிட்டாள் இருளாயி.

அதுவரை பொறுக்கவில்லை அவர்; நோஞ்சானை இழுத்துக் கொண்டு ரோட்டோரத்து தந்தி மரத்துக்கு போனார். சாலையைப் பார்த்தவாறு நெஞ்சில் இருந்து கால் வரை கட்டினார். நோஞ்சான் எதுவுமே செய்யவில்லை. கை, காலைக் கூட திமிறவில்லை. அப்பா என்ன வேண்டுமானாலும் செய்து விட்டுப் போகட்டும் என இருந்தான். காலை நேரம். முதுகுளத்தூர், ராமநாதபுரம், சிக்கல், ஏர்வாடி, தர்ஹா செல்லும் பஸ்களும், வேன்களும், கார்களும், மோட்டார் சைக்கிள்களும் மாறி மாறிப் போய் வந்து கொண்டிருக்கும். அத்தனை பேருக்கும் நோஞ்சான் தந்தி மரத்தில் கட்டப்பட்டு கிடப்பது தெரியவரும். அதை நினைக்க நினைக்கத்தான் நோஞ்சானுக்கு அழுகை லேசாக எட்டிப் பார்த்தது.

'காலம்பூராம் இப்படி அசிங்கப்படுத்துறாரே.. இவரு என்னதான் மனசுல நினைச்சிருக்காரு.. பாரு.. ஒரு நாள் இல்லே ஒருநா..' என பல்லைக் கடித்தான்.

தந்திமரத்தில் கட்டிவிட்டு வீட்டுக்குப் போனவர், சிறு மண்சட்டியை எடுத்துக் கொண்டு வந்தார். வண்டி மசகு கொண்டு எதையோ எழுதினார்.

'ஏத்தா இந்த கொடுமையை கேட்க ஊர்ல ஒரு நாதி இல்லையா' என திண்ணைப் படியில் அமர்ந்து அழுதாள் இருளாயி. சனம் கூடிவிட்டது.

'ஏம்பா.. ஒரு வயசுப்பயலே நீ செய்யுறது ஞாயம் இல்லே.. அவேன் திருப்பி அடிச்சா நீ தாங்கமாட்டே., மத்த பிள்ளையா இருந்தா இன்னியாரம் வீட்ல கொலவளியே நடந்திருக்கும்.. பார்த்துக்கோ..'

யார் சொல்லுக்கும் செவிசாய்க்கவில்லை அவர். காரியத்தில் கண்ணும் கருத்துமாக இருந்தார்.

'யாராவது போயி இந்தாம்பிள்ளைய ஏர்வாடியிலே சேருங்கலேன்..' என ஒப்பு வைத்து அழுத இருளாயியை நோக்கி ஓடி ஓங்கி மிதித்தார். அத்தா என படியில் இருந்து கீழ் விழுந்தாள் இருளாயி.

ஓடி வந்து பிடிக்க வந்த ஆட்களிடம் 'ஓங்க சோலி மயித்தைப் பாருங்க.. ஏ வீட்டுப் பிரச்னையிலே தலையிடுற அளவுக்கு எவனும் இங்க ஆம்பிள்ளை இல்லை.. ஆமா.. சொல்லிட்டேன்.. அப்புறம் நான் மனுசனா இருக்க மாட்டேன்..' என்றார்.

'கோக்குறாளி பய.. இவன்கிட்டேப் போய் நம்ம மரியாதையை கெடுப்பதா' என வந்த ஆம்பிள்ளைகள் திரும்பி போயினர்.

மண்சட்டியைக் கொண்டு வந்து நோஞ்சான் தலையில் கவிழ்த்தினார். அப்போது அவர் அதில் எழுதிய எழுத்து பளுச்சென தெரிந்தது. ஆம்.

'இவன் ஏகாலி வீட்டுப் பிள்ளை..'

அத்தோடு விடவில்லை அவர், நோஞ்சான் மேல்சட்டையும், கீழ் கயிலையையும் உருவி விட்டிருந்தார். டவுசரோடு தலையில் மண்சட்டி கவிழ்ந்தவாறு தலை குணிந்து நின்றான் நோஞ்சான். வந்த கண்ணீரை கஷ்டப்பட்டு அடக்கிக் கொண்டான். யாரையும் பார்க்க அவன் விரும்பவில்லை. அப்போது ராமநாதபுரத்தில் இருந்து முதுகுளத்தூருக்கு பேருந்து ஒன்று போனது. பஸ்சில் போனவர்கள் எல்லாம் 'அய்யோ பாவம்..' என வாப்பாரி போனது நோஞ்சான் காதில் கேட்டது. வெட்கம் கண்ணைப் புடுங்கித் தின்றதால் அதை இறுக்க மூடிக்கொண்டான். அரைநிர்வாண உடலில் முளைத்த ரோமங்கள் வியர்வையில் நனைந்து துவண்டி ருந்தது. கண்கள் கொப்பளம் வந்த மாதிரி எரிந்தது.

தண்ணி எடுக்க போகும் பெண்கள், காடுகரைக்கு போவோர், வாகனத்தில் செல்வோர் என எல்லாரும் ஒருநிமிஷம் 'இவன் ஏகாலி பிள்ளை..' என்பதை படித்து விட்டு சிரிப்பதா அழுவதா என தெரியாமல் போயினர்.

அரசபுரசலாக மாரியம்மாவுக்கும் இந்த சேதி எட்டியதால், தண்ணிக்கு போவதுபோல குடத்தை எடுத்துக் கொண்டு ரோட்டில் நடந்து போனாள். அங்கு நோஞ்சான் நின்ற கோலம் கொல நடுங்கச்செய்தது. ஏனோ அங்கிருந்து விரைவாக நடந்து சென்றாள். கண்களில் தாரைதாரையாக கண்ணீர். கிணறு போகும் வரை அவளால் அதை சீரணிக்க முடியவில்லை. மூஸ்மூஸ்யென வெகுநேரம் கிணற்றடியில் அழுது கொண்டிருந்தவள் திடீரென அந்த முடிவெடுத்தாள். ஆம்.

அவள் நேரமோ என்னமோ தெரியவில்லை. அப்போது பார்த்து அங்கு யாரும் இல்லை. கண்ணிமைக்கும் நேரத்தில்

உரையில் ஏறி பொத்தென கிணற்றுக்குள் குதித்தாள். குடிதண்ணிக் கிணறு சடார் என்ற சத்தத்தோடு கதிகலங்கி திமிறியது. எல்லாம் நிமிஷ நேரம் தான். பின் அமைதியானது. கண்மாய் கரை வேம்பில் நின்று பார்த்துக்கொண்டிருந்த காடை ஒன்று கதறிக்கொண்டு ஊருக்குள் போனது.

நோஞ்சான் அப்பா எப்போதும்போல அவர் வேலையைப் பார்க்க ஆரம்பித்திருந்தார். அவரை மீறி நோஞ்சானை தந்தி மரத்தில் இருந்து அவிழ்த்து விட யாருக்கும் துணிவு கிடையாது. நெஞ்சில் மிதி வாங்கிய இருளாயி அழுது கொண்டே தின்னையில் படுத்துக் கிடந்தாள். போட்டது போட்டபடியே கிடந்தது. அவர் காலை கஞ்சி குடிக்கவில்லை. தன் சைக்கிளை எடுத்துக் கொண்டு ஏனோ நெடுங்குளம் பக்கம் போனார். வீட்டில் இழவு படுத்துக் கிடப்பது போல இருந்தது.

அன்று மதியம் வரை தந்திமரத்தில் நின்றவனை என்ன வந்தாலும் பரவாயில்லை என நினைத்து இருளாயி கயிற்றை அவிழ்த்து வீட்டுக்குள் கூட்டிப்போனாள். அவன் தந்திமரத்தில் கூனிக்குருகி விலா எலும்புகள் நொறுங்க நின்றபோதே கொன்ன வாய் பாண்டி வந்து சொல்லியிருந்தான்.

'மாரியம்மா கிணற்றில் விழுந்து சாகத்தெரிந்தால்.. நல்ல வேலை அவள் விழுந்த கொஞ்ச நேரத்தில் மாணிக்கம் சைக்கிளில் தண்ணி எடுக்க போக, யாரோ பெண் தத்தளிப்பது தெரிந்து சத்தம் போட்டார். நானும், எங்கப்பாவும் ஓட கோபு, கோவிந்தன் எல்லாம் வந்து தூக்கினோம். முழுசா தண்ணியை குடிச்சிருக்கு.. உசிரை காப்பாத்திட்டாங்க.'

நோஞ்சானைப் பார்க்க சகிக்காமல் வேறு பக்கம் திரும்பி சொல்லிக் கொண்டிருந்தான். அவனுக்கு வந்த வெலத்துக்கு அருவாளை எடுத்து நோஞ்சான் அப்பா கழுத்தை வெட்டி விடலாம் என்றுதான் இருந்தது. இருந்தும் ஏனோ அமைதியாகிப் போனான்.

பாண்டிக்கும் அவன் அப்பா போசுக்கும் சண்டை நடப்பது ஊருக்கே தெரிந்த விசயம். அப்பா மண்வெட்டியைத் தூக்கி அடிக்க வந்தால் பாண்டி அருவாளைத் தூக்கி ஓடிவருவான். இவர்களை விலக்கி விடுவதே நல்லியங்கூட்ட சனத்துக்கு பெரும் வேலை. எதுகெடுத்தாலும் பதிலுக்கு பதில்.

வாய்ச்சொல் பொறுக்காத கூட்டமாகத்தான் ஆப்பநாட்டு சனம் இருந்து வந்துள்ளது. ஒரு சொல்லுக்காய் வெட்டுக்குத்தாகி ஆள் கொலை நடந்த கதைகள் ஏராளம்.

'போடா பொண்டுகப் பயலே நீ யெல்லாம் ஒரு ஆம்பிள்ளை யாக்கும்..' என காளியைப் பார்த்துக் கூறிய மொடை மனைவி ராணியை ஓடைக்காட்டில் தூக்கிப் போட்டு கற்பழித்து 'நான் ஆம்பள தாண்டி பாரு..' என குறியைக் காட்டியதோடு அங்கேயே சங்கறுத்துப் போட்ட சங்கதியை ஊர் நன்றாக அறியும். கொடுத்த வாக்கும், விட்ட சொல்லும் ஆப்பநாட்டுக்கு உசிர். அது நாட்டையும் ஆள வைக்கும், மருந்தைக் குடித்து சாகவும் வைக்கும். ஆப்ப நாட்டை ஒருகாலத்தில் ஆண்டதே வாக்குதான் என்பார்கள். பூவாயி வாக்குதான் சுத்திசுத்தி வந்து ஆண்டதாக சொல்வார்கள். அந்தரத்தில் மிதந்து வரும் சொல் யாரையும் போட்டுப்பார்த்து விடும்.

இவன் ஏகாலி மகன் என்ற சொல் நோஞ்சான் நெஞ்சைப் போட்டு அறுத்தது. மனம் எம்பி எம்பி குதித்துக் கொண்டிருந்தது. அன்று மாலை திரும்பிய நோஞ்சான் அப்பா எதுவும் பேசாமல் கட்டிலில் படுத்துக்கொண்டார். அவரைப் பார்த்ததும் கொதித்துக் கொண்டிருந்த உலை தரதரவென பானையிலிருந்து வடிந்து கொண்டிருந்தது.

ராமையா பனையோர கிளிப்பொந்தில் இருந்து இருட்டு பொது பொதுன்னு வந்து கொண்டிருந்தது. காலம் தாளப்பறந்து தெருக்களில் அலைய யாவும் தன்போக்கில் நடந்தது. ஆட்டுரலும், வீட்டு கோழிக்கூடும் ஊர்களில் அலையும் அரூபங்களை வேடிக்கை பார்த்தபடி கொறச்சாலம் போட்டது. எங்கும் அலை யடித்து பறக்கும் நினைவில் யாவும் அடுக்கடுக்காய் சேகரமாகிறது.

தலையில் சட்டியை கவிழ்த்த காட்சி நோஞ்சானுக்கு இன்று நடந்தது போல இருக்கிறது. அதுவரையிலும் இருந்து வந்த நோஞ்சான் எனும் அமைதியான இளசு, பொதும்பியும், சமயம் பார்த்துக்கொண்டும் அலைந்த கதைகள் தானாக வரிந்து கட்டிக் கொண்டு ஓடியது. ஒன்னுக்கு மேல் ஒன்று எக்குப் போட, உடைசல் ஏற்பட்ட மடையில் வெளியேறும் நீர்தான் நினைவு போலும். எங்கும் அதன் இறகுகள் அந்தர வெளியில் பறக்க மொட்டமாடி யிலேயே நோஞ்சான் கண்யர்ந்திருந்தான்.

❖

அ

தெருவில் யாரும் நடமாட முடியாதவாறு காற்று மண்ணை உருட்டு உருட்டு எறிந்தது. கண் முழி விழித்தால் நிறைந்து மணல் வீடாகும். கசக்கினாலும் தோதுப்படாது. மரங்கள் என்றுமில்லாத பேயாட்டத்தை சொலட்டி சொலட்டி ஆடியது. கூரை வீடுகள் தான்தோன்றியாக பறக்க மரகதம், பூச்சி, கொன்னவாய் காளிமுத்து என ஊரில் ஏகப்பட்ட பேர் பறந்து போகும் கூரை கீற்றுப் பின்னாடியே ஓடி சளைத்தனர். செயிங்கென வட்டமிட்டு மேல் தூக்கி கள்ளப்பருந்து வடிவில் கண்மாய்க்குள் கொண்டுபோனது. செடி, கொடிகள் பிய்த்துக்கொண்டு இருக்க இடம் தெரியாமல் பிரண்டு பிரண்டு உருண்டது. பட்ட மரங்கள் திடுதிப்பென முறிய பீதியில் பறக்க முயன்ற பறவைகள் காற்றின் வேகத்தில் அல்லா டியது. யாரும் ஒரு பொட்டு சாமானைக் கூட வெளியில் வைக்க முடியவில்லை. எந்நேரமும் ஜன்னல், கதவுகளை முரட்டுக் கைகள் தட்டிக்கொண்டே இருந்தன. காற்று அடிபட்ட மிருகமாய் உருமிக் கொண்டு ஊர் தெருக்களில் அலைந்தது.

நோஞ்சான் வீட்டுக்குள் உட்கார்ந்து கொண்டு ஊ. ஊ.. யென மிரட்டும் காற்றின் குரலை செவிமடுத்தான். கதவிடுக்கின், முகட்டோட்டின் வழியாக மழைநீரென உள் விழுந்து வீட்டை நிரப்பி அழைத்தது. நோஞ்சான் காற்றின் பாவலாவை கண்டு அசரவில்லை. அதுவும் வீட்டை விட்டு வெளியேற வில்லை. வீட்டின் முனைகளில் பிடிமானம் இல்லாமல் இருந்த யானை போட்ட ஓடுகள் டப் டப்யென விழுந்து சிதறியது. எங்கும் காற்றின் கைகள் விரிந்து ஊரை உள்ளங்கைக்குள் பெருங்குரலோடு வைத்துக்கொண்டிருந்தது.

கதவைப் பூட்டிக் கொண்டு வீட்டில் இருப்பவர்களையே காத்து இந்தபாடு படுத்துது என்றால், காட்டுக்கு, ஆடு, மாடு மேய்க்கப் போனவர்களின் கதி.? லிங்கம் ஆடுகளோடு இன்னும் வீடு வந்து சேரவில்லை. பாரஸ்ட் காட்டில் மாட்டிக்கொண்டால் போச்சு.. சந்து பொந்துகளில் கிடக்கும் முள் சுற்றிலும் அணைக் கட்டி யாரையும் நகரவிடாது. அதுவே வெளிக் காடென்றால் மரம் மட்டைகளைப் பிடித்துக் கொண்டு தாக்குப்பிடிக்கலாம்.

பொழுது போன திசையும் தெரியவில்லை. லேசுவாசாக முகம் காட்டிய பொழுதை சாணி உருண்டை போல உருட்டிக் கொண்டு ஊருக்கு வெளியே போனது காற்று. எப்படியும் மணி நான்கைத் தாண்டியிருக்கும். நோஞ்சான் அம்மாவும் கொள்ளைக்குப் போயி ருந்தாள். சும்புடுங்காமல் சாம்பிராணி மாதிரி யார் கண்ணிலும் படாமல் ஊர்ந்து தெரிந்த காற்றுக்கு இப்படி பைத்தியம் பிடிக்கும் என யாருக்குத் தெரியும். நின்றவாக்கில் வானத்துக்கும் பூமிக்கும் குதிக்கும் இருளப்பன் மாதிரி குதிக்க ஆரம்பித்திருந்தது. வேலை வெட்டிக்கு போனவர்கள் சலங்கை கட்டி சிங்சிங்கென வாயுபகவான் இப்படி குதிப்பான் என கனவா கண்டார்கள்.

எங்காவது புயல் உருவாகி இருக்க வேண்டும் அல்லது புயல் கடல் வழியாக வேறு மாநிலத்துக்கு கரையைக் கடந்து கொண்டி ருக்கக்கூடும் என நினைத்தான் நோஞ்சான். வீட்டில் அப்பாவும் அவனுமாக இருந்தனர். ரொம்ப நேரம் காத்தடித்தும் எழுந்தி ருக்காத அப்பா, பக்கத்து வீட்டு பெரியசாமி காற்று வைக்கோல் படப்பை சின்னாபின்னமாக்கி பஞ்சுபஞ்சாய் பறக்க விடுவதை தடுக்க பெரியபெரிய கட்டைகளை அடுக்கியபோது, எழுந்து அரக்கப்பறக்க நோஞ்சானைக் கூப்பிட்டார். உள்ளுக்குள் ஏனோ கருவிக்கொண்டே இருந்தான் நோஞ்சான்.

‘அடே சீக்கிரம் வா.. வீட்டோரத்து படப்புல ஒத்தப்பொட்டு கூலம் இருக்காது.. நாலைந்து கம்புகளை போட்டு வருவோம்..’

‘இந்தா வாரேன்ப்பா..’ என முற்றத்தில் இறங்கினான். ஆளைத் தள்ளிக் கொண்டு போனது. நோஞ்சான் ஒல்லியான உடம்பு என்பதால் எப்படியும் தூக்கிப்போய்விடலாம் என கங்கணம் கட்டி காற்று சுத்தியது. கொட்டகையில் கிடந்த இரண்டொரு பெரிய கம்புகளை எடுத்துக்கொண்டு முகத்தை துண்டால் மூடி முன்னாடி நடந்தார். அதேபோல நோஞ்சானும் பின்னாடியே போனான். வழியெங்கும் குச்சியும் குருமானமுமாக, துணியும், தட்டியுமாக கிடந்தது. யார்வீட்டு கதவோ வீட்டோரத்து வயலில் குப்புறத் தூங்கியது.

'தாயோலி காத்து ஆட்டம் போட்டா அடக்க முடியாது..' என தானாக முணங்கினார் நோஞ்சான் அப்பா.

படப்பை பார்க்க, பாதிக்குமேல் பறந்திருந்தது. பக்கத்தில் இருந்த வேம்பு முழுக்க வைக்கோல் தொங்கின. ஒரே சமமாய், சுவுசுவாக தூங்கிக்கொண்டிருந்த கூலங்கள் காடுமுழுவதும் சிதறி ஊர்ந்துபோனது. கொடவயிறாய் காட்சி தந்தது படப்பு. அங்கிட்டும் இங்கிட்டுமாக கம்புகளை வைத்து பெரிய பெரிய கல்களை தூக்கி வைத்துக் கொண்டிருந்தார் அப்பா. நோஞ்சான் அவர் கேட்க கேட்க எடுத்து கொடுத்தான். உச்சியில் இரண்டு கம்பு வைத்து நாலைந்து கல்லை வைக்க படப்பின் ஆட்டம் கொஞ்சம் குறைந்தது. வேலையில் அவர் மும்முரமாக இருந்த போதுதான் நோஞ்சானுக்கு அந்த யோசனை ஓடியது. ஆம்.

மேல் அப்பா. கீழ் வைக்கோல் படப்பு. சுழன்றடிக்கும் காற்று. இதுதான் சமயம். படப்பை கொளுத்தினால் மடமடவென செத்த நிமிஷத்தில் காற்றுக்கு லாவி பத்திவிடும். அத்தோடு அப்பாவும் சேர்ந்து போய்விடுவார். இது நல்ல யோசனைதான் என செயலில் இறங்கினான். தடிக்கம்பு கொண்டு சுற்றிலும் சத்சத்யென படப்புக்கு தட்டிக்கொடுத்து ஒன்றோடு ஒன்று பின்ன வைத்தார். தனியாப் பிரிஞ்சா அப்புறம் பறக்க வேண்டிவரும். அடித்து அடித்து சொருவும் போது தப்பித்து விடும்.

சுளுவாய் காரியத்தை பார்த்தான் நோஞ்சான். பாக்கெட்டில் இருந்த தீப்பெட்டியை கையில் எடுத்துக் கொண்டு ஒன்னுக்கு வருவது போல கிழக்குப் பக்கமாக பத்த வைத்தான். ஒரு குச்சிதான். கப்பென பிடித்தது. காய்ந்த வைக்கோல், பசியான மாடு பயிரில் மேயும் லாவகத்தில் லாவியது தீ. காற்று வேறு குதியாளம் போட்டதால் ஒன்றும் செய்ய முடியவில்லை. மேற்குப் பக்கமாக நின்று கொண்டிருந்த நோஞ்சான் அப்பா, புகையைப் பார்த்ததும் படக்கென படப்பில் இருந்து கீழ் குதிக்க கம்புகளை தேடினார். எதுவும் காணோம். அப்படியே சர்ரென சருக்கல் மாதிரி இறங்க இடம் பார்த்துக் கொண்டிருந்தார்.

ஒரு முனையில் பத்த வைத்த நோஞ்சான் அத்தோடு விட வில்லை. அவர் இறங்க நினைக்கும் பக்கமெல்லாம் தீப்பொறித் தினான். கப்கப்பென சுண்டி லாவியது. காற்றின் வேகத்தில் தீ தாண்டவம் ஆடத் தொடங்கியது. சுற்றிலும் எரியும் தீயில் அவர் மாட்டிக்கொண்டார். எல்லாவற்றையும் அவன் கச்சிதமாக செய்திருந்தான். அவர் குதிக்கும் இடங்களில் வைக்கோலைப் புடுங்கிப் போட்டு தீ வைத்தான்.

'தாயோலி மயனே இத்தோடு அழி.. இனி நீ இந்த பூமிக்கு தேவையில்லை..' என எரியும் தீயைப் பார்த்தவாறு சபித்துக் கொண்டிருந்தான்.

உள்ளுக்குள் இதுநாள் வரை அடக்கி வைத்திருந்த ஏதோ ஒன்று, அடிவயிற்றில் இருந்து நெஞ்சுக்கு உருண்டு வந்து தொண்டைக்குழியில் நின்று கொண்டு கண் வழியாக பார்த்தது. டப்டப்யென அடிக்கும் தீரா துயரத்தில் தீ கொளுந்துவிட்டிருந்தது. ஆசுவாசம் கொள்ளும் மூச்சு, சுழன்றடிக்கும் காற்றில் அமைதியாக வேடிக்கை பார்த்தது.

படப்பு மேல் அவர் துடித்துக் கொண்டிருந்தார். மயானத் தீ, படப்பை சாம்பலாக்கி கொண்டிருந்தது. சூடு தாங்கமுடியாமல் அங்கிங்கும் ஓட முயன்று அலறினார். அவரின் துள்ளலை வேம்பில் நின்று கூர்ந்து கவனித்தான். சட்டை, வேட்டியிலும் தீ பற்றி இருந்தது. காச்மூச்சென்ற அலறலை பேயாட்டம் போட்ட காற்று அமைதிப்படுத்தி யாருக்கும் தெரியாமல் தூரமாய் வீசி எறிந்தது. அரைமணி நேரத்துக்குள் யாவும் சப்சாடாய் கருகின. நோஞ்சான் மனம் சாந்தம் கொண்டு காட்டுவாக்கில் நடையிட்டது. திரும்பாத பாதையில் நோஞ்சான் போய்க்கொண்டிருந்தான். அவன் நடக்க நடக்க காற்று பெலத்தை குறைத்து தென்றலாய் மாறி வீசத் தொடங்கியது.

❖

ஆறு

கண்மண் தெரியாத கும்மிருட்டு. கைப்பத்தி வெளிச்சத்தில் இத்தி மரக்காட்டில் ஊர்ந்து தெரிந்தான் நோஞ்சான். வயலில் தண்ணீர் பாய்ந்துகொண்டிருந்தது. அஞ்சுத்தம்பல் கண்மாயில் இருந்து முறை வைத்து பாய்ச்சினர். இவர்களுக்கு இரவு பத்து மணியில் இருந்து விடியக்காலை ஆறுமணி வரை டைம். அதற்குள் எத்தனை வயலுக்கு வேண்டுமானாலும் பாய்ச்சிக் கொள்ளலாம். ஆறு மணிவாக்கில் பக்கத்து வய ஆள் வந்து ஒப்புக் கொள்ளும். தாவான மடை என்பதால் கண்மாய் தண்ணீர் அரித்துக் கொண்டு ஓடி வந்தது. வெட்டெடுத்த கால்வாய் என்பதால் நெல் போட்டிருந்த இரண்டு குறுக்கக் காட்டுக்கும் நீர் ஓடிப் பாய்ந்தது. நோஞ்சானை வயலில் இருக்க வைத்து விட்டு அப்பா வாய்க்கால் வழியாக மடை வரை போய் திரும்புவார். இடையில் எங்காவது உடைப்பு ஏற்பட்டால் ஒத்தப்பொட்டு வயலுக்கு வராது. சதா ஓடிக் கொண்டிருக்கும் ஈரவாய்க்கால் வேற. நண்டுச் சொலவுகளில் பொத்துக்கொண்டு கெளித்து விடும். அவர் கையிலும் கைப்பத்தி கட்டை இருந்தது. இருட்டுக் காட்டில் ஒத்த வெளிச்சம் தரும் கைப்பத்தி எதைஎதையோ தான் நினைவு படுத்திப் போகிறது.

வயலை சுற்றிச்சுற்றி வந்தான் நோஞ்சான். விரிவோடிக் கிடந்த சால்கள் மொடுமொடுவென நீரைக் குடித்து மூச்சுவிட்டது. கொள்ள நாள் பசி போலும். வர வர முழுங்கி ஏப்பம்விட்ட பின் தான் அடுத்த சாலுக்கு விட்டது. கட்டிகள் கரைந்து சேறாகி வந்தது. கிர்ரென்ற பூச்சிகள் இருட்டின் பாடலாய் கேட்டுக் கொண்டிருந்தது. நாலைந்து வயக்கடப்பு தாண்டினால் இத்திமரம் வரும். அங்குதான் மாடுகளின் அக்கிகள் பெட்டிகளில் கட்டி

தொங்கவிடப்பட்டுள்ளது. இத்திமர இலைகள் இருட்டில் தையாதக்கா என குதித்தன. ஒருக்கால் மரப்பேச்சி பாடல் பாடக் கூடும். அவள் ராகம் இத்திமரக் காட்டில் இரவானால் கேட்பதாக ஊரில் சொல்வார்கள். நோஞ்சான் கேட்டதில்லை. சலசலக்கும் இலைகளுக்குள் மரப்பேச்சி இருக்கலாம்.

கூட்டு வண்டியில் மொத்தமான கூட்டத்தோடு வந்தவள் மரப்பேச்சி. வருடம் ஒருமுறை இளஞ்செம்பூர் மந்தை திடலில் கூடாரம் போட்டு தங்கிப் போவார்கள். பெரும்பாலும் ஆடையில் தான் வருவார்கள். அப்போதுதான் கண்மாய், குளம் குட்டைகளில் தண்ணீர் நிமிச்சர கிடக்கும். பக்கத்து பக்கத்து ஊர் கொக்குகள், நாரைகள், குருவிகள், மைனாக்கள், எலிகள், பாம்புகள், காடைகள் என சகட்டு மேனிக்கு இளஞ்செம்பூருக்கு வந்திருக்கும். ராமநாதபுரம் ஜில்லாவில் பெருப்பெருத்த கண்மாய் இளஞ்செம்பூர் கண்மாய்.

ஓடும் நதியைக் குடித்து தாமறிக்கும் வல்லமை கொண்டது ராமநாதபுரம் கண்மாய். கடலிலே கலக்காத ஒரு நதியென்றால் அது வைகைதான். எம்பூட்டு வெள்ளம் வந்தாலும் கடலாய் இருக்கும் ராமநாதபுரம் கண்மாய் தட்டிக்கொடுத்து அமைதி கொள்ளச் செய்யும். ஜில்லாவில் ஆர்எஸ் மங்கலத்தில் பெரியகண்மாய் உள்ளது. சமதளத்தில் நெட்டுவாக்கில் கிடக்கும் ஆர்எஸ் மங்கல கண்மாயில் நீர்க்கோழிகள் போய் திரும்ப ஒரு வாரம் ஆகும் என்பார்கள். இளஞ்செம்பூர் கண்மாயில் இன்ன பறவைகள் என்றில்லை. கோழியும் குஞ்சுமாக கண்மாய் நீரில் நீந்தியும், மரங்களில் தங்கியும் ஊரை கிச்சுகிச்சு மூட்டும். அதுவரை ஒளிந்திருக்கும் முயல்கள் தின்காங்கு மாதிரி தேரிக்காட்டில் அலையும்.

ஊசி பாசியென வீடு வீட்டுக்கு விற்று வந்தனர் பெண்கள். ஆம்பிள்ளைகள் கண்மாய் தேரிக் காட்டில் கிடக்கும் நீரில் குருட்டுக் கொக்குகளை நிற்கவைத்து வலைப் போடப்போயினர். கையில் வில்வாறோடு மரம் மரத்துக்கு பாதிப்பேர் அலைந்து திரிந்தனர். அறுப்பு நடந்த காடுகளில் கையில் தொரண்டி, கவட்டைகளுடன் எலி பிடித்தார்கள். எலிச்சொலவுகளை நோண்ட நோண்ட தானியங்களும், எலிகளும் சகட்டுமேனிக்கு கிடைத்தன. பொழுது சாய காடை, கவுதாரி, முயல், எலி, கொக்கு என விதவிதமான கறிவாசனை மந்தையில் உட்கார்ந்திருப்பவர்களின் மூக்கை துளைக்கும். முயலைப் பெரும்பாலும் இரண்டொரு படி தானியம் கொடுத்து ஊரில் வாங்கிக் கொள்வார்கள். நரிப்பல்லு,

பாசி, சுருக்குப் பை, பாசி மணி, ராசி மோதிரம், தேன், தைலம், எண்ணெய் என யாவற்றையும் பெண்கள் வீதிகளில் கூவிக் கூவி விற்று வருவார்கள்.

முடி வளரும் தைலத்தை பெண்கள் ரகசியமாய் வாங்கி வைத்துக்கொள்வார்கள். அத்தோடு அவர்கள் கொண்டு வரும் கண்ணாடியும் ரொம்ப பேமசு. சுற்றிலும் சங்கு வைத்து முத்தால் செய்யப்பட்டது போல இருக்கும். நேராக வைத்து முகம் பார்த்தால் அழகை பன்மடங்கு கூட்டிக் காட்டும். பின்னழகு முன்னழகு என இரட்டிப்பாக்கும் அதன் முகம் பெண்களை எப்போதும் சொக்க வைக்கும். பலபேருக்கு பல்லும் கொடுத்து கட்டிவிடுவார்கள். எப்படியும் நாற்பது ஐம்பது நாட்களுக்கு மேல் தங்குவார்கள். ஊரே களைகட்டியிருக்கும். ஊர் இளவட்டங்கள் தெருவில் அலையும் பெண்களுக்கு குறி வைப்பார்கள்.

பொழுதானால் ஆணும் பெண்ணும் வீடு வந்து விடுவார்கள். அதற்குமேல் என்ன சோலி இருந்தாலும் தங்கமாட்டார்கள். ஒருநாள் மரப்பேச்சி மட்டும் இருட்டாகி வெகுநேரமாகியும் வரவில்லை. அவள் காலையில் காடுகளில் கவன் கல்லால் கதவாலி பிடிக்கப்போனவள். அவள் என்றுமே ஆம்பிள்ளைகள் வேலையை தான் பார்ப்பாள். முயல், கதவாலி, காடை என காட்டில் அலைவதே அவளுக்கு பெரும் ப்ரியம். அன்றும் அப்படித்தான் இத்தி மரக்காட்டுக்கு வந்தவள் வீடு திரும்பவில்லை. அன்றுதான் கூடாரங்களில் விடியவிடிய விளக்கெறிந்தது. மறுநாள் அதிகாலை அவர்கள் இருந்த தடயம் தெரியாமல் கூட்டுவண்டிகளில் கிழக்கு நோக்கி பயணமானார்கள். குலக்கொடி மறைந்தால் சர்வநாசம் வரப்போகிறது என நினைத்திருக்கலாம்.

இரண்டு மூன்று நாள் கழித்து மரப்பேச்சி குரல் மட்டும் இத்திமரக்காட்டில் கேட்பதாக காடுமேட்டுக்கு போனவர்கள் சொன்னார்கள். அவளுக்கு என்ன ஆயிற்று..? எங்கு போய் மறைந்தாள் என்பது கடைசிவரை புதிர்தான். ஊரில் நாலைந்து இளவட்டங்கள் சேர்ந்து அவளை இச்சைக்கு ஆட்படுத்தி புதைத்திருக்கலாம் என்றும் பேச்சு அடிபட்டது. அதற்கு தோதாய் அவள் காணாமல் போன ஒருவாரம் கழித்து நாலைந்து இளவட்டங்களுக்கு வயிற்றாலை கண்டரக்கண்ற அடித்தது. அதில் நெளிவண்டி மகன் துரை செத்தே போனான். அவள் மறைந்தாலும் அவளது குரல் மட்டும் காட்டில் நிலையாய் தங்கிவிட்டது. ஒத்த சத்தையில் இருக்கும் இளவட்டங்களை பிடித்து இலைகளுக்குள் வைத்து மந்திரித்து அனுப்புகிறாள் என்கிற பீதி எல்லாருக்கும் இருந்தது.

நோஞ்சான் ஏனோ அப்பாவை பார்த்தான். அஞ்சுத்தம்பல் ரோட்டில் கைப்பத்தி தெரிந்தது. மடை வரை போய் பார்த்திருக்க வேண்டும்; இனி திரும்பி வருவார். தண்ணீர் பாய்ந்த நேரத்துக்குள் மூன்று முறை போய் திரும்பியிருந்தார். திடீரென மேற்கு வரப்பில் இருந்து தவளை சத்தம் கேட்டது. நோஞ்சானுக்கு பக்கென்றி ருந்தது. அந்த பக்கம் பாம்பு தவளையைப் பிடித்துள்ளது. வீக்.. வீக்.. என தொண்டைக்குழிக்குள் கிடக்கும் உயிரின் சப்தம். என்ன செய்ய..? உடலெல்லாம் குப்பென பரவியது பயம். கால்கள் எட்டு வைக்க மறுத்தது. கைப்பத்தியை மேற்கே அடித்துப் பார்த்தான். பயிர்கள் கருப்பும், பச்சையுமாய் தலையாட்டின. நகரவில்லை நோஞ்சான். தண்ணீ பாயும் என இரவுப் பூச்சிகளின் குரலைக் கேட்டவாறு கிழக்கு பெரிய வரப்பில் அமர்ந்து கொண்டான். பொட்டல் காட்டின் மண் மெதுவாய் குளிர்ந்து இருந்தது.

இத்திமரக்காட்டை நோக்கி அப்பாவின் கைப்பத்தி அசைந்து வந்தது. எங்கும் உடைப்பு ஏற்படவில்லை போலும். ஒரு கையில் மண்வெட்டி. மறுகையில் வெளிச்சம். இருட்டை அப்பிக்கொண்டு அலையும் இரவில் கால்சலங்கைகளின் ஒலி தனியே கேட்டுக் கொண்டிருந்தது. பூச்சியின் வாயிலிருந்து அந்தந்து விழும் இரவின் தாளம் தலைக்குள் போய் கிர்ரென ஓசையெழுப்பியது. பகலில் வந்தால் அந்த காடு முழுவதும் ஆவாரஞ்செடி இருப்பதை பார்க்கலாம். மஞ்சள் பூவில் தலையாட்டி விசில் அடிக்கும். வண்டுகள் ரீங்கரிக்க, பயிர்களுக்கு அரூபங்களின் விளையாட்டை கூறிக் கொண்டிருக்கும்.

‘அடே தம்பீ.. அடே..’ இருளை எட்டி உதைத்து செவிகளில் கேட்ட அப்பாவின் குரலால் திடுக்கிட்டான். ஆம். வரும் வழியில் இத்திமரத்துக்கு நேராக நின்று கத்திக் கொண்டிருந்தார். கைப்பத்தி மேலும் கீழும் அலைந்து வானத்துக்கும் பூமிக்குமாக கோடு போட்டது. இவன் வரப்பிலேயே சாவதானமாய் நடந்தான். வரப்பு புல்கள் கிரண்டைக் காலை கூசச் செய்தது. நேரம் கூட அவரது சத்தம் அதிகமானது.

‘சனியனே இரு.. வாரேன்.. இருட்டுல சாகவா முடியும்..’ என மனதுக்குள் வைது கொண்டான். துடிதுடிக்கும் அப்பாவின் குரல் அவனை ஒன்றும் செய்யவில்லை. ஏதோ தண்ணீபாயும் வாய்க் காலை பார்த்து போவதுபோல போனான். அவர் கைப்பத்தி அசைவது நின்றிருந்தது. ஒரே இருட்டு. கால்கள் அவர் இருந்த இடம் போக, நாக்கில் நுரை தள்ளி கை, கால்கள் வெக்கு வெக்கென இழுத்துக் கிடந்தார். நோஞ்சான் கைப்பத்தி அடித்து

முழியைப் பார்த்தான். அவர் ஏதோ பேச வாயெடுத்தார். பா....ம்.... பு... கண்.. ணாடி... விரியன்.. என இழுத்து இழுத்து கூறினார்.

அவர் நாக்கு குளறி பேசுவதையும், வாயில் வடியும் நுரையையும், நாலாபுறமும் இழுத்து வயலில் விழுந்த அவரின் திரேகத்தையும் பார்த்துக்கொண்டே நின்றான். எதுவும் செய்ய வில்லை. மனதுக்குள் ஏனோ ரிதமான தாளம் கேட்டது. எல்லாம் அரை மணி நேரத்துக்குள் முடிந்திருந்தது. அவரிடம் இருந்த மண்வெட்டியை எடுத்துக் கொண்டு கைப்பத்தி வெளிச்சத்தில் மடை நோக்கி நடந்து கொண்டிருந்தான். அவரின் உடலை இருட்டு குதறிக்கொண்டிருந்தது. கொஞ்ச தூரம் போயிருப்பான். திடீரென அந்த சப்தம் தம்பீ.. தம்பீ.. அவரா.. இன்னும் சாக வில்லையா..? உயிர் இருக்கிறதா..? திரும்ப போவோமா..போய் என்ன செய்ய..? என திரும்பாமல் நடந்தான். அந்த குரல் மாறி சலங்கை சப்தம் கேட்டது. யாரோ வயல் வரப்பில் அவன் பின்னாடி நடந்து வருவதாகப்பட்டது. காடெல்லாம் பரிமள வாசனை. நோஞ்சான் எதைப் பற்றியும் கவலைப்படாமல் விசிலடித்தவாறு போய் கொண்டிருந்தான். இருட்டு அவனை ஒன்றும் செய்யமுடியவில்லை.

◆

இ

ஐந்த கண்மாயில் கள் குடித்துக்கொண்டிருந்தான் நோஞ்சான். அந்தி மயக்கத்தில் பனைகளும் சேர்ந்து அசைந்தது. இளஞ்செம்பூர் வீரம்பல் ஆட்கள் வந்து போய்க்கொண்டிருந்தனர். வீரம்பல் கிழக்கே அச்சுவெல்லக் காட்டில் ஆரம்பித்து, முப்பது குறுக்கம் வரை ஒரே பனைதான். ஒரு காலத்தில் மொத்தப் பனைகளும் ஜமீன்தாருக்கு சொந்தமாக இருந்தது. இப்போது மேற்குவலவு பொன்னுச்சாமி, ராமசாமி, பெரியகருப்பன், தொடை உருட்டி, வீரம்பல் பெஞ்சமின், லூர்துக்கு சொந்தமாக இருந்தது. எல்லாரும் ஒத்திக்கு விட்டிருந்தார்கள், தொடை உருட்டியைத் தவிர. காலையில் இருந்து ஒவ்வொரு பனையாக ஏறி இறங்கி பதனி எடுத்து சுண்ணாம்பு சேர்த்து பெரிய பெரிய முடாக்களில் ஊத்தி வைப்பர். நல்ல வெயில் காய்ச்சல். பதனி முறிஞ்சி புளிப்பாய் நுரை தள்ளி கள்ளாகும். பொழுது திரும்பவும் ஆட்கள் வரத் தொடங்குவார்கள். எல்லாம் முட்டிக் கணக்குத்தான். சின்னஞ்சிறுசுகள் கள்ளுக் குடிக்க வந்தால் யார் கண்ணிலும் படாமல் இருக்க, கள்ளு விற்கும் இடத்துக்கு தெற்கே காட்டுக்கருவத் தூர்களுக்குள் சின்ன குச்சில் இருக்கும். அதுக்குள் போய் உட்கார்ந்து கொண்டால் எந்த கொம்பனும் கண்டுபிடிக்க முடியாது.

‘ஏப்பா.. இப்படி மட்டப்பயலுகளுக்கு குச்சில் கட்டிக் கொடுத்து கெடுக்கிறியே.. உனக்கு ஞாயமாப் படுதா..’ என யாராவது கேட்டால்,

‘அட நீங்க வேற.. இப்பெல்லாம் அவேங்கே வந்தாத்தான் யாவாரம். பெருசுக உட்கார்ந்து குடித்து விட்டு குசுவை போடுவ தோடு சரி. இந்தா தாரேன்.. அந்தா தாரேன் என இழுத்து காசு

கொடுப்பதற்குள் அடுத்த பனைக் காய்ச்சல் வந்துவிடும். அதுவரை நான் என்ன சோத்துக்கு மண்ணையா தின்கிறது..' என மூஞ்சியில் அடித்த மாதிரி பேசிவிடுவார் தொடை உருட்டி.

கருவத்தூர் நல்ல அடசலாக இருந்தது. அவனோடு கொன்ன வாய் பாண்டியும் சேர்ந்து குடித்துக் கொண்டிருந்தான். ஆளுக்கு இரண்டு முட்டி உள்போனது. தொட்டுக்க, மிளகாய்ப்பொடி போட்டு அவிழ்த்த மொச்சையும், எலுமிச்சை ஊறுகாய், தட்டாம் பயறு, முறுக்கு என முட்டியைச் சுற்றி இருந்தது. கொஞ்சம் காசு கூடக்கொடுத்தால் ஆட்டுக்கறி கிடைக்கும்.

முதல் முட்டி குடிக்கு முன் ஆட்டுக்கறியைத்தான் வாங்கி இருந்தார்கள் இருவரும். உப்பு, மிளகு போட்டு சும்மா சுள்ளென இருந்தது. லேசான புளிப்பாக இருந்தாலும் உரமேறிய நுரை வாடை கப்பென அடித்தது. முட்டியின் அடியில் சுண்ணாம்பு தடவியிருந்தது. லேசான மிதமிதப்பு கூட கூட பனைகள் சுற்றிக் கொண்டு வந்தது. தூரமாய் சுற்றித் திரிந்த மேகங்கள் பனைகளில் இறங்கி கொஞ்சம் கள்ளுத் தண்ணி குடித்துக் கொண்டிருந்தது. குடித்தவைகள் தள்ளாடி தள்ளாடி வானம் முழுவதும் அலைய அவைகளைப் பார்த்து பனையோலைகள் விசில் அடித்து கைகாட்டின. எங்கும் துண்டை விரித்து விசிறும் பனைகளின் கும்மறச்சான் நோஞ்சான் காதுகளில் கேட்டன.

'தாயோலி அவனே என்னடா செய்யுறது..' என கண்கள் சிவக்க கேட்டான் நோஞ்சான்.

'யாரு உங்கப்பனேயா.. விடுடா.. சிறுவயதில் இருந்து அவரு குணம் தெரிந்தது தானே..?' இன்னும் போதை ஏறவில்லை பாண்டிக்கு. அதான் நிதானமாய் பேசினான். அவன் ஒரு மொடாக் குடிகாரன். ஐந்து முட்டி குடித்தால் தான், எறும்பு கடிச்ச மாதிரி இருக்கு என்பான். சிறுவயதில் இருந்தே அவனுக்கு பழகிப் போய் விட்டது. வரப்பு, வண்டி, காட்டுக்கருவ வெட்ட என எந்த வேலைக்கு போனாலும் இரண்டொரு முட்டி குடிக்காமல் போக மாட்டான். அவனை கண்டிக்க ஆளில்லை. அப்படியே சொன்னாலும் மல்லுப்பாய்ந்து நிற்பான். நல்லியங்கூட்டத்துக்கு இதெல்லாம் சகஜம் என்பது போல ஆனது.

நோஞ்சானுக்கு சில நாட்களாய் தான் இந்த புதுப்பழக்கம் ஏற்பட்டிருந்தது. பெரிய ஊரணியில் உட்கார்ந்து புலம்பிக் கொண்டிருந்தவனை பாண்டிதான் அழைத்து வந்திருந்தான்.

நோஞ்சான் நெஞ்சு தன்னிச்சையாக துடித்துக் கொண்டே இருந்தது.

அன்று காலையில் நடந்த சம்பவமும் நோஞ்சான் கள்ளுத் தண்ணி குடிக்க காரணமாய் அமைந்துவிட்டது.

முந்தின நாள் இரவில் விடிந்ததும் எழுந்து கண்மாய்க்காட்டில் மொளப்பிரட்ட சொல்லியிருந்தார், அப்பா. அங்கு வருஷாவருஷம் களைகள் சாஸ்தியாக பின்னும். ஈறும் பேனுமாய் காடு அல்லோலப் படும். பயிர்வாய்க்கும் போது, உழவு கட்டிகளை விட்டு பூமியை எட்டிப்பார்க்கும் போது, கொலுவை ஏத்திக் கட்டி லேசாக கொர கொரவென கீறிப் போட்டால், ஆய்ந்து கொண்டு முளைக்கும் களைகள் பெயர்ந்து விழும். ஒன்னுக்கு பாதியாக மடிந்து கட்டி யோடு மறையும். கலக்ககலக்க மொளப்பிரட்டும் போது பயிர்கள் சவண்டு தப்பித்துக் கொள்ளும். இளசுகள் பாருங்கள். அதுகள் லேசாக நழுவி பூமியோடு படுத்துக்கொண்டு கொலுவுக்கு ஏப்புக் காட்டும். ஆனால் களைகள் பாவம், மெய்யான், கோரை, கீரை, நெட்டி என யாவும் மாட்டின் மிதி தாங்காமேயே கூனிக்குறுகி செத்துவிடும். இரண்டொரு நாள் கழித்துப் பார்த்தால் களை மட்டுப்பட்டிருக்கும். பயிர்கள் கொய்ங்.. யென கைகாட்டும்.

முதநாள் வரப்பு வெட்டி வந்த களைப்பில் காலையில் கொஞ்சம் அசந்து தூங்கி விட்டிருந்தான் நோஞ்சான். கோழிக் கூடுகள் திறந்து விடப்பட்டிருந்தது. புற்றாய் முற்றத்தில் வளர்ந்த கரையான்களை தேடி தேடி கொத்தின கோழிகள். பளபளன்னு விடியும் வரை எழுந்திருக்கவில்லை. அம்மாவும் ஒரு சோலியாய் அதிகாலையிலேயே போய் விட்டாள்.

ஊருக்குள்ளே போனவர் திரும்பி வந்தார். உழவு மாடுகள் தண்ணி கூட காட்டாமல் அப்படியே கிடந்தது. அம்புட்டுத்தான். பொத்துக்கொண்டு வந்தது ஆத்திரம்.

'துரை இன்னும் தூங்குறாரோ.. என்ன செய்வாறு.. படுத்துக் கிட்டா தெய்வம் படி அளக்கும்.. கஞ்சிக்கு செத்த பயலுகளுக்கு தூக்கத்தே பாரு.. சூத்துல வெயில் அடிக்கும் வரை. இத்தினி கருவுத்தி இருக்கா.. காடெல்லாம் களை பத்திக் கிடக்கே.. என்ன செய்யலாம்.. என யோசிக்காமே.. இப்படி கவுந்தடித்து தூங்குதே பயவில்லை.. என்ன சொல்ல..' என அங்கு கிடந்த தடிக்கம்பை எடுத்து வந்து முதுகில் வச் வச்சென வைக்க, அலறித் துடித்து எழுந்தான் நோஞ்சான். நாக்கை துருத்திக் கொண்டு எதிரில் அப்பா நின்றார்.

'இப்ப என்ன நடத்துருச்சு..' என இழுத்தான்.

'அடத் தாயோலி எதிர்த்தா பேசுறே..' என இரண்டொரு அடி சேர்த்து விழுந்தது.

அவசர அவசரமாக எழுந்து மாட்டை ஊரலில் விட்டு ஏர் பூட்டினான். வெயில் முற்றத்தில் கால் வைத்தது.

நெடுகிலும் அவனுக்கு மனம் பொங்கிக் கொண்டே இருந்தது. இப்ப என்ன தப்பு செய்து விட்டோம்.. கொஞ்ச நேரம் அசதியிலே தூங்கியாச்சு.. இதுக்குப் போயி.. தாயோலி.. இரு உன்னை..' நரநரவென பல்லைக் கடித்தான். மாடுகள் கண்மாய்க்காட்டுக்கு போய்க்கொண்டிருந்தது. மொளப்பிரட்டி வந்த பின்னும் அவனுக்கு ஆத்திரம் தாங்க முடியவில்லை.

பெரிய ஊரணிக்கு குளிக்க போகும்போது உட்கார்ந்து விட்டான். அங்கிருந்து பாண்டி நேராக கள்ளு குடிக்க அழைத்து வந்தான்.

மூன்றாவது முட்டியில் போதை சொருகியிருந்தது நோஞ்சானுக்கு. வானமும், பூமியும் கிர்ரென நீள்வட்டப் பாதையில் சுற்றியது. எங்கும் ஒரே சுழற்ச்சி. பேதமற்ற உலகில் எல்லாம் ஆனந்தம். பாண்டியைப் பிடித்துக் கொண்டு நடக்க ஆங்காங்கே டேராப் போட்டு வீடு வந்து சேர்ந்தான். இரவு கண்டு வெகுநேரம் ஆகியிருந்தது. வெளி முற்றத்தில் கட்டிலைப்போட்டு அப்பா படுத்திருந்தார். அவர் பக்கத்தில் நோஞ்சானை காலையில் அடித்த கம்பு கிடந்தது.

பாண்டி வீட்டுப்பக்கம் ரோட்டிலேயே விட்டு விட்டு போய் விட்டான். அவன் போகும் வழியும் ரோடுதான். திண்ணைப் படியில் உட்கார முயன்று விழுந்தான். வீட்டில் எல்லாருக்கும் நல்ல தூக்கம். இருட்டுக் காற்று ராராட்டி இருக்க வேண்டும். மூச்சின் குரல் சீராகக்கேட்டது.

கட்டிலில் படுத்திருந்தவர் லேசாக கொரட்டை விட்டார். அந்த சப்தம் உர்.. உர் யென நோஞ்சானைப் பார்த்து உருமியது. தாயோலி.. தூங்குறான் பாரு. என மனதுக்குள் நினைத்துக் கொண்டு கோழிக்கூடுப் பக்கம் பார்க்க அங்கு பெரும் கல் ஒன்று கிடந்தது. அதைப் பார்த்தும் அந்த யோசனை தீவிரமாகிக் கொண்டே வந்தது. ஆமாம். 'அதுதான் சரி.. இத்தோடு ஒழியட்டும்..' என நினைத்துக்கொண்டு, அந்த கல்லைத் தூக்கிக் கொண்டு கட்டிலுக்குப் போனான். மூச்சின் குரல் பெலமாய் கேட்டது.

தலைக்கு மேல் நன்றாகத் தூக்கி, தலையிலேயே 'பொத்' தென போட்டான். அம்புட்டுத்தான். தலை ரத்தம் நோஞ்சான் முகத்தில் தெறித்தது. நாடிநரப்பெல்லாம் ஊறியிருந்த கசப்புத்தான் இப்புட்டு பெலமாய் கல்லை தூக்கி போட வைத்தது போலும். ஒரே போடு. தூக்கத்திலேயே எல்லாம் முடிந்தது. உந்தி உந்தி தள்ளிய மனம் ரத்தம் குடித்து சாந்தமானது. திண்ணையில் கிடந்த ஏதோ ஒரு துணியை எடுத்து சிதறிய மண்டையை மூடிப்போட்டான். லேசான தெளிச்சி.

சுற்று முற்றும் பார்த்தான், தூக்கத்தை தவிர யாரும் இல்லை. இருட்டு பல்லைக் கடித்துக்கொண்டு அடுத்த தெருவுக்கு ஓடியது. அவன் எதையும் கண்டுகொள்ளவில்லை. கை, முகத்தை அலசிக் கொண்டு கண்மாய் கரைப்பக்கம் நடந்து வந்தான். கரைப்புளி 'வா.. வா..' யென்றது. போனதுதான் தாமதம் நிமிஷத்தில் தூக்கம் ஆழ்த்தியது. நூற்றாண்டுகளைக் கடந்து நிற்கும் நிம்மதியான தூக்கம்.

❖

ஏ

'யாரது..?'

நாலாபுறமும் திரும்பிப் பார்த்தான் ஆட்பேர் இல்லை.

'ஏம்ப்பா.. கூப்பிட்டா நின்னு பதில் சொல்ல மாட்டே...?'

செருப்பு சத்தம் தவிர நெடுகரையில் அலுக்கம் இல்லை. இருபுறமும் இருந்த எருக்கலை செடியில் அடிக்கும் வெயிலுக்கு பூக்கள் டப்டப்யென வெடித்துக் கொண்டிருந்தது. வண்டுகள் கூட பறக்க மனமற்று இலைகளுக்குள் பதுங்கி இருக்க வேண்டும். கட்டகட்ட உச்சிநேரம். ஊரிலிருந்து தாவுக்குகாட்டு போய் கொண்டிருந்தான். கண்மாய் கடந்து குஞ்சாவூரணி தாண்டி போக வேண்டும். தண்ணி ஓடியாடும் காடு. கையில் தூக்குவாளி. அம்மா நாட்டுக்கோழி அடித்து குழம்பு வைத்து கொடுத்து அனுப்பி யிருந்தாள். கோடை மழை ஒருபாட்டம் பெய்ததால் உழவு நடந்து கொண்டிருந்தது. லிங்கம் மாட்டுவண்டியைப் பத்திக் கொண்டு ஊருக்குள் மண் அடிக்க போய்விட்டதால் நோஞ்சான் அப்பா உழுது கொண்டிருந்தார். அவருக்குத்தான் சோறு கொண்டு போனான். பறையான் மடையை கடந்திருப்பான். அந்த சத்தம் மீண்டும் கேட்டது.

யாரது..?

'இப்ப என்ன வேணும் உனக்கு..' அம்மா தூக்குவாளிக்குள் அடுப்புக் கரித்துண்டை போட்டுத்தான் கொடுத்துவிட்டாள். இருந்தும் வாசனை மூக்கை துளைத்திருக்கவேண்டும். நோஞ்சானே சாறெடுத்து ஊதி ஊதிக் குடித்தான். அம்மா கைப்பக்குவம் யாருக்கும் வராது. அதை இதை போட்டு சுளுவாய் இறக்கித்தான்

பரிமாறுவாள். நாக்கு சொலட்டித் தின்கும். அவள் கைராசிக்கு மீன், கறிக்குழம்புகள் அநியாயத்துக்கு வாசனையை தூக்கி வீட்டு முகட்டோட்டை கிளப்பும்.

கொஞ்சம் தைரியமாக கேட்டு விட்டான்.

'உன் கையில் உள்ளதை வைச்சுட்டுப் போறீயா..' குரல் கீழ் இறங்கி இருந்தது.

கரகரத்த சப்தம் என்றாலும் அதிக வயதிருக்காது. கண்மாய்க்குள் இருந்து புறா கத்தியது. உச்சிநேர வெயில் மண்டையைப் பிளந்தாலும் இரைத்தேடித் திரியும் ஒன்றிரண்டு பறவைகள் மடை உடையில் அமர்ந்து வேடிக்கை கொண்டன.

'என்ன பயந்துட்டீயாப்பா..' மீண்டும் அதே குரல்.

நோஞ்சான் ஒன்றும் சொல்லவில்லை.

'நான்தான்ப்பா ஓன் பெரியப்பேன்.. முடிவருது.. அப்பணுக்கு கறிக்குழம்பு கொண்டு போறீயே.. அது எனக்குன்னு நினைச் சுட்டேன்..'

முடிவருது. பேரைக் கேட்டாலே ஊர் நடுங்கும்.. நாலு ஆட்கள் நெஞ்சை ஒருசேர வைத்தால் எப்படி இருக்குமோ அப்படியொரு அகலமான மார்பு. இரண்டு பொம்பளைகள் கால்நீட்டி கை நீட்டி படுத்துறங்கலாம். அதிக வளத்தி இல்லையென்றாலும் குட்டை யில்லை. கால் ஒவ்வொன்றும் கோயில் தூண் போல இருக்கும். அதற்கேற்ற உருட்டுக் கை. பனை மரத்தின் உரம். பின் பிடதி வரை தொட்டு வருடும் முடி. நேர் உச்சியில் சில நேரம் கொண்டை போட அச்சுஅசலாய் முருகன் நேரில் வந்து ஆசி கொடுப்பது போல இருக்கும். சிவீர்னு திரேகம். பாதையில் நடந்து வந்தாலே சனத்தின் ஈரக்கொல நடுங்கும்.

'என்னப்பா..' என குழந்தைகளை தன் கையில் நிற்க வைத்து வேடிக்கை காட்டுவார். ஆவென பார்த்து நிற்பர். தாட்டியமான வீரன் என்றால் அவர்தான்; முடிவருது.

ஏழெட்டு வருஷத்துக்கு முன் இரண்டு ஊர் பொருந்தி அடித்த போது, 'அடே எனக்கு முதல்லே பதில் சொல்லுங்கடா.. அப்புறமா.. என் ஊரைப் பார்த்துக்கலாம்..' என வலிய கம்பெடுத்து முன் நின்றார். ஒருத்தன் வாய் திறக்கணுமே.. நெடுநேரம் கழித்து நல்ல உருப்படியான ஆட்களாய் முப்பது பேர் திரண்டு முடிவருதிடம் மோதினர். ஒரே கம்புதான். அவர்கள் கையில் வேல் கம்பு, கத்தி

கட்டிய கம்பு என வகைவகையான ஆயுதங்கள். கலங்காமல் அடிக்க ஒரு பய தாக்குப்பிடிக்க முடியவில்லை. ஊர் எல்லை வரை அடித்துக்கொண்டு போய் நான்தான் எல்லாம் என சட்டையை தூக்கியவனை, உச்சந்தலையில் ஒரு போடு, அவ்வளவு தான். ஊரின் பாதையில் பிரேதம் கிடந்தது. அத்தோடு விட வில்லை முடிவருது; தலையைத் திருகி கயிற்றில் கோர்த்து தன் கழுத்தில் மாட்டிக்கொண்டு ஊர் திரும்பினார். அப்பேர்பட்ட வீரன். அடுத்த நாலு தலைமுறைக்கு அந்த ஊரில் இருந்து ஒரு பய 'நான்தான் பெரிய ஆளு..' என பேச வாயெடுக்கவில்லை.

அவர்தான் நோஞ்சானோடு விளையாண்டார்.

'அடே மகனே.. கறிக்குழம்பு கொடுத்துட்டு போடா..'

'அதற்கென்னப்பு.. இந்தா.. சாப்பிடு.. இரண்டாட்டுக் கறி உனக்கு பத்தாது.. நாலைந்து நல்லி எலும்பை வச்சு என்ன செய்யப் போறே..' பேரைக் கேள்விப்பட்டவுடன் பயம் மறைந்து அப்பந் தானே என கேலி பேசினான்.

'நான் சும்மா காச்சும் கேட்டேன்டா.. நீ கொண்டு போ.. ஓன் அப்பேன் வெயில்லே கிடந்து வதங்கிக்கிட்டிருக்கான்..'

இளவட்டங்களைப் பார்த்தால் முடிவருதுக்கு குஷி வந்து விடும். இருக்கும் காலத்திலும் ஊர் மட்டங்களை கண்மாயிக்குள் அழைத்துப் போய் கம்பு சொல்லிக் கொடுப்பார். உடம்பை எப்படி பராமரிக்கணும், என்ன சாப்பிடணும் என ஒரு நீண்ட பட்டியலே போடுவார். இல்லாத காலத்திலும் அவர் விளையாட்டு நிற்க வில்லை. கம்பெடுத்து அவரை வணங்கி நின்றால் தானாக சுற்றும் சிலம்புக் கம்பு. அடவுகளை கால்கள் கச்சிதமாய் போடும். எல்லாம் மன ஒழுக்கம் தான். மானசீக குருவாய் அவர் எப்போதும் இருப்பார்.

வெயில் உச்சியில் இறங்கி உடம்புக்குள் புகுந்து கொண்டு தீ மூட்டியது. எங்கும் கானல் அலை. நீரென நினைத்து வாய் வைக்கும் செம்புவத்திகள் வெட்கப்பட்டு இறகடித்து பறக்கும் வெளி. அனாந்தர கரையில் போய்க்கொண்டிருந்தான் நோஞ்சான். கூடவே வரும் எருக்கலைகளில் பேச்சரவம் அதிகம் கேட்டது.

'என்ன வேண்டுமா உனக்கு..' அவனாக பேசினான். பதில் இல்லை.

லேசாக சிரித்து குஞ்சாவூரணி பாலத்துக்கு வந்திருந்தான். பெரும் இறகில் தனியே அந்து உதிர்ந்தது இறகு. வெயில் சுழித்து

அடிக்க மொங்கும் இறகில் பாம்படங்கள் ஆடுகிறது. பாலத்தில் நெல் குத்திக் கொண்டிருக்கும் கிழவிகளுக்கு முத்தைக் கக்கி வெளிச்சம் தரும் ஆதிநாகம். இரவானால் 'ச்சூ.. ச்சூ...' யென கேட்கும் சப்தம். கை நீட்டினால் அழகான துள்ளுமா கிடைக்கும். பனங்கருப்பட்டி போட்டு பச்சரிசியை இடித்து சேர்த்து கை நிறையக் கொடுப்பாள் பாம்படம் போட்ட முத்தம்மா கிழவி. அவளுக்கும் நாகத்துக்கும் அப்படியொரு சிநேகம். சிலநேரம் பாலத்தின் அடியில் நட்சத்திரங்கள் பூத்துக் கிடக்கும். எத்தனையோ காலமாய் அங்கு தங்கியிருக்கும் நாகம் வரும் போகும் சனத்துக்கு ஒளி கொடுக்கும்.

பாலம் பக்கம் திரும்பவில்லை நோஞ்சான். ' அடே பேரா.. வாடா.. கொஞ்சம் துள்ளுமா வாங்கிட்டுப் போ..' நினைவில் இருந்து அழைக்கும் குரல். காதில் வாங்காதது போல கடந்திருந் தான். வயல்காட்டு வெளி. யாருமற்ற காட்டில் என்ன நடக்கிறது..? எல்லாம். வெயிலும் மண்ணும் கட்டிப் புரண்டு போடும் சண்டை சுவராஸ்யமானது. ஒவ்வொரு வயலும் ஒரு தினுசு. கழுத்தில் கட்டி தோளோடு தோள் சேர்த்து போகும் வயல்களும் உண்டு. பார்க்கும் வெளியெங்கும் தோன்றி மறையும் ஆட்கள் வந்து கொண்டே இருந்தார்கள்.

குஞ்சாவூரணி காட்டின் கிழக்கே இருக்கும் தாவு காட்டில் மயில்கள் சாஸ்தி. எந்நேரமும் அவைகள் மேய்ந்து கொண்டிருக்கும். வரப்புக்கு வரப்பு எருக்கலை மடிந்து கிடக்கும். நோஞ்சான் நெடு வெளியைப் பார்த்தவாறு நடந்து போனான்.

'அப்பு கொஞ்சம் பாலு வேணுமா..' இது யாரு என மனம் தானாக திரும்பியது. ஆளற்ற வெளி. நூற்றாண்டுகளின் வாழ்க்கை எங்கும் படிமம் படிமாய் அடுக்கி மண்ணில் சேகரமாகியுள்ளது போலும். நெடுகிலும் ரத்தமும் சதையுமாக சிந்திக் கிடக்கிறது.

திரும்பவும் அதே குரல். ' அப்பு கொஞ்சம் பாலும் ஊத்திட்டுப் போங்க..' இது ஏதோ முனியின் சத்தம் போல வந்தது.

நாலைந்து எட்டு வைப்பதற்குள் ஏனோ வரப்பில் நின்ற பெரும் எருக்கலைச் செடியில் நின்றான் நோஞ்சான். அவன் கை தானாக எருக்கலையை ஒடித்து பாலை நாட்டுக் கறி குழம்பு தூக்குவாளியில் வடியவிட்டது. குருத்தும், பெருத்ததுமான பால்கள் திக்காய் வடிந்தது. சிறு சட்டியில் முக்கால்வாசி இருந்த குழம்பு முழுதாய் நிரம்பி வந்தது. அது அடியில் போய் கறியோடு உறைந்திருக்க வேண்டும்.

'போதும்பு.. போ.. சட்டி கொள்ளாது..' மீண்டும் அதே குரல். அவன் கால்கள் தானாக நடந்தது. அடிக்கும் வெயிலில் தூரமாய் ஒரு மயில் மேய்ந்து கொண்டிருந்தது. உச்சி வரப்பில் நின்று காய்ந்த புல்லை கொத்தி கொத்தி இழுக்கக் கூடும். கரிச்சான் மேல் வட்டமிட்டு பறந்து கத்தியது. வீ வீ யென சுற்றும் வெயிலில் தள்ளாடிப்போகும் காத்து எங்கடா விழுவோம் என பனை ஓலையில் சொருகியது.

தாவுக்காட்டுக்கு போகும் போது, நாக்கை தொங்கப் போட்டுக் கொண்டு மாடுகள் நகர்ந்து கொண்டிருந்தது. பொட்டலும், கரிசலும் கலந்த மண். நல்ல மழை என்பதால் பொதுபொதுன்னு மகுந்து போட்டது ஏர்க்கலப்பை. இரண்டு கைகளாலும் அமுக்கிப் பிடிக்க தாவு வந்து நுரையை வாணி வாணியாய் கக்கிப் போகிறது மாடுகள். ஒத்த ஏர் பூட்டி அடிப்பது எப்பதாவதுதான் நடக்கும். கூடமாட மாடுகள் இல்லாமல் ஒத்தச்சோடிக்கு வெறுக்வெறுக் கென்று வேற இருந்திருக்கும். ஆனாலும் விடவா போகிறார். கீழே கிடக்கும் கோரையின் வேரை கொலுவால் நெம்பி எடுக்கும் வரை விடமாட்டார் நோஞ்சான் அப்பா. மண் மகுந்து விழ விழ மருந்துக் கூட ஒரு புல் இருக்காது. ஒரு உழவுதான்; அடுத்த ஆடை விதைப் புக்குத்தான், அதுவரை அமுக்கிப் பிடிக்கும் மேலி தாங்கும். கட்டி கட்டியாய் விழுந்தவுடன் உலர வைத்து ஊர்ந்து போகிறது வெயில்.

'அப்பா.. சோறு.. நான் பத்துறேன்.. நீங்க சாப்பிடுங்க..' நோஞ்சான்.

அவருக்கும் எப்படா என்றிருந்தது. ' மாடுகள் கொஞ்சம் நின்னு காலாத்தட்டும்.. அதுவும் காலையில் இருந்து நிக்காமே அடிக்குல..' ஏனோ அப்பாவின் நெஞ்சில் அன்று கருணை பிறந்திருந்தது. நோஞ்சானுக்கு ஆச்சர்யம். அவன் ஒன்றும் சொல்லவில்லை. சோற்றை எடுத்துக்கொண்டு, பக்கத்தில் உள்ள உடைமரத்துக்குப் போனார்கள். அங்கு கிடந்த ஓடை நீரில் கை, கால்களை கழுவி விட்டு,

'என்ன கொழம்புடா..' என்றார்.

'வீட்ல நின்ற விடையை அம்மா அடிச்சிருக்கு..' அவன் சொல்லும் போதே அவருக்கு நாக்கில் எச்சில் ஊறியது.

'கொண்டா.. கொண்டா.. நல்ல பசி..' தூக்குவாளியை வாங்கி குழம்பை ஊத்தி கவலம் கவலமாய் உள் தள்ளினார். நோஞ்சான் அவரின் தொண்டயவே பார்த்துக் கொண்டிருந்தான். ஐந்து பத்து

நிமிஷத்தில் சட்டியில் ஒன்றுமில்லை. நாக்குச்சொனை யாவற்றையும் தான் மறக்கடிக்கச் செய்து விடுகிறது.

தண்ணியைக் குடித்து விட்டு, 'ஆயாசமா வருது.. நான் கொஞ்ச நேரம் படுக்குறேன். போயி உழவடி..' என்றார். நோஞ்சான் வயலுக்குப்போகும் போது, அவர் துண்டை விரித்து படுத்தார். ஏர்மாட்டை அவன் போக்கில் பத்தி உழுது கொண்டிருந்தான். அப்பா எழுந்து வரவே இல்லை. இவன் போய் பார்க்கவும் இல்லை. உழவு முடிந்த போது மாட்டை, கலப்பையில் இருந்து பிரித்து கண்மாய்க்குள் பத்திவிட்டான். ஏர்க்கலப்பை வயலில் கிடந்தது. அவன் வடக்குப் பார்த்து நடந்தான். அப்பா படுத்துக் கிடந்த உடைமரத்தை திரும்பிக் கூட பார்க்கவில்லை. எல்லாம் தெரிந்த காடை ஒன்று உடைமரத்தில் மாஞ்சு மாஞ்சு கத்தியது.

உ

பல ஆண்டுகளுக்கு பின் வந்திருந்தது. அப்படியொரு முகத்தில் ஊர் பெரியவர்கள் கூட பார்த்ததில்லை என்றார்கள். காத்தே இல்லாமல் ஊத்து ஊத்தென ஒரே லயத்தில் பொழந்து கட்டியது. மதியத்தை தாண்டிய பொழுதில் வானத்தில் மேகம் கூட இல்லை. நேரம் கூட பஞ்சு பொதி மேகங்கள் மாதிரி ஒன்றிரண்டு அங்கிங்கும் அலைந்தது. அப்போதும் காத்தில்லை. மூச்சை நிறுத்திய பாங்கில் மரங்கள் செவனேன்னு நின்றது. இலைகள் ஒடுங்கி வெயிலற்ற பொழுதை ரசித்து சிரித்தது. ஆப்பநாட்டில் அதிகம் மெனக்கெட்டு தெரிவது வெயில்தான். வானம் மப்பும் மந்தாரமுமாக சில நேரம் இருந்தாலும் புனுப்புனுத் தூத்தலோடு சரி. பெரிசாக கொட்டி னாலும் அரைமணி அல்லது ஒரு மணி நேரத்தில் மூச்சடங்கி விடும். அதற்குள் காத்து படுத்தும் பாடு சொல்லி மாளாது. ஒரு நிலைக்கு நிக்கவிடாமல் அங்கிங்கும் விரட்ட, மேகம் 'அட போங்கடா' என ஊரைக் கடந்து விடும். தாவுக்காட்டில் தண்ணீர் நிற்கும். மேட்டுக்காடு சோறியிருக்கும் அம்புட்டுத்தான்.

ஊத்தை மேகங்கள் இதற்காக போடும் ஆட்டம் கொஞ்சம் நஞ்சம் அல்ல. கிழக்கில் இருந்து மேற்கே போவதும், கண்மாய் பாரட்ஸ்டில் இறங்கி ஏப்புக் காட்டுவதும், தூரக்காடுகளில் சொளுக் சொளுக்கென மோண்டு விட்டு, ஊருக்குள் நல்லபிள்ளை வேசம் போடுவதும் அப்பப்பா.. காலம் காலமாய் வானம்பார்த்துக் கிடந்த மனுச மக்களின் கண்கள் பூத்துப் போகும். ஒருபாட்டத்துக்கு பொட்டல் காடு, கண்மாய் நீவாங்கரையில் தண்ணி நிற்கும். வாய்க்காலில் பெருக்கெடுத்து ஓட பத்துக் கட்டைகள் வழி மறித்து மீன்கேட்கும் நீர்க்காடு. வானத்தில் இருந்து எப்போது முகம் கொடுத்தாலும் கூடையில் மீன் இன்றி நொப்பனோலி பூமிக்கு

வர முடியாது. மீறினால் சாட்டைக் கம்பு அடிதான். ஊருக்கு கட்டுப்பட்டு கொடுத்த வாக்கு அப்படி. ஆமாம்.

ஒருகாலத்தில் பதினெட்டு வருஷம் தொடர்ச்சியாக பஞ்சம் ஏற்பட்டுள்ளது. சனம் பசியாத்த ஒன்றுமே கிடைக்கவில்லை. வானம் பார்த்துக்கிடந்த சம்சாரி வயல் விரிவுகளில் ஒடுங்கிப் போனான். புல்பூண்டு கருகி தீப்பிடிக்க யாரும் ஊரில் இல்லை. உடையக்கான் மட்டும் தாக்குப் பிடித்து எலிச்சொலவுகளில், வரகு அரசிகளில், பனைக் குருத்துகளில் உசிரைப் பிடித்து வைத்தி ருந்தான். உடையக்கானுக்கென யாரும் இல்லை. பொஞ்சாதி பிள்ளைகளை அவன் விரும்பவில்லை. ஆத்தா அப்பாமார்கள் வற்புறுத்தியும் கல்யாணம் என்ற பஞ்சியே பேசப்பிடாது என விரட்டினான். ஊரோடு ஒன்றாமல் இருந்தாலும் நல்லது கெட்ட துக்கு மறக்காமல் வந்து நிற்பான். எப்போதும் பனைமரக்காடுதான் கிடப்பு. பனைக்கு அடியில் உட்கார்ந்து இரண்டு மூன்று நாட்கள் கூட இருப்பான் உடையக்கான். காத்தும், பனையோலையும் அவனுக்கு விசிறி விடும். பெண், பிள்ளைகள் நடக்கும் பாதையில் கூட உடையக்கான் நடக்கமாட்டான். அவனுக்குள் என்ன நடந்தது? நடக்கிறது என யாருக்கும் தெரியாது.

பனைக்காடு போன சிலபேர் உடையக்கான் தலைகீழாய் நின்று கொண்டிருப்பதாக சொல்வார்கள். பஞ்ச வந்த காலத்திலும் உடையக்கான் பனைகளுக்கு கீழ்தான் அமர்ந்திருப்பான். அவன் பக்கத்தில் சதா ஊடாடி தெரிந்த இரண்டு நரிகளும் தண்ணீர் இல்லாமல் செத்துப் போனது. பனை ஓலைகள் கருப்படித்து வந்தது. காக்கா குருவி கூட ஊரில் இல்லை. எல்லாம் பஞ்சம் பிழைக்க காடே செடியாய் போய்விட்டது.

திடீரென ஒருநாள் முதல் பொட்டு தூரல் உடையக்கான் முகத்தில் விழுந்தது. தன் கையை பூமியெங்கும் நீட்டினான் உடையக்கான். வானத்தில் இருந்து பூமிக்கு வரும் அனைத்து பொட்டு தூரலையும் கைகளில் வாங்கினான்.

'இதென்னடா கொடுமையா இருக்கு..' என வருண பகவான் கதிகலங்கி பூமிக்கு வர, ஒத்த மனுசன் தன் கை நீட்டி அனைத்து தூரலையும் தடுப்பது கண்டு ஆச்சரியப்பட்டு போனார்.

'இந்திரலோகத்திலேயே முடியாதப்பா.. இது எப்படி சாத்தியம்..' என உடையக்கானிடம் கேட்க,

'ஐந்து பூதங்களும் எங்களின் சேவகர்கள்தானே.. இதில் என்ன ஆச்சர்யம்..' என பதில் சொன்னார்.

‘சரிப்பா.. ஏன் இப்படி தடுத்துக் கொண்டு நிற்கிறாய்..?’

‘இத்தனை வருடமாய் எங்கு போனீர்கள்.. காடு புல் பூண்டு மனுச மக்கள் என அனைத்து சீவனும் போய்விட்டது.. அப்போ தெல்லாம் வராதவர்கள் இப்போது மட்டும் என்ன சோலி மயித்துக்கு வருகிறீர்கள்..? என சல்லையாகவே கேட்டார்.

‘காலத்தின் விதியை நான் என்ன செய்வது.. சாபம் தீர்ந்தது எனை அனுப்பினார்கள்..’

‘அனுப்பியது எவன்..?’ அவனை வரச்சொல்..’ விடவில்லை உடையக்கான்.

‘நீ இயற்கையின் சுழற்ச்சியை தடுக்கிறாய். அது உன் அழிவைத் தேடித்தரும்..’ வருணன் எச்சரித்தார்.

‘பதினெட்டு வருச பஞ்சத்தில் சாகாதவன் உன் அழிவிலா சாவு வந்துவிடும்.. அதையும் பார்ப்போம்..’

‘சரியப்பா.. உனக்கு என்னதான் வேண்டும்..?’ வருணன் இறங்கி வந்தார்.

‘கால விதி இருந்தால் மூன்று வருசத்தை தாண்டக் கூடாது.. எப்போது நீ வந்தாலும் கூடவே பொங்கி பொங்கி மீனும் வர வேண்டும். உனை விட மீனைத்தான் என் மக்கள் விரும்பி ஏற்பர்..’

‘அப்படியே செய்கிறேன்.. அப்பா..’ வருண பகவான் வாக்கு கொடுத்தபின் தான் உடையக்கான் நீட்டியை கையை எடுத் துள்ளான். தூத்தப் பொட்டு பூமியில் விழுந்து சுர்ரென சப்தம் போட்டுள்ளது. அன்றிலிருந்து இன்று வரை லேசான பெரு வாட்டமாக மோண்டாலும் மீன் இருக்காமல் இருக்காது. கெண்டை, வாழை, அயிரை, கெளுத்தி, வாழை, விலாங்கு, உலுவை, குறவை யென விதவிதமாய் வந்து சேரும் வருணனோடு.

இந்த வாட்டம் அப்படியில்லை. சும்மா பேயடி. புனுத் தூத்தலாய் ஆரம்பித்த போது யாரும் இப்படி கொட்டும் என நம்பவில்லை. பார்த்த சோலிகளை தன்போக்கில் தொடர்ந்தனர். நேரம் கூட, ஒரே நேர்கோட்டில், வானத்தில் இருந்து நூல் பிடித்த மாதிரி யாரோ ஊத்திக் கொண்டே இருப்பதுபோல அலுங்காமல் நின்றது. போட்டது போட்டதுதான். சாயாந்திரம் இருட்டும் வரை ஒரே போக்கு. பெருப்பெருத்த கண்மாயே நாலாபுறமும் உடைப்பு கொண்டால் பாருங்கள்; என்ன போடு போட்டிருக்கிறது என.

வயல், வரப்பு, ஊரணி, கண்மாய் என எதுவும் மீத மிருக்கவில்லை. எங்கும் தண்ணீர் தண்ணீர்தான். பூமி மிதந்து கொண்டிருந்தது. எந்த வீடும் பாக்கியில்லை. சுவர்கள், படல்கள், ஓடுகள், கூரைகள் என எல்லாம் நீரில் மிதந்து போனது. கொஞ்சம் விட்டு திருப்பியும் ஆரம்பிக்க, வெள்ளம் சனத்தை இழுத்துப் போனது. யாரும் மிச்சமில்லை. ஆடு, மாடு தவச தானியம் என எல்லாம் ஆங்காங்கே மிதந்தன.

ரொம்ப தூரம் அடித்துப் போன வெள்ளத்தில் இருந்து பெரும் புளியைப் பிடித்துக்கொண்டு தப்பியிருந்தான் நோஞ்சான். வெள்ளமான காட்டில் அந்த புளி தோதாய் இருந்ததால் ஊரின் பல பேருக்கும் அது உயிர் கொடுத்திருந்தது. நடுமையத்தில் உட்கார்ந்து கொண்டு வெள்ளைத்தை வேடிக்கை பார்த்தான். பேச்சுமூச்சடங்கி, சவமென உறைந்திருக்கும் உடலும், புளியும். கண்ணுக்கு எட்டிய தூரம் வரை வெள்ளக்காடுதான். பூமியும், அதன் மேல் உலவி, முளைத்த, உலவாத பொருட்கள் அனைத்தும் கந்து கந்தாய் காட்சி தந்தன.

பளபளன்னு விடிந்ததும் தான் புளியில் இருக்கும் ஆட்களை பார்த்தான் நோஞ்சான். தெரிந்த முகம் என்றாலும் உயிர்ப்பில்லை. தாடைகள் நடுங்க உடல் விறைத்து சிமிட்டாக் கண்களுடன் பார்த்தனர். வரிசையாக பார்த்து வர, புளியின் வடக்கு கொப்பில் அப்பா. அவர் எப்படி..? தப்பித்தார் என்ற யோசனை நோஞ்சானுக்கு ஓடியது.

'தாயோலி.. வெள்ளமான வெள்ளத்திலுமா பொழைக்கப் பார்க்கிறே..' என அந்த வாடை நீரிலும், கொப்பு விட்டு கொப்பு தாவிப் போனான் நோஞ்சான். உருண்டு திரண்ட தேகம் வெட வெடத்து மயங்கி இருந்தது. கிட்டப்போயி முகத்தை உற்றுப் பார்த்தான். முணங்கிக்கொண்டே இருந்தார் அப்பா. ஒருகணம் தான்; 'போய் சேரு..' என ஓங்கி மிதித்தான். ஓடும் வெள்ளத்தில் பொத்தென விழுந்தார் அவர். நீரில் விழுந்தவுடன் லேசான தெளிச்சி வந்திருக்கவேண்டும். எதற்கோ கை காட்டினார். நோஞ்சான் வெறுமனே பொருளைப் பார்ப்பது போல பார்த்துக் கொண்டிருந்தான். நீரின் வேகத்தில் மிதந்தவாறு போய்க் கொண்டிருந்தார்.

❖

ஊள

ஆவி மாதிரி ஆளாய் பறந்தனர். காடு கரை, கண்மாய், கிணறு என எதையும் மிச்சமில்லாமல் தேடினர். எங்கும் தடயம் இல்லை. சாயாந்திரம் ஆரம்பித்தவர்கள் ஆந்து சோந்தாலும் கூட வீடு திரும்பவில்லை. நோஞ்சானும் நைந்த கண்மாய் பக்கம் அலைந்து கொண்டிருந்தான். ஊருக்குள் விசயம் தெரிந்து இளவட்டங்கள் கந்துகந்தாய் ஓடினர். கைகளில் கைப்பத்தியும், அரிக்கேன் விளக்கும் இருந்தது. காடுகளை கடைந்தெடுத்தாலும் கண்டுபிடிக்க முடிய வில்லை. எங்கு போனார் என்ன ஆனார் என்றே தெரியவில்லை. அவர் பத்திப் போன ஆடுகள் வீடு வந்து சேர்ந்திருந்தது. இரண்டு பருவமான கிடாய்களைத் தவிர. இருளாயி முகமெல்லாம் வாடி வதங்கி சூம்பின. கண்களில் முத்துமுத்தாய் கண்ணீர். அவள் தொலையாங்குள பிஞ்சை, முப்பது குறுக்கக் காடு பக்கம் போய், ஏங்க.. ஏங்க.. என குரல் கொடுத்துப்பார்த்தாள். ஊகூம். லைட் வெளிச்சம் கண்ட முயல்கள்தான் வெறித்து ஓடின. புல்களுக்கு ஊடமாடத் தெரியும் எலிகள் கால்களை மேல் தூக்கி நோட்டம் இட்டது. லிங்கம் மரவெட்டி காடு, பாரஸ்ட் பக்கம் கூப்பிட்டுத் தெரிந்தான். யாருக்கும் ஒரு தாக்கலும் தெரியவில்லை.

ஊர் மந்தையில் ஆட்கள் கூட்டம் போட்டு பேசினர். இரவு முழுவதும் தேடியும் புண்ணியமில்லை. விடிந்ததும் பார்த்துக் கொள்ளலாம் என ஊர்ச்சனம் அடங்கினாலும் நோஞ்சான் வீட்டில் யாரும் தூங்கவில்லை. விசாரிக்காத ஆட்கள் இல்லை. என்றுமில்லாமல் ஆட்டைப் பத்திக் கொண்டு தனியாக போயிருக் கிறார். எந்தக் காட்டுக்குப் போனார் என யாரிடமும் சொல்ல வில்லை. வழக்கமாய் போகும் பண்டாரப்பிஞ்சைப் பக்கம் வர வில்லை என்றார்கள்.

நோஞ்சானுக்கு காலோஞ்சு பசியில் காது அடைத்தது. வீட்டில் உலை வைக்கவில்லை. எல்லாரும் குலப் பட்டினி. விடியவிடிய எரிந்த விளக்கு கண்ணை சிமிட்டி சிமிட்டி அழுது கொண்டி ருந்தது. இருட்டு ஆ.. யென குரல் எழுப்பி கொக்களிகட்டியது. தெருக்களில் நடமாடும் அரூபங்கள் ஏனோ அன்று காணோம். நாய்கள் அமைதியாக குழி தோண்டி படுத்துறங்கின. வீட்டு முற்றத்தில் நிற்கும் வேம்பில் மூச்சுப்பேச்சில்லை. இருட்டின் மறைவில் எல்லாரும் சவமென பார்த்துக் கொண்டிருப்பதாகப் பட்டது.

எப்போதுமே லிங்கம் தான் ஆடு மேய்க்கப் போவான். என்று மில்லாத திருநாளாய் அவர் போனார். கையில் வைத்திருந்த தூக்கு வாளியில் கேப்பைக் கூழ் இருந்தது. காடு அவரை வா. வா.. யென அழைத்திருக்க வேண்டும். யாரும் போகாத காட்டுக்கு போய்விட்டதாகவே நோஞ்சான் நினைத்தான். இனி ஒருபோதும் அவர் திரும்பப் போவதில்லை. அவனுக்குள் கைகளின் ஓரத்தில், இறகு முளைத்துக் கொண்டிருந்தது. இரவு கூட கூட அது பெரிதாக அசைந்தசைந்து பறக்க ஆரம்பித்தது. காட்டின் தீரா பாடலில் கண்ணயர்ந்து கொண்டிருக்கிறார் அவர். இரண்டற கலக்கும் மூச்சை இடையில் மறிப்பது யார்..? தேசத்தின் குரலில் யாவும் நன்றாகத்தான் நடந்து கொண்டிருக்கிறது. உனக்கும் இல்லை. எனக்கும் இல்லை.. வானம் மாதிரி பரவி இருக்கிறது இனிமை. கூட்டில் அடைப்பது சாத்தியமில்லை. நட்சத்திரங்கள் மின்னி னாலும் சூரியன் மறைவதில்லை. திரைமறைவில் அவன் ஆனந்த கூத்தாடிக் கொண்டுதான் இருக்கிறான். நீள்வட்டப் பாதையில் சற்று சரிந்தால் மறைவா..?

என்னவாயிற்று நோஞ்சானுக்கு என்றுமில்லாமல் புலம்பிக் கொண்டிருந்தான் வானத்தை வட்டமிட்டபடி. அவனை கீழ் இறக்க விடாமல் எல்லாக் காடுகளையும் சுற்றிக் காண்பித்தது. மனசில் இருந்து கிளம்பிய லேசான விசிலில், அடைகாக்கும் பாம்பு களின் காதுகளுக்கு கேட்டிருக்கக் கூடும். ரெக்கை உள்ள பாம்புகள் நோஞ்சானை பின்தொடர்ந்து பறந்து வந்தன. யார் வீட்டு முகட்டையோ பிரித்து உள் இறங்கிக் கொண்டிருந்தான் நோஞ்சான். நேராக அடுப்பாங்கணை. கமகமவென கறிக்குழம்பு. சுடுசோறு. அவர்கள் வீட்டில் இன்னும் யாரும் சாப்பிடவில்லை போலும். ஈயச்சட்டி முழுவதும் அடைத்துக் கொண்டு பருக்கைகள் அழைத்தன.

'வா.. நோஞ்சான்.. வா.. உனக்காகவே காத்திருக்கிறோம்.. உன் பசி போகும் போது நாங்க பசியற்று மாறிப்போவோம்..' ப்ரியமான குரலில் சொக்கி அடுப்படியிலேயே இறகுகளை மடக்காமல் லபக் லபக்கென சோற்றை முழுங்கிக் கொண்டிருந்தான் நோஞ்சான். தீராப் பசியில் தெருதெருவுக்கு அலையும் காயசண்டிகை கண் விழித்து வாசல் படியில் நிற்கிறாள்.

'என்ன வேண்டும் உனக்கு..'

'கொஞ்சம் சோறு கொடு.. காலத்தின் அழியா பசியால் வெந்து கொண்டிருக்கிறேன்..'

'அதெல்லாம் முடியாது.. அணையா நெருப்பை அணைக்க நான் யார்.. அது உன் வினை..'

'அம்மா தர்மம் பண்ணுங்க.. அய்யா தர்மம் செய்யுங்க..' அவள் கடந்து போன பின்னும் குரல் காதுகளில் ஒலித்துக் கொண்டிருக்கிறது. நோஞ்சான் தின்பதை நிறுத்தவில்லை. மூன்று படி பிடிக்கும் சட்டியில் இருந்த சோறு மாயமாகிக் கொண்டிருந்தது. ஒரு சொட்டு குழம்பில்லாமல் வழித்து நக்கினான் நோஞ்சான். இன்னும் ஏப்பம் வரவில்லை. கொஞ்ச நேரத்தில் மீண்டும் முகட்டோடு வழியாக வானத்தில் பறந்து கொண்டிருக்க இருட்டு மிரண்டு வெளியேறிக் கொண்டிருந்தது. கூட வந்த பாம்புகள் இருட்டை மென்று மென்று தின்றன. கெளித்து ஓடினாலும் விரட்டிப்பிடித்து தின்க மிச்சமின்றி போனது இருட்டு.

பொழுது விடியவும்தான் அந்த குரல் கேட்டது. ஆம். பாலு மகன் சக்தி கத்திக் கொண்டே வந்தான்.

'உங்கப்பா.. புனவாசல் காட்டில் செத்துக் கிடக்கிறார்..'

அவன் சப்தம் கொட்டகையில் படுத்திருந்த நோஞ்சானையும் எழுப்பியது. கண்களை கசக்கிப் பார்க்க வீட்டில் ஒப்பாரி கால் நீட்டி படுத்திருந்தது. இருளாயி மார்பிலும், வயிற்றிலும் அடித்துக் கொண்டு அழுதாள். லிங்கம் 'அப்பா.. அப்பா..' யென கதறிக் கொண்டே புனவாசல் காட்டுக்கு ஓடினான். அக்கா, தங்கை, ஊர் சனம் என யாரும் பாக்கியில்லை; நோஞ்சானைத் தவிர.

ஆம். நோஞ்சான் சாவகாசமாய் கண்மாய் நீவாங்கரையில் வெளியே போக ஒதுங்கினான். அரிபறியில் இவனை யாரும் கவனிக்கவில்லை. முந்தினநாள் முழுவதும் நைந்த கண்மாயில்

தான் தேடியிருந்தான் நோஞ்சான். நைந்த கண்மாய் கிணற்றில் தண்ணீர் பிடித்து அங்குள்ள பனை நிழலில் அமர்ந்துதான் சாப்பிட்டுள்ளார். அங்குள்ள வீரம்பல் ஆட்கள் நோஞ்சானிடம் கூறியிருந்தனர். அப்ப இங்கணதான் இருப்பார் என நோஞ்சான் தேடிக்கொண்டே போக, புனவாசல் காடுகளின் வயல்கள் ஆரம்பமானது.

புனவாசல் பாதையை யொட்டி மொச்சப் பயறுகள் சிந்திக் கிடந்தன. அதை பின்தொடர்ந்தே போனான். பக்கத்து பனை யோரம் ஒரு நெளிந்த பயத்துப் பெட்டி கிடந்தது. அங்கு ஏகப்பட்ட தடங்கள். எப்படியும் ஒரு பெட்டி பயறு சுற்றிலும் சிதறி கொட்டிக் கிடந்தன. என்னமோ நடந்திருக்கு என நோஞ்சானுக்கு அரிச்சி தட்டியது. இரண்டு வயக்கடப்புக்கு தள்ளிப்போனான். பக்கத்தில் லேசான முணங்கல் கேட்டது. தோள்கள் துணுக்குற்றது. ரோமங்கள் சில்லிட கால்களில் லேசான நடுக்கும். சமாளித்துக்கொண்டு நோஞ்சான் சப்தம் வந்த திசையை நோக்கிப்போனான்.

பெரும் வரப்புக்கு பக்கத்தில் அப்பா குற்றுயிரும் கொலை யுருமாக கிடந்தார். வயிற்றில் வேல்கம்பு பாய்ந்திருந்தது. குண்ணிப் போய் ரத்தத்தின் ஊடாக முணங்கிக் கொண்டிருந்தார். பக்கத்தில் போன நோஞ்சானுக்கு முதலில் பகீர் என்றுதான் இருந்தது. அவர் 'தண்ணீ.. தண்ணீ..' யென முணங்குவதைப் பார்த்ததும் உதட் டோரம் லேசாக சிரிப்பு வந்தது. ஓடிப்போய் நைந்த கண்மாய் கிணற்றில் இருந்து தண்ணீர் கொண்டு வந்துவிட முடியும்.. அப்படியே தூக்கிப் போய் உயிரையும் காப்பாற்றிவிடலாம்.. ஆனால் நோஞ்சான் எதையும் செய்யவில்லை. அங்கு என்ன நடந்தது என்பதை அறியவே அவனுக்கு ஆவலாக இருந்தது.

வரப்பில் நின்று கை கட்டியவாறே கேட்டான்..

'தாயேலி என்னடா நடந்தது..?'

அவர் மேலும் கீழும் பார்த்தவாறு 'தண்ணீ.. தண்ணீ என்றார்.

'கேட்குறேன்ல.. சொல்றா.. என்ன நடந்தது.' அரசபுரசலாய் அப்பாவைப் பற்றி ஊர் இளவட்டங்கள் சொல்லி இருக்கிறார்கள். வியாபாரத்துக்கு போகும் இடங்களில் வாய்ப்பு கிடைக்கும் பொம் பளைகளை கை வைத்து விடுகிறார். இதற்காக பல இடங்களில் விளக்கமாற்று அடியும் வாங்கி இருக்கிறார் என. இதுவும்

அதுபோலத்தான் இருக்கும் என நோஞ்சான் எண்ணினான். ஆம். நைந்தக் கண்மாயில் யாராவது பயறு விற்க வந்திருக்க வேண்டும். பயத்து பொம்பளையை அப்பன் மடக்கி பனங்காட்டுக்கு தூக்கிப் போயிருக்கவேண்டும். அவள் சத்தம் போடவே, ஊர் ஆட்கள் வந்து வேல்கம்பால் சொருகி விட்டு சென்றிருக்கவேண்டும். தானாக ஒரு கணக்குப் போட்டு திரும்பவும் கேட்டான்.

'தாயோலி எந்த பொம்பளயடா கையைப் பிடித்து இழுத்து இப்படி குத்துப் பட்டு கிடக்கே..'

அவர் எதுவுமே சொல்லவில்லை. நேரம் கூட கூட முணங்கல் குறைந்து கொண்டே வந்தது. நோஞ்சான், 'தாயோலி செத்துத் தொலை..' என விசில் அடித்தவாறே.. வந்த பாதையில் திரும்பிப் போனான். பனைமரத்தில் நின்ற பேடை ஒன்று விட்டு விட்டு கத்தியது.

◆

எ

அழகர்சாமியின் மகளா இப்படி என வியக்கும் அளவுக்கு ஆம்பள மாதிரி எல்லா வேலையும் இழுத்துப் போட்டு செய்தாள். உழுவது, மொளப்பிரட்டுவது, வரப்பு வெட்டுவது, களையெடுக்க ஆட்களை திரட்டுவது, இறவாமரம் கொண்டு வயலுக்கு தண்ணீர் பாய்ச்சுவது, புல்கட்டு, கதிர்கட்டு தூக்குவது, கதிர் அடிப்பது, படப்பு மேய்வது, கண்மாய்க்குள் போய் நெல் அவிக்க கவட்டை கொண்டு முள் எடுத்து வருவது என எந்த வேலையின்னு பாக்கியில்லை. இரண்டு ஆம்பிள்ளைகள் செய்ய வேண்டியதை ஒத்த பொம்பள செய்துவிடுவாள். தூரியில் இருந்து பேர் பெற்ற கொட்டகைக்காரர் குடும்பத்தில் இருந்து வாக்கப்பட்டு வந்தாலும் அந்த பவுசி இத்தினி இருக்காது. அம்மாவுக்கு வள்ளியம்மை குணம் என்பார்கள். ஆம்.

அப்பா அழகர்சாமி மேல் வளையாதவர். காடுகரையென பார்க்கமாட்டார். எப்போதும் தேய்த்துக் கட்டிய வேட்டி சட்டையோடு தோளில் பச்சைத் துண்டை போட்டுக்கொண்டு தூரியிலிருந்து முதுகுளத்தூருக்கு போய்விடுவார். அங்குள்ள சரவணப் பொய்கையின் கிழக்கே தேர்வேலி போற ரோட்டுப் பக்கமாக பார்த்து இடத்தைக் காத்துப் போட்டிருந்தார். படுக்கை, சாப்பாடு எந்நேரமும் அங்குதான். சில நாட்கள் அங்கு பெட்டிக் கடையும் வைத்திருந்தார். அதெல்லாம் மூத்தமகன் சுப்பிரமணியன் இருக்கும் வரைதான். பக்கத்தில் உள்ள மாஸ்டர் மெஸ்சில் இருந்து இரண்டொரு புரோட்டாவை வாங்கித் தின்று விட்டு பேசாமல் படுத்துக்கொள்வார். அந்தி சந்தியில் அம்மன் பூஜை மட்டும் தவறாது.

'எப்பேர்ப்பட்ட காடுள்ள மனுசன் கலப்புக் கடையில் புரோட்டா வாங்கி பிறக்கி தின்கிறான்..' என காதில் படாமல் பேசிப்போவார்கள்.

அவர் அதைப்பற்றியெல்லாம் கவலைப்படமாட்டார். அவர் போக்கு தனி. பாவம் வள்ளியம்மைதான் மாஞ்சு மாஞ்சு காட்டைப் பார்ப்பது. அதே டைப்பில் இருந்தாள் இருளாயி. ஆம்பிள்ளையை நம்புவதில்லை. அவரும் வியாபாரம் பார்க்கிறேன் என எங்கிட்டாவது போய்விடுவார். பொழுது கிளம்பு முன் போனால், அடைந்தால் தான் வருவார். வரும்போது மீன், பிள்ளைகளுக்கு கடலை மிச்சர் வாங்கிட்டு வருவார். வீட்டில் இருந்தால் காட்டுக்குப் போய் மேப்பார்ப்பதோடு சரி. மேல் குனியாது. வெயில் ஏறு வதற்குள் வீட்டிற்கு வந்து படுத்துவிடுவார். மதியம் சாப்பிட்டு முடித்தவுடன் பேருந்து ஏறி முதுகுளத்தூர் போனால் இரவு எட்டு மணி பஸ்சுக்குத்தான் வீட்டுக்கு வருவது. கோடையில் சரி, ஆடை யிலும் இப்படி இருந்தா என்ன செய்வது..? தானாக புலம்பிக் கொண்டு வேலைகளை செய்து கொண்டிருப்பாள் இருளாயி.

எந்த வேலையும் பார்க்காமல் அதிகாரம் செய்வதில் மட்டும் தன் கொடி வீட்டு முகட்டோட்டைத் தாண்டி பறக்க வேண்டும் என நினைக்கும் நோஞ்சான் அப்பாவுக்கு மூக்கின் மேல் கோபம் காத்துக் கொண்டிருக்கும். குழம்பில் உப்பு குறைவாக இருந்தாலும் கூட, சட்டியோடு தூக்கி வீசுவார். வீட்டை ரணகளமாக்கி பதில் பேசினால் இருளாயியை இழுத்துப் போட்டு அடிப்பார். இருளாயி வாக்கப்பட்டு வந்த காலத்தில் இருந்து இது நடந்து கொண்டுதான் இருக்கிறது. யார் கேட்பது..? சம்பாரிக்கும் புருஷன் என்கிற திமிறு. எல்லா ஆம்பிள்ளைகள் ரத்தத்திலும் ஊறிப் போன விவகாரம் போலும். கடைசிவரை ஒத்த வார்த்தை பேசாமல்தான் குடும்பத்தை ஓட்டினாள். அந்த சம்பவம் நடக்கும் வரை. ஆம்.

நாலு பிள்ளைகளை பெத்த பின்னாடியும் அந்த காரியத்தை செய்தால் யாருக்குத்தான் வெலம் வராது. இருளாயிக்கும் வந்தது. ஒருநாள் ராத்திரி தொலையாங்குள காட்டில் இரைப்பு இருந்தது. மிளகாய் செடிகள் வாடி வதங்கிக் கொண்டிருந்தன. பூவும், பிஞ்சுமாய் கொணங்கி நிற்கும் அதன் முகத்தைப் பார்த்தால் யாருக்கும் ஒத்த வாய் கஞ்சி செமிக்காது. தொலையாங்குள கண்மாயில் தண்ணீர் கிடந்தது. மேட்டுக்காடு பாய்ச்ச முடியாது. இரவா மரம் கொண்டுதான் இரைத்து ஊத்த வேண்டும். அன்று புதன் கிழமை வேறு. ஆடுகளைப் பத்திக் கொண்டு சந்தைக்கு கிளம்பிய புருஷனிடம் விசயத்தை சொன்னாள் இருளாயி,

'யாரையாவது வச்சு இன்னக்கி இரைச்சிருமா.. ஒரு நா விட்டா பூவும் பிஞ்சும் உதிர்ந்திரும்..' சொல்லிவிட்டு போய்விட்டார்.

ஆள் கிடைப்பது குதிரைக் கொம்பாக இருந்தது. மூத்த மகனோடு தானே இரண்டு இரவா மரத்தைப்போட்டு பொழுது சாய ஆரம்பிக்கும் போது இரைக்க ஆரம்பித்தாள். நோஞ்சான் மண்வெட்டியோடு மிளகாய் செடிகளுக்கு ஊடாக தெரிந்தான். தாவுப்பக்கம் பாத்தியை அடைத்து மேட்டில் இருந்து இரைத்து ஊத்தும் தண்ணீரை அணைக் கட்டிக் கொண்டிருந்தான். இரவு விழத்தொடங்கியது. எங்கும் கும்மிருட்டு. கைப்பத்தியும், காண்டா விளக்கும் இருந்தது. மாங்கு மாங்கென விடாமல் இரைத்து ஊத்தினர். இரவு பத்து மணியைத் தாண்டும்போது வயலில் பாதி பாய்ந்திருந்தது. அங்கேயே சாப்பிட்டு விட்டு, மீண்டும் அடுத்த கைப்பிடித்துக் கொண்டிருந்தனர். சலப் சலப் என இருளைத் தாண்டி ஊருக்கு கேட்கும் சப்தம்.

நடு இரவைத் தொடும் போது, யாரோ காட்டில் நடமாடுவது தெரிந்தது. நோஞ்சான் தான் அந்த அலுக்கத்தை முதலில் கண்டான். ஓடிப்போய் அம்மாவிடம் கூற, தண்ணி சத்தத்தில் அவளுக்கு கேட்கவில்லை. லிங்கமும் தனக்கு தெரியவில்லை என்பது போல தலையாட்டினான்.

'எதாவது பிரமையா இருக்குமுடா.. பேசாமே பாத்தியைப் பாரு.. செடிகளை ஒடிச்சிராதேடா.. கவனம்..' நோஞ்சான் உம் கட்டிக்கொண்டே அலுக்கம் வந்த திசையில் கைப்பத்தி அடித்துப் பார்த்தான். யாரும் இல்லை. வரப்புகளில் யாரோ ஒளிந்து ஒளிந்து வருவதுபோல அரிச்சி தட்டியது. நோஞ்சானும் கைப்பத்தி அடிக்காமல் நோட்டம் விட்டுக் கொண்டிருந்தான். அரை மணி நேரத்தில் மிளகாய் பிஞ்சையை நோக்கித்தான் ஒரு உருவம் வருகிறது என்பதை நோஞ்சான் உறுதிப்படுத்தினான். ஓயா முழுக்கும் கைப்பத்தி எரிந்ததால் லேசுவாசாக ஒளியில் கமர் அடித்தது. திடீரென எரியும். படக்கென அணைந்து கொள்ளும். அங்கிங்கும் ஆட்டினாலும் கதை நடக்காது. இரவு வேலை, ஈரம்பத்தி இருக்க வேண்டும். கட்டைகள் நமந்தால் அப்புறம் எரிவது கஷ்டம் தான். இனி கைப்பத்தியை நம்பி புண்ணியமில்லை என நினைத்த நோஞ்சான் வீட்டில் இருந்து கொண்டு வந்த, தடிக்கம்பை கையில் இறுகப் பற்றிக்கொண்டான். வரட்டும்.. ஒரே போடு.. மண்டையை பிளந்து விடுகிறேன்.. என பல்லைக் கடித்து கூறிக் கொண்டிருந்தான்.

நோஞ்சான் எண்ணியது போல அந்த உருவம் மிளகாய் பிஞ்சைக்கு வரவில்லை. தொலையாங்குள கண்மாய் நோக்கி

போய்க்கொண்டிருந்தது. 'சரட் சரட்' என கேட்கும் செருப்புச் சத்தம் அந்த உருவம் போகும் திசையை காண்பித்து கொடுத்தது. தண்ணீர் பாயும் வாய்க்கால் வழியாக போனது, இரவா மரம் அசையும் பின்னால் உள்ள உடைமரத்தூரில் பதுங்கிக்கொண்டு எதையோ பார்த்துக் கொண்டிருந்தது. இருளாயியும், லிங்கமும் மூச்சு இரைக்க தண்ணீர் இரைத்துக் கொண்டிருந்தனர். அவர் களின் காதுகளில் நீர் சப்தம் தவிர வேற ஒன்றும் கேட்கவில்லை. இரவுப் பூச்சிகள் சில்லிட்டு கத்திக் கொண்டிருந்தன.

உடைமரம் நோக்கி மெல்லப் பதுங்கி வாய்க்கால் வழியாகவே போனான் நோஞ்சான். அந்த உருவம் பேசாமல் அம்மாவையும், அண்ணனையும் பார்த்துக் கொண்டிருப்பது தெரிந்தது. எலியின் கால்களில் பொத்துனாப்புல போனவன் பினனால் இருந்து மண்டையில் ஓங்கிப் போட்டான். அம்புட்டுத்தான். அந்த உருவம் துண்டைக் காணோம் துணியைக் காணோம் என பறிஞ்சு ஓடியது. ஒரு அடி என்றாலும் செம அடி.

'தாயோலி நில்லுடா..' என நோஞ்சானும் கொஞ்ச தூரம் விரட்டினான். அதிக வளத்தி இல்லை. சிட்டாய் பாய்ந்து ஓடியது. ஆனாலும் அந்த உருவம் நன்றாய் நினைவில் பதிந்து இருந்தது போலத்தான் நோஞ்சானுக்குப் பட்டது. 'யார்ரா நீ.. என்னடா வேணும் உனக்கு..' இருட்டு வார்த்தைகளை வாங்கி வைத்துக் கொண்டது.

பெலங்கொண்ட மட்டும் நோஞ்சான் அடித்திருந்தான். எப்படியும் மண்டை உடைந்து ரத்தம் ஓடும் என நினைத்துக் கொண்டே தண்ணீர் இரைத்துக்கொண்டிருந்த அம்மாவின் பக்கம் போய் கேட்டான்.

'அப்பா எங்கம்மா போயிருக்கார்..'

'ஏண்டா.. சந்தைக்கு ஆடு கொண்டு போயிருக்காருடா..'

'உம்மேல அப்பாவுக்கு சந்தேகம் இருக்காம்மா..?'

இந்தக் கேள்வியை அவள் சற்றும் எதிர்பார்க்கவில்லை. நட்ட நடு இரவில், தண்ணீர் இரைத்துக்கொண்டிருந்த அம்மாவின் கை தானாக மரத்தை நழுவவிட்டது. அதுவரை லிங்கத்துக்கு சரிக்கு சரியாய் இரைத்துக் கொண்டிருந்தவள் ஏனோ ஒடிந்து விழுகப் போவதுபோல துவண்டாள்.

'ஏண்டா என்னியாரம் என்ன கேட்குறே.. பேசாமே போயி வேலையைப் பாருடா.. மிளகாய் பிஞ்சை முழுவதும் இன்னியாரம்

தண்ணீ பாய்ஞ்சு இருக்கும்..' என லிங்கம் அதட்டினான். அம்மா ஒன்றும் பதில் பேசவில்லை. ஏனோ அவளுக்கு வாக்கப்பட்டு வந்த மூன்று மாதம் கழித்து தொடையில் வாங்கிய சூடு ஞாபகம் வந்தது. லேசான பெருமூச்சோடு மீண்டும் தண்ணீர் இரைக்க ஆரம்பித்தாள்.

நோஞ்சான் மிளகாய் வயலுக்கு போனாலும்.. 'தாயோலி இவனாத்தான் இருக்கும். சந்தேகப் பிராணி.. மாடு மாதிரி உழைத்துப்போடும் அம்மாவையே இவன் இப்படி பார்த்தா.. என்ன செய்யுறது.. இன்னியாரம் அவன் வீட்டில் தான் இருப்பான்... ஒரே ஓட்டமாக ஓடி வெட்டி வீசி விட்டு வந்தால் என்ன என எண்ணம் ஓடியது.

மிளகாய் பாத்தியை முறையாக திருப்பி விட்டான். இன்னும் வயலில் மூன்று பாத்திதான் பாக்கி. சில்லாட்ட தண்ணியாய் நிரப்பிக்கொண்டே வந்தவன், நீர் தூரில் பேசிக்கொண்டிருந்ததும் அடுத்த பாத்திக்கு திருப்பிவிட்டான். ஒரு பாத்தி நிறைந்தவுடன், தானாக அடுத்த பாத்திக்கு தண்ணீர் ஓடிப்பாயும் மாதிரி சிறு சிறு கரைகளாய் போட்டு வைத்து விட்டு, அப்படியே ஊரை நோக்கிப்போனான்.

வந்தவன் யாரென தெரியவேண்டும். தன் சந்தேகம் தீர வேண்டும். தாயோலி இவனாக இருந்தால் வெட்டி புதைத்து விட வேண்டும் என ஆங்காரமாய் மனம் கிளப்பி விட்டுக்கொண்டே இருந்தது. உடல் முழுவதும் நரம்புகளாய் ஆத்திரம் ஓடியது. தானாக துடிக்கும் உடல் துடிநாக்காக மாறி வந்தது. இருட்டுப் பாதையில் ஓட்டமும் நடையுமாக வீட்டுக்கு வந்தான். இருட்டில் மொங்கி தூங்கிகொண்டிருந்தது வீடு. தெருவில் படுத்துறங்கும் நாய்கள் கூட எழுந்திருக்கவில்லை. கொஞ்சம் அசந்தாலும் இருட்டு கால் தடுக்கி விடும். கவனமாய் எட்டு வைத்தான். திண்ணையில் நின்று வீட்டை நோட்டம் இட்டான். உள் கட்டிலில் யாரோ உட்கார்ந்து இருப்பது தெரிந்தது.

'யாரு..' என்றான்

'என்னப்பா. நான்தான்..' என பேந்த பேந்த விழித்துக் கொண்டு சொன்னார் நோஞ்சான் அப்பா. அவனுக்கு புரிந்து விட்டது. வந்தவர் இவர்தான்.

'தாயோலி சந்தைக்கு போகிறேன் என கூறிவிட்டு நட்ட நடுராத்திரியிலே வம்பா தண்ணி இரைத்து செத்துக் கொண்டி ருக்கும் அம்மாவை வேவு பார்க்க வந்திருக்கான்..' நினைக்க

நினைக்க வானத்துக்கும் பூமிக்குமாக நின்றது கோபம். ஒன்றும் சொல்லாமல் கிழக்கு வீட்டு அடுப்பாங்கணைக்குள் போய், அரிவாளை எடுத்து மறைத்துக் கொண்டே வந்தான்.

அப்பா கட்டிலில் அமர்ந்து கொண்டு உடைந்த மண்டையில் துணியைக் கட்டிக்கொண்டிருந்தார்.

'என்னப்பா.. மண்டையில் காயம்..' என தெரியாதது போல கேட்டான்.

'சந்தையிலே ஆடு ஏத்தும் போது லாரியிலிருந்து விழுந்திட் டேன்ப்பா.. சைடு ஆணி புளந்திருச்சு.. அதான் வந்துட்டேன்..' கூசாமல் பொய் சொல்லிக்கொண்டிருந்தார். விளக்கொளியில் அவர் முகம் விகாரமாய் தெரிந்தது.

'ஏண்டா தாயோலி.. சந்தேகமா படுறே.. சந்தைக்குப் போனவன் இருட்டு காட்டுல மறைஞ்சு வந்து பார்க்கும் அளவுக்கு ஏ அம்மா என்ன உன்ன மாதிரி பொம்பள பொறுக்கியாடா.. இத்தோட நீ தொலைஞ்சடா..' என கண்ணிமைக்கும் நேரத்தில் கழுத்தில் ஒரே போடு. நல்ல வீச்சரிவாள். தலை பாதி தொங்கியது. ரத்தம் பீய்ச்சி தலைக்கு மேல் இருந்த மரசல்கட்டைகளில் படிந்தது. இருந்தும் விடவில்லை நோஞ்சான். தலையை துண்டாக வெட்டி எடுத்தான். கை, கால் என எதையும் மிச்சம் வைக்கவில்லை. ஆத்திரம் தீரும் மட்டும் வெட்டிக்கொண்டே இருந்தான். முகம், சட்டை, கயிலி முழுவதும் ரத்தம். பீய்ச்சி அடித்த ரத்தத்தில் விளக்கு அணைந் திருந்தது. எங்கும் கும்மிருட்டு. முகமெங்கும் ரத்தப் பிசுபிசுப்பு.

திடுக்கிட்டு விழித்தான் நோஞ்சான். முகத்தைத் தொட்டுப் பார்த்தான் ரத்தம் படிந்திருந்தது. இதெப்படி நடந்தது..? நான்தான் செய்தேனா.. கண்களை மேல் பார்க்க நட்சத்திரம் பூத்த வெளி சிரித்துக்கொண்டு மின்னின.

9

காலம் எவ்வளவு விரைவாக நகர்கிறது. மூடிட்டு முழிக்கு முன் பாதையின் முடிவில் நின்று கை காட்டுகிறது. வழியெங்கும் சாணி உருண்டையை உருட்டி நகரும் பீ வண்டுகள் ஆர்ப்பரிக்கின்றன. தத்தி தத்தி தாவும் எலிதான் காலம் போலும். நோஞ்சான் வெறுமனே காலை ஒளியை பார்த்துக்கொண்டிருந்தான். எத்தனையோ கிலோ மீட்டர் தாண்டி வந்தாலும் விடாது துரத்தும் நினைவுகள் அலாதியானவை. வளைந்து நெளிந்து பாயும் ஆதவன் ஒளியோடு சேர்ந்து விசில் அடித்து வரும் வெள்ளத்தின் முகத்தில் வியாபிக்கும் நினைவு. காலங்கள் உருண்டோட படிந்து இருக்கும் வடுக்கள் தன்னை தடவி தடவிப்பார்த்துக் கொள்கிறது. ஒளி பட வெளிப்படும் முகம் நோஞ்சானை அடையாளம் கொண்டு வலை போட்டு இழுக்கிறது.

காலையில் ஏன் அவ்வளவு சோம்பலாக இருந்தது என தெரியவில்லை. எத்தனையோ முறையாக தன் அப்பாவை கொன்ற நினைவுகள் நோஞ்சானைப் போட்டு குடைந்து கொண்டிருந்தது. இவ்வளவு கோரமாகவா இருப்போம். பெத்தவன், வளர்த்தவன், ஆடி ஓடி சோறு போட்டவன். தந்தை சொல் மிக்க மந்திரம் இல்லை என பாடலே பாடி வைத்தாலும் தனக்கு மட்டும் அப்படி அமையாமல் போனது ஏன் என இந்த முப்பத்து ஏழு வருட ஆண்டில் எத்தனையோ நூறு முறை இந்தக் கேள்வியை கேட்டு துளைத்துள்ளான். ஒரு பதிலும் கிடைக்கவில்லை. விதியின் பால் பட்டதா..? மனிதர்களின் வகைகளில் இதுவும் ஒன்றா..? மனத்தை சமாதானப்படுத்த முடியவில்லை.

நகரத்தெருக்களில் இரைச்சலோடு இரைச்சலாக நகர்ந்து கொண்டிருக்கும் நோஞ்சானுக்கு நேரம் கிடைக்கும் போதெல்லாம் அப்பாவின் முகம் வருவதை தவிர்க்க முடியவில்லை. வாரம் ஒருமுறை கறிக் கடைக்கு செல்லும்போது, ஏதேனும் முனைகளில் யாரேனும் வெத்திலை போடுபவர்களைக் கண்டால், எங்காவது கேட்கும் ஆட்டின் குரலில், விட்டு விட்டு கமறும் மாட்டி சத்தத்தில் குதித்து வந்துவிடுகிறார் அப்பா. எத்தனையோ இரவுகளில் படுகொலைகள் செய்த போதும் என்னப்பா.. என அழைத்து காலைக் காலை இழுத்துக் கொண்டு வர தவறுவதில்லை.

1993ஆம் ஆண்டில் இருந்து அவரின் மாற்றங்கள் நோஞ்சானுக்கு பெரும் வியப்பை தந்தன. அதுவரையிலும் பார்த் திருந்த அப்பா உண்மையாகவே இறந்திருந்தார். ஒருக்கால் நோஞ்சான் கொன்ற தருணங்களில் ஏதேனும் பலித்து விட்டதா எனத்தெரியவில்லை. சடலத்தின் சட்டைகளை உரித்துப் போட்ட பாம்பின் வடிவில் ஒருக்கால் அவர் இருக்கக்கூடும். அதெப்படி எல்லாம் தலைகீழாகும். பிறவிக் குணங்கள் சாகும் வரை மறையுமா..? கேள்விகளும், குழப்பங்களும் தொடர்ந்தாலும் அடுத் தடுத்து நோஞ்சான் ஊருக்குப் போகும் காலங்களில் அவன் கண்களையே நம்ப முடியாமல்தான் இருந்தது.

ஆம். ஆயிரத்து தொள்ளாயிரத்து தொன்னூற்று மூன்று மாசி மாதம் வரை அம்மா இருந்தாள். முதல் நாள் இருந்தவள் மறுநாள் இரவு வருவதற்குள் மாயமாகி இருந்தாள். அவளை கட்டுவிரியன் விஷ உலகுக்கு கூட்டிப்போயிருந்தது. அது தீண்ட வேண்டும் என்பதற்காகவே வீட்டுக்கோடியில் ஆட்டுக் குட்டியை தேடிப் போனாளோ என்னவோ..? காலத்துக்கும் உழைத்து கொண்டிருந்த சடலம் ஒரேடியாக சாய்ந்தது. நீலக்கலரில் மல்லாந்து படுத்திருந்த அம்மாவை நோஞ்சான் இன்னும் பார்த்துக்கொண்டுதான் இருந்தான். அப்பாவை அன்று பார்க்கவேண்டும். எதுவும் பேச வில்லை அவர். வாயிக்குள் துண்டை வைத்து பொங்கி பொங்கி அழுது கொண்டிருந்தார்.

வீட்டின் குத்துச் செடி முற்றக் கட்டிலில் கால்கள் கட்டப்பட்டு படுத்துக்கிடந்தது. சுற்றிலும் ஆட்கள் ஒப்பாரி வைக்க எங்கிருந்தோ வந்த மழை சடசடத்து அவளை கழுவி எடுத்தது. புனிதமாக்கியது போலும். இதுவரையிலுமாக இருந்த மனித தேகம் மாறி மழையின் புஷ்ப வாகனத்தில் அவள் ஏறிப் போயிருக்கவேண்டும். அவள் வாழ்க்கையில் எல்லாவற்றையும் பார்த்துவிட்டாள் என்றுதான் சொல்லவேண்டும்.

மூத்த மகளுக்கு உள்ளூரில் திருமணம் முடித்து, பேத்தியை கைகளில் வைத்து மாலை வேலையில் கொஞ்சி கொண்டிருப்பாள். அவளைச்சுற்றிலும் ஆடுகள் நின்று கொண்டிருக்கும். காட்டின் முகத்தை தன் உடலில் பாகம்பாகமாய் வரைந்து வைத்திருந்தாள். எல்லாக் காடுகளும் மூஞ்சியைத் தூக்கிக் கொண்டு வரிசையாக வந்து போயின. சிலவைகள் வானக்கலரில் இருந்த அவளது உடலில் உடப்புகுந்து கொண்டன. நேரம் கூட உடலில் இருந்து முளைவிடும் தானிய வாடை அடித்தன. பேடைகள் வட்டமிட்டு முகட்டோட்டில் குத்த வைத்திருந்தன. ஒரு பெண் காலத்தின் எல்லா உயிர்களுக்கும் எப்படி சொந்தமாக இருக்கமுடியும்..? முடியும் என காட்டியிருந்தாள் அவள். மனுச மக்கள், காடு, பேடைகள், ஆடு, மாடு, மழை, காத்து என வீடு கொள்ளமுடியாத அளவுக்கு உயிர்களும், சனமும், ரோடே மறித்து நின்றார்கள்.

வீட்டை விட்டு போகும் போதும் அதே சிரிப்புடன் சலனமே இல்லாமல் போனாள். பிள்ளைகளைக் கட்டிக் கொண்டு, கதறினார் அப்பா. எங்கும் அழுகை. வானம் இருட்டிக் கொண்டு வந்தது. அவளது உடல் வில்லூத்தூரணி போகும் வரை வானம் முட்டிக் கொண்டு நின்றது. கட்டுத்தரையில் காரியங்கள் முடிந்தது தான் தாமதம் ஊத்து ஊத்தென கொட்டித் தீர்த்தது. சுத்தமாக துடைத் தெடுத்த பூமியில் உறங்கி கொண்டிருக்கிறாள் அம்மா.

அன்றிலிருந்து நோஞ்சான் அப்பாவின் வண்டி குடை சாய்ந் திருந்தது என்றுதான் சொல்லவேண்டும். அச்சு முறிந்த வண்டியாய் நடை, பேச்சு, செய்கை என யாவும் மாறியிருந்தது. எப்போதும் சத்தம் போட்டுக்கொண்டே இருக்கும் அப்பாவுக்குப் பதில் 'ஏம்ப்பா.. அதை செய்யாதே.. பார்த்துக்கோ.. அம்புட்டுத்தான்..' என மெதுவாகப் பேசும் அப்பா, நோஞ்சானுக்கு என்னமோ மாதிரித்தான் இருந்தது.

எத்தனையோ மாதங்களுக்குப் பின் நகரத்தில் இருந்து நோஞ்சான் ஊர்போக வேண்டியதிருந்தது. தொலைதூரம் என்பதால் முந்தின நாள் கிளம்பி மறுநாள் போய் சேர்ந்தான். அதிகாலை மூனு மணி வாக்கில் பரமக்குடியில் ரயில் இறக்கி விட்டுச்சென்றது. ராமேஸ்வரம் மெயில். இருட்டை மிதித்துக் கொண்டே அடங்காபசியில் உருமிக்கொண்டே பரமக்குடி ரயிலடியில் நின்றபோது, நோஞ்சான் கையில் ஒற்றைப் பேக்குடன் இறங்கினான். சிமெண்ட் திண்டுகளில் ஆட்கள் படுத்திருந்தனர். வெயில் காலம்தான். இருந்தும் அதிகாலை குளிர் வெடவெடக்க செய்தது. யார் யாரோடும் பேசுவதாக தெரியவில்லை. அவரவர்

பாட்டுக்கு போய்க்கொண்டிருந்தனர். நோஞ்சான் ரயிலடியை கடப்பதற்குள் ரயில் தீவிற்கு புறப்பட்டு சென்றது. பெரிய ஊதல். தண்டுவாளம் பக்கம் யாரும் தூங்க முடியாது. ஒருக்கால் கேட்டுக் கேட்டு பழகி இருக்கலாம். சத்தம் இன்றி தூக்கம் வராமலும் போகலாம். மூன்றறை சிந்தாவுக்கு ஏறினால் நேராக ஏர்வாடிதான். இடையில் ஊரில் இறங்கிக் கொள்ளலாம். ரயில் பயணிகளுக்காய் காத்திருந்தது சிந்தா. கீழக்கரை வண்டி. ஓனரும் அங்குதான் உள்ளார். பலமுறை வெளிநாட்டுக்கு போய் வந்ததால் நாலைந்து பஸ்சை வாங்கிவிட்டிருந்தார். வெளிநாட்டில் பணத்தை அள்ளிக் கொண்டு வந்தாரோ என்னவோ.. பணம் சேர்ப்பதும் ஒரு கலை தான் போலும். யார் கண்ணில் மண்ணைத் தூவி, ஏமாற்றி, இல்லாத தையும் பொல்லாததையும் சொல்லி காசு பார்ப்பது லேசில் யாருக்கும் வந்துவிடாது.

இருட்டோடு இறக்கிவிட்டுப் போனது சிந்தா பேருந்து. வழி யெங்கும் சினிமாப் பாடல்களை போட்டனர். மறக்காமல் முதுகுளத்தூர் வந்ததும் டிரைவர், கண்டக்டர்கள் டீக்குடித்தார்கள். பத்து நிமிட இடைவெளியில் கேபிஎஸ் கடையில் போண்டா வாங்கி தின்றான் நோஞ்சான். பல்லு விலக்காமல், மூஞ்சி கூட கழுவாமல் அதிகாலையில் யாராவது போண்டா தின்பார்களா..? சந்தேகம்தான். அவனோடு மென்று முழுங்கியவர்கள் நெற்றியில் பட்டையெல்லாம் போட்டிருந்தனர். குளித்து முடித்து வந்திருக்க வேண்டும். தன்னைப் போல போண்டா தின்பதற்காக அவர்கள் மெனக்கெட்டிருக்கலாம் என நினைத்தான் நோஞ்சான். இருந்தாலும் இது சுத்தமோசம்.

எத்தனையோ ஆண்டுகளுக்கு முன் தொடங்கிய பழக்கம். ஆண்டு பலவானாலும் விட்டபாடில்லை. சிறுவயதில் ராமநாதசுவாமி கோயிலுக்கு ரயிலில் குடும்பத்தோடு போனபோது அது நடந்தது. ஆம். பரமக்குடியில் இருந்து பயணிகள் வண்டி. காலையில் ஏழு மணிக்கு பரமக்குடியில் இருந்து எடுத்து ஒன்று ஒன்றரை மணி நேரத்தில் ராமேஸ்வரத்தில் இறக்கிவிட்டிரும். முன்பதிவற்ற சீட்டில் குடும்பத்தோடு அமர்ந்து போக ஜன்னல் வழியாய் பறந்தோடும் மரம், பறவைகள், பூமிகள், புல், பூண்டுகள் அலாதியானவை.

வண்டி கிளம்பும் போது நோஞ்சான் கேட்டு அடம் பிடித்தது போண்டாதான். ரயிலடியில் விற்று வரும் பையனின் கையில் இருந்த தட்டைக் காண்பித்து கேட்டுள்ளான். அவர்களும் இரண் டொன்று வாங்கிக்கொடுத்துள்ளனர். நெடுகிலும் தின்று

கொண்டே போனவன் ராமநாதபுரம் வந்ததும் மீண்டும் அதே போண்டா கேட்க, நோஞ்சான் அப்பா, 'பேசாமே வாரீயா.. தூக்கி வெளியில போடவா..' என அதட்டி உருட்டிக் கொண்டிருந்தார். சக்.. சக்.. கென ரயில் போய்க்கொண்டிருந்தது. நேரம் ஆக ஆக நோஞ்சான் அம்மாவின் மடியில் புதைந்து கொண்டு அழுக ஆரம்பிக்க, போனா போகிறான் என உப்பு வண்டிமாமா நாலு போண்டாவை வாங்கி வந்து கொடுத்தார். நாலும் புஸ் புஸ்யென பெரிசு. தின்க தின்க அவன் ஆவி அடங்கவில்லை. ஒவ்வொரு பக்கமாக கடித்து வர ரயில் போவதே தெரியவில்லை.

'அடே அங்க பாருடா கடல்.. பாலம்..' என ஜன்னல் வழியாக எல்லாரும் கை காட்டினார்கள். எல்லா ஜன்னலிலும் கடல் நின்று அழைத்தது. ஆர்ப்பரிப்பும், அமைதியும் ஒரு சேர காட்டும் பாங்கு யாருக்கும் வராது. படகுகள் அலைந்தலைந்து எங்கோ போனது. நங்கூர கூரை காற்றிலாட தூராந்திர தேசத்தில் இருப்பது போல இருக்கும். கண்களில் மிதந்து வரும் ஒட்டுமொத்த கடலும் சிமிட்ட சிமிட்ட வெளியேறி ரயிலை விட்டு கடக்கிறது. விரிந்த கண்களில் ஆச்சர்யங்கள் முடியவில்லை. தீரா புனைவின் பசிதான் கடல் போலும். ஆயிரமாயிரம் உயிர்களை விளையாட விட்டு சுவுசு வான்னு கிடக்கிறது. ரயில் மெதுவாக போய்க் கொண்டிருந்தது.

நடுக்கடலில் சம்மணம் இட்டவாறே போண்டா தின்று கொண்டே யாராவது இருக்க முடியுமா..? நோஞ்சான் செய்தான். அவ்வளவு ஆனந்த ருசியில் பாதிக்கடல் தாண்டியிருக்கும். டர்டர் ரென சப்தம். கடலின் உதட்டசைவில் யாருக்கும் அவ்வளவு சீக்கிரம் தெரியவில்லை. டவுசர், காலெல்லாம் வடியவிட்டு நின்று கொண்டிருந்தான் நோஞ்சான். உப்பு வண்டி மாமாதான் முதலில் பார்த்தது.

'ஏம்ப்பா.. ஏன் மருமகேன் கழிஞ்சுட்டான்.. கடல் மிரட்டிருச்சு போல..' என்றார். நோஞ்சான் அப்பா, 'தாயோலி தின்னிப் பண்டாரம்.. ஏறினதில் இருந்து மாடு மாதிரி அசைபோட்டுக் கொண்டே இருந்தால் வயிற்றாலை போகாமல் என்ன செய்யும்.. தூக்கிட்டுப்போளா.. இல்லே கடல்லே தூக்கிப் போடு..' அவருக்கு நாலு பேருக்கு முன் அவரை அசிங்கப்படுத்தி விட்டதோடு உட்கார்ந்திருந்த ரயில் சீட்டில் பேண்டும் வைத்துவிட்டான் என்கிற ஆத்திரம், வேசாடு. அம்மாதான் தூக்கிப் போய் யாவற்றையும் கழுவிவிட்டாள்.

பாம்பன் பாலம் கடப்பதற்குள் எல்லாம் சகஜநிலைக்கு திரும்ப, நோஞ்சான் கேட்டான்,

'ஏம்மா.. எனக்கு போண்டா.. வேணும்.. வாங்கித் தா..'

உப்பு வண்டி மாமா முதல் அனைவரும் விழுந்து விழுந்து சிரித்தனர். ரயில் குலுங்கி போனது. அப்பாவின் உருட்டல் ராமேஸ்வரம் போகும் வரை நீடித்தது. எப்போது ஊருக்குப் போனாலும் உப்பு வண்டி மாமா 'என்னப்பா.. போண்டா வாங்கி வரவா..' என சொல்லி சிரிப்பார். அந்த சிப்பாணியில் ஊத்தை விழுந்த பற்களும் பார்க்க நன்றாக இருக்கும். எந்த நேரத்தில் ஊருக்கு வந்தாலும் பேருந்து நிலைய போண்டா கடைக்கு கண்களும், கால்களும் போவதை இன்று வரை நோஞ்சானால் நிறுத்த முடியவில்லை. எல்லாம் பால்யத்தில் அடுக்கடுக்காய் பாடம் செய்யப்பட்டுள்ளது போலும். நேரம் காலம் பார்த்து, காட்சி பட வெளிச்சம் பட்டு சீறி வருகிறது. யார் என்ன.. வயது என எதையும் பார்ப்பதில்லை அது. நினைப்பில் வட்டமிட்டு சுர்ரென சுண்ட வேறு வழியில்லை.

சிந்தாவை விட்டு இறங்கி அன்றும் இரண்டு போண்டாவை தின்று விட்டு, நான்கை பார்சல் வாங்கி இருந்தான். சீரான காற்றில் தான் ஊடாடி தெரிந்த காடுகளின் வழியாக இருட்டுப் பாதையில் இறங்கி இருந்தான். சாலையோரம் வீடு என்றாலும் இருட்டு தடத்தை அழித்து ஏப்புக் காட்டாமல் விடுவதில்லை.

முற்றத்தில் யாரோ படுத்துக் கிடப்பது போல தெரிந்தது. மாடு கட்டிய மரமுண்டுகளும், படப்பிருந்த இடத்தில் விறகுகளும், புலுக்கை, கூலம், புல், மோத்திர வாடை என எதுவும் இல்லாமல் முற்றம் அசிங்கமாகக்கிடந்தது. இருட்டில் உட்கார்ந்து அழும் அதன் குரல்கள் நோஞ்சானுக்கும் கேட்டது.

வீட்டை விட்டு போனபோது ஆடு, மாடு, கோழிகள், தானியங்கள், கூலம் குப்பட்டை, மகிழ்ச்சியின் முகங்கள், விட்டு விட்டு கேட்கும் சிரிப்புகள் என யாவற்றையும் கொண்டு போயி ருந்தாள் அம்மா. அவளது மனத்தில் அத்தனைக்கும் இடமிருந் திருக்கிறது. முற்றத்தில் கால் வைக்க நோஞ்சானுக்கு வெறுக் வெறுக்கென்றிருந்தது. தான் ஓடியாடி ஒளிந்த முற்றமாகவே தெரிய வில்லை. யாரோ குத்த வச்சு சதா அழும் இழவு வீடு மாதிரி கிடந்தது. வீட்டுக்கு பக்கத்தில் வைத்திருந்த வேப்பங்கன்று பெரிதாகி அசைந்தது. நோஞ்சானை அடையாளம் கண்டு கொண்டிருக்கவேண்டும். முற்றம் முழுவதும் நிறைந்திருந்த சந்தோச

உயிர்கள் ஒன்றைக் கூட காணோம். வீட்டுப் படியேற மவுனத்தில் மொங்கி சட்டை செய்யாமல் இருந்தது வீடு.

அம்மாவின் போட்டோவுக்கு முன் விடிபல்பு அணைந்திருந்தது. வாழும் காலத்தில் ஒரு போட்டோ எடுக்ககூட விதியத்து தெரிந்த வளுக்கு, ஸ்டாம்ப் சைசை சவ்வாக இழுத்து பெரிய படமாக போட்டிருந்தார்கள். கதவு திறந்தே இருந்தது. திருணையின் மூலையில் தானிய மூட்டைகளுக்குப் பதிலாய் ஒன்றிரண்டு சேர்கள் கிடந்தன. தட்டியோடு பட்டியலையும் சேர்ந்து அடித்து வீட்டின் இருட்டை அடைகாத்துக் கொண்டிருந்தனர்.

கிர்கிர்ரென்ற சப்தம். மல்லாந்து படுத்துக் கிடந்தார் நோஞ்சான் அப்பா. தலைக்கு இரண்டு மூன்று தலையணைகள். அலுக்கம் கேட்டு எழுந்தவர், ‘யாருப்பா.. சின்னவனா..’ என தழுதழுத்த குரலில் கேட்டார். நோஞ்சான் ஒன்றும் சொல்லவில்லை.

‘சாப்பிட்டியாப்பா..’ ஏமா.. தம்பி வந்திருக்கான்..’ தூங்கிக் கொண்டிருந்தவர்களை எழுப்பினார். மின்சாரம் போயிருந்தது. விளக்கேற்றிக்கொண்டு மதினி வர, இருட்டு கொஞ்சம் பின்னக் கட்டியது. யாருடைய முகத்திலும் தெளிச்சி இல்லை.

சாப்பிட்டேன் எனக் கூறி படுக்க தலையை அழுத்திக் கொண்டு வந்தது நோஞ்சானுக்கு. நோஞ்சான் எழுந்திருக்கும் போது முற்றம் முழுவதும் வெயில் கால்பரப்பி கொதித்துக் கொண்டிருந்தது. பயண அசதி. பத்து பதினொரு மணியிருக்கும். வீட்டுக் கதவு லேசாக சாத்தியிருந்தது. முகத்தை அலசி விட்டு கிழக்கு வீட்டை பார்த்தான், அடைத்திருந்தது. வீட்டின் பெரும் மவுனம், சத்தமில்லாத இருட்டு நோஞ்சானை என்னவோ செய்தது. யாருமற்ற வீடா..? அடைகாத்து கிடக்கும் இருட்டும் மவுனம் தான் ஆட்களா..? பேச்சரவம் இல்லை. கோழிக்குஞ்சு கூட இல்லாமல் போன கருமாயம் வீட்டில் படமெடுத்து ஆடுகிறது போலும்.

‘சாப்பிடுறீங்களா சித்தப்பா..’ கவிதா கேட்டது.

‘குளிச்சிட்டு வாரேன்ப்பா..’ என பதில் சொல்லிவிட்டு வேப்பங்குச்சியை ஒடித்தவாறு ஊரணிக்கு நடந்தான். நோஞ்சானுக்கு பெரிய ஆச்சர்யம். பொழுது கிளம்பும் முன் வீட்டு ஆட்களை திட்டிக்கொண்டே உசுப்பி விட்டு, தையாதக்கா என குதிக்கும் அப்பா; தன்னை பதினொரு மணி வரை நடு வீட்டில் தூங்கவிட்டிருக்கிறார். யாரும் எழுப்பவில்லை.

'துரை இன்னுமா படுத்துக் கிடக்காறு.. இப்படி பொழுது விடிந்து படுத்தால், மூதேவிதான் வீட்டுல குடியிருப்பா..' என சாட்டைக்கம்பால் சுள்ளெ முதுகில் ஒன்று வைத்திருப்பார். அவர் செய்யாவிட்டாலும் அம்மா எழுப்பி விட்டிருப்பாள். அன்று அது நடக்கவில்லை. அப்பா எங்கு போனார் என தெரியவில்லை. வியாபாரத்துக்கு போயிருக்கலாம்; இல்லே, முதுகுளத்தூருக்கு பஸ் ஏறி இருக்கலாம். யோசனைகள் ஓட ஏகாலி வீட்டை கடந்து கொண்டிருந்தான் நோஞ்சான்.

படலுக்கு முன் நின்று மாரியம்மா கை காட்டினாள். அவள் கடைசியில் என்ன ஆனாள் என்றே நோஞ்சானுக்கு தெரியாமல் போனது.

வெள்ளிக்கிழமையில் ஒருநாள் 'நாளைக்கு எனை கட்டிட்டு போறாங்க..' என கண்ணீர் மல்க கிணற்றடியில் கூறிக் கொண்டிருந்தாள். நோஞ்சான் சலனம் இல்லாமல் அவளைப் பார்த்தான். நெஞ்செல்லாம் குளமாய் பொங்கி வந்த அழுகையை மாரியம்மாள் மாதிரி கண்களில் நோஞ்சானால் விட முடியவில்லை. தண்ணீர் குடம் தூக்கி வீடு போகும் வரை திரும்பி திரும்பி பார்த்துப் போனாள். ரோஸ் கலர் தாவணிக்கு மேட்சாக ரிப்பன் கட்டியிருந்தாள். குஞ்சம் வைத்த சடை இடுப்பில் அங்கிங்கும் ஆடிக் கொண்டே நோஞ்சானை பார்த்து சென்றது. கரையோரத்து புளியில் காடை பறந்து பறந்து கத்தியது.

மறுநாளில் இருந்து அவளை காணவில்லை. யாரிடம் கேட்டாலும் தெரியவில்லை. ஏகாலி வீடு வெறிச்சோடி கிடந்தது. ஊருக்கு துணி வெலுக்க வேறு ஆளைத் தேடிக் கொண்டிருந்தனர். துணியை மடித்தவாறு கை காட்டும் மாரியம்மா கண்கள் நோஞ்சானை துரத்திக் கொண்டே வந்தது. விரைவாக நடந்தான். ஒற்றைப் பனையில் இருந்த கிளிகளை காணவில்லை. பொந்து மட்டும் ஆவ் என வெளியை குடித்துக் கொண்டிருந்தது. நின்றிருந்த பத்து பதினைந்து மரங்களில் ஒன்று மட்டும்தான் இருந்தது. பனைக்குப் பதிலாக காட்டுக்கருவ வளர்ந்து கிடந்தது.

குளக்கரையில், 'யாரு.. நோஞ்சானா.. ஏம்ப்பு.. இப்படி இளச்சு போயிருக்கே.. நல்லா சாப்பிடு.. அப்பாவையும் பார்த்துக்கப்பா.. பாவம்.. நடை பிணமாகிவிட்டார்..' விசாரிப்போடு கூறினார்கள்.

மகேந்திரன் மகன் சக்திதான் அதை சொன்னார்.

'மாப்ளே.. அப்பா ரொம்ப தண்ணி சாப்பிடுறாரு.. சொல்லிட்டுப் போ.. முதுகுளத்தூர் பேருந்து நிலையத்திலே நிதானமற்று கிடக்

குறதே பார்க்குறப்ப.. பாவமா இருக்கு..' அக்கறையோடு கையைப் பிடித்து சொல்லிவிட்டு துணி துவைக்க ஆரம்பித்தார்.

பெரிய ஊரணி தண்ணீ கருத்துப் போய் கிடந்தது. ஆடையில் நிறைந்த குளம். சுத்துப்பட்டி ஊர் ஊரணிகளில் நீர் இல்லாத போது, இளஞ்செம்பூர் குளத்தில் மட்டும் கோடையிலும் வேத்து முகமாய் தண்ணீர் அலையடித்தது. யாரிடமும் நோஞ்சான் அதிகம் பேசவில்லை. ஏனோ மவுனம் தன்னை துரத்திக்கொண்டு அமுக்கு வதாகபட்டது. குளித்து விட்டு வீடு போனவனுக்கு சாம்பாரும், சோறும் இருந்தது. ரேஷன் அரிசி சோறு. கை வைக்க நொச நொசவென ஒரு மாதிரியாக தோன்றியது. கேட்கவில்லை.

சாப்பிட்டுவிட்டு மீண்டும் படுக்க எப்போது தூங்கினான் என தெரியவில்லை. மனம், கண்களில் மீண்டும் அழுத்தம் குடி கொண்டது. விழிக்க மனமற்று கிடந்தான். வெயில் முற்றத்தில் நின்று ஆடி விட்டு கால் வலித்தவுடன் மெல்ல அவ்விடத்தை விட்டு நகர்ந்து வேம்பின் நிழலில் போய் பதுங்க ஆரம்பித்தது.

எப்போதும் 8 மணி பஸ்சுக்கு வரும் அப்பா அன்று ஆறு மணி வண்டிக்கே வந்திருந்தார். கையில் சீலா மீன். வழக்கம் போல மிக்சர், கடலை, பூந்தி இருந்தது. வீட்டை விட்டு போனவர்கள் எல்லாரும் வீடு திரும்பியிருந்தனர். மதினி சமைத்துக் கொண்டி ருந்தாள். மீனைக்கொடுத்து விட்டு கட்டிலில் போய் படுத்துக் கொண்டார் நோஞ்சான் அப்பா.

வீட்டுக்குள் போக பிராந்தி வாடை குப்பென அடித்தது.

'அதிகமாக குடிக்கிறீங்களாமே..' அதிகாரமாய் நோஞ்சான் கேட்டான்.

பல ஆண்டுகளுக்கு பின் அவனுக்கு கேட்கும் தைரியம் வந்திருக்கவேண்டும். வீட்டுக்குள் வந்தாலே நடுங்கும் நோஞ்சானா இது..? தன்னை கிள்ளிப் பார்த்தான். உண்மைதான். அவன்தான் கேட்பது. அதிலும் அப்பா முன் சேரில் உட்கார்ந்து கொண்டு கால் மேல் கால் போட்டு கேட்டான். அவனுக்கு உடலில் புதுதெம்பு பாய்ந்து கொண்டிருப்பது போலபட்டது. நெஞ்சில் இருந்து யாரோ குதித்து திருணைக்கு ஓடி சிங்.. சிங்.. கென ஆடினர். அதோடு காத்தும் சேர ஒரே கும்மறச்சான்.

அவர் பதில் சொல்லவில்லை.

'நான் கேட்குறேன்ல.. குடிச்சிட்டு கீழே விழுந்து கிடக்குறீங்களா..'

'அதெல்லாம் ஒன்னுமில்லேப்பா..' பதில் சொல்வது அவர் தான். அதுவும் மென்மையான குரலில்.

மகனைப் பார்க்காமல் வீட்டு மரசலைப் பார்த்தவாறு கூறினார். அந்த சூழல் ஏனோ நோஞ்சானுக்கு ரொம்ப பிடித்தமானதாக இருந்தது. அவரிடம் மீண்டும் மீண்டும் கேள்வி கேட்க வேண்டும் என நினைத்தான். ஆனால் அவர் படுத்துக்கொண்டு பதில் சொல்வது அவனுக்கு சுத்தமாக பிடிக்கவில்லை.

இரண்டொரு தரம் கேட்டுவிட்டு கோபத்தில் சேரைத் தூக்கி கீழே போட்டான். அது சடார் யென சத்தம் போட்டது. அப்போதும் அவர் எழுந்திருக்கவில்லை. மதினி ஓடி வந்து அழாத குறையாக சொல்லிக் கொண்டிருந்தார்,

'தினமும் குடிச்சிட்டுத்தான் வாரார்.. வந்து அது சரியில்லே.. இது சரியில்லே.. என புலம்புகிறார். வெளியே திருவே போனால் கைப்பத்தி அடித்து வந்து பின்னாடியே பார்க்கிறார். ரொம்ப அசிங்கமா இருக்கு.. பாதினாள் வீடும் வருவதில்லை. எம்பூட்டு சொன்னாலும் கேட்க மாட்டேன் என்கிறார்..'

அவன் கேட்டுக் கொண்டான். ஒன்றும் சொல்லவில்லை. அப்படியே கட்டிலோடு கை, கால்களைக் கட்டி, இரண்டொரு நாள் அப்பாவை கிடத்த வேண்டும் என அவனுக்குள் ஏனோ ஓடியது. வீட்டு இறவாரத்தில் லைலான் கயிறு இருந்தது. இருந்தும் அதை செய்யவில்லை. எதுவும் சொல்லாமல் வீட்டை விட்டு வெளியேறி இருந்தான். வீடு மாதிரியே வெளியும் இருளால் சூழ்ந்திருந்தது.

ஊரில் அடிக்கடி நடக்கும் பாலப்பாதையில் நடந்து போனான் நோஞ்சான். ஆக்காட்டி விட்டு விட்டுக் கத்தியது. எங்கும் அமைதி. நோஞ்சான் மனமும் ஏனோ சாந்தம் கொண்டிருந்தது. நெஞ் செல்லாம் நிறைந்து இருட்டோடு பறப்பதாகப்பட்டது. ஒத்தையடிப் பாதையில் நடக்க நடக்க விரியும் காடு. யாருமில்லா கூட்டில் அவன் ஏறி நின்று அனைவருக்கும் கை காட்டினான். பறவைகள் அவனைச் சுற்றிலும் வட்டமிட்டன. அவன் காடுகள் எங்கும் ஆலங்கட்டி மழை மீனோடு பெய்தது. துள்ளித் தெரியும் கெண்டை மீன்கள் காடுகளில் தனக்கர நீந்தி தெரிந்தன. எதையும் தடுக்க வில்லை நோஞ்சான்.

இரண்டு மூன்று நாள் விடுமுறையில் வந்தாலும் அன்றிரவே கிளம்பவேண்டும் என மனத்தில் அரிச்சி தட்டியது. ஏன் என

தெரியவில்லை. வீட்டில் இரவில் படுக்க முடியுமா என தெரிய வில்லை. இருட்டும், மனமும் சேர்ந்த அழுக்க, நாலைந்து நாளைக்கு எழுந்திருக்க முடியாது. சகல பரிமாண ராஜ்யத்தையும் இழந்தவன், மீண்டும் வாழ்ந்த இடத்துக்கு வர தயங்கும் மனம் ஏனோ நோஞ்சானுக்கு பத்திக்கொண்டது. கை, காலை பின்னும் இழவின் ஒப்பாரி காதுகளில் கேட்க ஆரம்பித்தது காரணமாகக் கூட இருக்கலாம்.

பாதி வழியிலேயே திரும்பி மீண்டும் வீடு வந்தான். அப்போதும் அப்பா எழுந்திருக்கவில்லை. மீன் குழம்பை சாப்பிட்டான். ருசியில்லை. சீலா மீன் ரேஷன் அரிசிக்கு எடுபடாமல் போயி ருந்தது. இருந்தும் தின்றான். இனி காலையில் தான் சாப்பிட முடியும் என்கிற கட்டாயத்தில் போட்டச் சோற்றை எதுவும் சொல்லாமல் சாப்பிட்டான். செவலை நாய் ஒன்று படியில் நின்று சோறு கேட்டது. நாலைந்து கை அதுக்கும் அள்ளி வைத்தான். சீலா மீனை அம்மாவின் கையில் நெய் மணக்க சாப்பிட்டது ஞாபகம் வந்தது. உள்ளுக்குள் சிறு குடைச்சல். மனம் எம்பி எம்பி கண்ணீரை முட்டியது. அடக்கிக் கொண்டான்.

'எப்பா சாப்பிட வாங்க..' என நர்லைந்து முறை கூப்பிட்டு விட்டுத்தான் உட்கார்ந்திருந்தான். அவர் என்ன நினைக்கிறார். ஏன் எதுவும் பேசமாட்டேன் என்கிறார் என எதுவும் தெரிய வில்லை.

கிளம்பும் போது சொன்னார்.. 'கருவுத்தியா பொழைங்க.. அம்புட்டுத்தான்.. பனையேறுறவன் குண்டி எட்ட மட்டும்..' என கூறி விட்டு போட்டு வைத்திருந்த சுடு தண்ணியில் குளிக்க போனார்.

இருட்டு மொய்த்துக் கொண்டிருந்ததால் வீட்டு முற்றத்திலேயே துண்டைக்கட்டி குளித்துக் கொண்டிருந்தார். நோஞ்சான், வீட்டுப் படியில் அமர்ந்து கொண்டு, கூறினான்.

'குடிச்சிட்டு ரோட்டுல கிடந்து அசிங்கபடாதீங்க.. அடுத்த தடவை வரும் போது இதையே செஞ்சீங்கன்னா.. நான் பொல்லா தவனாக மாறி விடுவேன்..' எச்சரித்தான். அவர் சிரித்தார். இருட்டு கூட அவர் கூடச் சேர்ந்து சிரிப்பதாகப்பட்டது. அவனுக்கு நெஞ்சு விம்மி விம்மி புடைத்தது. அதற்குப் பின் என்ன பேசுவது என தெரியவில்லை. மணி எட்டை நெருங்கிக்கொண்டிருந்தது. தோளில் ஜோல்னா பையை மாட்டிக் கொண்டு இருட்டில் நடந்தான்.

'படுத்துட்டு காலையிலே போக வேண்டியதானப்பா..' அவன் காதுபட கேட்டார்.

'வேலை இருக்கு..' ஒற்றை வரியில் கூறினான். மதினி, குழந்தைகள் திருணையில் நின்று நோஞ்சானை பார்த்துக் கொண்டிருந்தனர். ஜெயகார்த்தி பேருந்து வண்டியில் ஏறும் போது வீட்டுப் படியில் அப்பாவும் நின்று பார்த்தார் என்றே நினைத்தான். பேருந்தில் அமர்ந்ததும், இது தன் அப்பா இல்லே என்றே தோன்றியது. ஆவேசமும், நரம்புகள் புடைக்க குதிப்பதும், கை, கால் விரல்கள் டிங்கிரியாட்டம் போடுவதும், கால் ஓயாமல் அங்கிங்கும் ஓடுவதும், அரித்துக் கொண்டு வருவதும்.. நிச்சயமாய் இது தன் அப்பா இல்லை என நோஞ்சானுக்கு ஓடியது. பஸ் ஜன்னல் வழியாக வந்த காத்து முகத்தில் அடித்து ராராட்டியது. பகலெல்லாம் நல்ல தூக்கம்.

குறவர்கள் மாதிரி ஆறு மணியானால் எல்லாரும் வீட்டில் இருக்கவேண்டும். அப்படி இல்லையென்றால், முதுகுத்தோல் உரிந்துவிடும். இதற்காகவே கையில் தார்க்கம்போடு, திருணை படியில் அமர்ந்து கொண்டு வேவு பார்ப்பார்.

'ஆடு, மாடெல்லாம் வீடு வரும் போது துரைகளுக்கு மட்டும என்ன வெளியிலே அயிமாசு..' என கேட்பார்.

இருட்டத் தொடங்கி வெகு நேரமாகி தான் கிளம்பியதை வேடிக்கை பார்த்துக்கொண்டிருப்பவர் எப்படி தன் அப்பாவாக இருக்கமுடியும்..? கேள்விகள் தானாக முளைத்தன. ஆனாலும் மனதில் இனம் புரியாத சந்தோசம் குடிகொண்டதாகபட்டது. அது எதுக்காக என அவன் ஆராய விரும்பவில்லை. நெருப்பில் தண்ணீர் ஊற்றி அணைக்கும் போது வரும் சத்தம் தன் நெஞ்சுக்குள் இருந்து வருவதாக உணர்ந்தான். பஸ் மதுரையை நோக்கிப்போய்க் கொண்டிருந்தது.

மீண்டும் நகரத்துக்குள் பத்தோடு பதினொன்றாக அலைந்து கொண்டிருந்தான் நோஞ்சான். வைக்கோலை சுற்றிப்போகும் காத்து காலத்தையும் காகித வடிவில் கொண்டு சென்றது. அதது போக்கில் நகர்ந்து கொண்டிருக்கும் பொழுதில், நாய்கள் எப்பதாவது ஊளை யிடும். அதிலும் நகரத்து நாய்கள் ஊளையிடுவது விநோதமாக இருக்கும். ஒரே தெருவில் நூற்றுக்கும் மேற்பட்ட வீடுகளும், அதன் உள்ளே உள்ளே என பல பிரிவுகளுமாக இருக்க, எந்த வீட்டை குறி வைத்து நாய்கள் ஊளையிடுகிறது என்கிற குழப்பம் ஒவ்வொரு

முறையும் நோஞ்சானுக்கு வருவதுண்டு. யாராவது இறக்கக் கூடும் என நினைத்துக் கொள்வான். பூனைகளும் மனிதனை அண்டாமல் தெரியும். எப்பதாவது ஜன்னலில் குதித்து ஓடும் அதன் கண்களில் சதா குரோதம் குடியிருக்கும். ஒவ்வொரு வீடாய் அடித்து துரத்தப்பட்ட துயரத்தில் ஒருக்கால் மனிதர்களை கண்டு முறைத்துத் தெரியலாம். வாடகை வீட்டில் பூனை வளர்ப்பதும் சாத்திய மில்லைதான்.

வீட்டில் இருந்த வெள்ளை மறை போட்ட பூனை அப்படி யில்லை. மனுச மக்கள் வீட்டுக்கு வந்துவிட்டால், கால், கை, மடியென வந்து உரசி சினேகம் பாராட்டும். இரவு வேளையில் வெளியே போனால் தங்களுக்கு முன்னால் அது போய் கொண்டி ருக்கும். நாய்களும், பூனைகளும் இல்லாத தெருக்களும், வீடுகளும் என்னண்டோ போய் விடுகிறது. சாப்பிடும் போது ஒரு கவளம் நாய்க்கும், பூனைக்கும் வைத்தால் தான் தின்ற சோறு செமிக்கும். நகரத்தில் யாருக்கு வைப்பது..? ஆளாளுக்கு கா.. கா.. யென கூப்பிட்டு காகங்களுக்கு வைக்க, அது தனக்கர அலைகிறது. நோஞ்சான் இருந்த தெருவில் காகங்கள் சாஸ்தி.

ஆடை, கோடை என பிரித்து இருந்த வேலைகள் நகரத்தில் ஒன்றாகிப்போனது. எல்லாக் காலத்திலும் வேலைக்கு போக வேண்டியதிருந்தது. அதிலும் நாம் நினைத்தது போக அது பாட்டுக்கு இழுத்துக் கொண்டு போகிறது. எங்கும் மக்கள் ஓடிக் கொண்டிருக்கிறார்கள். யாரும், யாரையும் நலம் விசாரிப்பதில்லை. சேர்ந்து ஒரு இடத்துக்கு போவதில்லை. தானுண்டு, தன் சோலியுண்டு என நகரத்து மனிதர்கள் போலவே நோஞ்சானும் மாறியிருந்தான். வார விடுமுறையில் படுக்கையில் படுத்து புரள்வது அவ்வளவு சுகமானதாக மாறிப்போனது. கதவாலிகளை விரட்டித் தெரிந்த கால்கள் முளைவிடாமல் மழுங்கிவிட்டது. தனிமை குடிக்கும் பொழுதில் கரையும் நோஞ்சான் இரைச்சலின் கோர முகத்தில் சிக்கி ஆட்களோடு கரைந்து கொண்டிருந்தான்.

ஊருக்குப் போய்விட்டு வந்த ஆறு மாதங்கள் கழித்து தொலைபேசி வந்தது. எதிர்முனையில் கருப்பசாமி. பெரியப்பா மகன்.

'அடே.. அப்பா தவறிட்டாருடா.. சீக்கிரமாக கிளம்பி வா..' அதற்கு மேல் ஒன்றும் சொல்லவில்லை. அலுவலகத்தில் இருந்தான். நோஞ்சானுக்கு ஒன்றும் தோணவில்லை. அப்பா இறந்து விட்டாரா.. அப்படியா..? என ஏதோ மூன்றாம் மனுசனின் சாவைக்கேட்கும் தோரணையில் தான் மனம் இருந்தது. எப்போதும்

போல அலுவலக வேலைகளைப்பார்த்தான். அவனுக்கு கொடுக்கப்
பட்ட பணியை நிதானமாகவும், நேர்த்தியாகவும் செய்தான். மாலை
கண்டு கொண்டிருந்தது.

மூன்று மணியில் இருந்து ஆறு மணிக்குள், நான்கு பேர் பேசி
விட்டார்கள். அப்பாவின் இறப்பை உறுதிப்படுத்துகிறார்கள்
போலும். நாகராசுக்கு அடுத்து பேசிய மதினி மட்டும் தான் அழுது
கொண்டே கூறினார். இவன் ஒன்றும் பதில் பேசவில்லை.

'நீங்க வந்தாதான் பிணத்தை தூக்க முடியும்..' பெரியாம்பிள்ளை
போஸ் சொல்லிக்கொண்டிருந்தார். ஊரில் யார் இறந்தாலும்
அவர்கள் காரியம் முழுக்க ஊர் பெரியாம்பிள்ளைகள் வசம்
ஒப்படைக்கப்படும். அதற்குண்டான செலவை கடைசியாக
இறந்தவர் வீடுகளில் ஊர் வாங்கிக்கொள்ளும். ரொம்ப வறுமை
யான ஆட்கள் என்றால் ஊரே அந்தச்செலவை ஏற்றுக் கொள்ளும்.

இரவு எட்டு மணிக்கு உணவு சாப்பிட போகும்போது
அலுவலகத்தில் தகவல் சொன்னான். 'தந்தை இறந்துவிட்டார்.
நாலைந்து நாள் லீவு வேண்டும்..' அவர்கள் மறுக்கவில்லை.
பதற்றமாகவும், சோகத்துடனும், எப்படி செத்தார்..? நோய்வாய்
பட்டிருந்தாரா..? என்ன வயசு என அக்கறையாக கேட்டு உச்சுக்
கொட்டினார்கள். கூட பணி செய்யும் ஆட்களும் அப்படியே.
அடுத்த சில நிமிஷங்களில் அவர்கள் வேற சோலியில் மறந்து
போவார்கள் என்பது நோஞ்சானுக்கு தெரியும்.

ஆனால் நோஞ்சானுக்கும் அப்படித்தான் இருந்தது. வீட்டுக்கு
வருவதற்குள் இருட்டு முந்தி இருந்தது. கதவைத் திறந்தவுடன்
மனைவி, 'ஊரில் இருந்து போன் எதுவும் வந்ததா' என்றாள்.
கொண்டு போன பைகளை வைத்து விட்டு 'ஆமா..' என்றான்.
சாதாரணமாக. 'ஆமா.. உனக்கு யாரு சொன்னா..?' நோஞ்சான்
கேட்டான்.

'எங்கம்மா போன் செய்தது.. மூனு மணிக்கே சொல்லிட்டாங்க..'

'அதான் எனக்கும் போன் செய்தீயே..'

'ஏங்க கிளம்ப வேண்டாமா.. இப்படி நேரம் கழிச்சு வந்தா
எப்ப பஸ் புடுச்சு எப்ப போய் சேருவது..?'

'போகலாம்.. பத்து மணி சர்மாவில் போனால் காலையில்
போய் சேர்ந்துவிடலாம்.. சரி சாப்பிட என்ன வைத்திருக்கிறாய்..?'

'ஒன்றும் செய்யவில்லை.'

'ஏன்டீ.. அவரு இறந்தா நான் ஏன பட்டினியா கிடக்கணும்..? உனக்கு என்ன கிறுக்கு புடுச்சுப் போச்சா..?'

'ஏங்க செத்தது உங்க அப்பாங்க.. கொஞ்சம் கூட மனசுல ஈரமே இல்லாமே பேசுறீங்கே..'

'உனக்கு எதாவது சாப்பிட வேணுமா..? நான் கடையில் போயி புரோட்டா வாங்கிட்டு வாரேன..' அவளின் பதிலுக்காய் காத்திருக்காமல் கடைக்கு கிளம்பினான். படியில் நின்று மீண்டும் கேட்டான், 'சாப்பிட வேணுமா.. வேண்டாமா..?'

'எனக்கு ஒன்றும் வேண்டாம்.. நீங்களே சாப்பிட்டு வாங்க..' அவள் குரலில் கண்ணீர் இருந்தது.

நகரத் தெருக்களில் கும்மிருட்டை பார்க்க முடிவதில்லை. எங்காவது சிறு வெளிச்சம் ஊடாடி இருட்டை புரட்டிப் போடுகிறது. ஆள் அற்ற வீதியும் அரிதுதான். தெருவை வேடிக்கை பார்த்துப்போனான். சில பெண்கள் வாசலில் உட்கார்ந்து பேசிக்கொண்டிருந்தார்கள். தெருவில் ஓடும் கழிவு நீரில் குப்பைகள் நிறைந்திருந்தது. ஒவ்வொரு வீட்டுக்கு முன்னும் குப்பைக் குமியல் இருந்தது. புதிய ஆட்சியாளர்களுக்கும், குப்பை டெண்டர் எடுத்தவர்களுக்கும் பிரச்னை. எல்லாம் என்ன பணம்தான். பல கோடி பாக்கி. குப்பை அள்ளுவதை டெண்டர் எடுத்தவர் நிறுத்தி விட்டார். பணம் கொடுக்காததுக்கு, முந்தைய ஆட்சியில் போடப்பட்ட டெண்டர் என்றும், அதில் கமிஷன் தொகையாக பல கோடி கைமாறியதால் வெளிநாட்டு நிறுவனம் ஒன்று டெண்டர் எடுத்ததாகவும் சொன்னார்கள். இப்போதெல்லாம் எந்த திட்டம் வந்தாலும் சம்பந்தப்பட்ட துறை அமைச்சர் முதல் முதல்வர் வரை கமிஷன் இல்லையென்றால் காரியம் நடப்பதில்லை. எல்லாம் கோடிகளின் கோடி.

அந்நிய நிறுவனங்கள் தங்கள் குப்பைகளை இங்கே கொட்டி விட்டு போக ஏகப் போட்டியில் இருக்கிறது. இதற்காகவே கமிஷனை கோடிக்கணக்கில் கொட்டுகிறது. அவர்களின் காசு பாராளுமன்றத்தில் மசோதா தாக்கல் செய்வது வரை போகிறது.. என்ன சொல்ல..? கந்தனும் கருப்பனும் பத்து ரூபாய் சம்பாதிக்க படாதபாடு பட வேண்டியதிருக்கிறது.

நாட்டு நடப்புகளை யோசித்தவாறே நோஞ்சான் புரோட்டாக் கடையை நோக்கிப்போனான். வயிறுக்கு காந்தல் இல்லாத அடிக்கடி சாப்பிடும் கடை என்றாலும் அங்குதான் கால்கள் நடந்தது.

மட்டன், சிக்கன், குடல், ஆம்பலேட் எல்லாம் இருக்கும். புரோட்டோவோடு மட்டன் வாங்கி இரண்டையும் சேர்த்து தின்றான். ஏனோ அதிக பசியாக இருந்தது. எப்போதும் மூன்று சாப்பிடுபவன் அன்று நான்கு சாப்பிட்டான். நல்ல மனோநிலையில் இருந்தால் உணவு கூடுவது நோஞ்சானுக்கு வழக்கம் தான். ஆனால் இன்று..?

மட்டன் சுக்காவும், நாலு புரோட்டாவும் சேர்த்து சாப்பிட்டதுக்கு தொன்னூற்றி ஐந்து ரூபாய் கொடுத்தான். பக்கத்து கடையில் ஒரு சிகரெட்டை வாங்கி பற்ற வைத்துக்கொண்டே வீடு நோக்கி நடந்தான். வாகனங்கள் விர்விர்ரென சென்று கொண்டிருந்தது. வெளிச்சம் மீது வெளிச்சமாக அப்பிக்கொண்டு கிடக்கும் சாலை. நிமிஷத்தில் பல நூறு வண்டிகளின் வெளிச்சமும் ஒன்றாக விழுகிறது. மூச்சு முட்டிப்போகும் ரோடு. சிகரெட் முடியும் போது, கால்ஸ் போட்டுக் கொண்டான்.

இன்னியாரம் மனைவி கிளம்பி இருப்பாள். அவளுக்கு மாமா என்பது கால கலாச்சாரத்தின் அடையாளம். இருந்தவர்கள் இல்லாமல் போய்விட்டால் யாருக்கும் துக்கம் தொண்டையை அடைக்கத் தான் செய்யும். என்றுமே வீட்டு வாசலை மிதிக்காதவர்கள் கூட இறந்த பின் இழவுக்கு போவது ரொம்ப முக்கியமாக இருந்தது. போகின்ற ஆத்மாவை வெறுப்பு, இன்பம் இன்றி அனுப்பி வைக்க செய்த ஏற்பாடாக இருக்கும்.

வீடு வரவும் நோஞ்சானுக்கு அந்த யோசனை வந்தது..? நாம் ஊருக்கு போகாவிட்டால் என்ன நடக்கும்..? முதலில் மனைவியை தேற்ற முடியாது. அத்தோடு அவள் போகவேண்டும் என்பாள். நாம் தான் கூட்டிச் செல்லவேண்டும். ஆனாலும் தொலைதூரப் பயணங்கள் செல்வது அச்சலாத்தியானது. இருந்தான், வாழ்ந்தான், இறந்தான்.. என இருக்க முடியுமா.. என்ன?

கையில் பையோடு ரெடியாக இருந்தாள் மனைவி. மணி ஒன்பதரையைத் தாண்டவும் ஆட்டோ பிடித்து சர்மா பஸ்சை பிடிக்கபோனான். நல்லவேலை பஸ் ஓனர் பழக்கமானவர். சொன்னவுடன் படுக்கை வசதியுடன் இரண்டு சீட்டை ஒதுக்கிக் கொடுத்திருந்தார். அன்று அவரும் போகும் போது யாருடனோ போனில் பேசிக்கொண்டு அலுவலகத்தில் இருந்தார். பேருந்து நிலையம் பக்கம் உள்ளதால் எப்போதும் சர்மா பஸ் ரஸ்தான். அவரிடம் கை குலுக்கினான், அவர் முகம் சோகமாகியதை நோஞ்சான் கண்டான். எதுவும் சொல்லாமல் டிக்கெட்டை

வாங்கிக்கொண்டு பஸ்சில் ஏற ஒன்பது ஐம்பதாகியது. மனைவி அவனிடம் எதுவும் பேசவில்லை. அவர்கள் சீட்டைப் பார்த்து ஏறிக்கொண்டார்கள். ஸ்கிரின் போடப்பட்ட வீடு மெத் மெத்தென இருந்தது. உள்ளே சில்லுன்னு காத்து. ஒருபுறம் தலையணை இருந்தது. கொடுத்த காசுக்கு தேறும் என நினைத்துக் கொண்டான். கொண்டு போன கயிலையை எடுத்துக்கட்டிக் கொண்டு கம்பிகள் ஓரம் படுத்துக் கொண்டான். மனைவி அழுது கொண்டே வருவது போலப்பட்டது.

அடித்துப்போட்ட தூக்கம். யாரோ தட்டி எழுப்புவது தெரிந்தது.

'சார் மதுரை வந்து விட்டது.. மாட்டுத்தாவணி தானே..'

'ஆமா.. என கூறிக்கொண்டே மனைவியை பார்த்தான். அவள் பைகளை எடுத்துக்கொண்டு உட்கார்ந்திருந்தாள். இரவு முழுவதும் அவள் தூங்கியிருக்கமாட்டாளா..? என்ற சந்தேகம் வந்தது. கேட்டால் வைவாள், முறைப்பாள்.

'பேசாமல் இறங்குடா நோஞ்சான்' என அவனுக்குள்ளாக பேசிக்கொண்டான்.

பொதிகை காத்தாய் இருக்க வேண்டும் மதுரையில் கால் வைத்தவுடன் பொது பொதுன்னு முகத்தில் அடித்தது. நோஞ்சானுக்கு ஒரு சிகரெட் பிடிக்க வேண்டும் போலபட்டது. மனைவியை வைத்துக்கொண்டு அதை செய்யமுடியாது என நினைத்தவன் ராமநாதபுரம் பேருந்துகள் நிற்கும் இடத்துக்குப் போனான். மனைவியிடம் பைகளை வாங்கிக் கொண்டு 'பாத்ரூம் போய்விட்டு வாரீயா..' என கேட்டான். அவள் மறுக்காமல் போனாள்.

பஸ் நிலைய இருக்கையில், கடையோரங்களில், மூடப்பட்ட கடைகளுக்கு முன்னால் ஏகப்பட்ட ஆட்கள் படுத்தும், உட்கார்ந்தும் இருந்தனர். எந்நேரமும் ஆட்கள் புழங்கிக்கொண்டே இருக்கிறார்கள். அதுதான் தூங்க நகரம் என பெயர் வந்தது போல. எல்லாருக்கும் வேலை இருக்கிறது. போகிற அவசரம் இருக்கிறது. யார் யாரையும் பார்த்துக் கொண்டிருக்க நேரம் இல்லை போலும்.

தன் கணவனை இழந்த கண்ணகி இரவு பகல் பாராமல் அலைவதாலோ என்னவோ இங்குள்ள மனிதர்களும் பேயாய் தெரிகிறார்கள். பனியானாலும், மழையானாலும் பஸ் நிலையங்

களில் மட்டும் கூட்டம் குறைவதே இல்லை. எங்காவது கிளம்பிக் கொண்டே இருக்கவேண்டிய சூழல். யாருடைய கால்களும் அக்கடா என உட்கார முடிவதில்லை. இருக்கையில் அமர்ந்து தூங்கிக் கொண்டிருக்கும் பெண்களைப் பார்த்தான். அவர்கள் வைத்த பூ வாடியிருந்தது. மனைவி வரவும் நோஞ்சான் போனான். மறக்காமல் பாக்கெட்டில் சிகரெட்டை கொண்டுபோனான். திரும்பி வந்து மனைவிக்கு டீ வாங்கிக் கொடுத்து விட்டு தானும் ஒரு போண்டாவோடு தேனீர் குடித்தான். போண்டா நன்றாக இல்லை. என்ன மாவு என தெரியவில்லை. உணவுப் பொருட்கள் எதையுமே வியாபாரிகள் விட்டு வைக்கவில்லை. எல்லாம் நஞ்சாக மாறிப்போனது என முணுமுணுத்தான். முழுதாக தூக்கம் களைந்திருந்தது.

பேருந்து நிலையம் தெற்கே வரிசையாக நின்று ஒன்னுக்கு அடித்துக்கொண்டிருந்தார்கள். அவர்கள் நின்று மோளும் இடத்தில் ஒருவன் பெரிய பெரிய சவுத்தால் பைகளோடு உட்கார்ந் திருந்தான். மோண்டு கொண்டே மூக்கைப் பொத்தியவர்கள் போல அவன் செய்யவில்லை. பத்துக்கு பத்து ஏசி போட்ட ரூமில் கால் நீட்டி உட்கார்ந்திருப்பவன் போல இருந்தான். அவனுக்கான கவனம் எல்லாம் அந்த பைகளின் மீது இருந்தது. அவனை ஒட்டியே ஒரு நாய் படுத்துக் கிடந்தது. கண்மாயின் தொடர்ச்சிதான் மாட்டுத்தாவணி. வழக்கம் போல சீர்திருத்தி பேருந்து நிலையம் ஆக்கிவிட்டார்கள். பொழுது பூமியில் இறங்கிக்கொண்டிருந்தது.

ராமேஸ்வரம் வண்டியில் ஏறினான். அப்போதுதான் வேகமாக போகும் என்பது நோஞ்சான் கணக்கு. சீட்கள் காலியாகவே கிடந்தது. பஸ் கிளம்பும்போது நோஞ்சான் வாங்கி வந்த பேப்பரை விரித்து படிக்க ஆரம்பித்தான். மனைவி கம்மென வந்தாள். ஜன்னலுக்கு வெளியே அவளுக்கு ஏதோ தென்பட்டிருக்க வேண்டும். துரத்திவரும் இருட்டு அவள் மனதிலும் குடி கொண்டிருக்கலாம். அல்லது தன் கணவன் ஏன் இப்படி நெஞ்சில் இத்தினி பசையே இல்லாமல் இருக்கிறார் என நினைத்து வருந்திக் கொண்டிருக்கலாம். நாளைப் பின்னே நாம் இறந்தாலும் இப்படித் தானே இருப்பார் என யோசித்து வரலாம். சில விநாடிகள் அவள் முகத்தை பார்த்தான். தூங்கமின்மையும், வீங்கிய கண்களுமாக இருந்தாள். எல்லாம் கொஞ்ச நேரம் தான்.

இருட்டு தவிக்க தவிக்க ஜன்னலுக்கு வெளியே தொயந்து ஓடி வந்து கொண்டிருந்தது. யார் சிக்கினாலும் தலை முதல் உள்ளங் கால் வரை போத்திவிடும். பின் மீடேற முடியாது. அவன் நினைத்தது

போலவே ராமேஸ்வரம் வண்டி வேகமாகபோனது. திருப்புல்லாணி வரவும் பொழுது பளபளன்னு விடிந்தது. காலைக்காத்து நோஞ்சானை உசுக்காட்டியது. பேப்பரை மடித்து வைத்துவிட்டு கம்பியில் தலையை வைத்து தூங்கிவிட்டான்.

ஊரில் கால் வைக்கும் போது மணி ஏழு இருக்கும். மஞ்சள் வெயில் தரையை போர்த்திக் கொண்டிருந்தது. சாலையோர வீடு என்பதால் நோஞ்சான் இறங்கியவுடன் அழுகைச் சத்தம் பெலமாக கேட்டது. சித்தப்பா, பெரியப்பா மகன்கள் ஓடி வந்து கைகளைப் பிடித்துக்கொண்டு அழைத்துப் போயினர். மனைவி பஸ் படியில் இறங்கும் போதே அழுக ஆரம்பித்துவிட்டாள். எங்கும் ஒரே அழுகைச் சத்தம். நோஞ்சானுக்கு எரிச்சலாக வந்தது. சும்மா ஏன் மாய்ந்து மாய்ந்து அழுது கொண்டிருக்கிறார்கள்..? அதுவும் ஆளைப் பார்த்தால் ஒன்று.. ஆள் இல்லாவிட்டால் ஒன்று.. மனம் ஒப்பவில்லை.

மரக்கட்டிலில் நோஞ்சான் அப்பாவை படுக்க வைத்திருந் தார்கள். அவர் முகத்தை உற்றுப் பார்த்தான். எறும்புகள் ஆய்வது போலபட்டது. கொஞ்ச நேரத்தில், சாலையோரம் வந்து உட்கார்ந்து கொண்டான். இழவுக்கு வந்த ஆட்களுக்கு அவன் அழுகாதது ஏதோ போல இருந்திருக்கவேண்டும். அவனை மாறி மாறி பார்த்தார்கள். அவன் அவர்களை கண்டு கொள்ளாமல் சாலையை வேடிக்கை பார்த்தான். தார்ச்சாலை. நெட்டு வாக்கில் வெயில் படுத்திருந்தது. காலை வெயிலே சுள்ளென அடித்தது. கரையில் அமர்ந்து கத்தும் காகத்தின் குரலில் ஏதோ உற்சாகம் தெரிந்தது. உணவு கிடைத்திருக்க வேண்டும். அல்லது யாரையாவது அது கண்டிருக்கவேண்டும். புளிகளில் இருந்து வேறு சத்தம் இல்லை.

'கண்மாயில் கொஞ்சமாவது தண்ணி கிடக்கா..' என கேட்டான்.

'இல்லடா..' என பாண்டி கூறினான்.

'வெளியே போக வேண்டும் வயிற்றை கழக்குகிறது..'

'சின்ன ஊரணியிலே கிடக்கு.. வா போயிட்டு வருவோம்..' இருவரும் எழுந்து நடப்பதைப்பார்த்து ஒன்றிரண்டு பேர் கேட்டனர்.

'ஏம்ப்பா எங்க போறீங்க..'

'வெளியே'

பாண்டிதான் அவர்களுக்கு பதில் சொல்லிக் கொண்டிருந்தான். தன் வீட்டில் இருந்து ஊரணிக்கு இருபுறமும் இருந்த பாதையை மறித்து முட்கள் கிடந்தது. வேறு ஒரு பாதையில் கூட்டிப் போனான் பாண்டி. அவர்கள் போனபின் நாலைந்து பேர் பின்னாடி வந்ததை நோஞ்சான் கண்டான். தொலையாங்குள காட்டுப் பக்கம் நடையைக்கட்டினான். ஆள்பேரு இல்லாமல் அமைதியாக இருந்தது. நோஞ்சானுக்கு அப்பாடா என்றிருந்தது. அங்கு அவர்களுக்கு காடுகள் சாஸ்தி. காத்து முகத்தில் அடிக்க ஒரு சிகரெட்டை எடுத்து பற்ற வைத்தான். மனம் ஆசுவாசம் கொண்டது. வண்டியில் ஏறும்போது, கட்டியிருந்த கயிலையை கழற்றாமல் இருந்தான். வரப்புகளுக்குள் பதுங்கிக்கொண்டு நோஞ்சானை எட்டிப்பார்த்தது வயல்கள்.

தாவு காடு. மழை இன்றி மற்ற காடுகள் பிடிநெல் வராமல் ஏமாற்றும்போது, உமிழ் நீரைக் குடித்து கொண்டு சாப்பாட்டுக்கு விளைந்து விடும் நிறைஞ்ச மனக்காடு. களையும் அதிகமாகவராது. கண்மாய்க்குள் ஒதுங்கி கொண்டே கதவாலியைத் தேடினான். எதுவும் சடசடத்து பறக்கவில்லை. கள்ளப்பருந்து மட்டும் மேல் வட்டமிட்டுக் கொண்டிருந்தது. ஏனோ அந்த வருஷத்தில் அனைத்துப் புளிகளும் நன்றாக காய்த்திருந்தது. தொலையாங்குள கண்மாய்க்குள் இருக்கும் புளியில் சரம் சரமாய் காய்கள். தாவடி கொப்புகளில் கூட தொங்கியது. அதைப் பார்த்தும் நோஞ்சானுக்கு எச்சில் ஊறியது.

வெளியே போய்விட்டு வந்து பிஞ்சாய் நாலைந்து புளியங்காயை பறித்தான். அதில் ஒன்றை சுவைத்தவாறே வந்தான். முகம் புளிப்பில் சுருங்கிவிரிந்தது. பல்லு கூசியது. ஒன்றுக்கு மேல் தின்க முடியவில்லை. புளி புளிதான் என நினைத்துக்கொண்டான். சின்ன ஊரணியில் கொஞ்சமாக தண்ணீர் கிடந்தது. கால் கழுவி விட்டு, கை, கால், முகத்தை துடைத்துக் கொண்டான். ஊரணி மேற்கில் இருக்கும் இருளாயி அம்மன் கோயிலில் நேந்துவிட்ட சேவல்கள் சுற்றிக்கொண்டிருந்தது. கிழக்கு பக்கமாக திரும்பி இருக்கும் அய்யனார், சூரிய ஒளி கண்டு குதிரையை மேற்கால் திருப்பிக்கொண்டிருந்தார். ஒன்றிரண்டு பெண்கள் தண்ணி எடுக்க, ஊரணிக்கு வந்தனர்.

'யாரு நோஞ்சானா.. தாய், தகப்பனோடு வாழ கொடுத்து வைக்கலையடா..' என வாப்பாரியது முத்திருளாயி பெரியம்மா.

இவனுக்குள் ஏனோ உள்ளுக்குள் சிரிப்பு வந்தது. ஆட்களைப் பார்த்தவுடன் எங்கிருந்தோ வந்து விடுகிறது சோகம். ஆள் இல்லை யென்றால் அவரவர் வேலை அவரவருக்கு.. எதுவும் சொல்லாமல் வீடு நோக்கி நடந்தான். ஊரணி தந்தி மரங்களில் அணில்கள் விளையாண்டு கொண்டிருந்தது.

வீட்டுக்கு போகுமுன் பாண்டியிடம் சொன்னான், 'பசிக்கு துடா..'

பாண்டி ஒன்றும் சொல்லவில்லை. எங்கும் போய் சாப்பிட முடியாது. ஊருக்குள் போய் டீக்குடித்தால் ஒரு மாதிரியாக பார்ப் பார்கள். சேதம்மா டீக்கடையில் இட்லியும், மொச்சைப் பயிறும் இருக்கும். இப்படியே போய் சாப்பிட்டு வந்துவிடுவோமா.. என நினைத்து பாண்டியிடம் கேட்கப்போனான். அவன் முகத்தைப் பார்த்து வாய் மூடிக்கொண்டான். மவுனமாக வீட்டுக்குப் போக, ஆட்கள் கூடியிருந்தார்கள். பிணத்தை தூக்குவதற்கான ஏற்பாடுகள் நடந்து கொண்டிருந்தது.

முனியாண்டி ஏகாலி தான் பாடையைக் கட்டிக் கொண்டி ருந்தார். வீட்டுக்கு பந்தல் போட்டது, தட்டியில் வேட்டி, சேலை களை சொருவி அலங்காரம் செய்தது எல்லாம் அவர்தான். கட்டுத் தரையில் அம்பட்டையன் இருப்பார். காரியங்கள் அதுபாட்டுக்க நடந்து கொண்டிருந்தது.

ஏனோ மீண்டும் ஒருமுறை அப்பாவின் முகத்தை உற்றுப் பார்த்தான் நோஞ்சான். மஞ்சள் வைத்த கண்கள் சிமிட்டாமல் இருந்தது. கைகள் காய்ந்த விறகு போல் கிடந்தது. நெஞ்சில் இருந்து இனம் புரியாத இளைப்பு ஒன்று கேது கேதென மேல் எழுந்து வருவதை நோஞ்சான் உணர்ந்தான். கால்மாட்டில் தலை வைத்து ஒப்பாரியை பெலமாக போட்டார்கள் பெண்கள். எல்லாம் சொந்தம் சொர்த்துகள் தான். அப்பாவின் முகத்தை இரண்டொரு தரம் பார்த்தவன் அங்கிருந்து மீண்டும் பழைய சாலையோர இடத்திலேயே உட்கார்ந்து கொண்டான்.

நெஞ்சில் கிளம்பிய மூச்சு தொண்டைக்குள் வந்ததும் சிரிப்பாக மாறியது. கொக்கே பிக்கே என சாலையில் ஓடிக் கொண்டே சிரிக்கவேண்டும் என்றிருந்தது. தரையைப் பார்த்து மனதுக்குள் சிரித்துக்கொண்டான். அழுக வேண்டிய நேரத்தில் ஏன் சிரிப்பு வந்தது என நோஞ்சானுக்கு தெரியவில்லை. இருந்தும் நெஞ்சில் இருந்து குபீர் குபீரென சிரிப்பு பொங்கி பொங்கி வந்தது.

கர்ச்சிப்பை வைத்து வாயை மூடிக் கொண்டான். சோகத்துக்கு சோகமும் ஆச்சு.. தன்னை மீறி வரும் சிரிப்பை உதடுகள் காண்பித்து கொடுக்காமல் இருக்கவும் தோது என நினைத்துக் கொண்டான். பார்ப்போருக்கு நோஞ்சான் வாயைப் பொத்திக்கொண்டு விம்மி விம்மி அழுவதாகபடும். குனிந்த தலை நிமிராமல் இருந்தான்.

நீர்மாலைக்கு போய்விட்டு வந்து பதினொரு மணி வாக்கில் பிணத்தை தூக்கினர். அதுவரையிலும் யாரிடமும் ஒரு வார்த்தை பேசவில்லை நோஞ்சான். வயிறு தீயாய் பிடித்தது. இரண்டொரு பேர் கலர் வாங்கிக் கொடுத்தார்கள். அதை ஆவலாய் வாங்கி குடித்த பின்தான் கொஞ்சம் பசி அடங்கியது. எரிகின்ற நெருப்பு உள்ளில் சும்மா இருப்பதில்லை. தண்ணிக்குடம் உடைக்கும் வரை பெண்கள் கூட வந்து பின் நின்றார்கள்.

நோஞ்சான் கரையை, அதில் இருந்த புளிகளை, விட்டு விட்டு கத்தும் பறவைகளை வேடிக்கை பார்த்துக் கொண்டே கட்டாந் தரைக்கு போனான். ஊரே பிணத்தின் பின்னால் போய்க்கொண்டிருந்தது. அவரவர் குசுகுசுவென பேசிக் கொண்டு வந்தனர். பெரிய ஊரைத்தாண்டும் போது இன்னும் சில பேர் நோஞ்சானுக்கு கலர் வாங்கிக்கொடுத்தனர். மறுக்காமல் குடித்தான். இருபுறமும் நிற்கும் ஆட்கள் தன்னையே பார்ப்பதை உணர்ந்த நோஞ்சான் தலையை கீழ் குனிந்து கொண்டே நடந்தான். சேதம்மா டீக்கடையை கடக்கும் போது மொச்சப்பயறு வாசத்தோடு ஞாபகம் வந்தது. தின்க தின்க இழுக்கும் ருசி. எப்படியும் சாப்பிட்டு விட்டுத்தான் போகவேண்டும் என மனதுக்குள் நினைத்துக் கொண்டான்.

வில்லித்தூரணி வந்தது. அங்குதான் நோஞ்சான் பரம்பரையின் மயானக் கரை இருந்தது. யார் இறந்தாலும் அங்குதான் அடக்கம் செய்வார்கள். ஆளாளுக்கு ஒரு சுடுகாடு உண்டு. காலம் காலமாய் அதில் புதைப்பதும் எரிப்பதும் நடந்தது. வில்லித்தூரணியில் மரங்கள் அதிகம். அத்தோடு பறவைகளும். சுற்றிலும் வேடிக்கை பார்க்க ரம்மியமாக இருந்தது. ஊரணியில் கொஞ்சூண்டு தண்ணீர் கிடந்தது. வந்த ஆட்கள் ஆங்காங்கே உட்கார்ந்தார்கள். புளியில் இருந்த பேடைகள் பதறி காட்டுக்கு பறந்துபோனது.

இளஞ்செம்பூருக்கும், பூக்குளத்துக்கும் இடையில்தான் வில்லுத்தூரணி இருந்தது. வியாபாரி என்பதால் இரண்டு ஊரு ஆட்களும் கட்டுத்தலத்துக்கு வந்திருந்தார்கள். கரை முழுக்க ஆட்கள் தான். எல்லாக் காரியமும் முடிந்து நோஞ்சானை கூப்பிட்டார்கள். அதுவரையிலும் குழிக்கு பக்கத்திலேயே அமர்ந்திருந்தான்.

மொட்டை அடிக்கும் போது நசநசவென இருந்தது. வெளிக் காட்டிக்கொள்ளவில்லை.

அம்மா இறந்தபோது இங்கு வந்தது என நினைத்துக் கொண்டான். அவளுக்கு சிதை மூட்டும் போது, படலம் படலமாய் பாம்புகள் வெளியேறியதை இன்னும் அவனால் நம்ப முடிய வில்லை. தலைமாட்டில் இருந்துதான் அத்தனை பாம்புகளும் உஸ்.. உஸ்.. யென சத்தம் போட்டவாறு போனது. கண்களை அகல விரித்துப்பார்த்தான். சில கணம் கொடியாகவும், தீயாகவும், பாம்பாகவும் தெரிந்தது. ஆனால் உடல் தீப்பிடித்து எரியும் போது பயிர்களின் பச்சை வாசனை கமகமவென வந்தது. ஆடுகளும், மாடுகளும், பயிர் பச்சைகளும், பாம்புகளும், பல்லிகளும் உடம் புக்குள் அடக்கம் போலும். சீவன் இருக்கும்போது சேர்ந்து வாழ்ந்துவிட்டு, கூடு விட்டு கூடு பாயும்போது இவைகளும் தானாக வெளியேறும் போலும்.

வெயில் நடு மண்டையில் இறங்கிக்கொண்டிருந்தது. ஆட்களை புளியின் நிழல் தாமறித்தது. காரியங்கள் தன்போக்கில் நடந்து கொண்டிருந்தது. காலம் காலமாய் நடப்பவை. இன்று அவர் நாளை வந்த ஆட்களில் ஒருவர். எல்லாம் பழகிப்போச்சு போல. மவுனமாக பார்த்துக் கொண்டிருந்தனர். நோஞ்சான் கொல்லி வைக்கும்போது வெயில் மாதிரி தீப்பிடித்தது. இரண்டொரு குடிபடையைத் தவிர எல்லாரும் கட்டுத்தலத்தில் இருந்து வெளியேறினர். வயல் வெளிகளில் அலையலையாய் ஓடித் தெரிந்தது கானல். யாரும் யாரிடமும் சொல்லிக்கொள்ளாமல் வீடு நோக்கிப் போய்க்கொண்டிருந்தனர்.

நோஞ்சானை திரும்பி பார்க்காமல் போகச்சொன்னார்கள். தார்ச்சாலையில் சாவதாணமாக நடந்து கொண்டிருந்தான்.

'என்னதான் இருந்தாலும் எப்படிப்பா அப்பேன் செத்தா மகனுக்கு அழுகை வராமல் இருக்கும்.. அவ மகனுக்கு என்னமோ ஆகிப் போச்சு.. கடைசி வரை ஒத்தப் பொட்டு கண்ணீர் விட வில்லையே நோஞ்சான்..'

பூக்குளத்துக்காரர்கள் தங்களுக்குள்ளாக பேசிக்கொண்டது நோஞ்சான் காதுகளிலும் கேட்டது. அதைப்பற்றி ஒன்றும் பெரிதாக நினைக்கவில்லை நோஞ்சான். அவன் படித்த பள்ளிக் கூடம் பக்கம் வந்ததும் கவனம் எல்லாம் வகுப்பறையில் சுழன்றது. எட்டாவது வரை அங்கு தான் நோஞ்சான் படித்தான். அவன் படித்தபோது இருந்த கட்டிடங்கள் இன்னும் அப்படியே இருந்தது.

ஒன்றிரண்டு மரங்களை காணவில்லை. பால்வாடி பின்புறம் உள்ள ஊரணியில் தான் வெயிலுக்கு குதியாளம் போடுவது. பால்வாடி சோத்துக்கு முன் ஊரணியில் ஆட்டம் போட்டுவிட்டு போனால் வயிறு தீயாய் பிடிக்கும். வாங்கின சோறு தானாக உள்ளில் போய் விடும்.

போகும்போது வழியெங்கும் நின்று பார்த்த ஆட்களை காணவில்லை. மாடன் கோயிலைத் தாண்டும் போது எங்கிருந்தோ மாடு ஒன்று கத்தியது. மாடன் கோயில் மாடாக இருக்கலாம். விரிந்து பரந்திருக்கும் உடைமரத்தில் சதா நிற்கும். திறந்த வெளியில் மாடன் அமர்ந்து ஊர் குடிபடைகளை மட்டுமல்ல இளஞ்செம்பூரையும் காத்துக்கொண்டிருக்கிறார்.

கால்கள் வலியெடுத்தது. பசித்து அடங்கிய வயிறு கம்மென கிடந்தது. ஊருக்குள் போகும் போது கடைகளில் இருந்த ஆட்களைத்தவிர யாரும் இல்லை. போகும்போது பெரிய ஊரணியில் நோஞ்சான் குளித்து விட்டு போனான். கட்டுத் தலத்துக்கு வந்த அனைவருமே அங்குதான் குளித்தார்கள். ஊரணிக்கரையில் இருந்த வேம்பில் இருந்து காகங்கள் கத்திக் கொண்டிருந்தன.

'வாப்பா.. வாப்பா..'

'அப்பா போயிட்டாருன்னு.. கலங்காதே.. வாழும் போது யாரிடமும் கையேந்தாமல் வைராக்கியமாக வாழ்ந்த மனுசன்.. கடைசி வரை உழைத்துக் கொண்டேபோய் சேர்ந்துட்டார்..' பெரிசுகளும், உறவு முகங்களும் ஆளுக்கு ஒன்றாய் சொல்லிக் கொண்டார்கள்.

நோஞ்சான் பதில் ஒன்றும் சொல்லவில்லை. குளித்தவுடன் ஒரு தெம்பு கிடைத்தது. நேராக விருவிருயென வீடு நோக்கி நடந்தான். அவன் சிறுவயதில் இரவில் உட்கார்ந்து ஆட்களை பயமுறுத்திய படையான் மடையில் இரண்டொரு இளவட்டங்கள் உட்கார்ந்திருந்தனர். தண்ணி இல்லாத கண்மாய் வாயைப் பிளந்து கிடந்தது. கருப்பட்டி, நெட்டி, கொளுஞ்சி செடிகள் கரம்பை களிலும் முளைத்து வந்தது. வண்ணாம்புளியைக் காணவில்லை. பாதிமுறிந்த தூர் முண்டம் மட்டும் நின்றது. கரைகளில் நின்ற புளியில் ஓடிய சுரக்கொடிகள் பட்டு காற்றில் ஆடிக் கொண்டிருந்தன. எங்கும் பேரமைதி. நோஞ்சானை சுற்றி வந்த ஆட்கள் தனித்தனியே போனது அவனுக்கு ஆசுவாசம் கொள்ளச் செய்தது.

ஒரு சிகரெட் பிடிக்க வேண்டும் என நினைத்தான். சாலைகளில் போகும் ஆட்களைப் பார்த்து அமைதியானான். ஊரையொட்டி ஒரு சுடுகாடு உண்டு. அங்கு தகன மேடை கட்டியிருந்தார்கள். யாவற்றையும் எப்போதும் போல வேடிக்கை பார்த்தவாறே வீடு போய் சேர்ந்தான்.

வீட்டில் ஒப்பாரி கேட்டுக் கொண்டிருந்தது. தென்பர வராண்டாவில் மதினி கேட்டது,

‘சாப்பிடுறீங்களா..’

‘ஆமா..’ என உடனே பதில் சொன்னான்.

ரசம், பருப்பு வைத்து சோறு கொண்டு வந்து கொடுக்க, அதை வாங்கி ஆவ்ஆவ்யென தின்றான். நல்ல பசி. அடைத்திருந்த காதுகள் பஞ்சை எடுத்துக் கொண்டன. மீண்டுமொரு வாங்கி வயிறு நிறைய சாப்பிட்டான். கிழக்கு வீட்டில் இழவு கேட்க வந்த ஆட்கள் அழுகை கேட்டுக் கொண்டே இருந்தது. நோஞ்சான் எதைப்பற்றியும் கவலைப் படாமல் சாப்பிட்டுக் கொண்டிருந்தான். ரசமும் சோறும் ருசியாக இருந்தது. பசியில் புளித் தண்ணி கூட நன்றாகத்தான் இருக்கும் போலும். முழுதாய் சாப்பிட்டு விட்டு ஏப்பம்விட்டான். பேண்ட் பாக்கெட்டில் கிடந்த சிக்ரெட்டை எடுத்துக்கொண்டு வீட்டை விட்டு வெளியேறினான். யாரும் எதுவும் கேட்காதது அவனுக்கு ஆறுதலாய் இருந்தது. இழவுக்கு வந்த சொந்தங்கள் ஆங்காங்கே கட்டிலைப் போட்டு அமர்ந்து கொண்டு நோஞ்சானை ஒருமாதிரியாகப் பார்ப்பது தெரிந்தது.

‘சரியான கல்லுளி மங்கனா இருக்கான்ப்பா.. ஒத்தப் பொட்டு கண்ணீர்விடலயே..’ நெடுங்குள சித்தப்பா சொல்லிக் கொண்டிருந்தார். நோஞ்சான் திரும்பி பார்க்கவில்லை.

‘அடக்கம் செஞ்சு அஞ்சு நிமிஷம் கூட ஆகலே.. அவேன் பாட்டுக்கு சாப்பிட்டான்ப்பா..’ பூச்சி வாப்பாரினார்.

மாறி மாறி விழும் சொற்களை காதில் வாங்கிக் கொண்டே, தான் எப்போதும் ஊருக்கு வந்தால் நடக்கும் பாதையில் நடந்தான். தூரமாய் பனை மரங்கள் அழைத்துக் கொண்டிருந்தது. மொட்ட வெயிலில் எதுவுமே தோன்றாமல் சிகரெட் பிடித்தவாறு நடந்தான். கால்கள் ஓய்ஞ்சு போனது போல இருந்தது. மனமும் ஏனோ துவண்டிருந்தது. எல்லாரும் சொல்வது போல கல்லுளி மங்கன் தானா.. நமக்கு ஏன் அப்பாவின் சடலத்தைப் பார்த்து கடைசி வரை அழுகை வரவில்லை..? கேள்விகள் தொடர, வயல்வெளியில்

ஆக்காட்டி குருவிகள் கத்திக்கொண்டிருந்தன. பாதையின் இடையில் பாலம் குறுக்கிட்டது. பாலத்துக்கீழ் இருக்கும் இடைவெளியில் இப்போதும் மூன்று தலை நாகம் குடியிருக்குமா..? பார்த்து விட்டு போவோமா..? மனம் நினைத்தாலும் கால்கள் நடந்து கொண்டிருந்தது.

பாதையை திரும்பிப் பார்த்தான். வெயில் நின்று கை காட்டியது. கானல் அங்கிங்கும் விளையாண்டு கொண்டிருந்தது. கால்கள் நடக்க நடக்க திடீரென கண்ணத்தில் கண்ணீர் வடிந்தது. லேசாக துடைத்துக்கொண்டே ஈரக் கண்ணத்தை தொட்டுப் பார்த்தான். மாலமாலயாய் கண்ணீர் ஓடிக்கொண்டிருந்தது. அவன் தடுக்கவில்லை.

❖

நன்றி... நன்றி... நன்றி...

எழுதிக் கொண்டிருக்கும் போது வலியோடு மயங்கி விழும் என்னை அடிக்கடி உயிர்ப்பித்து தெளிச்சியாக்கி எழுத வைத்த மனைவி அங்காளேஸ்வரி, அவரது குடும்பத்தார் மலர், சுந்தர், வள்ளி, ஆளற்று மருத்துவமனையில் கிடந்தபோது கூடவே இருந்து கவனித்த ராயப்பாளையம் அழகர்சாமி, எழுதும் சூழலை உருவாக்கிக் கொடுத்த புதுவை தினகரன் பொதுமேலாளர் என். முருகன், செய்தி ஆசிரியர் வை. ரவீந்திரன், நாவல் எழுதி முடித்த உடன் வாங்கிப் படித்தது முதல், அதை அச்சேற்றும் வரை தன்னுடைய நாவல் போல பாவித்து அனைத்து உதவிகளையும் செய்த எழுத்தாளர் போப்பு அவர்கள், கவிஞர் ரவிசுப்பிரமணியன் அவர்கள்,

தொலைபேசியில் அடிக்கடி உற்சாகம் மூட்டிய மதுரை சத்தீஸ் சுவாமிகள் மற்றும் மதுரை தியாகராஜர் இன்ஜினியரிங் கல்லூரி பேராசிரியர் வே. பிரகாஷ், ராயப்பாளையம் கிருஷ்ணமூர்த்தி, டாக்டர் சண்முகநாதன், டாக்டர் சரவணன் மற்றும் நான் குணமடைய பிரார்த்தனை செய்யும் அத்தனை நல்ல மனிதர்கள், என்றுமே என்னோடு நன்றியோடு பயணிக்கும் சந்தியா பதிப்பகத்தார் ஆகிய அனைவருக்கும் நன்றி... நன்றி... நன்றி...